'टेन फिंगर्स फॉर गॉड' या पुस्तकाचा मराठी अनुवाद

हात विधात्याचे

डॉ. पॉल ब्रँड यांचे जीवितकार्य

डोरोथी क्लार्क विल्सन

प्रस्तावना

फिलिप यॅन्सी

अनुवाद

नीला चांदोरकर

मेहता पब्लिशिंग हाऊस

Ten Fingers For God by DOROTHY CLARKE WILSON
Copyright © 1989, 1983, 1965 by Dorothy Clarke Wilson
Published by Permission of Zondervan, Grand Rapids, Michigan U.S.A.
Translated in Marathi Language by Neela Chandorkar

हात विधात्याचे / चरित्र आणि कार्य

अनुवाद : नीला चांदोरकर जी-२०४, हृषिकेश, अपना घर हौसिंग सोसायटी, स्वामी समर्थ नगर, अंधेरी (पश्चिम) मुंबई -४०००५३.
E mail : nuchandorkar@yahoo.com

मराठी अनुवादाचे व प्रकाशनाचे हक्क मेहता पब्लिशिंग हाऊस, पुणे ३०.

प्रकाशक : सुनील अनिल मेहता, मेहता पब्लिशिंग हाऊस,
१९४१, सदाशिव पेठ, माडीवाले कॉलनी,
पुणे - ४११ ०३०. ☏ ०२० २४४७६९२४
E-mail : info@mehtapublishinghouse
Website : www.mehtapublishinghouse.com

अक्षरजुळणी : संध्या कुलकर्णी, शुक्रवार पेठ, पुणे - २.

मुखपृष्ठ : चंद्रमोहन कुलकर्णी
प्रथमावृत्ती : जून, २०११

ISBN 978-81-8498-247-3

◆ या पुस्तकातील लेखकाची मते, घटना, वर्णने ही त्या लेखकाची असून त्याच्याशी प्रकाशक सहमत असतीलच असे नाही.

पॉल ब्रँड - फिलिप यॅन्सी यांच्या नजरेतून

डॉ. पॉल ब्रँडना मी प्रथम भेटलो तेव्हा ते उत्तर अमेरिकेतल्या लुइझियाना राज्यातील कारव्हिल येथील कुष्ठरोग केंद्रात काम करत होते. हे केंद्र अमेरिकन सरकारच्या अधिकृत सार्वजनिक आरोग्य सेवेच्या अखत्यारीत येत होतं. त्यांना भेटण्यासाठी मी न्यू ऑर्लिन्सहून गाडीनं निघालो. दोन तास मिसिसिपी नदीच्या बांधानं धावणाऱ्या रस्त्यानं प्रवास करावा लागला. दोन्ही बाजूंना फळबागा, मळे होते, वाटेत छोटी छोटी उपहारगृहंही लागली आणि या सर्व पार्श्वभूमीवर अगदी विसंगत वाटणारे प्रचंड मोठे नवे पेट्रोरसायनांचे कारखानेही दिसले. सुमारे १०० वर्षांपूर्वी ख्रिश्चन सिस्टर्सनी इथले दलदलीचे प्रदेश भर टाकून बुजवले होते अन् त्या जमिनीवर हॉस्पिटलच्या इमारती उभारल्या होत्या. इथलं कुष्ठरोगधाम त्यांनी जाणीवपूर्वक मुख्य मनुष्यवस्त्यांपासून दूर अंतरावर बांधलं असावं. थोड्या अंतरावरून मी या हॉस्पिटलवर नजर टाकली अन् क्षणभर मला भास झाला– फिलिपिन्समधल्या शेतमळ्यावर उभारलेला हा एखादा सिनेमाचा देखावा असणार!

डॉ. ब्रँडबद्दल मी बरंच काही ऐकलं होतं. जागतिक वैद्यक क्षेत्रात त्यांना किती मानाचं स्थान आहे, त्यांना अनेक नावाजलेल्या वैद्यकीय संस्थांमधून सन्मानानं पाचारण करण्यात आलंय, इंग्लंड आणि अमेरिकेत खास भाषणांसाठी त्यांना सतत निमंत्रणं येत असतात, त्यांच्या नावावर अनेक मूलभूत शस्त्रक्रियांची नोंद झाली आहे आणि त्याहून महत्त्वाचं म्हणजे त्यांना अनेक जागतिक महत्त्वाचे पुरस्कार मिळालेले आहेत. अमेरिकेतील सन्माननीय 'अल्बर्ट लास्कर पुरस्कार' अन् खुद्द इंग्लंडच्या राणीनं त्यांना 'कमांडर ऑफ दि ऑर्डर ऑफ द ब्रिटिश एम्पायर' प्रदान केला आहे, वगैरे गोष्टी मी अनेकदा ऐकलेल्या असल्यामुळे, त्यांना भेटण्यापूर्वी मी काहीसा बावरलेलाच होतो. मला त्यांच्या ऑफिसमध्ये बसायची विनंती केली गेली, कारण ते प्रयोगशाळेत काहीतरी काम करत होते. वाट पहात असताना सहज मी आजूबाजूला नजर टाकली. तिथला एकूण रागरंग, आजूबाजूचं वातवरण पाहून मी अवाक झालो.

जागतिक कीर्तीच्या या थोर शल्यविशारदाचं ऑफिस एखाद्या कुठल्याही टुकार सरकारी कचेरीत शोभावं इतकं साधं होतं. केवळ सरकारी कचेरीतच पहायला मिळेल अशा प्रकारचं मळकट हिरव्या रंगाचं स्टीलचं टेबल, त्यावर एका बाजूला वैद्यकीय जगतातल्या मासिकांची चळत होती. तर उरलेल्या भागात फोटोग्राफिक स्लाइड्स आणि उत्तराची वाट पहात असलेली असंख्य पत्रं! खोलीच्या खिडकीत बसवलेलं वातानुकूल यंत्र इतका प्रचंड आवाज करत होतं की, त्यापुढे एखाद्या स्पोर्ट्स कारचा आवाजही मंजूळ वाटावा. भिंतीवर निरनिराळे तक्ते लावलेले होते. पण कुठेही त्यांना मिळालेल्या प्रशस्तीपत्रांचा किंवा बहुमानांचा मागमूसही नव्हता.

माझं हे निरीक्षण चालू असताना डॉ. ब्रँडनी खोलीत प्रवेश केला. मध्यम उंचीच्या (खरं तर, अमेरिकनांच्या तुलनेत काहीशा बुटक्याच!) डॉ. ब्रँडचे केस पिकू लागले होते. भुवया दाट होत्या अन् चेहऱ्यावर स्मितरेषांबरोबर इतरही सुरकुत्या प्रकट व्हायच्या. खास ब्रिटिश उच्चारपद्धतीचं त्यांचं बोलणं हॉस्पिटलमधल्या इतर लोकांच्या बोलण्यापेक्षा खूपच वेगळं वाटत असे. त्यांच्या अंगावरच्या पांढऱ्या कोटावर रक्ताचे शिंतोडे स्पष्ट दिसत होते. त्याबद्दल त्यांनी दिलगिरी व्यक्त केली. कारण नुकतेच ते एका सशाच्या स्नायूंचं विघटन (dissection) करून आले होते.

आमची ती पहिली भेट जवळजवळ आठवडाभर चालली. त्यांच्या नानाविध व्यापांमधून – व्यवस्थापकीय मंडळाबरोबरच्या बैठका, शस्त्रक्रिया, वैद्यकीय विभागातील व्याख्यानं आणि प्राण्यांवर चालू असलेलं संशोधन – माझ्यासाठी वेळ काढणं त्यांना खरोखरीच कठीण होतं. या समस्येवर तोडगा म्हणून अनेकदा मी त्यांच्याबरोबर हॉस्पिटलमध्ये हिंडत असे व त्यातूनच आमचं बोलणं चालू राहायचं. रुग्णांना तपासण्यासाठी ते वॉर्डमधून हिंडायचे. इथले कॉरिडॉर्स तसे प्रशस्त, भरपूर रुंद होते कारण अनेक रुग्ण आपल्या चाकांच्या खुर्चीतून हिंडत असायचे. काही वेळा डॉ. ब्रँड तपासणीच्या खोलीत रुग्णांचे जखमांनी भरलेले पाय हळुवार हातांनी तपासायचे, त्यांना तितक्याच हळुवार शब्दात जखमांमागची कारणं विचारायचे, त्यावेळीही मी तिथे एका खुर्चीत बसून राहात असे...

रात्रीच्या वेळी त्यांच्या साध्याशाच भाड्याच्या घरात डॉ. ब्रँड व त्यांच्या डॉक्टर पत्नी – मार्गरेटबरोबर मी भारतीय पद्धतीच्या जेवणाचा आस्वाद घेत असे. जेवणानंतर डॉ. ब्रँड कोचासमोरच्या स्टुलावर पाय ठेवून बसायचे (त्यांना पायात सपाता घालणं अजिबात आवडतं नसावं!) अन् त्यांच्या बाजूला मी. एका स्टुलावर टेपरेकॉर्डर ठेवलेला असायचा. तो सुरू केला की डॉ. ब्रँड आपल्या आवडत्या विषयावर बोलू लागायचे. त्यामध्ये प्रामुख्यानं कुष्ठरोग आणि धर्मशास्त्र (Theology) या विषयांना अग्रक्रम मिळायचा, तरी काही वेळा आम्ही जागतिक समस्यांवरही बोलायचो. त्यामध्ये मुख्यत्वे करून टंचाई आणि भूक, भूसंवर्धन (Soil Conservation) यासारखे

विषय वर्णी लावायचे!

'खऱ्या मैत्रीचा सर्वांत मोठा निकष कोणता?' असं मला कुणी विचारलं तर मी म्हणेन, 'त्या मैत्रीचा आपल्यावर होणारा दीर्घकालीन परिणाम!' या मैत्रीमुळं आपल्या मूळ स्वभावात होणारं परिवर्तन – खास करून आपल्या गुणदोषांमध्ये काही फरक पडलाय का, हा प्रश्न माझ्या दृष्टीनं महत्त्वाचा ठरतो. १९७५ साली डॉ. ब्रँडना मी पहिल्यांदा भेटलो त्यावेळचा मी आणि आत्ता जो कुणी मी आहे, याबद्दल जेव्हा मी अंतर्मुख होतो, तेव्हा मला जाणवतात ते माझ्यात घडलेले मूलभूत बदल. माझ्या अंतरंगात जणू भूकंपासारख्या उद्रेकामुळे (Seismic Changes) घडल्यासारखे काही कायमस्वरूपी बदल झालेत. जणू एखादी प्रचंड उलथापालथ झाली असावी, असं मला वाटतं. अर्थात ही सर्व प्रक्रिया सर्वस्वी माझ्या फायद्याची ठरली हे सांगायला नकोच!

मागे वळून मी माझ्या आयुष्याकडे पाहातो, तेव्हा मला १९६० चं दशक आठवतं. त्यावेळी मी कॉलेजात शिकत होतो. त्या झंझावाती दशकात मला प्रथमच दारिद्र्याचं हिडिस दर्शन घडलं – इथे अमेरिकेतील कृष्णवर्णियांच्या वस्त्यांमध्ये (Ghettos) तसंच मागासवर्गीय देशांमध्ये! ते वास्तव दर्शन किती भयानक होतं, किती क्रूर, कुरूप होतं, हे संपन्न अमेरिकेत जन्माला आलेल्या, वाढलेल्या माझ्यासारख्या तरुणालाच खऱ्या अर्थानं जाणवलं असतं, इतका तो विसंवाद हृदयविदारक होता. त्या दशकात अमेरिकेतही प्रचंड उलथापालथ होत होती. जुन्या मूल्यांना किंमत उरलेली नव्हती, व्हिएतनामच्या प्रदीर्घ काळ चाललेल्या युद्धानं आमच्या राष्ट्रीय आदर्शांना बाहेरचा रस्ता दाखवला होता. (त्यानंतर झालेल्या वॉटरगेट प्रकरणानं तर आमच्यातील राजकीय निराशावादी मंडळीच बरोबर आहेत, हे सिद्ध केलं होतं!) देशभरात धुमाकूळ घालत असलेलं प्रदूषण आमच्या देशातील कारखान्यांबाबत शंका व्यक्त करत होतं. त्याच वेळी नव्यानं उदयास येत असलेली हिप्पी संस्कृती, प्रस्थापित उपभोगवादाचं (ज्यांनी आमच्या उद्योगांवर आणि एकूणच प्रसारमाध्यमांवर गारूड केलं होतं!) वस्त्रहरण करत होती. आज या सर्व समस्यांवर जगभरात इतकी चर्चा होतेय की, त्यांचा चावून चोथा झालाय. त्यामध्ये नवीन असं काही उरलेलं नाही; पण डोळ्यांत स्वप्न बाळगून जगाकडे पाहणाऱ्या आमच्यासारख्या तरुणांना हा भ्रमनिरास फार क्लेशकारक वाटला, तर त्यात नवल ते काय?

माझ्यापुरतं बोलायचं झालं तर मी असं म्हणेन की, निराशेच्या, वैफल्याच्या गर्तेत कोसळलेल्या मला वर काढून मानसिक स्थैर्य देण्याचं अमूल्य काम डॉ. ब्रँडनीच केलं आणि त्यामागे निश्चितपणे काही तरी दैवी योजना असावी! मी त्यांना पहिल्यांदा भेटलो तेव्हा माझं वय होतं २५ अन् डॉ. ब्रँडचं ६०! वयांमधल्या अंतराचा विचार केला तर आम्ही दोघं खूपच वेगळे होतो. त्यांच्या डोक्यावरचे विरळ होत चाललेले पांढरे केस अन् माझ्या मस्तकावरला आफ्रिकन स्टाइलमध्ये वाढवलेला

दाट केशसंभार, हा फरक नजरेला जाणवेल असा. या वरवरच्याच नव्हे तर कदाचित अंतरीच्या फरकांवरदेखील आम्ही दोघांनी मात केली. आमच्या मैत्रीला छान धुमारे फुटले, सतत फुटतच राहिले. या थोर अन् विनम्र माणसाकडून मी जे काही शिकलो, त्याबद्दल माझ्या मनात नितांत कृतज्ञता आहे. डॉ. ब्रँडबद्दल मला जे समजलं होतं ते कुठल्या इतिहासाच्या पुस्तकातून नव्हतं, तर प्रत्यक्ष त्यांच्याशी झालेल्या गाठीभेटींतून, त्यांच्याबरोबर झालेल्या माझ्या चर्चांमधून अन् साध्या गप्पांमधून. माझ्या दृष्टीनं ते एक देवदूत होते. ईश्वरी अंश असलेला मानव (Man of God) होते. कार्व्हिलच्या कुष्ठरोगकेंद्रात रुग्णांवर उपाय करताना मी त्यांना प्रत्यक्ष पाहिलेलं होतं, भारतातील ग्रामीण भागात काम करतानाही एक पिता, एक पती म्हणून मी त्यांना पाहिलं होतं अन् वैद्यकीय, तसंच आध्यात्मिक परिषदांमधून त्यांची भाषणंही ऐकली होती. इतर कुणीही केला नसेल इतका खोल परिणाम त्यांनी माझ्यावर – माझ्या विचारसरणीवर, माझ्या आध्यात्मिक बैठकीवर आणि विचारांवर – केला होता. ह्या माझ्या भाववंदनेद्वारे (tribute) मी त्या सगळ्याची ओळख करून देण्याचा प्रयत्न करणार आहे.

डॉ. ब्रँडना वैद्यकीय क्षेत्रात जी दिगंत कीर्ती लाभली, ती प्रामुख्यानं त्यांनी कुष्ठरोगासंबंधात जे मूलभूत संशोधन केलं, त्याबद्दल होती. द. भारतात सेवाभावी काम करणाऱ्या मिशनरी दांपत्याचा हा मुलगा भारतात जन्मला. इंग्लंडमध्ये वैद्यकीय शिक्षण घेऊन १९४६ साली भारतात परतल्यानंतरच्या १८ वर्षांमध्ये त्यांनी मद्रासजवळील वेल्लोर या ठिकाणी असलेल्या सुप्रसिद्ध ख्रिश्चन वैद्यकीय महाविद्यालय व हॉस्पिटलमध्ये शल्यविशारद आणि प्राध्यापक म्हणून काम केलं, काही काळ या संस्थेची धुराही समर्थपणे वाहिली, तसंच 'कारीगिरी' हे समर्पक नाव धारण करणाऱ्या कुष्ठरोग हॉस्पिटलची स्थापना केली. १९६५ मध्ये डॉ. ब्रँडनी ह्या संस्थेचा निरोप घेतला व ते कार्व्हिल हॉस्पिटल, या कुष्ठरोग केंद्रात संशोधनकार्य करण्यासाठी दाखल झाले.

ज्या माणसानं आयुष्याचा फार मोठा काळ दैवाची, नशिबाची अवकृपा झाल्यामुळे कटुता आलेल्या कुष्ठरोग्यांच्या सान्निध्यात त्यांची सेवा करण्यात घालवला, त्या माणसाच्या मनात ही कटुता काही अंशी झिरपली असती, तिचा परिणाम त्यांच्या विचारसरणीवर झाला असता, तर ते नवल ठरलं नसतं; पण डॉ. ब्रँडच्या ठायी मात्र मला अगदी वेगळी भावना दिसून आली. त्यांच्या व्यक्तिमत्त्वाचा सर्वांत मोठा अन् देदिप्यमान पैलू म्हणजे कृतज्ञता, हे मला ठायीठायी जाणवलं. खरं तर, ज्यांना कुष्ठरोगाची लागण होते त्यांना समाजानं बहिष्कृत करण्याचं, वाळीत टाकण्याचं काहीएक कारण नसतं. समाजाच्या या निष्ठुर वागणुकीमागे असतं ते त्यांचं या रोगाविषयीचं अज्ञान अन् भयानक भीती. बऱ्याच वेळा भारतासारख्या देशात, जिथे तळागाळातील मोठ्या वर्गाला अस्पृश्यतेच्या कलंकानं आधीच ग्रासलेलं असतं, अशाच लोकांमध्ये ह्या रोगाचं प्रमाण मोठं असल्यानं, ह्या दुदैवी जिवांवर पुन्हा एकदा

बहिष्कृत होण्याचं संकट कोसळतं.

कुष्ठरोगपीडितांमध्ये फार मोठं प्रमाण गरीब लोकाचं असतं. असे लोक उपचार करून घेण्यात दिरंगाई करतात, चालढकल करतात, त्यामुळे रोगाचं प्रमाण वाढत जाऊन कालांतरानं त्यांच्या शरीरातील नसांवर परिणाम होतो. त्या अवयवांना बधीरपणा आणतात. शरीरावर ठिकठिकाणी जखमा व व्रण निर्माण होतात. चेहऱ्यावरील अवयवांची, विशेषत: नाकाची पडझड झाल्यामुळे चेहरा विद्रूप होतो आणि कित्येक वेळा हातपायही झडतात. अशा दुर्दैवी माणसांवर उपचार करताना, नियतीच्या निष्ठूरपणाचा वारंवार प्रत्यय येत असताना, एखाद्या डॉक्टरच्या मनात कटुता निर्माण झाली असती तर नवल नव्हतं. मला मात्र त्यांच्या मनातील ज्या भावनेचा सतत प्रत्यय आला ती भावना कृतज्ञतेची होती. या भावनेनं त्यांना फार मोठा आधार दिला आहे.

कृतज्ञतेची शिकवण त्यांना बाळकडूच्या स्वरूपात अगदी लहानपणीच मिळाली असावी. अवतीभवती पसरलेल्या निसर्गाबद्दल कौतुकाची भावना त्यांच्या मनात फार लवकर रुजवली, ती त्यांच्या आईवडिलांनी. ज्या ठिकाणी आधुनिक संस्कृतीची, प्रगतीची पावलं उमटलेली नव्हती, अशा एका दुर्गम डोंगरावर त्यांचं बालपण गेलं. त्यांच्या वडिलांनी स्वत:च्या हातानं उभारलेल्या साध्याशा घरातील अंधाऱ्या कोपऱ्यात कधी सापविंचू निघायचे, तर घराबाहेरच्या जंगलात नेहमीच बिबळ्यांचा वावर असायचा. एवढे धोके सोडले तर आजूबाजूचा निसर्ग निर्धोक होता, नव्हे मस्त होता! नववं वर्ष सरेपर्यंत पॉलची स्वारी दारासमोरच्या चिंचेच्या झाडावर बसून अभ्यास करायची. शिक्षिका आईच होती. ती खाली खुर्चीवर बसलेली असायची. गणितं सोडवून झाली की पॉल कागद खाली फेकायचा. खऱ्या अर्थानं निरार्गशाळा होती ती!

पॉलचं बालपण उष्ण कटिबंधातील जगात गेलं. इथे तऱ्हतऱ्हेची फळझाडं मोठ्या प्रमाणावर होती. फुलपाखरं, किडेमुंग्या, पक्षी, इतर प्राणीपण पुष्कळ होते. आईला चित्रकलेची आवड होती. तिनंच मुलांना निसर्गावर प्रेम करायला, त्यातल्या सौंदर्याचा आस्वाद घ्यायला शिकवलं. समोर दिसणाऱ्या सूर्यास्ताच्या वेळची रंगांची उधळण चित्रबद्ध करतानाच ती मुलांना हाका मारून या सौंदर्याचा आस्वाद घ्यायला शिकवायची.

वडिलांचा नूर वेगळाच होता. एक मिशनरी म्हणून ते भारतात आले होते. येण्यापूर्वी उष्ण कटिबंधातील रोगांसंबंधी प्राथमिक शिक्षण त्यांना देण्यात आलं होतं. त्यात भर म्हणून त्यांनी पुस्तकं वाचून निसर्गोपचारांची माहिती करून घेतली होती. जेस ब्रँड हे खऱ्या अर्थानं निसर्गाचे अभ्यासक (naturalist) होते. भोवतालचा निसर्ग हा त्या सर्वशक्तिमान जगन्नियंत्याच्या प्रतिभेचा अलौकिक विलास आहे, असं त्यांना वाटत असे. त्यामुळे निसर्गातली प्रत्येक गोष्ट त्यांच्या मनाचं कुतूहल चाळवत असे. ह्याचा अप्रत्यक्ष लाभ पॉललाही झाला. वाळवीनं उभं केलेलं चार फुटी वारूळ बघितलं की ते पॉलला तिथे घेऊन जात आणि चिकाटीनं, शांतपणे त्या वारुळाची

अंतर्रचना समजावून सांगत. वारुळच्या आतले लहानमोठे मार्ग तर ते दाखवतच; पण त्याशिवाय या चिमुकल्या जिवानं निर्माण केलेली वातानुकूल रचनाही दाखवत. वाळवीसारख्या क्षुद्र कृमीकीटकांमध्ये असलेली संघभावना ते पॉलला समजावून सांगत. त्या किल्ल्यासारख्या दिसणाऱ्या वास्तूमधली राणीमुंगीची जागाही दाखवत. कधी ते पॉलला निसर्गातला आणखी एखादा चमत्कार – सुगरण पक्षिणीनं बांधलेलं घरटं दाखवत तर कधी झाडाच्या फांदीला लटकलेलं मधमाश्यांचं पोळं दाखवत.

'बालपणीचा काळ सुखाचा' खरा; पण त्यावर पाणी सोडायची वेळ आलीच, कारण जिथे पॉलचे आईवडील काम करत होते, त्या कोल्ली पर्वतावर शालेय शिक्षणाची सोय नव्हती. त्यामुळे वयाच्या नवव्या वर्षी त्याची रवानगी इंग्लंडला करण्यात आली. ५ वर्षांनंतर, पॉल १४ वर्षांचा होता, तेव्हा त्याच्या कानावर 'ती' बातमी आली. भारतातून तार आली होती – पॉलच्या वडिलांना हिवतापामुळे मृत्यू आला होता. तार येऊन दोन दिवस होताहेत तोच जेस ब्रँडचं पत्र पॉलच्या हातात पडलं. ते पत्र जलमार्गानं आल्यामुळे त्यांच्या मृत्यूनंतरच पॉलला मिळालं. या पत्रात त्यांनी ते काम करत असलेल्या डोंगरपरिसराचं लोभस वर्णन केलं होतं आणि त्यावरचे आपल्या मनातले विचार व्यक्त केले होते–

'परमेश्वराला वाटतं आपण, त्याच्या लेकरांनी, या त्यानं निर्मिलेल्या जगात आनंदानं रहावं. माझ्या मते, निसर्गातलं वैविध्य जाणून घेण्यासाठी, त्याचा आनंद उपभोगण्यासाठी माणसाला वनस्पतीशास्त्र, प्राणिशास्त्र किंवा जीवशास्त्र जाणण्याची गरज नसते. नुसतं निरीक्षण करा, निरखलेलं लक्षात ठेवा आणि मनात तुलना करा. त्यानं निर्मिलेल्या या अनुपम विश्वातलं एक सुंदर स्थळ – आपली पृथ्वी – त्यानं तुम्हाला तुमच्या आनंदासाठी भेट दिली आहे, या विचारानं कृतज्ञ व्हा आणि त्याची भक्ती करा...'

जेस ब्रँड ह्यांच्या ह्या सुपुत्रानं वडिलांचा उपदेश शिरोधार्य मानला आणि अजूनही मानतात. त्याच उत्साहानं ते ऑलिम्पिक पेनिन्शुला किंवा लुइझियानातल्या दलदलीच्या प्रदेशातले पक्षी निरखतात.

या जगातल्या सजीव सृष्टीत वास करणारे हिंस्त्र प्राणी – अस्वलं, बिबळे किंवा गेंडे – आपल्या बालपणाची सुरुवात खेळकरपणानं करतात, हा जगाचा नियम पॉल ब्रँड आयुष्यात खूप लवकर शिकले. प्रथम भारतातल्या डोंगराळ भागात आणि नंतर मनुष्यप्राण्याच्या शरीररचनेचा सखोल अभ्यास केल्यानंतर त्यांनी असा निष्कर्ष काढला की, निसर्गाच्या अंतरंगात परमेश्वराचं अस्तित्व आहे! ते आपल्याला सहज जाणवू शकतं अन् त्याहून महत्वाची गोष्ट म्हणजे तो परमेश्वर खरोखरच 'दयाघन' आहे.

या धरणीवर वास्तव्य करत असताना डॉ. ब्रँडना स्वत:मधल्या प्राणिमात्रत्त्वाची (creatureliness) जाणीव झाली. त्यांना वाटलं, इथे आपला जन्म झालाय त्यामागे

निश्चित असा परमेश्वरी संकेत आहे. या पृथ्वीवर दु:खं, भीती, वेदना आहेत; पण त्याव्यतिरिक्त आणि त्याहून मोठं काय असेल, तर ते त्यानं निर्मिलेलं सौंदर्य आणि चांगुलपणा. त्यांनी आपल्या या विचारधनाला जोपासलं आणि हळूहळू त्यांच्या मनात कृतज्ञतेची जाणीव, जगाकडे कृतज्ञतेच्या भावनेनं पाहाण्याचा दृष्टिकोन निर्माण झाला आणि त्याच्यामागे होता तो त्या परमेश्वराच्या ठिकाणी असलेला नितांत श्रद्धाभाव!

डॉ. ब्रँडबरोबरच माझं सुरुवातीचं संभाषण बहुतेक वेळा या जगातील उणिवांबद्दल, इथल्या दु:खाबद्दल असायचं, कारण मीच त्यावेळी भरकटल्यासारखा झालो होतो. कित्येक प्रश्न माझ्या मनाला भेडसावत होते अन् त्यांची उत्तरं सापडत नव्हती. ते प्रश्न मी डॉ. ब्रँडना विचारले. उदा. माझा एक प्रश्न होता, ''ज्याला आपण 'दयाघन' हे विशेषण लावतो, त्या परमेश्वरानं या जगात इतक्या उणिवा, इतके दोष राहूच कसे दिले?'' त्यांनी माझ्या सगळ्या प्रश्नांना शांतपणे उत्तरं दिली, माझं शंकानिरसन करायचा प्रयत्न केला. ''तू रोगराईबद्दल बोलतोयस? रोग जंतूंमुळे होतात हे खरं आहे; पण तुला ठाऊक आहे का फिलिप, आपल्या पृथ्वीवरले जवळजवळ ९९ टक्के कृमीकीटक, जंतू हे आपल्या फायद्याचे आहेत? फारच थोडे जंतू खऱ्या अर्थानं हानिकारक असतात. हे जंतू पृथ्वीवर नसते, तर कदाचित आपल्या पृथ्वीवर प्राणवायूची निर्मिती झाली नसती. काही जंतूंच्या अभावी इथल्या प्राणिमात्रांना त्यांनी खाल्लेलं अन्न पचवता आलं नसतं. आणखी एक गोष्ट सांगतो, रोगजंतू हे चांगल्या जंतूंपेक्षा फार वेगळे नसतात. चांगल्या जंतूंमध्ये थोडेफार बदल घडून आल्यामुळे रोगांची निर्मिती होते.

''आता तुझा पुढला प्रश्न – जन्मत:च काही मुलांमध्ये व्यंग का दिसून येतं? ते कशामुळे? त्यावरही उत्तर आहेच – एका सुदृढ बालकाचा जन्म होण्यासाठी मातेत अनेक रासायनिक बदल घडून यावे लागतात. माझ्या मते, क्वचित काही मुलांमध्ये दोष आढळतात, ही खरी आश्चर्याची गोष्ट नाही, तर हजारो, लाखो मुलं अव्यंग, सुदृढ जन्मतात, हाच निसर्गाचा चमत्कार मानावा लागेल.

''तुझा यानंतरचा प्रश्न – संपूर्णपणे दोषरहित जग निर्माण करता येईल का, की ज्यायोगे डीएनए (DNA) या मूलभूत घटकाच्या संरचनेत कधीच चूक घडणार नाही? तर त्यावर मी म्हणेन, कोणताही शास्त्रज्ञ अशी हमी देऊ शकणार नाही, कारण आपल्या जगातल्या भौतिक नियमांमध्ये काही चुकांची शक्यता शास्त्रज्ञांनी गृहीतच धरलेली असते.''

अगदी मोठ्या उत्पातांमध्ये, नैसर्गिक आपत्तींमध्येदेखील डॉ. ब्रँडना एका काळजीपूर्वक निर्माण केलेल्या आकृतीबंधाची रचना दिसते.

''कल्पना कर, या जगात कधी वादळी वारे किंवा झंझावात नसतेच, तर काय झालं असतं? तुला सांगतो फिलिप, ज्या घटनांना आपण देवाची अवकृपा (Acts of God) असं नाव चिकटवतो त्या माझ्या मते, एका वेगळ्या अर्थानं खरोखरंच

'देवाजीची कृपा' आहेत. जेव्हा वादळी वारे किंवा मोसमी वारे येत नाहीत तेव्हा निसर्गचक्राचा तोल बिघडतो, हवामानामध्ये नकोसे बदल घडतात. अशा वेळी हमखास कुठेतरी फार मोठ्या प्रमाणावर अवर्षण पडतं, दुष्काळ निर्माण होतात. तेव्हा या जगामध्ये किंवा निसर्गामध्ये तुम्ही मानव कशी सुधारणा घडवून आणणार?''

डॉ. ब्रँडचं व्यावसायिक जीवन निर्मितीच्या एका अतिशय गुंतागुंतीच्या विषयाशी जोडलेलं आहे. तो म्हणजे या जगात आढळणारी वेदना (Existence of Pain). या विषयावर आपले विचार मांडताना ते अतिशय भावुक होतात. त्यांच्या मते, देवानं शारीरिक वेदनेइतकं दुसरं मोठं वरदान जीवमात्रांना दिलं नसेल! किती विरोधाभास वाटतो ना या विधानामध्ये? 'वेदना हे वरदान आहे?' आपला मुद्दा स्पष्ट करण्यासाठी ते कुष्ठरोग्याचं उदाहरण देतात – कुष्ठरोग्यांचे विरूप झालेले चेहरे, अंधत्व, हातपायांची बोटं झडणं अन् कधीकधी पूर्ण हात किंवा पाय थोटे होणं – हे सगळे परिणाम त्यांच्या शरीरातली वेदना नष्ट झाल्यामुळे होतात. शरीरातल्या बधीरपणाचे दृश्य परिणाम असतात, ते कुष्ठरोगाचे जन्तू शरीरातील नसांच्या टोकांवर (Nerve Endings) आघात करतात, ज्या ठिकाणाहून वेदनेची जाणीव निर्माण होते व आपल्या मेंदूपर्यंत पोहोचविली जाते. कुष्ठरोग्यांना वेदना जाणवत नाहीत, म्हणूनच त्यांना वारंवार अपघात होतात, जखमा होतात, त्यामध्ये जंतूंचा प्रादुर्भाव होऊन त्या चिघळतात; पण या सगळ्याची संवेदना त्यांच्या मेंदूपर्यंत पोहोचवणारी यंत्रणा कोलमडून पडल्यामुळे पुढले दुष्परिणाम घडत राहतात.

अतिशय भावुकपणे डॉ. ब्रँड म्हणतात, ''तुम्हाला वेदना जाणवतात याबद्दल त्या परमेश्वराला धन्यवाद द्या. मला जर कुणी अशी शक्ती दिली, तर या माझ्या रुग्णांना मी वेदनेची भेट देईन. याहून अधिक मोठी भेट त्यांच्यासाठी दुसरी कोणतीच असणार नाही. (खरोखरच या भावनेनं झपाटलेल्या डॉ. ब्रँडनी तीन वर्षं अथक संशोधन करून आपल्या रुग्णांना एक कृत्रिम संरक्षण (Artificial system) देण्याचा प्रयत्न केला. याबाबतीत देखील ते ईश्वरचरणी कृतज्ञता अर्पण करतात. देवानं आपल्यावर केवढे उपकार केलेत, असं त्यांना वाटतं.)

लहान वयातच त्यांना जाणीव झाली की देवाची आपल्याकडून कृतज्ञता आणि श्रद्धा या गोष्टींची अपेक्षा आहे. ज्या गोष्टी डोळ्यांनी पाहता येतात, ज्यांचा आस्वाद घेता येतो, अशा गोष्टींबद्दल कृतज्ञताभाव अन् ज्या गोष्टी आपल्या जाणिवेपलीकडे असतात त्याबद्दल श्रद्धा. गमतीचा भाग असा, की ज्या दुर्दैवी लोकांना पदोपदी देवाच्या अवकृपेचाच अनुभव येत असतो, अशा कुष्ठरोग्यांवर उपचार करत असतानाच त्यांच्या मनातली कृतज्ञतेची भावना किंवा जाणीव अधिकाधिक खोल होत गेली. आपल्या प्रेमळ वागण्यानं डॉ. ब्रँडनी त्यांच्या दुखऱ्या मनावर इतकी हळुवार फुंकर घातली की, त्यांच्यामध्ये आमूलाग्र बदल घडवून आणण्यात ते यशस्वी ठरले.

आजूबाजूला आढळणाऱ्या मानवी समस्यांचं त्यांना पूर्ण निराकारण करता आलं नाही तरी, देवावरच्या श्रद्धेमुळे एक प्रकारचा विश्वास निर्माण झाला. त्यामुळेच देवाची सेवा करताना त्यांना कृतज्ञतेची भावना जाणवली व आनंदही मिळाला.

वैयक्तिक आयुष्यात डॉ. ब्रँडनी नेहमीच इहलौकिक आणि पारलौकिक, व्यावहारिक आणि आदर्शवादी या पातळ्यांमध्ये समतोल साधण्याचा प्रयत्न केला. वेल्लोरचा निरोप घेऊन ते कार्व्हिलमध्ये रुजू झाले तरी अजूनही वेल्लोरमधले डॉक्टर्स, हॉस्पिटलचा इतर कर्मचारी वर्ग आणि पुनर्वसनकेंद्रातले रहिवासी त्यांची आठवण काढतात, ती केवळ त्यांच्यातील आध्यात्मिक उंचीसाठी किंवा त्यागमय सेवाव्रतासाठी नाही, तर त्यांच्या निखळ विनोदबुद्धीसाठी, दैनंदिन जीवनात खेळीमेळीनं जगायच्या त्यांच्या वृत्तीसाठी, त्यांच्या खाण्यापिण्याच्या आवडींसाठी – त्यांना आंबे खूप आवडायचे अन् संत्र्यापासून बनवलेला जॅमही! त्यांची बेफाम गाडी चालवायची सवयही लोक विसरलेले नाहीत. मी साठाव्या दशकात लहानाचा मोठा झालेला. तो काळ सर्व प्रकारच्या वाईट अतिरेकांसाठी प्रसिद्ध. त्यामुळे संयत वागणं कसं असतं ह्याचा अनुभव मला आलेलाच नव्हता. डॉ. ब्रँडनी माझ्यासमोर अशा वागण्याचं उदाहरण ठेवलं. आधुनिक काळात जगत असूनदेखील त्यांनी संन्यासाश्रमातील साधूसारखं सेवाव्रत अवलंबलं; पण ते सर्व थरातल्या लोकांमध्ये राहून, त्यांना आपल्याबरोबर घेत ते विलक्षण त्यागमय आयुष्य जगले. विज्ञानयुगातल्या फायद्यातोट्यांची त्यांना पूर्ण कल्पना होती. त्यामुळेच त्यांनी कधीही टोकाची भूमिका घेतली नाही. अमेरिकन लोकांना ज्या गोष्टींची तोंडओळखही नव्हती, अशा प्रकारचं आयुष्य ते व त्यांचे कुटुंबीय जगत होते. साधी राहणी हा त्यांच्या आयुष्याचा मूलमंत्र असावा. साधं पौष्टिक जेवण, त्यांतले बरेच पदार्थ घरीच बनवलेले उदा. पोळी, चपाती आणि घरामागच्या बागेत लावलेला भाजीपाला. वापरता येणं शक्यच नाही, (म्हणजे यापुढे शर्टाला किंवा पँटला ठिगळ लावणंच अशक्य आहे) असे कपडे ते टाकून देत; पण केवळ फॅशन बदलली म्हणून चांगल्या स्थितीतले कपडे टाकून देणं त्यांना स्वप्नातही जमलं नसतं. तीच गोष्ट घरातील आणि ऑफिसमधील फर्निचरची!

पण ह्याच्या अगदी उलट त्यांची विचारसरणी होती ती आधुनिक तंत्रज्ञानाबाबत– सर्व प्रकारची आधुनिक आयुधं, उपकरणं ते दैनंदिन जीवनात, त्यांच्या वैद्यकीय पेशात वापरत. नव्हे, त्याबद्दल आग्रह धरत. त्यामुळेच धुळीचं साम्राज्य असलेल्या वेल्लोरसारख्या एका गावातील हॉस्पिटल त्यांच्या अधिपत्याखाली त्यांनी इतक्या उत्तमोत्तम यंत्रांनी सुसज्ज केलं की ते दक्षिण / पश्चिम आशिया खंडातलं सर्वोत्तम हॉस्पिटल ठरलं. कार्व्हिलला प्रयाण करण्यामागील त्यांचा एकमेव हेतू होता पुढील संशोधनासाठी लागणारं भरघोस अर्थसाहाय्य. त्यामुळे जगभरातील लाखो कुष्ठरोग्यांना त्यांच्या उपचारपद्धतींचा लाभ होणार होता. १९८० मध्ये आयबीएम (IBM) या कंपनीनं

वैयक्तिक संगणक बाजारात आणले, तेव्हा अगदी शाळकरी मुलाच्या उत्साहानं त्यांनी स्वत:च्या संशोधनकार्यासाठी एका संगणकाची मागणी केली.

आमच्या दोघांच्या संभाषणात अनेक वेळा जीवनपद्धतीविषयी चर्चा होत असे. भारत व नंतर अमेरिका या परस्परविरोधी वातावरणात राहिल्यामुळे त्यांच्याजवळ बोलण्यासारखं पुष्कळ होतं. एक दारिद्र्यरेषेच्या जवळपास असलेला देश तर दुसरा जगातील अतिश्रीमंत देशांपैकी एक. दोन्हीमधील आर्थिक प्रगतीत प्रचंड तफावत– तीच अनेक वेळा अनुल्लंघीय दरीप्रमाणे ठरू शकते. अतिश्रीमंतांची मनं संपत्तीची पुटं चढल्यामुळे मनाची संवेदनक्षमता गमावतात. त्यामुळे इतरांच्या गरजा किंवा आर्थिक न्यायाबद्दलचे त्यांचे आक्रोश ह्यांच्या कानात शिरत नाहीत. माझ्या मते, ख्रिश्चन मिशनरी कामातील रससुद्धा अतिसमृद्धीमुळे सुकून जातो.

जीवनपद्धतीच्या ताणतणावाची मुळं डॉ. ब्रँडच्या भारतातल्या बालपणापर्यंत पोहोचतात. पतीच्या निधनानंतर पॉलची आई एव्हलिन (ग्रॅनी) हिनं पारंपरिक ख्रिश्चन संतवृत्तीचा स्वीकार केला. अगदी तुटपुंज्या साधनांनिशी ती सगळं आयुष्य जगली. मद्रासजवळच्या पाच डोंगरांवरील पाड्यांतील लोकांची सेवा करण्यात तिनं उभा जन्म काढला. त्यांच्या उद्धारासाठी, प्रगतीसाठी, कल्याणासाठी तिनं आपलं आयुष्य पणाला लावलं. स्वत:च्या रंगरूपाकडे, कपड्यांकडे तिनं काडीचंही लक्ष दिल नाही. स्वत:च्या घरात तिनं साधा आरसासुद्धा लावला नव्हता. एका छोट्या घोडीवर बसून ती सगळीकडे हिंडत असे. वयपरत्वे थकवा आला, पडल्यामुळे दुखापत झाली, हाडं मोडली, हिवतापानं शरीरावर अनेक वेळा हल्ला चढवला; पण स्वत:कडे लक्ष देण्याऐवजी तिनं गोरगरिबांची, दीन-दुबळ्यांची सेवा करण्यात सार्थक मानलं.

अत्यंत साध्या राहणीच्या एव्हलिनला कुणी चैनीखातर, ऐषआरामाखातर पैशाची उधळण करावी हे मुळीच सहन होत नसे. अशा वेळी तिला तिचा संताप आवरता येत नसे. कडक शब्दात कुणाचीही निर्भर्त्सना करायला ती मागेपुढे पाहात नसे. वेल्लोरमधल्या हॉस्पिटलमधील एका भोजनप्रसंगी चांगलेचुंगले पदार्थ पाहिल्यानंतर तिला धक्काच बसला.

"अरे, असल्या पदार्थांवर ताव मारायला तुम्हाला काही कसं वाटत नाही? तिकडे डोंगर-दऱ्यांमध्ये माझी माणसं अर्धपोटी जगताहेत रे!"

वयाच्या ९५ व्या वर्षी एव्हलिन मरण पावली, ती तिच्या माणसांच्या सानिध्यात. लाडक्या मुलापासून हजारो मैल दूर अंतरावर तिनं अखेरचा श्वास घेतला; पण जाण्यापूर्वी मुलाला एक अविस्मरणीय असा वारसाही ठेवून गेली! (ग्रॅनी ब्रँड या पुस्तकात तिची जन्मगाथा शब्दबद्ध केली आहे.)

बालपणीच एक तत्त्व पॉलच्या मनावर बिंबवलं गेलं होतं, ते म्हणजे ख्रिस्ताची प्रेमळ शिकवण एका माणसानं दुसऱ्या माणसावर प्रेम करण्यातच दिसून येते. त्याचे

आईवडील खेड्यापाड्यांतून हिंडत, तेथील रहिवाशांना आरोग्याचे, स्वच्छतेचे, शेतीचे अन् ख्रिस्ती धर्माचेही पाठ शिकवत. आपल्यामागे त्यांनी कोणतीही चिरस्थायी संस्था ठेवली नाही. फक्त एक प्रेमळ ठसा हजारो माणसांच्या मनावर उमटवला. ग्रॅनी ब्रँडनं त्या भागात फार मोठ्या प्रमाणावर आढळणाऱ्या गिनी वर्म या कृमीपासून होणाऱ्या अपायांवर मात करायला गावकऱ्यांना शिकवलं. त्यापूर्वी शेकडो वर्षं तिथले लोक हा त्रास सहन करत होते. तिच्या सांगण्याचा, शिकवणीचा विश्वास वाटू लागल्यावर त्यांनी तिच्या सूचनांनुसार विहिरींभोवती दगडी भिंती बांधल्या. कुठल्याही सरकारी यंत्रणेला अशा प्रकारचं यश मिळालं नसतं.

पॉलला मात्र मोठं व्यावसायिक यश मिळालं ते काटेकोर शास्त्रीय पद्धतींचा अवलंब करूनच. त्यांसाठी त्यांना काय करावं लागलं नाही? उन्हाळ्यामध्ये घरात बर्फाची शीतपेटी असायची. तिच्यामध्ये दूध वगैरे पदार्थ ठेवलेले असत. पत्नीबरोबर झगडून त्यांनी त्या पेटीत मृतदेहाचे हात ठेवायला सुरवात केली, कारण दिवसभराचं हॉस्पिटलमधलं नित्याचं काम संपल्यानंतरच त्यांना या हातांच्या अंतर्रचनेचा अभ्यास करता येई. त्यानंतरच ते शस्त्रक्रियांचे प्रयोगही करत. वर्षानुवर्षं त्यांना एकाच प्रश्नानं झपाटलं होतं, कुष्ठरोग्याचे जंतू शरीरातील कोणत्या पेशींवर हल्ला करतात आणि का?

डॉ. ब्रँडचा सर्वांत उल्लेखनीय शोध म्हणजे कुष्ठरोगाचे जंतू हात किंवा पाय नष्ट करत नाहीत. ते फक्त नसांच्या पेशीसमूहांवर (nerve tissue) हल्ला करतात. हा मूलभूत दावा सिद्ध करण्यापूर्वी त्यांना अनेक वर्षं अथक परिश्रम घेऊन संशोधन करावं लागलं. अनेक रुग्णांविषयीची सविस्तर माहिती, त्यांच्या हातांना होणाऱ्या जखमांच्या नोंदी ठेवाव्या लागल्या. त्यातूनच त्यांनी असा निष्कर्ष काढला की मांसपेशींना गैरप्रकारे वापरल्यामुळेच त्यांची झीज होते, कुष्ठरोगामुळे नव्हे! या संशोधनाचा परिणाम खूपच दूरगामी ठरणार होता. कुष्ठरोगच नव्हे तर बधीरता आणणाऱ्या इतर रोगांवरील उपायांमध्ये नाट्यपूर्ण फरक शक्य होणार होते. जगभरातल्या दीड कोटी कुष्ठरोग्यांच्या मनात नवीन आशा पालवणार होती – जर आपण आपल्या हातापायांची योग्य काळजी घेतली तर बोटांचं झडणं थांबू शकेल, ते अनिवार्य होणार नाही!

औद्योगिक क्रांतीमुळे झालेल्या व होणाऱ्या दुष्परिणांमाविषयी त्यांचे विचार अतिशय ठाम आहेत. त्यांना मनापासून वाटतं की भारतातील ग्रमीण भागामध्ये अजूनही आढळणारी साधी शेतीप्रधान संस्कृती केव्हाही चांगली. याबाबतीत त्यांचे विचार म. गांधीच्या विचारांशी खूप मिळतेजुळते आहेत. अर्थात, एक मोठा फरकही आहेच. कालचक्र उलटं फिरावं, सर्व यांत्रिक प्रगती नष्ट व्हावी, असं त्यांना वाटत नाही. आधुनिक विज्ञानाची महत्त्वाची वरदानं – इलेक्ट्रॉन सूक्ष्मदर्शक यंत्रं, उष्णताधारित (Thermograms) फोटोतंत्र आणि वेगानं उडणारी जेट विमानं त्यांना हवीच आहेत.

त्यांच्यामध्ये व इतर संवेदनशील ख्रिश्चनांमध्ये मला तत्त्वासंबंधात एक महत्त्वाचं

साम्य आढळतं. सर्व प्रकारच्या अपव्ययाला (waste) त्यांचा मनापासून विरोध असतो म्हणूनच एखाद्या आधुनिक वस्तूवर 'टाकण्यायोग्य' (disposable) असा शिक्का असेल तर ते ती वस्तू विकत घेण्याचं कटाक्षानं टाळतात किंवा अशी वस्तू पुन:पुन्हा कशी वापरता येईल याविषयी विचार करतात. कमालीचं साधं; परंतु शिस्तबद्ध आयुष्य जगायला त्यांना आवडतं. तरीदेखील ते म्हणतात, ''संत पॉलप्रमाणेच कितीही खालच्या पातळीवर जावं लागलं, अपमान सहन करावे लागले तरी ते मी करू शकतो.''

त्यांचं एक लाडकं तत्त्वज्ञान आहे – 'तंत्रज्ञानाचा योग्य, सुजाण वापर केला, प्रगतीसाठी (विध्वंसासाठी नव्हे!) वापर केला, तर ते एक वरदान ठरू शकतं. ईश्वरानं निर्मिलेल्या राज्याच्या ध्येयसिद्धीसाठी त्याचा उपयोग होऊ शकतो.'

मनाचा, विचारांचा, बुद्धीचा हा समतोल डॉ. ब्रँडच्या आयुष्यात वेगवेगळ्या प्रकारे प्रत्ययास येतो. आईवडिलांची परमेश्वरावरील आत्यंतिक श्रद्धा आणि वैद्यकीय महाविद्यालयात घेतलेलं शास्त्रीय शिक्षण, या दोन्हींच्या मिश्रणातून त्यांच्या ख्रिश्चन श्रद्धेची निर्मिती झाली आहे. इंग्लंडमधील ज्या बॅप्टिस्ट चर्चमध्ये ते जात असत, ते आपल्या तत्त्वांबाबत अतिशय कठोर होतं. केवळ शिकवणुकीच्या आधारावर त्यांना बौद्धिक आव्हानं पेलणं शक्य झालं नसतं; पण त्यांच्या मिशनरी आईवडिलांनी जो 'प्रेमळ कृती'चा (love in action) आदर्श त्यांच्यापुढे ठेवला होता, तो त्यांना आवडायचा. मनातल्या समस्यांना तात्काळ उत्तरं कधीकधी त्यांना सापडली नाहीत. पण त्यांनी तसा आग्रहही धरला नाही. 'योग्य वेळ आली की उत्तरं सापडतील' असा सूज्ञ विचार त्यांनी केला. त्यामुळे त्यांची श्रद्धा, धर्मावरला विश्वास अढळ राहिला.

पॉल ब्रँडना भारतात खरं तर, मिशनरी बिल्डर म्हणून जायचं होतं; पण दुसऱ्या जागतिक महायुद्धादरम्यान घडलेल्या काही अनपेक्षित घटनांमुळे त्यांनी वैद्यकीय महाविद्यालयात प्रवेश घेतला. त्यांची आध्यात्मिक बैठक तयार झाली ती त्याआधीच्या एका वर्षात. पॉलनं एका मिशनरी प्रशिक्षण संस्थेत प्रवेश घेतला. ही संस्था नियमपालनाच्या बाबतीत अत्यंत काटेकोर होती. जगाच्या पाठीवर कुठेही, कुठल्याही अवघड परिस्थितीत मिशनऱ्यांना कार्य करता आलं पाहिजे, या भूमिकेतून शिकाऊ उमेदवारांना प्रशिक्षण देण्यात येत असे. एका झोपडीवजा घरात बारा प्रशिक्षणार्थींची सोय केलेली असे. मोजकं फर्निचर आणि इंग्लंडमधल्या बर्फाळ थंडीला तोंड देण्यासाठी एक कोळशाची शेगडी, अशा परिस्थितीत त्यांना दिवस काढावे लागले.

बायबलसंबंधीचं शिक्षण देण्याची अतिशय साधी पद्धत ही शिक्षणसंस्था अवलंबत असे. सर्व विद्यार्थ्यांची, प्रत्येकी बारा जणांची एक तुकडी, याप्रमाणे विभागणी केलेली असे. त्यांनी स्वतंत्रपणे बायबलचा अभ्यास करावा, त्यात सांगितलेली तत्त्वं आपल्या पद्धतीनं शिकावीत, अशी अपेक्षा असे. धर्मशास्त्र किंवा प्रवचनकला हे विषय वर्गात शिकवले जात नसत. संस्थाप्रमुखांचं असं मत होतं, की ह्या दोन्ही गोष्टी बायबलच्या

प्रत्यक्ष अभ्यासातूनच विद्यार्थ्यांनी शिकायला हव्यात. ठरावीक काळानंतर हे विद्यार्थी जवळपासच्या शहरांत, लहान गावांत जात आणि तेथील लोकांना प्रवचनं देत. खुल्या पटांगणात निरनिराळ्या सभा घेत. जागतिक महायुद्ध सुरू होण्याआधीच्या काळात, इंग्लंडमध्ये धर्मोपदेशासाठी विद्यार्थ्यांना अनेक संधी उपलब्ध होत्या. या दरम्यान पॉलला काही गमतीशीर अनुभव आले. उदाहरणार्थ, एखाद्या मोठ्या थोरल्या मैदानात हे विद्यार्थी बायबलवर प्रवचनं देत असायचे तेव्हा त्यांच्या डाव्या बाजूला हुकूमशाहीला पाठिंबा देणारी एखादी सभा चालू असायची, तर उजव्या बाजूला कम्युनिस्टांचा मेळावा भरलेला असायचा.

प्रत्येक उन्हाळ्यात ही संस्था या प्रशिक्षणार्थींना, बारा जणांची एक तुकडी, याप्रमाणे पदभ्रमण मोहिमेवर पाठवत असे. हेतू हा की त्यांनी संघभावना आणि सहनशक्ती हे गुण आत्मसात करावेत. संपूर्ण मोहीम केवळ परमेश्वरावरील श्रद्धेच्या बळावर पार पाडायची ह्या नियमाला अनुसरून, उमेदवारांना फक्त १०० डॉलर्सइतकी रक्कम दिली जायची. त्यातून पहिले दोनतीन दिवसच गुजराण करणं शक्य होतं. अर्थात कुणीच काही पैसा किंवा अन्न मदतीदाखल दिलं नाही तर! मुख्यत्वेकरून स्थानिक लोकांच्या औदार्यावर भिस्त ठेवायची होती. कुणाकडून कसलीही भेट मागायची नाही आणि वस्तूंचा साठा करायचा नाही, ह्याही अटी होत्या. तात्पर्य, संपूर्ण मोहीम म्हणजे आपली ईश्वरावरील श्रद्धा पारखण्याचा एक प्रयोग होता – बहुतेक मुलांनी तरी तसा अर्थ काढला.

पॉल आणि त्याच्या इतर दोन मित्रांनी मात्र श्रद्धाविषयक नियमांना वेगळ्या चष्म्यातून पाहिलं – तो चष्मा होता अश्रद्ध शंकेखोरपणाचा. त्यांच्या मते लादलेलं परावलंबित्व हा एक प्रकारचा कृत्रिम उपाय होता. त्यामध्ये विशेष अर्थ नव्हता. कारण जर या मुलांना पैसे कमी पडले, काही मदत मिळाली नाही तर इतर मार्ग होतेच की! त्यांचे नातेवाईक त्यांना पैसे पाठवू शकले असते. मग उगीच तत्त्वाखातर उपासमार का सहन करा? त्या तिघांनी आपली एक गुप्त संघटना तयार केली आणि प्रत्येकानं स्वत:जवळ काही शिलिंग गुप्तपणे बाळगले. अधूनमधून इतरांच्या नकळत बाहेर सटकायचं अन् आइस्क्रीम किंवा केक खायचा बेत आखला.

दोन-चार वेळा असे चोरटे उद्योग केल्यानंतर मात्र या तिघांना आपली चूक उमगली. त्यांच्या तुकडीतल्या इतर उमेदवारांमध्ये एकजूट आणि श्रद्धा यामुळे परिपक्वता निर्माण होत होती. आपल्या गैरवर्तणुकीनं त्या एकजुटीच्या भावनेत विष कालवल्यासारखं होईल हे त्यांनी जाणलं, अन् आपले उद्योग बंद केले.

त्यानंतरच्या काही आठवड्यात पॉलनं श्रद्धा या विषयावरचा खूप मोठा पाठ गिरवला. जवळची शिधासामुग्री संपली, पैसेही संपले अन् पुढचं जेवण कोण पुरवणार, ह्याविषयी काहीही कल्पना नसताना अचानक कुणीतरी दाता भेटायचा.

एकदा अशीच न्याहारी मिळणार नाही अशी वेळ आली; पण गंमत म्हणजे केवळ अर्ध्या तासाच्या आत एका ट्रक ड्रायव्हरनं रस्त्याच्या कडेला आपला ट्रक थांबवला आणि त्यांना विचारलं, ''कलिंगडं खायचीत का? आजपर्यंत कुणालाही हा प्रश्न मी विचारला नव्हता. तुम्हीच पहिले!''

पदभ्रमण मोहिमेच्या शेवटच्या आठवड्यात पॉलवर धनपालाची जबाबदारी आली. सगळे हिशेब चुकते केल्यानंतर त्याच्याकडे तीन शिलिंग आणि सहा पेन्स शिल्लक उरले. प्रवासाची शेवटची व्यवस्था करायला तो स्टेशनवर गेला आणि त्याच्या लक्षात आलं की एका ट्रंकेचं वजन करायचं राहून गेलं होतं. स्टेशनमास्तर म्हणाले, ''तीन शिलिंग आणि सहा पेन्स भरा.'' त्यांचे शब्द ऐकून पॉल आश्चर्यानं अवाक झाला.

ते बारा जण कॉलनीत परतले तेव्हा त्यांना दहा आठवड्यांत एकही उपास घडला नव्हता, खिशात एक पैसाही उरलेला नव्हता; पण मन मात्र ईश्वरावरल्या श्रद्धेनं शिगोशीग भरलं होतं. या कॉलनीनं ब्रँडला एक आयुष्यभराचा पाठ शिकवला. स्वत:जवळ असलेले सर्व मार्ग अवलंबायचे, बुद्धीचा पुरेपूर उपयोग करायचा; पण अंतिम यशासाठी मात्र ईश्वरावरच भिस्त ठेवायची. पुढे भारतात गेल्यानंतर त्याला ही श्रद्धा पडताळून पाहायच्या अनेक संधी मिळाल्या. वेल्लोरमधल्या प्रचंड हॉस्पिटलची उभारणी कुठल्याही प्रकारे मोठमोठे निधी न उभारता झाली. सगळा कर्मचारी वर्ग नेहमी केवळ प्रार्थना आणि श्रद्धेच्या बळावर विसंबून राहिला. एवढंच नव्हे तर महत्त्वाच्या संशोधनकार्याच्या वेळी डॉ. ब्रँड देवालाच साकडं घालत, की त्यानंच योग्य ती दिशा दाखववावी. शस्त्रक्रियेच्या वेळीही त्यांची हीच मनोभूमिका असे. ईश्वरावरली श्रद्धा ही त्यांच्या दैनंदिन जीवनाचा एक अविभाज्य भाग बनली. नैसर्गिक आणि आध्यात्मिक क्षेत्रं वेगवेगळी असतात, त्यामध्ये द्वैत असतं, असं त्यांना वाटेनासं झालं.

अत्यंत साध्या परिस्थितीत राहणं पॉलला नवीन नव्हतं. बालपणीचा काळ त्यानं ज्या घरात काढला होता, तिथे ना वीज होती ना पाण्याचा नळ. जिथे मृत्यूचं तांडवनृत्य घडत असे, अशा डोंगरावर राहण्याची त्याला जन्मापासून सवय होती. अनेकदा त्यानं हिवतापाचा सामना केलेला होता. रात्रीच्या वेळी घराच्या पत्र्यांवरून उंदीर धावायचे, ते आवाज त्याच्या सवयीचे झाले होते. त्यानंतर शिक्षणासाठी त्याला इंग्लंडला पाठवण्यात आलं, तेव्हाच आधुनिक सुखसोयींची व त्याची तोंडओळख झाली; पण तिथं राहत असताना त्याला जाणवलं, की डोंगरमाथ्यावरल्या घरातच त्याला अधिक सुख आणि आनंद अनुभवायला मिळाला होता.

आयुष्याची वाटचाल करत असताना त्यांना त्यांच्या आयुष्याचं महत्त्वाचं तत्त्वज्ञान उमगलं – आनंद किंवा सुख अन् दु:ख किंवा वेदना या परस्परविरोधी गोष्टी नाहीत,

तर आपलं आयुष्य समृद्ध करणाऱ्या परस्परावलंबी बाबी आहेत. बहुतेक वेळा मोठ्या त्यागानंतरच – ज्यामध्ये बऱ्याच वेळा शारीरिक कष्टही घ्यावे लागलेले असतात – आयुष्यातलं सर्वांत मोठं सुखही प्राप्त होतं, हा नियम थोर कलावंताना, क्रीडापटूंनाही लागू होतो. आपलं ईप्सित साध्य करण्यासाठी त्यांना अथक प्रयत्न करावे लागतात. खेळाडूंना शारीरिक क्षमता वाढावी म्हणून नियमितपणे शरीराला कष्ट द्यावे लागतात.

आयुष्यात चढ-उतार, यश-अपयश, सुख-दुःख असे विरोधी अनुभव येतात म्हणून आयुष्य हा एक विरोधाभास आहे, असा जो सर्वसामान्य मतप्रवाह असतो, तो खरा नाही असं डॉ. ब्रँडना वाटू लागलं. 'सुखाचे प्रसंग शोधा, दुःखदायक प्रसंग टाळा' हे त्यांना पटेनासं झालं. ते आधी स्वतःला विचारू लागले, "मी हे काम करावं अशी देवाची इच्छा आहे का? तसं असेल तर मी ते अवश्य करेन. मग त्यात मला सुख मिळो वा दुःख." येणारा प्रत्येक प्रसंग आपली ईश्वरावरची श्रद्धा दृढ करण्यासाठीच आहे, असं मानायला त्यांनी सुरुवात केली. त्यानंतर अप्रिय प्रसंगांकडे ते एक आव्हान म्हणून पाहू लागले आणि साहसी वृत्ती अंगात असल्यामुळे अवघड आव्हानंही ते लीलया पेलू लागले.

ब्रँड कुटुंबानं ज्या पद्धतीच्या संकटांना तोंड दिलं, ते पाहून कुणा मिशनऱ्यालादेखील थरकाप जाणवला असता. महायुद्धाची धुमश्चक्री चालू असताना, लंडनवर बॉम्बवर्षाव होत असताना, एका हॉस्पिटलमध्ये मार्गरिटनं त्यांच्या पहिल्या अपत्याला, मुलाला जन्म दिला. त्यावेळी पॉल दुसऱ्या एका हॉस्पिटलच्या छतावर टेहळणीसाठी उभा होता. हेतू हा की, बॉम्बहल्ल्यानं जखमी झालेल्यांना तात्काळ वैद्यकीय मदत मिळावी. त्याचं दुसरं अपत्य, जीन, जन्माला आलं तेव्हा तो भारतात येण्याची तयारी, बांधाबांध करत होता. भारतातही त्यावेळी स्वातंत्र्यपूर्व काळातला राजकीय असंतोष धुमसत होता. भारतात आल्यावर इथल्या उष्ण हवामानाला त्याला तोंड द्यावं लागलं.

भारतातल्या वास्तव्यात त्यांच्या कुटुंबाचा आकार वाढत गेला. मुलांची संख्या सहा झाली. डॉ. ब्रँडचा मुलांच्या संगोपनाबाबत एक कटाक्ष होता – मुलांनी धडपडलं, हुंदडलं, भरपूर खेळलं पाहिजे. एकदा किंचित गमतीनं ते कुणाजवळ तरी बोलले होते, "मला वाटतं माझ्या सहा मुलांपैकी फक्त चारच मोठी होईपर्यंत जगली तरी हरकत नाही; पण त्यांनी साहसी व्हायलाच हवं." त्यांनी मुलांना गच्चीवरून झाडावर, झाडावरून गच्चीवर चढण्या-उतरण्याचं पूर्ण स्वातंत्र्य दिलं आणि ती ठरावीक वयाची झाल्यावर मन घट्ट करून त्यांना मायदेशी शिक्षणासाठी पाठवून दिलं.

गेल्या काही वर्षांत अनेक ख्रिश्चन व्यक्तींचा परिचय मी मासिकांद्वारे दिला, त्यामध्ये काही प्रसिद्धीचं वलय असलेले कलाकार होते, तर काही सेवाभावी मिशनरीज होते. ख्रिश्चन कलाकारांचा सर्वसाधारणपणे सामान्य जनतेला परिचय असतो, कारण अनेक माध्यमांद्वारे ते सतत प्रसिद्धीच्या झोतात असतात. यश,

समृद्धी, ऐहिक सुखाच्या राशींवर लोळत असूनही ही मंडळी कसल्यातरी अतृप्तीच्या भावनेनं पछाडलेली असतात, स्वत:बद्दल त्यांच्याजवळ काही अनुत्तरित प्रश्न असतात.

डॉ. ब्रँडनी मला काय शिकवलं असेल तर ते हे– स्वत:ला कामात पूर्णपणे झोकून देणं, स्वत:ला एकप्रकारे नाकारणं, ह्याकडे आपण संकट किंवा हौतात्म्य या दृष्टीनं पाहू नये. अडचणीचे प्रसंग ही त्यांच्या दृष्टीने स्वत:ची, स्वत:च्या श्रद्धेची परीक्षा असते. असे प्रसंग आपल्याला देवावर पूर्णपणे विसंबायला शिकवतात. वेल्लोरच्या हॉस्पिटलमध्ये त्यांना अनेक खडतर प्रसंगांना तोंड द्यावं लागलं. वीजप्रवाह अचानक खंडित झाल्यामुळे किंवा यंत्रसामुग्रीत बिघाड झाल्यामुळे त्यांच्या अनेक संशोधनप्रकल्पांचं अनन्वित नुकसान झालं. कुष्ठरोग्यांवर उपचार करण्याच्या मार्गात पर्वतासारख्या अडचणी उभ्या राहिल्या, सहकाऱ्यांचा, वरिष्ठांचा प्रचंड विरोध सहन करावा लागला, कारण मुख्य हॉस्पिटलमध्ये कुष्ठरोग्यांना प्रवेश देणं कुणालाच मंजूर नव्हतं.

कुष्ठरोगाविषयी सर्वसामान्यांच्या मनात शतकानुशतकांचे गैरसमज, भीती, किळस वसलेली असते. हा रोग बरा होऊ शकतो, त्यावर इलाज शक्य आहेत, हे जनसामान्यांना पटवणं हेच एक प्रचंड मोठं आव्हान होतं त्यांच्यापुढे. ते जिंकल्यानंतरच या रुग्णांना हॉस्पिटलमध्ये पाय ठेवणं शक्य झालं. कालांतरानं या रुग्णांचं पुनर्वसन करण्याच्या दृष्टीनं त्यांना नवी कौशल्यं शिकवणं, त्यांच्या निवाऱ्याची सोय करणं आणि त्यांना उपजीविकेची साधनं मिळवून देणं, यासाठी डॉ. ब्रँडनी अथक प्रयत्न केले. कारण रोग बरा झाला, हॉस्पिटलमधून या रुग्णांना बाहेर जाण्याची परवानगी मिळली, तरी त्यांना समाजाकडून अवहेलना आणि उपेक्षाच मिळत असे. ह्या सगळ्या अडचणींवर मात करत, नवीन मार्ग काढत त्यांनी हे परमेश्वराचं कार्य पार पाडलं. आज कारीगिरी येथे जे कुष्ठरोगधाम आहे, तिथे जगन्मान्य असं प्रशिक्षणकेंद्र आहे. त्याचं उदाहरण डोळ्यांसमोर ठेवून जगभर अशी केंद्रं उभारण्यात आली आहेत.

आपल्या वैद्यकीय व्यवसायाचं मार्गदर्शक तत्त्वज्ञान डॉ. ब्रँड अशा प्रकारे व्यक्त करतात. 'कुठल्याही व्यक्तीला सर्वांत मोलाची गोष्ट वाटते ती त्याचा अंतरात्मा, त्याची विजीगिषा – जगण्याची उमेद, त्याचा आत्मसन्मान, त्याचं व्यक्तिमत्त्व. जेव्हा या गोष्टींना तो पारखा होतो, तेव्हा त्याचं पुनर्वसन करण्याचे सर्व मार्ग बंद झाल्यासारखे होतात. म्हणूनच मला वाटतं, आमचा व्यवसाय तंत्रज्ञानावर, शास्त्रीय ज्ञानावर अवलंबून असला, आम्ही माणसांच्या शरीरातील हाडं, स्नायूरज्जू (Tendons), नसा यावर उपचार करत असलो, तरी या सगळ्यापलीकडे एक अत्यंत महत्त्वाची गोष्ट असते. ती म्हणजे ती हाडामांसाची जिवंत व्यक्ती. आम्ही डॉक्टरांनी ही गोष्ट कायम लक्षात ठेवायला हवी.'

म्हणूनच असेल, आमच्या संभाषणाचा धागा कधीकधी इतर विषयांना गुंफत राहिला तरी आम्ही परत वळायचो ते माणसांच्या गोष्टींकडे. एकेका माणसाच्या

स्वतंत्र, वैशिष्ट्यपूर्ण गोष्टींकडे. खरं म्हणजे अशा रुग्णांच्या सततच्या सहवासातूनच त्यांचं वैद्यकीय आणि ईश्वरविषयक तत्त्वज्ञान घडत गेलं. त्यांचे रुग्ण तरी कशा प्रकारचे?– तर घरातील व्यक्तींनी झिडकारलेले, समाजानं बहिष्कृत केलेले गरीब, एकाकी लोक. वैद्यकीय पेशातील लोक – डॉक्टर्स, परिचारिका व इतर कर्मचारी – त्यांच्यावर इलाज तर करतात; पण तो असतो त्यांच्या बाह्यरूपावर – विरूप झालेल्या चेहऱ्यावर, थोट्या हातापायांवर. खरं तर अत्यन्त प्राथमिक स्वरूपाची आणि म्हणूनच अत्यन्त महत्त्वाची अशी भेट दिली जाते – स्पर्शाची भेट. पण अशा व्यक्तींच्या दुखऱ्या मनावर कोण फुंकर घालणार? त्यांची दुभंगलेली स्वप्रतिमा कोण साधणार?

डॉ. ब्रँडच्या मते कुष्ठरोग्यांवर केलेल्या वैद्यकीय उपचारांची किंमत केवळ काही रुपयांत असते. साध्या, स्वस्त सल्फोन ड्रग्जनं हा रोग नियंत्रणात येऊ शकतो; पण ज्या रुग्णांवर बराच काळ उपचार केलेले नसतात, ज्यांचं शरीर रोगामुळे विद्रूप झालेलं असतं, अशांना समाधानकारक रूप देण्यासाठी अत्यंत कुशल आणि प्रशिक्षित डॉक्टरांचीच गरज असते. त्यांच्या उपचारांमुळे रुग्ण पुन्हा एकदा माणूस म्हणून जगायला योग्य होतो. भारतात डॉ. ब्रँडनी प्रथम रुग्णांच्या हाताकडे लक्ष दिलं. स्नायूरज्जू व स्नायूंवर अनेक प्रयोग केले. स्नायूंचं पुनर्रोपण केलं आणि त्यांना पूर्ववत हालचाल प्रदान केली. हे सर्व उपचार कधीकधी वर्षभराहून जास्त काळ चालायचे. हातांवरील यशस्वी शस्त्रक्रियांनंतर त्यांनी रुग्णांच्या पावलांकडे लक्ष वळवलं. बहुतेक रुग्ण आपल्या झिजल्या पायांनी खुरडत खुरडत चालत. अयोग्य ठिकाणी अधिक भार पडल्यामुळे पायांमध्ये अनेक दोष निर्माण व्हायचे. कारण बधीरतेमुळे त्यांना वेदनेची जाणीवच होत नसे आणि वेदनेच्या अभावी पावलांवर पडणारा भार कमीजास्त करणंही शक्य होत नसे.

नवीन हात आणि पाय लाभल्यामुळे पोटापाण्यासाठी काम करणं शक्य झालं तरी अशा माणसांना काम कोण देणार? कारण त्यांच्या बाह्यांगावर कुष्ठरोगाच्या खुणा व्रणांच्या रूपात मागे उरत. त्यामुळे बरे झालेले काही रुग्ण सुरवातीच्या दिवसात ह्यांच्याकडे आले ते रडतच. ''तुम्ही शस्त्रक्रिया करून ज्या सुधारणा घडवल्यात त्या आम्हाला नकोत. आम्हाला आमचे पूर्वीचे थोटे हातच द्या. कारण त्यामुळे भीक मागणं तरी शक्य होतं.'' त्यांच्या या शब्दांनी डॉ. ब्रँडचे जणू डोळे उघडले. त्यांनी व त्यांच्या पत्नीनंही ठरवलं की अशा रुग्णांच्या बाह्यरूपातही बदल (Cosmetic changes) घडवून आणले पाहिजेत. तरच त्यांचं जिणं सुसह्य होईल. त्यांनी शस्त्रक्रियांच्या तंत्रांमध्ये कुष्ठरोग्यांसाठी आवश्यक असे बदल केले.

ह्याचाच एक भाग म्हणून त्यांनी नाकावर शस्त्रक्रिया करायचे प्रयत्न केले. रुग्णांना येणारं अंधत्व टाळण्यासाठी काही नवी तंत्रं शोधून काढली. त्यानंतर डॉ.

ब्रँडनी एका शस्त्रक्रियेद्वारे रुग्णांना नवीन भुवयाही प्रदान केल्या. काही रुग्णांना त्यामुळे इतका आनंद झाला की त्यांनी अगदी 'झुबकेदार' भुवया ठेवल्या अन् काही काळ सर्वांची भरपूर करमणूक केली.

ही इतकी खटपट-धडपड कुणासाठी केली गेली, तर समाजातल्या दुर्लक्षितांसाठी, उपेक्षितांसाठी. आपल्या वीस वर्षांच्या भारत वास्तव्यात डॉ. ब्रँडनी जवळजवळ तीन हजार हातांवर शस्त्रक्रिया केल्या. इतर हजारो शल्यविषयक प्रक्रिया (Surgical Procedures) केल्या. त्यांना आता प्रत्येक रुग्णाचं नाव व इतर तपशील आठवत नाही; पण काही रुग्ण मात्र कायमचे त्यांच्या मन:पटलावर कोरले गेलेत. त्यांच्या आईनं पाठवलेला एक तरुण बरा झाला. त्याला येशू ख्रिस्ताविषयी माहिती मिळाली. स्थानिक चर्चमधील लोकांनी दिलेल्या प्रेमामुळे जॉन पुन्हा माणसात आला. त्याला नवसंजीवन मिळालं. याच नावाचा आणखी एक वयस्क रुग्णही डॉ. ब्रँडना आठवतो. इतर तरुण रुग्ण प्रतीक्षायादीत असूनही डॉक्टरांनी त्याच्या कडक झालेल्या हातांवर शस्त्रक्रिया केल्या. त्याची बोटं सरळ झाल्यानंतर या जवळजवळ आंधळ्या झालेल्या रुग्णानं ऑर्गन वाजवून इतर कुष्ठरोग्यांचं मनोरंजन केलं. आपल्या आयुष्यातली अखेरची काही वर्षं त्यानं चर्चमध्ये नियमितपणे ऑर्गन वाजवण्याचं काम केलं आणि मानसिक समाधान मिळवलं.

काही काही वेळा अपयशही पदरी पडायचं. एका दुर्दैवी रुग्णाची दोन बोटं शस्त्रक्रियेनंतर सडू लागली व नाईलाजानं ती कापावी लागली. हे दु:ख सहन न झाल्यामुळे त्यानं विहिरीत उडी टाकून जीव दिला; पण अशा घटना अपवादात्मकच होत्या. या सर्व अनुभवांमुळे ब्रँड पतीपत्नींना एक गोष्ट प्रकर्षानं जाणवली. माणसाचं मन कितीही खचलेलं असलं, त्यानं आघात सोसलेले असले तरी फुंकर घालून ते पुन्हा जिवंत करता येतं. त्यात जीवनाविषयीचं प्रेम निर्माण करणं शक्य आहे. त्यांच्या प्रयत्नांनी अगदी कुरूप – शंकेखोर मनाच्या, सगळ्यांचा द्वेष करणाऱ्या रुग्णांच्या मनातदेखील परमेश्वराची प्रतिमा उजळू लागली.

डॉ. ब्रँडनी मला दिलेली सर्वांत मोलाची देणगी म्हणजे परमेश्वराच्या प्रतिमेविषयीचा पाठ. पाश्चात्य जगातील बहुतेक प्रगत समाज, 'माणसाच्या आत्म्याचं मोल' या संकल्पनेपासून हळूहळू दूर जात चालले आहेत. आपण इतिहासाचं अवलोकन करतो तेव्हा आपण नेहमी समूहाचा विचार करतो. समूहामध्ये समाजातले वर्ग, राजकीय पक्ष, वंश, समाजशास्त्रावर आधारित गटांचा समावेश असतो. या सगळ्यांना आपण वेगवेगळी नावं चिकटवतो आणि त्या आधारे त्या त्या गटांच्या स्वभाववैशिष्ट्यांचा अभ्यास करतो, त्यांचं मूल्यमापन करतो. डॉ. ब्रँडबरोबर प्रदीर्घ चर्चा केल्यानंतर मला ही गोष्ट प्रकर्षानं जाणवली. आत्तापर्यंत मी देखील जटिल मानवी समस्यांचा विचार गणिताच्या भाषेत केला होता. उदा. देशाचं एकूण उत्पन्न. सर्वसाधारण वार्षिक

उत्पन्न, मृत्यूचं प्रमाण (mortality rate), डॉक्टरांचं दरहजारी प्रमाण वगैरे. एकूण समाजाला ग्रासणाऱ्या प्रश्नांचाही मी अनेकदा विचार करत असे; पण एका व्यक्तीच्या संदर्भात मी माणसाचा कधीच विचार केला नव्हता. आपण सगळेजण त्या परमेश्वराची प्रतिभा आहोत म्हणूनच आपण एकमेकांवर प्रेम केलं पाहिजे, हा विचार मला अगदी नवीन होता.

भारतातील एका लहान गावात असलेल्या कुष्ठरोगधामात मनुष्यमात्रांची अमूल्य किंमत मला कळेल, अशी माझी अपेक्षा नव्हती; पण तिथे गेल्यावर हा पाठ न गिरवणं हेही शक्य नव्हतं. ईश्वराचं प्रेम ही गणिताच्या भाषेत मोजण्यासारखी गोष्ट नाही. जगातल्या गरीब आणि गरजवंत लोकांना किती प्रेम मिळावं, हेही आपण काटेकोरपणे सांगू शकणार नाही. खरं ख्रिश्चन प्रेम ही एका माणसानं दुसऱ्या माणसाला द्यायची भेट आहे.

कृतज्ञता, समतोलवृत्ती आणि त्याग, ह्या सर्व ईश्वरी गुणांनी मानवरूप धारण केलेलं मी डॉ. ब्रँडमध्ये पाहिलं. ही तत्त्वं आत्मसात करण्याचं कौशल्य मला प्राप्त झालेलं नाही, म्हणूनच मी त्यांची रोज उजळणी करायला हवी आहे. शिकागो शहराच्या प्रमुख, गजबजलेल्या वस्तीतील माझ्या घराच्या खिडकीतून मी बाहेर पाहतो तेव्हा अंतर्मुख होऊन मी स्वत:लाच एक प्रश्न विचारतो, "सध्याची जीवनपद्धती, आधुनिक संस्कृती मला सुखाचे, आनंदाचे इतके सोपे मार्ग दाखवत असताना, मी त्याग, आत्मसमर्पण यासारख्या कल्पनांनी, विचारांनी स्वत:ला का त्रास करून घ्यावा? कुठल्यातरी एखाद्या माणसासाठी माझ्या मनात कशाला काही प्रेम उमटावं?" मी हे प्रश्न स्वत:ला विचारत राहातो आणि कदाचित पुढेही विचारत राहीन.

त्याच वेळी माझ्या मनात डॉ. ब्रँडचे आभार मानण्याचे विचारही येतात. कारण त्यांनीच मला या प्रश्नांची उत्तरं शोधायला मदत केली. या सगळ्या गुणांचा स्रोत ते स्वत: आहेत असा निष्कर्ष मी काढावा, हेही त्यांना मंजूर नसणार. ज्या आदितत्त्वानं (Holy spirit) त्यांच्या आईवडिलांना भारतात सेवाकार्य करायला प्रवृत्त केलं, तेच आदितत्व डॉ. ब्रँडच्या ठायीही दृग्गोचर होतं. साहस आणि जीवनाबद्दलचं प्रेम त्या परमेश्वरानं आपल्या सर्वांपर्यंत आणलं. त्याच्या चरणी स्वत:ला अर्पण केलं तर या गोष्टी आपल्यालाही प्राप्त होतील. आमच्या दोघांच्या या लिखाणातील सहकार्यामुळे इतर वाचकांनाही डॉ. ब्रँडमधील या उदात्त तत्त्वांचं अन् परमात्म्याचं दर्शन घडेल अशी मला आशा आहे.

अनुवादाच्या निमित्तानं...

'हात विधात्याचे' हे माझं चौथं पुस्तक. यापूर्वीची दोन्ही पुस्तकं अनुवादितच होती. 'जीवनदाता'ला (The Healing Knife – A surgeon's Destiny) रसिक वाचकांनी पत्राद्वारे उस्फूर्त प्रतिसाद दिला. ज्यामध्ये डॉक्टर्स होते, वैद्यकीय व्यवसायाला सुरवात करण्याची स्वप्न पाहाणारे तरुण डॉक्टर होते. अन् एक मुलगी तर नुकतीच शालान्त परीक्षेला बसलेली होती. 'जीवनदाता' वाचल्यानंतर तिला डॉक्टर होण्याची स्फूर्ती मिळाली. तिचं हे स्वप्न पुरंही झालं असावं. जवळ जवळ तीनचार वर्षं आम्ही दोघी पत्राद्वारे एकमेकींना भेटत होतो.

माझं दुसरं पुस्तक 'एक दिवस अचानक', हे एका इंग्लिश कादंबरीचं (Random Harvest by James Hilton) स्वैर रूपान्तर. अलीकडेच प्रकाशित झालेल्या या पुस्तकालाही चांगला प्रतिसाद मिळतो आहे.

'नं.१ लेडिज डिटेक्टिव्ह एजन्सी' हे श्री. अलेक्झाडंर मॅक्कॉल स्मिथ यांनी लिहिलेलं वेगळ्या धर्तीचं, वेगळ्या विषयावरचं पुस्तक, वाचकांच्या पसंतीस उतरलं आहे.

'टेन फिंगर्स फॉर गॉड' या पुस्तकाचा 'हात विधात्याचे' हा अनुवाद वाचकांपुढे सादर करताना माझं मन कृतार्थतेच्या भावनेनं भारावलं आहे.

अनेक वर्षांपूर्वी वीणा गवाणकरांनी अनुवादिलेलं डॉ. आयडा स्कडर ह्यांचं चरित्र वाचण्याचा योग आला. काही वर्षांनी डॉ. आयडांनी संस्थापिलेलं वेल्लोरचं ख्रिश्चन मेडिकल कॉलेज हॉस्पिटलही पाहाता आलं तिथेच मी Ten fingers for God हे व इतर काही पुस्तकं विकत घेतली. डॉ. पॉल ब्रँड या अस्थिशल्यविशारदाची जीवनगाथा वाचताना अनेक वेळा डोळ्यांत अश्रू उभे राहिले. त्यांच्या सेवाव्रती स्वभावाचं प्रत्यंतर या पुस्तकात ठायीठायी येतं. एखाद्या ध्येयानं झपाटलेली व्यक्ती किती मोठं कार्य करू शकते, ह्याचं डॉ. ब्रँड हे मूर्तिमंत उदाहरण आहे. पुस्तक वाचताना अनेक वेळा वाटलं, की हे पुस्तक मराठी वाचकांनी वाचावं. आज हे पुस्तक वाचकांपुढे सादर

करताना मी एक उदात्त अनुभव घेतला, तो अनुभव हा अनुवाद वाचणाऱ्या माझ्या वाचकांनाही मिळावा.

ख्रिश्चन मेडिकल कॉलेज हॉस्पिटलच्या संस्थापिका डॉ. आयडांनी आपलं सगळं आयुष्य गोरगरीब रुग्णांच्या सेवेसाठी दिलं. सेवाव्रताचा वसा घेतलेल्या या स्त्रीनं आजन्म अविवाहित रहायचा निर्णय घेतला, तोही या व्रतात खंड पडू नये म्हणून. तिनं लावलेला हा 'वेलू गगनावरी' गेल्याचं समाधान तिला 'याचि देही, याचि डोळा' मिळालं. कारण प्रदीर्घ आयुष्याची देणगी तिला लाभली होती. या संस्थेत काम करणारे बहुतेक सगळे जग – डॉक्टर्स, परिचारिका व इतर कर्मचारी – ख्रिश्चन होते. मिशनरी व्यक्तींमध्ये दिसतो तो सेवाभाव प्रत्येकाचे ठायी असल्याचे हे पुस्तक वाचताना जाणवतो. इथे मला एक गोष्ट सांगावीशी वाटते. सर्वसाधारणपणे, ख्रिश्चन मिशनऱ्यांबद्दल आपल्या सर्वांच्या मनात एक सूक्ष्म अढी असते. सेवेच्या नावाखाली त्यांनी भारतीय हिंदूंना बाटवलं, असा समज गेली कित्येक वर्षं आपल्या मनात कुठे ना कुठे घर करून बसलेला आहे. डॉ. ब्रँड ह्यांच्या जीवनकार्याची ओळख करुन घेताना वाचकांच्या मनातली ही अढी, हा पूर्वग्रह थोड्या फार प्रमाणात दूर झाला तरी माझ्या अनुवादकार्याचे कष्ट सार्थकी लागले, असं मी समजेन.

ह्या पुस्काचा अनुवाद करताना मला निखळ आनंद वाटला. कारण डॉ. ब्रँडसारख्या जगद्विख्यात शल्यविशारदाची / कुष्ठरोगतज्ञाची ओळख करून देण्याची संधी मिळणं हाही माझ्यालेखी एक अपूर्व योग आहे. तो प्रकाशित करण्याचं कार्य हाती घेतल्याबद्दल मी मेहता प्रकाशनच्या श्री. सुनील मेहतांचे मन:पूर्वक आभार मानते. त्यांच्याच संस्थेतील रश्मी, राजश्री, अस्मिता व इतर अनेकांशी माझा या पुस्तकांच्या निमित्ताने संबंध आला. त्यांच्या या सहकार्याबद्दल मी आभारी आहे. इतर अनेकांचे हातभार लागले असणारच, त्या सर्वांचे मन:पूर्वक आभार.

अनुवाद करताना 'जीवनदाता'च्या वेळी आली तीच अडचण ह्याही वेळेस प्रकर्षानं जाणवली. (जीवनदाताचा नायक डॉ. जार्ज सावा हे देखील एक विख्यात अस्थिशल्यविशारद होते.) दोन्ही पुस्तकं वैद्यकीय विषयांवरील. दोन्हींमध्ये शस्त्रक्रियांचे उल्लेख अनेक वेळा येतात. त्या अनुषंगानं विविध वैद्यकीय संज्ञांचा वापर केलेला आढळतो. त्याच्यासाठी मराठी प्रतिशब्द शोधणं कधीकधी कठीण जातं कारण मराठी शब्दकोशात योग्य, सहज समजण्यासारखे प्रतिशब्द नाहीत. आपल्याकडील वैद्यकीय शिक्षणक्रम प्रामुख्यानं इंग्रजी भाषेतून असल्यामुळे काही डॉक्टरांनी देखील मला मदत करण्याच्या कामी असमर्थतता दाखवली. माझ्या सुदैवानं माझी मैत्रीण सौ. कुसुमताई जोशी ह्यांनी दोन उत्तम इंग्रजी-मराठी शब्दकोश मला दिले. त्यामुळे माझी समस्या

काही अंशी सुटली. त्यांचे मनापासून आभार. आमचे फॅमिली डॉक्टर जी.न. नाबर व डॉ. अजित भांडारकर यांनी ह्यांनी शब्दकोशात न आढळलेल्या वैद्यकीय संज्ञांना मराठी प्रतिशब्द सुचवले. त्याबद्दल त्यांचे आभार मानते.

जाताजाता हेही लिहावंसं वाटतं, डॉ. कॉकरेन काय किंवा डॉ. ब्रँड काय – दोघांनी कुष्ठरोगासंबंधी समाजमानसात हजारो वर्षं घर करून राहिलेला आकस व भीती दूर करायचा जिवापाड प्रयत्न केला. तीच गोष्ट डॉ. शिवाजीराव पटवर्धन, कै. बाबा आमटे ह्यांनी केली. थोड्या वेगळ्या प्रकारे, पण तितक्याच उदात्त हेतूनं डॉ. पॉल ब्रँड ह्यांचं चरित्र वाचल्यानंतर सामान्य वाचकांचा या रोगाविषयीचा दृष्टिकोन बदलला तरी मलाही माझ्या या अनुवादप्रपंचाचं काम यशस्वी झालं, असं वाटेल.

गुरूदेव रविंद्रनाथ टागोरांच्या काव्यपंक्तींनी मी या कर्मयोग्याला श्रद्धांजली वाहून माझं मनोगत पुरं करते.

I slept & dreamt that life way joy.
I awoke & saw life was service.
I acted & behold, service was joy.

नीला चांदोरकर

कुष्ठरोगी

त्याचं नाव होतं सदागोपन; पण बहुतेक सगळे मित्र त्याला सदन म्हणूनच हाक मारत. द. भारतातल्या कांचिपुरम या सुप्रसिद्ध मंदिरग्रामात त्याचा जन्म झाला. 'ह्या गावात तुम्ही गाढव म्हणून जन्माला आलात तरी तुम्ही पुण्यवान आहात.' असं इथले रहिवासी अभिमानानं म्हणतात; पण सदनला मात्र ते विधान लागू पडत नाही. कारण याच ठिकाणी आपल्या आयुष्याची सहा वर्षं त्यानं समाजानं, मित्रांनी, अगदी त्याच्या नातेवाइकांनीदेखील वाळीत टाकलेल्या अवस्थेत काढली.

एका चांगल्या सुशिक्षित, सधन कुटुंबात त्याचा जन्म झाला. या घराला कलेचं वरदान देखील लाभलेलं होतं. त्याची आई, मावशी, तसंच त्याच्या थोरल्या बहिणी गायनकलेत पारंगत होत्या. वडील एका प्रसिद्ध तमीळ वृत्तपत्राचे उपसंपादक होते. जेव्हा त्याच्या वडिलांनी उत्तर भारतात नोकरीसाठी प्रस्थान ठेवलं, तेव्हा सदनची रवानगी आजीकडे झाली. लहान वयात काही काळ तो आपल्या मामाकडेही राहिला होता. त्यांच्याचमुळे सदनला कुष्ठरोगाची लागण झाली असावी.

सदागोपन ८ वर्षांचा होता तेव्हा पहिल्यांदा त्याच्या पाठीवर कुष्ठरोगाचा डाग दिसू लागला; पण एवढ्या लहान वयात त्याला त्याचं गांभीर्य समजलं नाही. सरकारी हॉस्पिटलमध्ये घरची मंडळी त्याला उपचारासाठी घेऊन जात. एरवी त्याची शाळा अन् बालपणातले इतर उद्योग छान चालले होते. या रोगामुळे तसा त्याला काही त्रासही होत नव्हता. सदागोपान १४ वर्षांचा झाला तेव्हा हळूहळू त्याच्या हाताची बोटं वाकडी होऊन आत वळू लागली. स्नायू बधीर होत चालल्याचं ते लक्षण होतं. दिवसेंदिवस त्याला हातामध्ये काही वस्तू धरणं किंवा वस्तू उचलणं

जड जाऊ लागलं. आपल्याला हातात धरलेल्या वस्तूंची काही संवेदना का होत नाही, ह्याचंही त्याला कुतूहल वाटे. एकदा तर त्याच्या पायातून रक्ताची धार लागली तेव्हा त्याच्या लक्षात आलं की सँडलमधून एक टोकदार खडा आत जाऊन सतत टोचत राहिल्यामुळे पायाला मोठी जखम झाली होती...

प्राथमिक शाळेच्या सहा इयत्ता झाल्यानंतर त्याला माध्यमिक शाळेत जायचं होतं, त्यावेळी त्याच्या मनावर पहिला जबरदस्त आघात झाला. शाळेच्या मुख्याध्यापकांनी कपाळावर आठ्या घालत हुकूम सोडला, ''डॉक्टरांकडून आरोग्याचं प्रमाणपत्र घेऊन ये.''

सदाची आजी त्याला, ज्या हॉस्पिटलमध्ये त्याच्यावर उपचार केले जायचे त्याच डॉक्टरांकडे घेऊन गेली, तेव्हा डॉक्टर तिच्यावरच चिडले. रागानं ते तिला म्हणाले, ''काय उपयोग आहे शिकून? शेवटी तो कुष्ठरोगीच राहाणार ना?'' एवढं बोलून त्यांनी सरळ पाठ फिरवली अन् ते निघून गेले.

सदागोपन घरी परतला; पण आता ते घर घर राहिलंच नव्हतं. तो एक तुरुंग झाला त्याच्यासाठी! घराच्या चार भिंतींच्या आत त्याच्या सगळ्या आशा, सगळी स्वप्नं धुळीला मिळाली. शिक्षण नाही. नोकरी नाही. कुणी मित्रही नाहीत. कारण आता तो कधी चुकूनमाकून घराबाहेर पडला तरी लोकांच्या थंड नजरा त्याचं काळीज भेदत. बहुतेक वेळा लोक त्याच्याकडे पहायचंही टाळत. तो रस्त्याच्या एका बाजूनं चालत असला की ते रस्त्याच्या दुसऱ्या बाजूला जात. ज्याच्याकडे पहावं तो चेहरा घृणेनं, भीतीनं झाकोळलेला! हळूहळू त्याचं घराबाहेर पडणं कमी होत गेलं. आता तो फक्त उपचारांसाठी हॉस्पिटलमध्ये जाऊ लागला. तिथंदेखील त्याला एक नवा अनुभव आला. डॉक्टर्स त्याच्याशी पूर्वीसारखे आपुलकीनं वागत नसत. डॉक्टरच नव्हे, तर परिचारिका व इतर नोकरवर्गही त्याला इतर रुग्णांप्रमाणे वागवत नसत. त्याला सगळ्यांपासून दूर बसवलं जाई, शक्य तितक्या पटकन उपचार केले जात. एखादी गलिच्छ वस्तू हाताळताना जशी किळस वाटते, तशा भावनेनं ही मंडळी त्याच्याशी वागत.

एकदा हॉस्पिटलमधून घरी जात असताना तो एका हॉटेलात शिरला. त्याला कॉफी प्यावीशी वाटत होती. ज्या वेटरला त्यानं कॉफी आणायला सांगितली तो परत त्याच्याकडे आलाच नाही. पाच मिनिटं, दहा मिनिटं, पंधरा मिनिटं गेली. सदागोपान बसून राहिला, लोकांच्या नजरा झेलत. त्याला वाटलं, सगळे आपल्याकडे कुचेष्टेच्या अन् अवहेलनेच्या नजरेनं पाहाताहेत. त्याला तिथून पळून जावंसं वाटलं तरी सगळं धैर्य एकवटून त्यानं दुसऱ्या वेटरला कॉफी आणायला सांगितली. ''तुझ्यासाठी आमच्या हॉटेलात कॉफी नाही,'' त्यानं उत्तर दिलं.

पूर्णपणे उन्मळून पडल्यासारखा सदागोपन तिथून बाहेर पडला. 'कॉफी नाही –

कॉफीसुद्धा नाही माझ्यासारख्याला! शिक्षण नाही, उपचार नाहीत, मित्र नाहीत. आयुष्याकडून झिडकारला गेलोय मी. असं का?' अर्थातच या प्रश्नांची उत्तरं त्याला कुणी देणार नव्हतं.

या प्रसंगानंतर जवळजवळ सहा वर्षं त्यानं स्वत:ला घरात कोंडून घेतलं. घर कसलं, त्याला आता एखाद्या अंधारकोठडीत टाकल्यासारखं वाटू लागलं. या दरम्यान त्याची आई वारली. बिचारी मुलांच्या काळजीनं खचून गेली होती. ती तिकडे उत्तरेतच बरीच वर्षं असल्यामुळे सदागोपनला तिचा चेहरादेखील आठवत नव्हता. त्याच्या एका बहिणीलाही कुष्ठरोग झालेला होता. खंबीर मनाच्या आणि तितकीच मोठी आंतरिक शक्ती असलेल्या या बहिणीमुळेच त्याचं आयुष्य काहीसं सुसह्य झालं होतं. काही वर्षांनी ती पण वारली; पण क्षयरोगानं. हा धक्का त्याला खरंच फार मोठा होता; पण आता त्याच्या हातापायांप्रमाणंच त्याचं मनही जणू बधीर झालं होतं....

ह्या सहा वर्षांत त्याचा कुष्ठरोग संसर्गकारक राहिला नाही. (मुळात तसा तो होता की नाही हेही त्याला माहीत नव्हतं,) याच सुमारास त्याच्या आयुष्यात एक आशेचा किरण चमकला. एका ख्रिश्चन डॉक्टरच्या प्रयत्नानं त्याला माध्यमिक शाळेत प्रवेश मिळाला. खडतर तपश्चर्येनंतर सदागोपन माध्यमिक शाळेची परीक्षा पास झाला. आता आपण स्वत:चं पोट भरू शकू अशी आशा त्याच्या मनात पालवली; पण बिचाऱ्याचा फार मोठा भ्रमनिरास झाला. (खरं तर त्याला तशी कल्पना यायला हवी होती!) या काळात 'आपण कुणाला नकोसे आहोत' या विचारानं अन् एकटेपणाच्या भावनेनं इतकं ग्रासलं की त्याला आयुष्य नकोसं झालं. पुन्हा एकदा डॉ.टी.एन. जगदीशनच्या रूपानं आशेचा किरण त्याच्या जीवनात उगवला. ते स्वत:ही कुष्ठरोगी होते. भारतीय कुष्ठरोगमुक्ती संस्थेच्या या अध्यक्षांनी सदागोपनला पाहिलं अन् त्याची अवस्था पाहून त्यांना फार दु:ख झालं. त्याच्या हाताची बोटं नुसतीच वळलेली नव्हती, तर काही बोटं झिजून लहानही झाली होती. पायांची तर गेल्या वीस वर्षांत जखमांनी आणि व्रणांनी चाळणी केली होती.

"वेल्लोरमध्ये एक नवे डॉक्टर आले आहेत. त्यांचं नाव पॉल ब्रँड. ते ब्रिटिश आहेत. तुझ्यासारख्याच्या हातांवर सध्या ते पुनर्रचना शस्त्रक्रियांवर प्रयोग आणि संशोधन करत आहेत. त्यांना भेट तू."

१९५१ च्या फेब्रुवारी महिन्यात जगदीशननी दिलेलं पत्र घेऊन सदागोपन वेल्लोरला जायला निघाला. प्रवासात अनंत अडचणी आल्या. बसप्रवासात नेहमीचा कटु अनुभव वाट्याला आला. अपमान, तिरस्कार, कटु शब्दांचे वार सहन करत तो एका कोपऱ्यात बसून राहिला. मनात देवाचे आभार मानत राहिला. कुणी त्याला बसमधून खाली उतरायला सांगितलं नाही हेही काय कमी होतं? कारण सर्वसाधारणपणे

सार्वजनिक बसमधून कुष्ठरोग्यांना प्रवास करता येत नसे. वेल्लोरमध्ये पोहोचल्यानंतर त्यानं ख्रिश्चन मेडिकल कॉलेज आणि हॉस्पिटलमध्ये डॉ. ब्रँडविषयी चौकशी केली, तेव्हा त्याला ४ मैलांवरील मेडिकल कॉलेजमध्ये जायला सांगितलं गेलं. त्यानं बसमधून जायचं ठरवलं; पण त्याच्या वाकड्या हाताकडे अन् पट्ट्या बांधलेल्या पायांकडे बघताच ड्रायव्हरनं त्याला खाली उतरवलं. उन्हाळ्याचे दिवस, सदागोपन फार थकला होता. चुरगळलेले कपडे, धुळीनं माखलेलं शरीर अशा अवस्थेत तो कॉलेजच्या प्रांगणात पोहोचला तेव्हा त्यांच्या पायांवरच्या जखमांतून पाणी वाहायला लागलं होतं. त्याच्या पायांचे ओले ठसे मातीत उमटत होते.

कॉलेजच्या कचेरीची जी इमारत होती तिच्या मुख्य फाटकाबाहेर त्याला एक सुरेख चेहऱ्याची मोहक स्त्री दिसली. कुणीतरी त्याला सांगितलं, ''त्या डॉ. ब्रँडच्या पत्नी – डॉ. मार्गरेट ब्रँड.''

''माफ करा,'' तिच्याकडे जात, पण थोडं अंतर ठेवूनच तो म्हणाला, ''मला डॉ. ब्रँडना भेटायचंय. श्री. जगदीशनी दिलेलं पत्र आहे माझ्याजवळ, त्यांना देण्यासाठी.''

ती स्त्री पटकन मागे सरली नाही. सदागोपनला खात्री होती की तिनं त्याच्या हातापायांची अवस्था पाहिलेली होती. ती म्हणाली, ''डॉ. ब्रँड बाहेरगावी गेलेत. ते एकदोन दिवसांनी परत येतील. तोपर्यंत तू रहा वेल्लोरमध्ये कुठेतरी अन् ते आले की भेट त्यांना.''

मनावरलं पसरलेलं निराशेचं भयानक मळभ त्यानं झाकायचा प्रयत्न केला. हताश मनानं तो जाण्यासाठी वळला, तेव्हा तिनं त्याला विचारलं, ''मला सांग, तुझी राहायची सोय होईल ना?''

तिचा प्रश्न ऐकून तो परत फिरला तेव्हा तिचे सागरासारखे शांत निळे डोळे त्यालाच निरखत होते. एकदम त्याला रडावंसं वाटलं. गेल्या कित्येक वर्षांत कुणाही स्त्रीनं त्याच्याकडे इतक्या प्रेमळपणे पाहिलं नव्हतं. आत्तापर्यंत त्याच्या वाट्याला आली होती ती भीती किंवा किळस, फार फार तर कीव. तिनं मात्र दुसऱ्या एखाद्या सर्वसामान्य माणसाकडे पाहावं त्याप्रमाणे त्याच्याकडे पाहिलं होतं. स्वत:च्या नकळतच त्याच्या मनाचे बांध फुटले. त्यानं तिला त्या दिवशीचे सगळे अनुभव सांगितले. त्यानंतर जे घडलं ते त्याला पूर्णपणे अकल्पित होतं. ती त्याला स्वत:च्या घरी घेऊन गेली, तिनं त्याच्या अंथरूण-पांघरुणाची सोय केली, त्याला जेवूखाऊ घातलं. तो जेवत असताना ती त्याच्या बाजूला बसली अन् तिनं त्याची चौकशी केली. त्यानंतर तीन दिवस तो डॉ. ब्रँडच्या घराच्या व्हरांड्यात राहिला. तेव्हा त्याला सतत वाटत राहिलं– आज ही स्त्री आपल्याला, एखाद्या माणसानं दुसऱ्या माणसाशी प्रेमानं वागावं, तसं वागवतेय. अनेक वर्षांनंतर प्रथमच त्याला

प्रेमळपणाची वागणूक मिळाली.

डॉ. ब्रँड घरी परतले तेव्हा बरीच रात्र होऊन गेली होती. त्यांना स्वत:ला त्यावेळी बरं वाटत नव्हतं. तरीही ते लगेच सदागोपनपाशी गेले, त्यांनी आपुलकीनं त्याची चौकशी केली. त्याचे हात व पाय तपासले. "अरे व्वा! तू नक्की बरा होशील. तुझ्या पायांवर जखमा आहेत त्या आधी बऱ्या करू आपण. कारण त्या तुझ्या वेगळ्या चालण्याच्या पद्धतीमुळे झाल्या आहेत, कुष्ठरोगानं नसाव्यात. तुझ्या हातांची बोटंही आपण शस्त्रक्रियेनं पुन्हा सरळ करण्याचा प्रयत्न करू. अशा अनेक शस्त्रक्रिया मी केल्या आहेत. एकदा तुझी बोटं तुला वाकवता येऊ लागली की, तुला हातांनी वस्तू उचलता येतील, लिहिता येईल, इतरांसारखं व्यवस्थित जेवता येईल. आपण उद्यापासून तुझ्या पुनर्वसनाचा कार्यक्रमपण सुरू करू."

बोलणं संपल्यावर ते त्याला म्हणाले, "झोप आता शांत." आणि त्यांनी त्याच्या खांद्यावर आपला हात ठेवला.

त्या रात्री खरोखरच सदागोपनला शांत झोप लागली. अनेक वर्षांनंतर. त्यामागचं कारण डॉ. ब्रँडचं उपचारांबद्दल आश्वासन हे तर होतंच; पण त्याहून महत्त्वाचं होतं, कुणीतरी त्याच्यासारख्या एकाकी माणसाला प्रेमानं अन् माणसासारखं वागवलं होतं.

ह्या घटनेनंतर जवळजवळ बारा वर्षांनी मी सदागोपनला भेटलो. माझ्यासमोर उभा असलेला तरुण उंचापुरा, सुदृढ होता. त्याचा चेहराही मला आकर्षक वाटला. हातांची काही थोटी बोटं वगळता त्याच्यामध्ये कुष्ठरोगाच्या काही खुणा नव्हत्या. त्याला हात व्यवस्थितपणे हलवता येत होते. एक खास प्रकारे बनवलेले बूट त्याला वापरावे लागायचे. त्यामुळे आता त्याच्या पायांवरल्या पूर्वीच्या सर्व जखमा बऱ्या झाल्या होत्या. त्याच्याबरोबर त्याची आकर्षक दिसणारी निरोगी पत्नीही होती. ती देखील बरी झालेली कुष्ठरुग्णच होती. त्यांना एक निरोगी मुलगा आहे. त्याचं इतर निरोगी मुलांप्रमाणे शिक्षण-संगोपन चालू आहे. आता सदागोपनला टंकलेखक म्हणून नोकरी आहे. त्यामुळे आपल्या कुटुंबाचा भार तो सहज उचलू शकतो.

"माझ्या लिखाणप्रकल्पात मला मदत करशील का?" असं मी त्याला विचारलं तेव्हा त्याचे डोळे उत्साह आणि कृतज्ञता भावनेनं चमकू लागले. 'करशील का?' हा काय प्रश्न झाला, असं ते मला विचारत असावेत.

'हात विधात्याचे' ही कहाणी एका अशा माणसाची आहे ज्यानं जगभरातल्या १ कोटी १० लाखांहून कुष्ठरोग्यांना नवजीवन प्रदान केलंय. सदागोपन हा त्यांच्यापैकी एक!

१

विश्वविख्यात कर्तृत्वसंपन्न अस्थिशल्यविशारद डॉ. पॉल विल्सन ब्रँड जेव्हा आपल्या आयुष्याकडे मागे वळून पाहतात, तेव्हा त्यांच्या चेहऱ्यावर सुख व समाधान हे दोन्ही भाव स्पष्टपणे दिसतात. विविध घटनांनी भरलेला जीवनपट त्यांच्या डोळ्यांपुढे उभा राहतो, तेव्हा त्यांच्या मनात आश्चर्याची भावना प्रकटते. यातल्या कोणत्या घटना आपल्या निर्णयामुळे घडल्या आणि कोणत्या गोष्टी एखाद्या अज्ञात शक्तीमुळे साध्य झाल्या, ह्याचा स्पष्ट निर्णय त्यांना घेता येत नाही. त्यांच्या मनाला जाणवते ती एकच गोष्ट, कोणीतरी दैवी हात आपल्याला मार्ग दाखवत होता, आपल्या हाताला धरून आपल्याला चालवत होता. आपल्या जीवनपटाचे उभे- आडवे धागे त्यानंच आपल्या मर्जीनं विणले. ते हात होते विधात्याचे...

आपल्या आयुष्याची कथा सांगताना त्यांचं मन भूतकाळात जातं. बरंच मागे. त्यांच्या मते त्यांच्या आयुष्याच्या कथेतलं पहिलं पान लिहिलं गेलं ते त्यांच्या पणजोबांच्या निर्णयामुळे. त्यांचे पणजोबा जोसेफ ब्रँड वयाच्या अठराव्या वर्षी जहाजावरील नोकरीत रुजू झाले. कारण त्यांना चारचौघांसारखं आयुष्य जगायचं नव्हतं. जहाज भारताच्या दिशेनं मार्गक्रमण करत होतं तेव्हा मामुली गैरवर्तणुकीबद्दल शिक्षा म्हणून त्यांना साखळीनं बांधून ठेवण्यात आलं. साहसी वृत्ती अन् बंडखोर स्वभावाच्या जोसेफनं बोटीनं समुद्रात नांगर टाकल्यानंतर स्वत:ची सुटका करून घेतली, समुद्रात उडी टाकली व तो पोहत किनाऱ्यावर आला. ते गाव होतं भारतातलं प्रसिद्ध बंदर मुंबई. नंतर त्यानं एका श्रीमंत व्यापाऱ्याकडे नोकरी धरली.

चांगल्या वर्तणुकीनं, तसंच अक्कलहुशारीनं त्यानं मालकाची मर्जी संपादन केली अन् एक दिवस त्याच्या मुलीबरोबर लग्नही केलं. काही वर्षांनी सुट्टीसाठी त्यानं मायदेशी जायचं ठरवलं. शिल्लक टाकलेला पैसा त्यानं मुंबईतील बँकेत ठेवला अन् बोटीवर पाय ठेवला, तेव्हा त्याच्याबरोबर त्याची बायको-मुलं होती अन् थोडंफार जडजवाहीर. या प्रदीर्घ प्रवासाच्या अखेरीस वादळामुळे बोट बुडाली, पण जोसेफ अन् त्याचं कुटुंब सुखरूपपणे इंग्लंडला पोहोचलं. साउथॅम्प्टनला (Southampton) आल्यानंतर त्यानं घरी जाण्यासाठी एक घोडागाडी भाड्यानं घेतली. इथेच त्याच्या दुर्दैवाला सुरुवात झाली. कारण वाटेत घोडागाडीच्या चालकानं त्याचं जडजवाहीर असलेली पेटी पळवली. त्याच सुमारास मुंबईतल्या बँकेचंही दिवाळं वाजलं. मायदेशी सुट्टीवर आलेल्या जोसेफनं मग भारताकडे कायमचीच पाठ फिरवली.

मायदेशी परतलेल्या अपयशी जोसेफचं कुटुंब आकारानं वाढत गेलं, पण आर्थिक स्थिती मात्र खालावत गेली. घरच्या गरिबीवर मात करण्यासाठी जोसेफच्या मोठ्या मुलानं, हेन्रीनं शाळा सोडून कामधंदा करायचं ठरवलं; पण वडिलांनी त्या गोष्टीला ठाम विरोध दाखवला. बंडखोरी हेन्रीच्या रक्तातच होती. त्यानं घरातून पळ काढला. सरे प्रांतातल्या हॅसलमिअर अन् क्रॅनले या गावांमध्ये आपले काही नातेवाईक राहतात हे त्याला ठाऊक होतं. मजलदरमजल करत, कधी पायी तर कधी एखाद्या गाडीवानाला विनंती करून त्याच्या गाडीतून प्रवास करत हेन्री आपल्या नातेवाइकांच्या घरी पोहोचला अन् तिथे त्याच्या आयुष्यातील नव्या पर्वाला सुरुवात झाली. हे कुटुंब सुतारकाम करायचं. त्यांच्याकडे हेन्रीनं काम शिकायला सुरुवात केली. लहानग्या हेन्रीला पहिलं काम मिळालं ते जागा झाडण्याचं. या झाडलोटीच्या कामातसुद्धा त्यानं प्रामाणिकपणा दाखवला, तेव्हा त्याला शिकाऊ उमेदवार म्हणून बढती मिळाली. वडिलांच्या पावलावर पाऊल टाकत या मुलानं पण आपल्या मालकाच्या मुलीशी लग्न जमवलं. हे हेन्री ब्रँड म्हणजे पॉलचे आजोबा.

काही वर्षं गेली. सुतारकामापेक्षा बांधकाम व्यवसाय अधिक फायद्याचा आहे, हे लक्षात येताच त्यांनी व्यवसाय बदलला आणि लवकरच नवीन धंद्यात जमही बसवला. गावात नावलौकिक मिळू लागला. मग त्यांनी समाजसेवेच्या कामात लक्ष घालायला सुरुवात केली. नगरसभेत काम केलं अन् गावचं नगरपाल पदही (Mayor) पटकावलं. बारा वर्षं अशा प्रकारे गेली. वय झालेल्या हेन्रीला दोन्ही जबाबदाऱ्या पेलणं कठीण जाऊ लागलं. डॉक्टरांनी जास्त दगदग करू नका असा सल्ला दिला तेव्हा त्यांनी व्यवसायातून निवृत्ती घ्यायचं ठरवलं; पण ते जमणार नाही अशी लक्षणं दिसू लागली. त्याचं कारण म्हणजे त्यांच्या मुलांना हा व्यवसाय

नको होता. धाकट्या सिडनीला सुरुवातीपासूनच इलेक्ट्रिकल इंजिनिअरिंगमध्ये रस होता, तर थोरल्या मुलाला, जेसला कोणताच व्यवसाय करायचा नव्हता. वास्तविक पहाता त्याच्यात उपजत गुण होते, पुरेसा अनुभवही होता; पण देवाच्या मनात काही वेगळंच असावं. तरुण वयात जेसला गोरगरिबांची सेवा करण्याची जणू ईश्वरी आज्ञा मिळाली. दूरदेशीच्या रंजल्यागांजलेल्या लोकांची हाक त्याच्या कानी पडली अन् त्यानं हिंदुस्थानात मिशनरी म्हणून जाण्याचा निर्णय घेतला. त्याच्यात अन् त्याच्या आजोबांमध्ये, जोसेफ ब्रँडमध्ये, एक मोठा फरक होता. आजोबांप्रमाणे त्याला पैशाचा लोभ नव्हता, तर सेवेचं व्रत घ्यायचं होतं.

हा निर्णय घेतल्यानंतर हिंदुस्थानात काम सुरू करण्यापूर्वी त्याला एक वर्ष, त्यासारख्या देशात उपयोगी पडेल अशा प्रकारचा वैद्यकीय अभ्यासक्रम करावा लागला. १९०७ च्या नोव्हेंबर महिन्यातील एका भल्या पहाटे संपूर्ण ब्रँड कुटुंब जेसला निरोप देण्यासाठी लंडनला गेलं.

गावी परतल्यावर हेन्री ब्रँडनी पुन्हा एकदा व्यवसायाची धुरा खांद्यावर घेतली. सांसारिक जबाबदाऱ्या पार पाडायच्या होत्या. पाच मुलींपैकी फक्त दोघींचीच लग्नं झालेली होती, पण त्यांच्या तिसऱ्या क्रमांकाच्या मुलीनं, डेझीनं त्यांना मदत करायला सुरुवात केली. मुलाच्या वियोगाचं दुःख हेन्रीनं पचवलं, मागे सारलं. कारण नाही म्हटलं तरी दीनदुबळ्यांच्या सेवेचं बीज त्यांनीच मुलाच्या मनात पेरलेलं असावं. स्वतःचा व्यवसाय सांभाळून हेन्रीदेखील चर्चचं जमेल तितकं काम सुट्टीच्या दिवशी करत असत. ख्रिश्चन धर्माच्या शिकवणुकीचे पाठ ते आजूबाजूच्या गावातील लोकांना देत असत.

म्हणूनच जेसच्या निर्णयाचं त्यांना दुःख झालं नाही. मुलाच्या मनात मात्र कुठेतरी खंत होती. आपण वडिलांचा भार कमी केला नाही ह्या गोष्टीची. तब्बल बारा वर्षांनी ती त्यानं एका पत्रात व्यक्त केली अन् हेन्री ब्रँडच्या डोळ्यांत पाणी उभं राहिलं. जेसनं लिहिलं होतं,

प्रिय बाबा,

तुमच्या उतारवयात, खरं म्हणजे मी तुम्हाला धकाधकीच्या जीवनापासून मुक्ती द्यायला हवी होती, तुमच्या खांद्यावरला भार माझ्या खांद्यावर घेऊन; पण माझाही नाइलाज होता. दूरवरची साद कानी पडताच मी निघालो. पुन्हा एकदा तुम्हाला धंद्याचा भार उचलावा लागला अन् तुम्ही तो विनातक्रार उचललाही. माझ्या या त्यागामुळे तुम्हाला व आईला त्रास सोसावा लागला, विशेषतः युद्धकाळात, याबद्दल मला वाईट वाटतं.

पुढे अनेक वर्षं ही कृतज्ञतेची ठेव हेन्री ब्रँडनी जपून ठेवली.

प्रदीर्घ प्रवासानंतर, ख्रिसमसपूर्वी काही दिवस जेस ब्रँड मद्रासला पोहोचला. सोबतीला होती दुर्दम्य इच्छाशक्ती, प्रचंड आत्मविश्वास व उत्साह आणि वैद्यकीय शिक्षणाची पुंजी! वयाची बावीस वर्षं त्यानं वडिलांच्या शिस्तीत काढली होती. भल्यामोठ्या कल्लेदार मिशा असलेल्या या तरुणानं आपल्या कामाला सुरुवात केली ती तामीळ भाषा शिकण्यानं. पहिलं वर्ष तेवढं एकच काम करायचं होतं. त्यानंतरच्या नाताळ सणाला जेस मद्रासपासून दीडशे मैलांवर असलेल्या सेंदमंगलम् ह्या गावी आपल्या कामावर रुजू झाला, तेव्हा काहीतरी नवीन कार्य करण्याचा उत्साह त्याच्या अंगात सळसळत होता.

या छोट्या, आडबाजूला असलेल्या ठिकाणी काम करायला पुष्कळ वाव होता, नवनवीन आव्हानं समोर यायची. त्यांना तोंड द्यायचं जेसला आवडायचं. आसपासच्या लोकांमध्ये स्वत:विषयी विश्वास निर्माण करायचा, त्यांच्या अडचणी सोडवायच्या हे काम तसं अगदी सोपं नव्हतं; पण त्यानं ते जिद्दीनं आणि सेवावृत्तीनं केलं. लोकांचा विश्वासही संपादन केला, पण खोल अंत:करणात कुठेतरी त्याला एक प्रकारची हुरहुरही जाणवू लागली. आपण करतोय ते काम आपल्याला समाधान देत नाहीये, ही जाणीव त्याच्या मनाला पोखरत राहायची. दूर अंतरावर दिसणारे, सुळक्याप्रमाणे ताठ अन् गगनाला गवसणी घालणारे उंच पहाड त्याला अस्वस्थ करू लागले, त्या पर्वतरांगांचं नाव होतं कोल्लीमलाई – त्याचा अर्थ होता मृत्यूचे पहाड – काळपर्वत, अर्थात लोकांनी दिलेलं. लोक म्हणायचे, ''एक रात्र जरी तुम्ही तिथे घालवलीत तरी समजा, ती तुमच्या जीवनाची अखेर आहे.'' तिथे हिवतापाचं सतत जणू तांडवनृत्य चालू असायचं. त्यामुळे आजूबाजूच्या गावातले लोक त्या पर्वताचं नावसुद्धा घ्यायला घाबरायचे.

पण जेसचं या उत्तरानं समाधान झालं नाही. कारण त्यानं असं ऐकलं होतं की, त्याच पर्वतांवर-डोंगरमाथ्यावर आणि दऱ्यांमध्ये तीस हजारांहून अधिक लोक कायमचे वस्ती करून होते. मध्यभागी घनदाट अरण्याची भिंत होती. त्यामुळे दरिद्री लोक तिथेच दीनवाण्या अवस्थेत कसल्याही मदतीशिवाय आयुष्य काढत होते. कितीतरी महिने असेच गेले, जेसच्या मनातलं त्यांच्याविषयीचं गूढ कमी झालं नाही.

अचानकपणे, एक दिवस हिवतापानं गांजलेला एक वृद्ध माणूस मिशनच्या दारात उभा राहिला. आजूबाजूच्या लोकांना जेस ओळखायचा. हा माणूस त्यांच्यापैकी नव्हता, त्याचा चेहरा अनोळखी होता. वेषही वेगळा होता.

''कुठून आलात बाबा तुम्ही?'' जेसनं विचारलं.

''डोंगरावरून.''

“इतक्या दूर? का बरं? तिथं कुणी नाही औषधपाणी द्यायला?” जेसनं आश्चर्यानं विचारलं.

“अंहं.”

ते उत्तर ऐकून जेसचं कुतूहल वाढलं. आपणच जायला हवं त्याच्या मदतीसाठी असं त्याला वाटलं. जेसनं आपल्या वरिष्ठ मिशनरीला गळ घातली अन् त्यांनी मान तुकवली.

एका भल्या पहाटे तीन वाजता दोघंजण निघाले. बैलगाडीनं त्यांनी डोंगराच्या पायथ्यापर्यंत प्रवास केला. तिथून पुढे त्यांना पायीच जावं लागणार होतं. त्यांनी हमालांच्या पाठीवर बरोबरचं सामान ठेवलं अन् दुर्गम डोंगरावरची चढण सुरू केली. घनदाट जंगलातून, खडकाळ मार्गावरून चालत ते पाच मैल वर गेले. त्यानंतर ते सपाट घाटमाथ्यावर आले. जिकडे पहावं तिकडे डोंगर अन् दऱ्या असं दृश्य त्यांच्या नजरेस पडलं. अशा डोंगरदऱ्यांमध्ये छोटी छोटी गावं, नव्हे वस्त्या त्यांना दिसल्या. इथली घरं म्हणजे शाकारलेल्या झोपड्या होत्या. या दोघा गोऱ्या माणसांना पाहताच लोक घाबरून पळत सुटायचे. कारण त्यांनी अशी माणसं कधी पाहिलीच नव्हती. थोडं अंतर चालून गेल्यानंतर जेस अन् त्याच्याबरोबरच्या मॉरलिंगला तो वृद्ध दिसला. त्याच्या चेहऱ्यावर ओळखीचं हसू उमटलं अन् त्यानं इतरांना ओरडून सांगितलं, “हे डॉक्टर आहेत.” त्या शब्दांनी जणू जादू केली. सगळेजण त्यांच्याकडे धावले.

पंधरा दिवस जेस आणि मॉरलिंग या लोकांमध्ये राहिले. कधी त्यांच्या झोपड्यांमध्ये तर कधी गुरांच्या गोठ्यात दोघांनी वास्तव्य केलं. त्यांनी गावकऱ्यांना आपल्या दयाळू परमेश्वराची, त्यांच्या पुत्राची – येशूबद्दलची माहिती दिली. मोठ्या उत्सुकतेनं गावकऱ्यांनी ही कहाणी ऐकली. कारण त्यांचा देव या गोऱ्यांच्या देवापेक्षा खूप वेगळा होता.

पुन्हा आपल्या कामाच्या ठिकाणी जेस परतला; पण आता त्याचं मन कामात लागेना. कधी ना कधी आपण त्या डोंगरावर काम करायचंच, ह्या एकाच विचारानं त्याला पछाडलं. त्यामुळे १९११ साली पहिल्यांदा तो सुट्टीवर मायदेशी परतला तेव्हा त्यानं मिशनच्या अधिकाऱ्यांना या नव्या वस्तीविषयी सांगितलं. तिथे काम करण्याचा आपला मानस त्यांच्या कानावर घातला अन् त्यांची संमती घेऊनच तो हिंदुस्थानात परतला. मात्र आपली इच्छा प्रत्यक्षात आणणं त्याला लगेच शक्य झालं नाही. कारण त्याचा दुसरा एक सहकारी सुट्टीसाठी इंग्लंडला गेला. मनाविरुद्ध जेस मद्रासमध्ये काम करत राहिला. वेगळ्या प्रकारे देवानं त्यांची हाक ऐकली. इथेच त्याला त्याच्या विचारांशी सहमत होईल अशी व्यक्ती भेटली. आपल्या नव्या योजनांबद्दल उत्साहानं ओसंडून जात जेस तिच्याबरोबर तासन्तास बोलत राहायचा

तेव्हा तिचेही डोळे आनंदानं चमकू लागत. त्या मिशनरीचं स्त्रीचं नाव होतं एव्लिन कॉन्स्टन्स हॅरिस.

एव्लिन तशी जेसला अगदीच अपरिचित नव्हती. इंग्लंडमध्येच दोघांची गाठ पडलेली होती. तिचे वडील धार्मिक वृत्तीचे होते. त्यांच्या भागातल्या चर्चमध्ये येणाऱ्या, नव्यानं मिशनरी होऊ पहाणाऱ्या तरुणांना ते आवर्जून आपल्या घरी जेवायला बोलवायचे. जेसही एकदा त्यांच्या घरी जेवायला गेलेला होता. एव्लीन मद्रासला आली होती ती मिशनरी होऊनच. तिनंही जेसप्रमाणे एक वर्षाचा वैद्यकीय शिक्षणाचा डिप्लोमा घेतला होता. खरं म्हणजे, तीही वडिलांच्या विरोधाला न जुमानता इतक्या दूर हिंदुस्थानात आली होती. दोघांमध्ये अनेक गुण समान होते. विशेष म्हणजे सर्वसामान्य मिशनऱ्यांप्रमाणे दोघांनाही केवळ धर्मप्रचार करायचा नव्हता. त्यामुळेच जेसनं जेव्हा तिला कोल्ली पर्वताबद्दल सांगितलं, तेव्हा तिच्या मनातली सेवा करण्याची तीव्र इच्छा तिच्या डोळ्यांत उतरली. तिचे डोळे जणू त्याच्याबरोबर त्याच्याच भाषेत बोलू लागले.

जेसची लवकरच नव्या ठिकाणी, पर्वतावर नियुक्ती झाली. तिथे आधुनिक संस्कृतीचा पायरवही यापूर्वी उमटलेला नव्हता. नव्या जोमानं, उत्साहानं त्यानं जायची तयारी केली. त्यातली पहिली पायरी होती घराची सोय करणं. बांधकामाचा अनुभव असलेल्या जेसनं मद्रासमध्येच एक लाकडी घर बांधलं, मग त्याच्या भिंती, खिडक्या दारं सुटी करून हमालांच्या डोक्यावरून वरती वाहून नेली. वरती डोंगरमाथ्यावर घर उभं करण्याचं काम त्यानं एकट्यानंच केलं, कारण हमालांना तिथे रात्र काढायची नव्हती.

१९१३ साली ऑगस्ट महिन्यात जेस ब्रँड आणि एव्लिन हॅरिस सेंदमंगलम् येथे विवाहबद्ध झाले. गावातल्या मंडळींनी उत्साहानं लग्न सोहळ्यात भाग घेतला. कारण तोपर्यंत जेसनं आपल्या प्रेमळ मदतशील स्वभावानं त्यांची मनं जिंकून घेतली होती. ब्यूबॉनिक प्लेग आणि कॉलऱ्याच्या साथीत त्यानं निर्भयपणे त्यांची सेवा केलेली होती. लग्न सोहळ्यानंतरची छोटीशी मेजवानी आटोपल्यानंतर वधू-वर लगेचच आपल्या नव्या घरी जायला निघाले.

टेकडीच्या पायथ्यापर्यंतंचं ५ मैलाचं अंतर दोघांनी एका टांग्यात बसून पार केलं.

"मी दोन भाड्याच्या डोल्यांची व्यवस्था केली आहे," जेसनं आपल्या वधूला अभिमानाच्या सुरात सांगितलं. "म्हणजे काय आहे, आपली आता छानपैकी वरात निघणार आहे."

जेसनं म्हटल्याप्रमाणे खरोखरच तिला डोल्या दिसल्या. हा प्रकार तिच्या दृष्टीनं

नवीनच होता. चार बांबू आयताकृती आकारात एकमेकांना बांधलेले होते आणि मधल्या रिकाम्या भागात बसण्यासाठी म्हणून एक जाडंभरडं सतरंजीवजा (Canvas) कापड बांधलेलं होतं; पण हमालांचा पत्ताच नव्हता. पैसे देऊन बोलावलेल्या हमालांना एक डुक्कर दिसलं होतं अन् त्याच्या शिकारीसाठी साऱ्यांनी पळ काढला होता. जेसनं एव्लिनला डोल्यांशेजारी राखणीसाठी उभं केलं आणि तो स्वत: हमालांच्या शोधात एका दिशेला धावला, तर त्याचा भारतीय मित्र दुसऱ्या दिशेला धावला. बऱ्याच धावपळीनंतर फक्त चारच हमालांचा पत्ता लागला आणि सामानसुमान उचलणारे एकदोन जण मजूर सापडले.

वरती जाण्यासाठी सगळेजण तयार झाले, तोपर्यंत दुपारचे चार वाजले. आकाशात पावसाळी ढगांनी हजेरी लावली. ढगांचा गडगडाट सुरू झाला, तेव्हा साशंक नजरेनं जेसनं एव्लिनकडे पाहिलं. किती काळजीपूर्वक त्यानं त्या प्रवासाची योजना आखली होती. सगळं काही तंतोतंत बरोबर व्हावं, अशी त्याची तीव्र इच्छा होती. ''हवं तर आपण आज खाली परत जाऊ आणि उद्या निघू.'' त्यानं सुचवलं.

पण त्याच्या तरुण नववधूनं या विचाराला सपशेल नकार दिला. मग डोली जमिनीवर सपाट ठेवली गेली. समोरच्या बांबूवर ठामपणे पाय रोवत एव्लिन चढून बसली. भल्यामोठ्या घेराचा तिचा झगा एखाद्या छोट्या तंबूप्रमाणे तिच्या उंच केलेल्या गुडघ्यांवर विसावला. 'हूं' असा आवाज काढत हमालांनी ती कशीतरी बांधलेली डोली वर उचलून खांद्यावर चढवली आणि ते झपाझपा पावलं टाकत वर जायला निघाले. अंधार पडायच्या आत डोंगराची चढण पार करायची एवढाच विचार त्यांच्या मनात होता. त्यानंतर उंच डोंगरमाथ्यावर हवेत सुखद गारवा असणार ह्याची त्यांना कल्पना होती. कमरेला बांधलेल्या तोकड्या लुंगीशिवाय जवळजवळ उघड्या अंगानं वजन वाहून नेणाऱ्या हमालांची शरीरं घामानं चमकू लागली. अशा प्रकारे स्वत:ला वाहून नेण्याची सवय नसलेल्या एव्लिनचं शरीरही ताठर बनलं होतं. दोन्ही हातांनी तिनं बाजूचे बांबू घट्ट धरून ठेवले होते. तिचा छान कडक वधूवेष, घामानं सुरकुतला अन् कोमेजलेल्या फुलासारखा नरम झाला होता. व्यवस्थित विंचरलेले, मध्यभागी भांग पाडून रिबिनीनं बांधलेले केस, उकाड्यामुळे दोरीसारखे चिकट, जाड झाले होते. पावसाच्या थेंबाचा पहिला शिडकावा तिला आपल्या घामेजल्या बाहूंवर आणि गालांवर जाणवला, तेव्हा तिनं मनातल्या मनात सुटकेचा नि:श्वास टाकला.

''आपण आता भराभरा वर चढतोय,'' जेसनं तिला आश्वासक सुरात म्हटलं, ''आता पहिल्याइतकं उकडणार नाही, बरंच सुखकारक वाटेल.''

'सुखकारक, आरामदायक?' ती मनातल्या मनात म्हणाली आणि तिनं बांबूवरील हातांची पकड अधिकच घट्ट केली. कारण आता खडकाळ चढण सुरू झाली होती.

अरुंद वाटेवरून चालणाऱ्या हमालांच्या खांद्यावरील डोली हिंदकळल्यासारखी हलत होती. डोंगरमाथा दिसताच तिला हायसं वाटतंय, तोच आता ते उतारावरून खाली निघाले होते.

"मस्त प्रवास आहे ना?" उत्साहानं सळसळणाऱ्या जेसनं दीर्घ श्वास घेत विचारलं. कारण डोंगरमाथ्यावर हवा वेगानं विरळ होऊ लागली.

"खरंच मस्त वाटतंय," तिनं त्याची चढ्या आवाजात री ओढली. शक्य तितक्या आरामात बसल्याचा प्रयत्न करत तिनं स्वत:ला कुशल हमालांवर सोपवून दिलं. जमेल तितक्या शांतपणे कधी पुढे, कधी मागे, तर कधी बाजूला झुकत तिनं स्वत:चा तोल राखण्याचा प्रयत्नही केला. काटेरी झुडपांमुळे तिच्या वधूवेषाचे बारा वाजले, तिकडेही तिनं काहीशा उदासीनपणे दुर्लक्ष केलं. नाहीतरी डोंगरमाथ्यावर राहायचं होतं. तिथल्या वास्तव्यात असल्या नाजूक वधूवेषाचा कितीसा टिकाव लागणार होता, नव्हे, त्याचा कितपत उपयोग होणार होता?

इतक्यात मुसळधार पावसाला सुरुवात झाली. डोलीमधल्या ताठर सतरंजीत पाणी साठल्यामुळे त्याचं अगदी घंगाळंच झालं. आधीच चिरफाळलेला वेष चिंब झाल्यामुळे गच्च गोळा झाला.

"ठीक आहेस ना तू?" काळजीच्या सुरात जेसनं विचारलं.

"अगदी छान आहे मी," तिनं उत्तर दिलं, "नाहीतरी इतक्या उकाड्यानंतर मला अंघोळ करावीशी वाटतच होती."

पाऊस कमी होण्याचं लक्षण दिसेना, तेव्हा शेवटी ती डोलीतून खाली उतरली आणि जेसच्या बाजूनं चालू लागली. आपल्या हातानं तिचा हात घट्ट धरून तो तिला आधार देत चालू लागला. पायवाटेच्या बाजूला असलेलं, उंच वाढलेलं गवत, तिच्या पायापायात येऊन तिचं चालणं अवघड करू लागलं. काटक्यांनी तिच्या वधूवेषाच्या चिंधड्या उडवल्या. झाडांच्या बुंध्यालगतच्या फांद्यांनी तिच्या गालांवर आघात केले, तर कधी तिला डोळे गच्च मिटायला लावले. पण ती निर्धारानं पावलं टाकत राहिली. मुक्कामाला पोहोचण्याच्या बराच वेळ आधी त्यांना गर्द अंधारानं घेरलं.

शेवटी एकदाचे चढउतार कमी झाले आणि सपाट रस्ता सुरू झाला. हिरव्यागार गवताचा, मातीचा गंध तिच्या नाकाला जाणवला. पहिलावहिला मोहर तर आला नव्हता? तिनं या विचारात पाऊल खाली ठेवलं, ते चिखलात खोल खोल रुतलं. जेसनं सांगितलं, "इथं सगळी भाताची शेतं आहेत."

"आलोच आता आपण घरापाशी." लवाजमा थांबला तेव्हा त्यानं एक आरोळी ठोकली. थोड्याच वेळात टेकडीच्या बाजूनं एक छोटा प्रकाशाचा ठिपका पुढे सरकताना दिसला. बऱ्याच वेळानंतर हातात विजेरी घेतलेला एक माणूस

त्यांच्यापाशी आला. आपल्या नवऱ्याच्या हातात विश्वासानं आपला हात देत एव्लिन ब्रँड त्याच्या पाठोपाठ चालू लागली. प्रत्येक पाऊल खाली टेकताना तिला पाणीमिश्रित चिखलाचा चुबुक् चुबुक् असा आवाज येत होता. एका हातानं तिनं आपला पांढरा वधूवेष जमिनीपासून वर उचलून धरला होता. चिखलानं तो मळू नये असं तिला वाटत होतं. चिंब भिजल्या अवस्थेत, थंडीनं गारठल्यामुळे तिच्या अंगावर काटा उमटत होता. त्याच स्थितीत तिनं दरवाजातून आपल्या नव्या घरात प्रवेश केला, तेव्हा तिच्या मनात आलं, 'इथून पुढची सहजीवनाची वाटचाल सोपी असणार नाही हे उघड आहे.' मग मोकळ्या मनानं तिनं स्वत:शी कबुली दिली, 'बरं झालं, त्याची चुणूक आजच, अशा प्रकारे मिळाली.'

खरं म्हणजे, सुखासीन आयुष्य जगण्यासाठी ती इतक्या दूर हिंदुस्थानात आलेलीच नव्हती. जेस व ती इथे आले होते ते परमेश्वराच्या प्रेमापायी. त्याच्या आदेशावरून आणि जेसवरच्या प्रेमासाठी ती इथल्या गोरगरिबांची सेवा करण्यासाठी आली होती. हा विचार तिच्या मनात येतोय, एवढ्यात जेसनं तिला आपल्या दणकट बाहूंमध्ये उचललं अन् गृहप्रवेश केला.

१९१४ च्या जुलै महिन्यात त्यांच्या पहिल्या मुलाचा जन्म झाला. त्यांनी त्याचं नाव ठेवलं पॉल विल्सन ब्रँड!

२

जगावेगळ्या बालपणातली पॉलची पहिली आठवण आहे ती रात्रीच्या वेळी घरात तो व त्याची लहान बहीण कॉनी यांनी एकटं राहण्याची. ही आठवण काळजावर कोरण्यासारखी कायम त्याच्या मनात राहिली आहे. असे प्रसंग नंतरच्या काही वर्षांत बऱ्याचदा आले, पण तो पहिला प्रसंग फार महत्त्वाचा होता. कारण त्यावेळी त्याला पहिल्यांदाच ईश्वराच्या अस्तित्वाची जाणीव झाली.

रात्रीची वेळ होती, किर्र काळोख सगळीकडे पसरलेला होता. आजूबाजूला सगळीकडे शांत शांत होतं. अंधार पडताच आई त्याला आणि कॉनीला मच्छरदाणी लावलेल्या पलंगाच्या आत शिरायला सांगायची, कारण आजूबाजूला हिवतापाचं साम्राज्य होतं. त्या रात्री घरात त्यांची आई व ते दोघंच होते. बाबा त्यांच्या कामानिमित्त बाहेरगावी गेलेले होते. असे गेले की अनेक दिवस ते त्या वस्तीतच राहत असत. त्या दिवशी कुणीतरी अचानक दारी येऊन उभं राहिलं अन् आईला म्हणालं, ''आत्ता लगेच चला माझ्याबरोबर, घरी आजारी माणूस आहे.'' हातातलं

काम अर्धवट सोडून आई लगेच बाहेर निघाली. मग मागे वळून ती पॉलजवळ आली अन् त्याच्या पाठीवर हात ठेवून त्याला म्हणाली, ''बाळा, मला जायला हवं. तू अन् कॉनी राहाल ना घरी?'' तिच्या मनातली काळजी तिला लपवता येत नव्हती, पण धीरानं ती म्हणाली, ''तू काळजी करू नकोस, देव घेईल तुमची काळजी.'' मग किंचित हसून ती म्हणाली, ''तू पण देवाला मदत कर हं. तो एकटा कसा सांभाळू शकेल दोघांना? तेव्हा तू कॉनीची काळजी घे. मी निघते आता.'' चारपाच वर्षांच्या पॉलनं सगळं समजल्यासारखी मान हलवली. तोपर्यंत आईचं पाऊल घराबाहेर पडलं देखील होतं.

घरी बाबा नसायचे, त्या वेळी कुणी मदतीसाठी हाक दिली की आई बाहेर जायची. मग ती वेळ दिवसाची असो की रात्रीची. हळूहळू अशा प्रसंगांची – रात्रीच्या वेळी घरात फक्त कॉनीबरोबर राहण्याची – त्याला सवय झाली. अनुभवानं त्याला एवढी समज आलेली होती, की आपले आईबाबा या दूर ठिकाणी उंच डोंगरावर राहतात ते केवळ एकाच हेतूनं – इथल्या दऱ्याखोऱ्यामध्ये, डोंगरकपारीत राहणाऱ्या गरीब लोकांच्या मदतीसाठी. त्यामुळे त्यांच्या लेखी बाकी सगळ्या गोष्टी गौण होत्या.

त्यादिवशी आई आपली औषधांची थैली घेऊन निघाली तेव्हा पॉल एकटाच खिडकीपाशी उभा राहिला. त्याक्षणी गुणगुणणाऱ्या डासांची भीती त्याला जाणवली नव्हती. दोन्ही दिवे, एक त्याच्या आईच्या हातातला अन् दुसरा त्या माणसाच्या हातातला, हळूहळू अंधूक होत गेले, मग दिसेनासे झाले. पांढऱ्या वेषातली आई अन् जेमतेम लज्जारक्षणार्थ बांधलेलं कमरेचं फडकं सोडल्यास पूर्ण उघडा असलेला रात्रीच्या रंगाचा तो माणूस, काळोखात लपून गेले. पॉल खिडकीपासून दूर झाला अन् हळूहळू चालत आपल्या बिछान्यावर येऊन पडला. मच्छरदाणी त्यानं जमेल तितकी घट्ट खोचली अन् डोळे उघडे ठेवूनच तो गादीवर पडून राहिला. भिंतीवर पडलेल्या सावल्यांकडे पाहत मनात विचार चालू होते. झाडावर राहणाऱ्या मोठ्या थोरल्या कुत्र्याची सावली असेल की चित्त्याची? त्यानं म्हणे म्हशीच्या बछड्यांना पळवून नेलं होतं...! अंधाऱ्या रात्री पॉलचे डोळे त्या सावल्या बघत होते अन् कान ऐकत होते जीवघेण्या ठिपक्यांची गुणगुण... कितीतरी रात्री त्यानं थंडीनं कुडकुडत, मलेरियाच्या तापामुळे फणफणत काढल्या होत्या. क्विनाइनच्या गुणानं ताप कमी होण्याची वाट पाहात...

गादीवर पडल्या अवस्थेत पॉल बाहेरचे आवाज ऐकत, त्यांचा अर्थ लावत राहिला अन् कधीतरी त्याला झोप लागून गेली. सकाळची कोवळी, प्रसन्न उन्हं खिडकीतून आत शिरली. त्या उजेडानं अन् आईच्या मंद स्वरातल्या गुणगुणण्यानं त्याला जाग आली तेव्हा रात्रीची भीती केव्हाच पळून गेली होती...

हात विधात्याचे । १५

त्यानंतर त्याच्या आठवणीत राहिले ते त्याच्या आईचे आश्वासक शब्द... 'घाबरू नकोस, देव तुमची काळजी घेईल.'

त्यादिवशी तो उठला अन् थोड्याच वेळात बाबा घरी परतले. ते घराजवळ येण्याआधी दूर अंतरावरून त्यांच्या घोड्याच्या टापांचा आवाज ऐकू यायचा, की लगेच पॉल अन् कॉनी घराबाहेर पडून धावत सुटायचे. अर्ध्या वाटेवर बाबांना मिठी मारायला. त्यांना बघताच जेस घोड्यावरून खाली उतरायचा अन् हात पसरून दोघांनाही कवेत घ्यायचा.

''काय रे पोरांनो, किती मोठे झालात गेल्या पाच दिवसांत?'' मग पॉलकडे वळून तो गमतीनं म्हणायचा, ''लवकरच तू माझ्याएवढा उंच होणार बरं का!''

बाबांच्या मिठीत शिरताशिरता पॉलला वाटायचं, 'हॅं:, ते शक्य आहे का कधी? बाबा केवढे उंच अन् तगडे. आपण कधीच त्यांच्यासारखे होऊ शकणार नाही. बाबा हुशारदेखील किती आहेत.' त्याच्या मनात बाबा अन् देव ह्यांचं स्थान एकच होतं – खूप खूप उंचावर!

आल्या आल्या, बाबा त्यांना वाटेत पाहिलेले किडे, मुंग्या, त्यांची प्रचंड मोठी घरं, फुलं, झाडं सगळ्या सगळ्यांबद्दल सांगत सुटायचे, ''अरे, तुम्हाला माहीत आहे का? आज मी मुंग्यांची भलीमोठी पलटण पाहिली; पण कशा दोघीदोघी एका रांगेत अशा शिस्तीत चालत होत्या.

''सगळ्यात गमतीची गोष्ट काय होती माहीत आहे का? एक भली थोरली फिक्या रंगाची माशी त्या मुंग्यांच्या रांगेच्या अगदी जवळ गंभीरपणे उभी होती. जणू काही सेनेतला एखादा वरिष्ठ अधिकारी सैनिकांवर देखरेख करत होता. ते पाहून मी स्वत:शीच म्हटलं, आता थोडा वेळ मी इथेच थांबतो. बघू या तरी, ती माशी कशासाठी इथे थांबलीय ते?''

''मग तुम्ही खरंच तिथे उभे राहिलात, बाबा?'' पॉलनं विचारलं.

''हो तर, घाबरतो की काय मी कुणाला?'' नाट्यपूर्ण आवेशात बाबा उत्तर देत. कोणतीही गोष्ट बाबा अगदी नाट्यपूर्ण करून सांगायचे, त्यामुळे मुंग्यांची घरंदेखील आकर्षक वाटायची. त्यांच्याबरोबर घालवलेला वेळ म्हणजे पशूपक्षी, किडेमुंग्या यांच्याबद्दलच्या माहितीचा खजिना लुटल्यासारखं असायचं...

''सांगतो हं मी पुढे काय पाहिलं ते. मी बघत राहिलो, बघत राहिलो. हजारो मुंग्या माझ्या समोरून चढत गेल्या. तेवढ्यात काय झालं, एकदम ती माशी उडाली, मागे वळली आणि तिनं एका छोट्याशा, रस्ता सोडून वेगळ्याच मार्गानं चालणाऱ्या मुंगीवर झडप घातली. त्या मुंगीच्या तोंडात एक छानसा मटनाचा तुकडा होता बरं का! खरं म्हणजे, एका नाकतोड्याचा पाय ती आपल्या घरी जेवणासाठी म्हणून नेत होती. ती माशी झप्पकन खाली आली आणि तिनं मुंगीच्या

डोक्यावर धाडदिशी पंख आपटला, तेव्हा बिचारी मुंगी जाम घाबरली, तिनं नाकतोड्याचा पाय खाली ठेवला आणि आपला जबडा माशीला चावण्यासाठी उघडला. पण त्या चपळ माशीनं तेवढ्या वेळेत तो नाकतोड्याचा पाय पळवला आणि ती हसतहसत दोन फुटांवरल्या एका शांत जागी जाऊन बसली.''

मग आई बाहेर यायची, बाबा तिच्याशी बोलू लागायचे. त्याच उत्साहानं, आनंदानं ओथंबलेल्या स्वरात, तिच्या प्रश्नांना ते शांतपणे उत्तरं द्यायचे. तिचे प्रश्न अन् त्यांची उत्तरं नेहमी त्यांच्या कामाविषयी असायची. ती आजारी माणसांची, त्यांच्या रोगाविषयीची चौकशी करायची. दोघंजण एकदिलानं गोरगरिबांच्या प्रश्नांची उत्तरं शोधायचा प्रयत्न करत होते.

'लहानपण देगा देवा' असं म्हणण्यासारखा तो काळ होता. पॉल अन् कॉनी स्वच्छंद पक्ष्यांप्रमाणे, प्राण्यांप्रमाणे जगत होते. खेळण्यासाठी किती तऱ्हेतऱ्हेच्या जागा होत्या. झाडावर चढायचं, डोंगरावरून घसरगुंडी करायची, डोंगरावरली स्वच्छ, शुद्ध हवा छातीत भरून घ्यायची. पॉलची उंची भराभर वाढत होती अन् त्याचं झाडावर उंचउंच चढणंही. मोठ्या भावाचं अनुकरण करत कॉनीदेखील तशीच वागत होती. त्यांच्या धडपडण्यामुळे, फणसाच्या झाडावरील चिकानं कपडे खराब करून घेण्याच्या उपद्व्यापांमुळे आई कधीकधी वैतागायची; पण बाबा तिला समजावयाचे, ''उगीच बाऊ करू नकोस, हुंदडू देत त्यांना. तुटलं एखादं हाडबीड तरी बिघडत नाही; पण भित्री भागूबाई नकोत व्हायला आपली मुलं.''

पुढे वडिलांचे हे शब्द पॉलनं आपल्या मुलांच्या बाबतीतही तंतोतंत पाळले!

बाबांच्या मनाप्रमाणे दोन्ही मुलं खरोखरच धीट झाली. सुदैवानं त्यांनी कधी जीवघेणे खेळ खेळले नाहीत, की सापविंचवासारख्या प्राण्यांच्या जवळही गेले नाहीत.

आईबाबांनी त्यांच्या मनात कधी कसली भीती निर्माण केली नाही, त्यामुळे त्यांच्या आजूबाजूच्या मित्रांप्रमाणे त्यांच्या मनात कसल्याही अंधश्रद्धांना थारा मिळाला नाही. त्यांची डोंगरदऱ्यांमध्ये राहणारी मित्रमंडळी कशालाही घाबरत – विचित्र आकाराचे दगडधोंडे, वठलेल्या झाडांचे बुंधे, अंधार, गुहा अन् अशाच कितीतरी गोष्टी. त्यांचे देव तरी किती विचित्र असायचे, कधी कुठे जमिनीत एखादा धातूचा खांब रोवलेला असायचा किंवा एखाद्या दगडाला लाल रंग फासलेला असायचा अन् त्यावर तेल ओतलेलं असायचं. पॉलला ते सगळं हास्यास्पद वाटायचं. एकदा बाबांबरोबर कुठेतरी जात असताना त्यानं तो लोखंडी खांब जमिनीतून उचकटला अन् त्याच्याबरोबर खेळू लागला. कधी नव्हे ते बाबा त्याच्यावर जोरानं ओरडले, ''पॉल, पुन्हा जमिनीत रोवून ठेव तो खांब. इथल्या लोकांचा देव आहे तो. त्यांच्या भावनांची खिल्ली उडवू नकोस पुन्हा कधी!''

एवढं रागावून बोलताना त्यानं बाबांना कधीच पाहिलं नव्हतं. पण त्यांचा राग अनाठायी नव्हता. ज्या लोकांमध्ये राहून त्यांना काम करायचं होतं, ज्यांची सेवा करायची होती, त्यांची चेष्टा करणं, त्यांना कमी लेखणं बाबांच्या शब्दकोशातच नव्हतं. बाबांबद्दलचा भीतियुक्त आदर त्याच्या मनात त्यादिवशी पहिल्यांदाच निर्माण झाला.

एरवी त्याला त्याच्या वडिलांचं कौतुक वाटायचं. त्यांच्यामध्ये किती गुण होते, किती कला होत्या! त्यांनी स्वत:साठी बांधलेलं घर हा त्यांच्या बांधकामकलेचा उत्कृष्ट नमुना होता. जमिनीपासून दोन फूट उंचावर असलेलं ते लाकडी घर दगडी चौथऱ्यावर विसावलेलं होतं. त्यामुळे त्याला वाळवी लागण्याची भीती नव्हती. घराची सुरक्षितता वाढवण्यासाठी त्यांनी आणखी एक योजना केली होती. दगडातून मुंग्यांनी वाट काढून घरात शिरकाव करू नये यासाठी त्यांनी प्रत्येक दगडी चौथरा अन् लाकडी भिंत यामध्ये एकेक धातूची कढई (तळण्यासाठी वापरतात तसली.) पालथी घातलेली होती. घराच्या लाकडी पायऱ्यासुद्धा त्यांनी घरापासून काही अंतरावर ठेवल्या होत्या. घराचं छप्पर सुरुवातीला साधं गवताचं, शाकारलेलं होतं, ते नंतर त्यांनी पन्हळीच्या पत्र्यांचं बनवलं. त्यालाही कारण होतं. रात्रीअपरात्री हातात पलिते घेऊन गावातली मंडळी त्यांना मदतीसाठी बोलवायला येत, त्यांच्यामुळे छपरानं पेट घेऊ नये म्हणून. घर तसं लहानसं, तीन खोल्यांचंच होतं. त्यातली एक खोली स्वयंपाकाची होती, एक झोपण्यासाठी अन् त्यापलीकडे एका खोलीत त्याचे बाबा वाचन-अभ्यास करत.

ख्रिश्चन धर्माचा प्रसार करण्याच्या उद्देशाने जेस ब्रँड हिंदुस्थानात आले होते; पण त्यांची खरी इच्छा होती इथल्या अशिक्षित गोरगरीब लोकांची सेवा करण्याची. ते मिशनरी होतेच; पण त्याहून महत्त्वाचं म्हणजे ते डॉक्टर होते, शिक्षक होते. याशिवाय त्यांना शेतीकामाचं, तसंच घर बांधण्याचंही ज्ञान होतं. त्यांना उद्योगधंद्याविषयीही माहिती होती.

उत्साहाचा सळसळता झरा असलेल्या जेस ब्रँडना उत्तम तब्येतीची देणगी लाभलेली होती, तशी अफाट कल्पकतेचीही. त्यांना स्वस्थ बसलेलं पॉलनं कधी पाहिलंच नव्हतं. त्यांनी आजूबाजूला राहणाऱ्या लोकांना घरं बांधायला शिकवली, डोंगरमाथ्यावरील सपाट जागेवर एकापाठोपाठ इमारती बांधण्याच्या निमित्तानं त्यांना कामधंदा मिळवून दिला. त्यानिमित्तानं विटा पाडण्याचं, कौलं तयार करण्याचं काम सुरू केलं. संत्र्यांची झाडं लावली, उसाची लागवड केली, गावकऱ्यांना ऊस गावात नेऊन विकण्याचं शिक्षण दिलं. कोंबड्या, मेंढ्या पाळायला शिकवलं, शेती – भात, ज्वारी, नाचणी – शास्त्रशुद्ध पद्धतीनं करायला शिकवली. एरंडाची झाडं लावली. डोंगराळ भागात ठिकठिकाणी त्यांनी मिशनरी केंद्राच्या धर्तीवर केंद्रं

उभारली. तिथे ते आठआठ दिवस जाऊन राहत असत. याठिकाणी त्यांनी शाळा, दवाखाने काढले. लोकांना बायबलमधल्या शिकवणीचे धडे दिले. तामीळ भाषेवर प्रभुत्व असल्याने ते सहजपणे लोकांमध्ये मिसळू शकत. अनेक वेळा अडाणी जनतेवर सावकार आणि गुंड अन्याय करत. त्या वेळी त्यांच्यातले तंटे सोडवता यावेत म्हणून त्यांनी कायद्याची पुस्तकं वाचून अभ्यासही केला. एकदा तर त्यांनी चारशे लोकांना एकत्र केलं, त्यांच्या प्रतिनिधींना घेऊन ते थेट ब्रिटिश अधिकाऱ्याकडे गेले व फिर्याद मांडून त्यांना न्यायही मिळवून दिला. साहजिकच त्या लोकांनी जेस ब्रँडला आपला मानलं.

हे सगळं खरं असलं, तरी लोकांमध्ये ते प्रिय होते ते एक डॉक्टर म्हणूनच. कुठेही जाताना ते आपल्याबरोबर औषधांची पिशवी नेत असत. दुखरा, हलणारा दात उपटणं हे तसं साधं वाटणारं काम; पण त्यामुळे अनेकांना जेसनं आराम मिळवून दिला. त्यांनी लोकांना अनेक व्याधींपासून मुक्त केलं. त्यामध्ये त्वचारोग होते. अस्वच्छ राहणी, अस्वच्छ पाणी यामुळे होणाऱ्या नारूसारख्या रोगाबद्दल त्यांना फक्त माहिती दिली असं नव्हे, तर कधीकधी अत्यंत शांतपणे वारभर लांबीचा नारूचा किडा, जो शरीराच्या आत असे, त्याचं बाहेर असलेलं टोक काडीला गुंडाळून रोज अर्धा इंच, कधी एक इंच याप्रमाणे संपूर्ण किडा ते बाहेर काढत असत. या पद्धतीमुळे रोग्याला पायाला मोठी जखम (abscess) होत नसे.

लहान वयाच्या पॉलला बाबांचं हे काम मनापासून आवडत नसे. एकदा त्यानं बाबांना एका माणसाच्या सुजलेल्या पायावर सुरीनं छेद देताना पाहिलं होतं. त्याक्षणी त्याच्या पायातून जवळजवळ बादलीभर पू बाहेर पडला होता. डॉक्टरी काम म्हणजे जखमा साफ करणं, पू, रक्त हे सगळं त्याला इतकं भयानक किळसवाणं वाटलं होतं, की पुढे कित्येक वर्षं त्यानं स्वत: डॉक्टर होण्याचा विचारही केला नव्हता.

दिवसरात्र लोकांच्या सेवेत घालवणाऱ्या जेस बँडनी आपल्या मुलांच्या वाढीकडेही पुरेसं लक्ष दिलं. त्यांनी मुलांच्या मनातल्या उत्सुकतेला नेहमीच खतपाणी घातलं.

''ह्या पांढऱ्या मुंग्या एवढं उंच वारूळ कसं बांधतात ते ठाऊक आहे का नाही? मग आपण बघूयाच ना.''

असं म्हणत अगदी काळजीपूर्वक ते एखादं भलंमोठं ४ फूट उंचीचं वारूळ हलकेच तोडायचे अन् आतल्या बाजूला असलेले बोगदे, भुयारं, छान छोट्या, छोट्या खोल्या, त्यांची दारं, खोल्यांच्या मधील भागातील मार्ग असं काय काय दाखवत राहायचे. एकदा ३ फूट उंचीचं एक वारूळ हळूहळू खोदत ते थेट त्याच्या तळापर्यंत गेले. वाटेत मुलांनी मुंग्यांची अंडी पाहिली, मुंग्यांची चिमुकली बाळं

पाहिली; पण त्यांना खरी बघायची होती ती मुंग्यांची राणी!

"बघा रे पोरांनो, पहा किती मोठी आहे ती. दोन इंच लांब तरी असेल ना? साध्या मुंगीच्या मानानं ही राणी किती मोठ्ठी आहे सांगू? एखाद्या कुत्र्यासमोर हत्ती जसा मोठ्ठा वाटेल ना, तितकी!''

कधी बाबा मुंग्यांमधला सिंह (ant lion) दाखवायचे, तर एखादे वेळी सुगरणींचं घरटं. आणखी कधी ते झाडांच्या पोकळीत बसलेल्या मधमाश्यांचं मोहोळ दाखवायचे, तर कधी एखादा वेगळ्या प्रकारचा कोळी!

पॉल आणि कॉनी साधारणपणे आपले आपणच नवेनवे खेळ शोधून काढत असत. धावणं, हुंदडणं याबाबतीत ते आसपासच्या काळ्यासावळ्या, खेडवळ मुलांप्रमाणेच वागत. फरक एवढाच, की इतर पोरं बऱ्याच वेळा उघड्यानागड्या स्थितीत असत. आपल्या मुलांनी मात्र व्यवस्थित कपडे घालूनच वावरलं पाहिजे, खेळलं पाहिजे असा एव्लिनचा आग्रह असे. अर्थात, पॉलचा एक चांगला पोशाख आईनं केवळ त्याच्या फोटोंसाठी म्हणून राखून ठेवला होता. ती भरपूर फोटो काढायची. तिच्याजवळचा कॅमेरा तिच्या इंग्लडमधल्या चर्चनं पाठविला होता. फोटो काढल्यानंतर ती काही विशिष्ट रसायनं घेऊन एका भल्यामोठ्या लाल पांघरुणाच्या आड जायची. मुलांना तिथे प्रवेश नसे. श्वास रोखून धरत ती कागदावर फोटो उमटायाची वाट पाहत असे. फोटो तयार झाले की लगोलग ती ते आपल्या इंग्लंडमधल्या नातेवाइकांकडे पाठवत असे. (ते सारे लोक त्यांच्यासारखेच फिकुटलेल्या, पांढऱ्या फटक रंगाचे होते!)

त्यांच्यासारख्या गोऱ्या कातडीची आणखी कुणी व्यक्ती त्यांना क्वचितच दिसत असे. एकदा श्री. मॉरलिंग हे सेंदमंगलम् येथील मिशनरी, पर्वत चढून त्यांच्याकडे आले. बाबांसारखीच शरीरयष्टी आणि रंग पाहून लहानगी कॉनी त्यांना 'बाबा' समजून त्यांच्याकडे धावली आणि तिनं त्यांच्या पायांना आपल्या हाताचा वेढा घातला, मग वर पाहिलं अन् भीतीनं किंचाळलीच. तिला वाटलं, तिचे बाबाच वेगळं रूप धारण करून आले की काय!

आपल्या धाकट्या बहिणीच्या सुरक्षिततेची जबाबदारी आपल्यावर आहे, याच विचारानं पॉल तिची काळजी घेत असे; पण अनेक वेळा खोडकर स्वभावाचा पॉलच कसल्यातरी संकटात सापडायचा आणि नियमांचं पालन करणारी कॉनी त्याची सुटका करायची. खरं म्हणजे, त्याच्यामुळेच अनेक वेळा कॉनीवर गंभीर प्रसंगांना तोंड द्यायची वेळ यायची. पॉलच्या बालपणातली एक जुनी, छप्पर नसलेली बाबागाडी होती. एकदा त्याच्या मनात आलं, ह्या बाबागाडीची आपण घोडागाडी करू या! बऱ्याच खटपटीनंतर त्यानं ही बाबागाडी त्याच्या बाबांच्या

घोड्याला, डॉबिनला मागच्या बाजूला दोराच्या साहाय्यानं बांधली. तिच्यात बसण्याचा पहिला मान कॉनीला द्यायचा, या उदात्त विचारानं त्यानं कॉनीला बाबागाडीत बसवलं आणि घोडा आज्ञाधारकपणे चालू लागला. एवढ्यात पॉलच्या लक्षात आलं की घोडा वेगात चालला तर बाबागाडी फरफटली जाईल, तेव्हा तो ओरडला, "गाडीतून उडी मार!"

सुदैवानं कॉनीला उडी मारणं जमलं. पुढच्याच क्षणी डॉबिननं उडी मारली, बाबागाडी कलंडली. त्याबरोबर बावचळून जाऊन डॉबिन अंगणात धावू लागला अन् काही वेळात घोडा आणि बाबागाडी दोन्हीही अदृश्य झाले. पॉल भयंकर घाबरला. कारण बराच वेळ घोडा परत आलाच नाही. काही तासांनी तोंडाला फेस आलाय अशा अवस्थेत डॉबिन परतला, तेव्हा बाबागाडी गडप झाली होती. घोड्याला अशा अवस्थेत पाहून बाबा चक्रावले; पण त्यांना पॉलच्या उपद्व्यापाचा पत्ता लागला नाही, हे त्याचं सुदैव! काही दिवसांनी घरापासून बऱ्याच दूर अंतरावर मोडक्यातोडक्या अवस्थेत बाबागाडी सापडली; पण तिची अशी अवस्था कशामुळे झाली हे कोडं कुणालाच उमगलं नाही.

बहुतेक वेळा त्याच्या असल्या प्रयोगांचे गंभीर परिणाम त्यालाच भोगावे लागत. एका प्रसंगी तर त्याला अक्षरश: गळफास बसणार होता. एकदा धर्मोपदेश करण्याच्या मोहिमेवर असताना हे संबंध कुटुंब, एका भल्या मोठ्या वडाच्या झाडाखाली तंबूमध्ये राहत होतं. जुन्यापुराण्या वठलेल्या झाडाच्या बुंध्यात एक मोठी ढोली तयार झालेली होती. या ढोलीच्या आत बसून खेळायचं, पारब्यांना धरून लोंबकळायचं, झोके घ्यायचे हा या मुलांचा आवडता खेळ असायचा. ह्यातली एक पारंबी म्हणजे आपला घोडा आहे असं पॉल मजेत म्हणायचा. त्याला चिडवण्यासाठी एकदा कुणीतरी ही पारंबी दूर अंतरावरील दुसऱ्या पारंबीला विशिष्ट प्रकारे बांधली. त्यामुळे एक वेटोळं बनलं. वडाच्या या झाडाला अनेक पारंब्या होत्या. मुलांनी दोन पारंब्या एकत्र बांधून खुर्चीसारखा झोपाळा बनवला. या झोपाळ्यावर बसून पॉल उंच उंच झोका घेऊ लागला. एकदम आनंदानं तो कॉनीला म्हणाला, "माझ्याकडे बघ! मी आता–"

एवढ्यात काय झालं कुणास ठाऊक, त्याची मान त्या वेटोळ्यात अडकली आणि पॉल हवेतच लटकू लागला. पुढच्या क्षणी त्याला जबरदस्त हिसका बसला आणि त्याची शुद्ध गेली. फासावर लटकवलेल्या माणसासारखी त्याची अवस्था झाली. कॉनीनं किंचाळत आईला हाका मारल्या, त्याही त्याला ऐकू आल्या नाहीत. जेव्हा शुद्धीवर आला तेव्हा तो त्याच्या अंथरुणावर होता. मानेला थोडी इजा झाली होती इतकंच! फार मोठ्या प्राणघातक संकटातून पॉल वाचला होता हे त्याचं सुदैवच होतं!

सुट्ट्यांमध्ये त्यांना वेगळ्या मजेचा आनंद अनुभवता येत असे. एकदोनदा ते निलगिरी पर्वतावर गेले ते बैलगाडीतून. बाकीचा प्रवास घोड्यावरून केला. कावेरी नदीचं पात्र काही ठिकाणी इतकं उथळ असायचं, की कधी कधी ते आरामात पाण्यात बसायचे. अशा वेळी घाबरलेल्या घोड्यांची या मुलांना बाहेर ओढून काढताना दमछाक व्हायची. एकदा त्यांनी बांबूच्या पट्ट्यांपासून बनवलेल्या टोपलीवजा बोटीतून नदी पार केली. टोपल्यांवर म्हशीचं कातडं ताणून बसवलेलं असायचं. टेकडीवरच्या वास्तव्यात त्यांना इतर मिशनऱ्यांच्या मुलांबरोबर खेळायला मिळत असे.

त्यांनी सगळ्यात जास्त मौज लुटता आली ती कुलिमलावू या कॅम्पमधल्या जागेत. ही जागा त्यांच्या कोल्ली पर्वतांपेक्षा उंचावर होती आणि इथे हिवतापाचा मागमूसही नव्हता. इथे त्यांना तऱ्हेतऱ्हेचे खेळ खेळणं शक्य झालं. कारण त्यांच्या आईच्या निर्मितीक्षमतेला इथे भरपूर वाव होता. बाबांप्रमाणेच आईदेखील कशातूनही काहीतरी नवीन कल्पना लढवण्यात हुशार होती.

''इकडे पहा, मुलांनो, हे खडक पाहा. नाही हं, हे खडक नाहीत, पक्षी, प्राणी, बोटी, आगगाड्या दिसतात का तुम्हाला या खडकांमध्ये?'' ती विचारायची.

डोंगरमाथ्यावर जिकडेतिकडे मोठ्ठाले खडक विखुरलेले असायचे. आईच्या मदतीनं त्यांनी ते सरळ उभे केले. मग त्यांनी धावून धावून त्रिकोणी आकाराचे दगड शोधले आणि ते या उभ्या खडकांवर ठेवले. आता ते त्रिकोणी खडक म्हणजे मोठ्या पक्ष्यांचं डोकं अशी कल्पना त्यांनी केली. अशा प्रकारे त्यांनी अनेक पक्ष्यांचं– गिधाडं, पुरातन काळातील डोडो पक्षी यांचं संमेलनच भरवलं तिथे. त्यातले काही पक्ष्यांचे दगड इतके हुबेहुब पक्ष्यांसारखे दिसायचे, की एकदा एक कुत्रा त्यांना खरे पक्षी समजला आणि त्यांच्या भोवती भुंकत धावू लागला. त्यानंतर मुलांना काही ठोकळ्याच्या आकाराचे दगड दिसले. त्यांनी ते आडवे ठेवले. त्यानंतर काही दगडांपासून त्यांनी छिन्नीच्या साहाय्याने गोलाकृती चाकं बनवली आणि इंजीन, गाडीचे डबे अशा प्रतिकृती बनवल्या. थोडक्यात सांगायचं तर, त्यांची आईदेखील त्यांच्या कल्पनाशक्तीला सतत चालना द्यायची.

मुलांचे बाबा त्यांना सभोवतालच्या निसर्गातील गोष्टींद्वारे शिक्षण द्यायचे तर आई तिच्या पद्धतीनं. गणित विषय तिनंच शिकवला. एका जागी बसून अभ्यास करताना पॉलला कंटाळा येतो हे तिच्या लक्षात आलं, तेव्हा तिनं डोकं लढवलं. त्या दिवसापासून पॉल घराबाहेर असलेल्या झाडावर बसून गणितं सोडवायचा अन् खाली बसलेल्या आईकडे वरूनच कागद टाकायचा. गणित चुकलं असलं तर त्याला खाली उतरून दुसरा कागद घ्यायला लागायचा. त्याच्या मानानं कॉनीचं वागणं बरंच साधं सरळ होतं.

कलावंत वृत्तीच्या एव्लीननं मुलांमध्ये निसर्गातलं सौंदर्य पाहण्याची, त्यातला आनंद घेण्याची वृत्ती जोपासली. सूर्यास्ताच्या वेळची आकाशातली रंगांची उधळण पाहून ती आनंदानं मुलांना म्हणायची, "अरे, पहा तर खरं, देवानं कशी आरास मांडलीय आकाशात!" अन् स्वतःदेखील कागदावर रंगांची उधळण करायची.

स्वत:च्या देशापासून हजारो मैलांवरील दूर अशा देशात, दुर्गम जागी काम करायला लागून जेस व एव्लीनला सहा-सात वर्षं झाली. दर पाच वर्षांनी मिळणारी एक सुट्टी त्यांनी घेतलीच नाही, कारण तोपर्यंत त्यांना मिशनरी कामामध्ये विशेष यश मिळालेलं नव्हतं. लोक त्यांचा ज्ञानाचा फायदा घेत होते. त्यांना आपलंही मानत होते; पण अजूनपर्यंत एकानंही ख्रिश्चन धर्म स्वीकारला नव्हता. याचं कारण होतं गावातला हिंदू पुजारी. तसं पाहिलं तर सुरुवातीला त्यानं जेसला पुष्कळ मदत केली होती. जेसचं घर बांधून होईपर्यंत पुजाऱ्यानं त्याला आपल्या घराशेजारच्या पडवीमध्ये राहायला जागाही दिली होती. त्याच्यासाठी विहिरीचं पाणी शेंदलं होतं. या ख्रिश्चन फादरच्या धर्मप्रसाराची त्याला कुणकुण लागली मात्र, त्यानं जेसला उघडउघड विरोध करायला सुरुवात केली. आपले देव सोडून गावातले लोक नव्या देवाच्या भजनी लागले तर स्वत:चं महत्त्व कमी होईल, उत्पन्न कमी होईल ही भीती त्याला वाटू लागली तर नवल नव्हतं. अडाणी, अंधश्रद्धाळू लोकांवर त्याचा जबरदस्त प्रभाव होता.

पॉल पाच वर्षांचा होता, त्यावेळी जगभरात आलेली फ्लूची साथ हिंदुस्थानातही आली. कोल्ली पर्वतावर मृत्यूचं थैमान सुरू झालं. शेकडो लोक किडामुंगीसारखे मेले. जेस आणि एव्लिननं जिवाची तमा न करता रात्रंदिवस आजूबाजूच्या खेड्यातील लोकांना औषधपाणी दिलं. जमेल तेवढ्यांना भाताची पेज देऊन त्यांचे जीव वाचवले, तापामुळे सुकलेल्या शरीरांमध्ये प्राण ओतला. या वेळी त्यांचा पुजारी मात्र आपलं घर सोडून बाहेर आला नाही. रोगाची लागण होईल, या भीतीनं त्यानं मृतदेहांवर अंत्यसंस्कारही केले नाहीत. लोकांच्या मनात कुठेतरी या गोष्टींची नोंद झाली असावी...

हळूहळू साथीचा जोर कमी झाला. एवढ्यात कुणीतरी येऊन सांगितलं, "पुजारी आणि त्यांची बायको दोघंही आजारी पडलेत."

बाबांच्या अंगात कणकण होती त्यामुळे ते जाऊ शकत नव्हते. एव्लिन धावत पुजाऱ्याकडे गेली. दोघंही जण तापानं फणफणले होते. त्यांची तान्ही मुलगी भुकेनं व्याकूळ झाली होती. क्षीण आवाजात पुजारी एव्लिनला म्हणाला, "तुम्हीच हिला वाढवा. माझ्या लोकांच्या हाती तिला पडू देऊ नका."

आई धावतच घरी आली. धपापल्या स्वरात तिनं जेसला सगळं सांगितलं,

तेव्हा तिच्या आवाजातून उत्साह ओसंडत होता, ''आपल्याकडे आणखी एक मुलगी येणार आहे.''

ते ऐकून तशाही अवस्थेत बाबा पुजाऱ्याकडे गेले. त्यांनाही पुजाऱ्यानं तेच सांगितलं. ते घरी आले तेव्हा त्यांचाही चेहरा आनंदानं उजळला होता. पॉलला ते म्हणाले, ''तुम्हाला एक नवी बहीण मिळणार आहे.''

पुजाऱ्याला त्यांनी लेखी वचन दिलं होतं की ते त्याच्या मुलीला दत्तक घेतील अन् मुलाचाही सांभाळ करतील. त्यांची अट एकच होती – मुलीला स्वत: पुजाऱ्यानं पाठवावं अन् मुलानंही स्वत:च्या मर्जीनं यावं. कुणी नंतर म्हणायला नको– 'घरच्यांच्या मनाविरुद्ध फादरनी मुलांना आपल्याकडे नेलं.'

परत एकदा, खात्री करून घेण्यासाठी बाबा त्याच्याकडे गेले. घरी मुलं अन् एव्लीन अस्वस्थ मनानं वाट पाहत राहिली, 'खरंच, येतील ना ती मुलं आपल्याकडे? कुणी त्यांच्या मनात या परदेशी लोकांविरुद्ध विष कालवलं तर?'

थोड्या वेळानं दूर अंतरावर त्यांना एक छोटी मूर्ती दिसली. हळूहळू चालत येणाऱ्या त्या दीनवाण्या मुलाच्या हातात एक लहानखुरी, भुकेनं कोमेजलेली मुलगी होती. त्याच्या गालांवरून ओघळणारे अश्रू पाहताच एव्लीनच्या काळजाचं पाणी झालं. पुढे होऊन तिनं मुलीला आपल्या कवेत घेतलं अन् प्रेमळपणानं त्याला जवळ घेत ती म्हणाली, ''घाबरू नकोस बाळा, आम्ही तिची नीट काळजी घेऊ. अन् तू पण रोज येत जा. मी तिला अंघोळ घालताना, जेवू घालत असताना तू देखील पाहत जा.''

ती मुलगी म्हणजे निव्वळ हाडाचा सापळा होता. जुलाबांमुळे तिच्या अंगातलं त्राण पार गेलेलं होतं. न्हाऊ घालून एव्लीननं तिला कॉनीचं झबलं घातलं अन् मऊ कपड्यात गुंडाळून एका टोपलीत ठेवलं. महिनाभर दिवसरात्र काळजी घेतल्यानंतर तिच्याबद्दल एव्लीनला धीर वाटू लागला. ही मुलगी जगू शकेल अशी खात्री वाटल्यानंतर त्यांनी तिचं रूथ असं नाव ठेवलं. पॉल अन् कॉनीनंदेखील रूथची आपल्या बहिणीप्रमाणे काळजी घेतली. काही दिवसांनी तिचा भाऊदेखील बाबांनी काढलेल्या बोर्डिंग स्कूलमध्ये राहू लागला. त्याचं नाव त्यांनी एरॉन असं ठेवलं.

फ्लूच्या साथीनंच पुजाऱ्याचा अन् त्याच्या बायकोचा बळी घेतला. त्याच्या मृत्यूनंतर लोकांमध्ये बराच बदल दिसू लागला. त्यांनी आपल्या डोळ्यांनी रूथचा पुनर्जन्म झालेला पाहिला. ना जातीच्या ना धर्माच्या निराधार पोरीची काळजी घेणारा हा फादर अन् त्याचा देव, दोघंही त्यांना फारच दयाळू वाटले. हळूहळू त्यांनी हा नवा धर्म स्वीकारला.

आपले आईवडील काहीतरी थोर कार्य करत आहेत, ह्या गोष्टीची जाणीव पॉलला लहान वयातच झाली असणार. अगदी 'आई', 'बाबा' हे शब्द ज्या वयात

तो बोलायला शिकला, त्या वयातच त्यानं आईबाबांबरोबर प्रार्थनाही म्हणायला सुरुवात केली. बाबांबरोबरच अनेक वेळा तो कॅम्पमध्ये राहिला होता, तेव्हा त्यानं त्यांची प्रवचनं ऐकली होती. आईनं बायबलमधल्या गोष्टी सांगितलेल्या असताना त्यानं तन्मयतेनं त्या मनात साठवलेल्या होत्या. मोठं झाल्यावर आपणही हेच काम करायचं आहे, अशी जाणीव त्याला लहान वयात झाली. एकदा कॉनीलाही तो म्हणाला, "आपण दोघांनी पण जगभर हिंडून हेच काम करायचं – आगगाडीनं, मोटारीनं, बैलगाडीतून सगळीकडे जायचं अन् लोकांना येशूबद्दल सांगायचं."

निर्भयपणाचे धडे गिरवलेल्या पॉलच्या मनात एक भीती कधीकधी दाटून यायची, 'आपल्यापैकी कुणीतरी एकजण सगळ्यांच्या आधी मरून गेलं तर?' या भीतीपोटी तो एकदा आईबाबांना म्हणाला, "आपण सगळे एकदमच मेलो तर बरं होईल, झोपून गेलो की उठायचंच नाही."

रात्री गादीवर एकटाच पडलेला असताना मात्र एक वेगळाच विचार त्याच्या मनात चमकला. 'छे! आपण कुणीच एवढे महत्त्वाचे नाही. महत्त्वाचं आहे ते आपलं इथलं काम! तेवढ्यासाठी तर आपण इथे आलोय ना?'

वेगळ्या अर्थानं त्याचे हे विचार खरे ठरले. लवकरच!

धर्मप्रसाराच्या थोड्याफार यशानंतर आईबाबांनी सुट्टी घ्यायचं ठरवलं. ते वर्ष होतं १९२३.

गेल्या दहा वर्षांत वळवंडी या गावात त्यांनी महत्त्वाचं काम केलं होतं. सुरू केलेल्या शाळांमध्ये एक भारतीय शिक्षक नेमला गेला होता. एक डॉक्टर अन् एक मदतनिसासह दवाखाना सुरू केला होता. छोटं चर्च बांधून झालं होतं. मुलींसाठी एक निवासस्थान, इतर पाचसहा शाळा, याशिवाय गावातल्या लोकांना सुतारकाम, हातमागावर कापड विणायला त्यांनी शिकवलं होतं, नारूसारख्या रोगाचं उच्चाटन करण्यात त्यांना यश मिळालं होतं. एक वर्षभर त्यांच्याशिवायदेखील हे सर्व काम चालू राहील, अशी व्यवस्था केल्यानंतर जेस व एव्लीननं मायदेशी सुट्टीवर जायचं ठरवलं, तेव्हा त्यांना मिळवलेल्या यशाचं समाधान होतं.

सुट्टीवर जाण्यात आणखी एक हेतू होता – पॉल अन् कॉनीला शाळेत घालणं जरुरीचं होतं.

पॉल वडिलांना त्यांच्या कामात जमेल ती मदत करायचा. त्याचं मुख्य काम रविवारच्या प्रार्थनेच्या वेळी जमिनीवर चटया अंथरायचं असे. सुट्टीवर जाण्यासाठी ते घर सोडून निघणार, एवढ्यात नऊ वर्षांचा पॉल एकदम थांबला. त्यानं बाबांना विचारलं, "मी नसताना रविवारी माझं चटया अंथरण्याचं काम कोण करेल?"

त्याच्या स्वरातली काळजी बाबांना जाणवली. समाधानानं हसून ते म्हणाले, "करू आपण काहीतरी व्यवस्था."

३

इंग्लंड! एक वेगळंच जग. ते राहत होते त्या हिंदुस्थानापेक्षा किती वेगळं! इथे सुधारणेचं, प्रगतीचं वारं झपाट्यानं वाहत होतं. इथे आगगाड्या होत्या, बोटी होत्या, मोटारगाड्या होत्या. ते राहत होते त्या दुर्गम डोंगरावर यातली एकही गोष्ट नव्हती...

या नव्या जगात प्रवेश केल्यावर पॉल अन् कॉनी भांबावून गेले नसते तरच नवल होतं. इथलं जेवण, कपडे, बूट, घरं – सगळं सगळं त्यांना नवीन अन् अपरिचित होतं. त्यातूनही गंमत म्हणजे त्यांचे आईबाबा मात्र या सगळ्या गोष्टींना सरावल्यासारखे वाटत होते.

त्या दोघांना या नव्या जगाशी जुळवून घेताना फार कठीण वाटलं. सगळ्यात वैताग आला तो बूट या वस्तूचा. तिकडे डोंगरदऱ्यांत वावरताना ते अनवाणीच हिंडायचे. हिंदुस्थानात त्यांना बूट घालावे लागायचे ते फक्त मद्रासमध्ये गेल्यावर. इथे घरातदेखील पाय कायम बुटात ठेवायचे म्हणजे भयंकर शिक्षा वाटायची त्यांना.

हिंदुस्थानातल्यासारखं इथे धावण्याचं, हुंदडण्याचं स्वातंत्र्य नव्हतं; पण दुसरा एक फायदा होता – इथल्या प्रत्येक गोष्टीत एक नाविन्य होतं, त्याची मजा काही और होती. प्रेमाचा वर्षाव करणारे असंख्य नातेवाईक – मामा-मावश्या, आजी, आत्या, काका होते. टिलबरी स्टेशनवर उतरल्यावर अनेकांनी त्यांना घेरलं होतं. गंमत म्हणजे ही सगळी माणसं त्यांच्या आई-वडिलांना चांगली ओळखत होती. अगदी नावानिशी. जो तो या दोघांना मिठ्या मारत होता अन् ते दोघंदेखील अगदी हसून सगळ्यांशी बोलत होते. हिंदुस्थानात मिशन स्टेशनवर नेहमीच घरात आईबाबा आणि ती दोघं असं छोटंसं कुटुंब असल्यामुळे, इथे माणसांच्या गराड्यात त्यांना बावरल्यासारखं झालं. बाबांना खूप नातेवाईक होतेच; पण आईकडे तर घरात माणसांचा महापूर आल्यासारखं वाटलं. एकूण आठ मावश्या, त्यांची मुलं, एकच मामा; पण त्याला तर तेरा मुलं. बापरे! आजीला पन्नासहून जास्त नातवंडं होती. काही वर्षांपूर्वी आईनं पॉलचा एक फोटो घाईघाईत पाठवून दिला होता. कारण आजीआजोबांच्या लग्नाच्या पन्नासाव्या वाढदिवसासाठी, तेवढ्याच नातवंडांचा फोटो संग्रह त्यांना भेट म्हणून द्यायचा होता, हे पॉलला इथे आल्यावर कळलं!

सुरुवातीला वाटली तेवढी नातेवाइकांची गर्दी नंतर राहिली नाही. घरात फक्त दोन अविवाहित मावश्या, एक आजी, दोन मावसभावंडं एवढीच माणसं उरली. त्यांच्या घराचं नाव होतं नेथानिआ – देवाची देणगी. ते चार मजली उंच घर तसं

लांबोडकं, चिंचोळं होतं. त्यांच्या हिंदुस्थानातल्या घरापेक्षा अगदी वेगळं. लंडनच्या उच्चभ्रू वस्तीतल्या त्या घरात बऱ्याच खोल्या होत्या. सगळीकडे उत्तम गालिचे, भारी चमकदार लाकडी फर्निचर, बैठकीच्या खोलीतल्या काचेच्या कपाटात तऱ्हेतऱ्हेच्या शोभेच्या वस्तू – एकूण थाट काही वेगळाच होता. इथे वरपासून खाली तळघरापर्यंत जाणारा एक मोठा जिना होता. त्याच्या गुळगुळीत कठड्यावरून थेट वरून घसरायला सुरुवात करायची अन् खिदळत, किंचाळत खाली यायचं, हा नवा खेळ पॉलला अन् कॉनीला आवडला अन् त्या नीटनेटक्या घराची शांतता भंग पावली. पहिल्याच दिवशी पॉलनं एका चाकाच्या खुर्चीत कॉनीला बसवलं अन् गरागरा घरभर हिंडवण्याचा उद्योग केला; पण हळूहळू दोघं तिथे रमली.

त्यांच्या दोन मावश्या – युनिस अन् होप – अविवाहित होत्या. आईवडिलांच्या सेवेसाठी त्यांनी आजन्म अविवाहित राहण्याचा निर्णय घेतला होता. दोघीजणी लहानपणापासून कडक शिस्तीत वाढलेल्या होत्या, पण स्वभावाने प्रेमळ होत्या. होप मावशी तर स्वभावानं मिस्कीलही होती. लहानपणी तिला जिन्यावरून धावायला, शीळ वाजवायला मिळाली नव्हती. त्याचं उट्टं ती आता मोठी झाल्यावर काढत होती. बिनधास्तपणे! दोघींमध्ये युनिसमावशी मोठी असल्यामुळे घरातले सगळे व्यवहार तिच्या मर्जीनुसार होत असत. घरातलं काम संपलं की फावल्या वेळेत ती चर्चचं काम करत असे.

दोन्ही मावश्यांनी स्वच्छंद वातावरणात वाढलेल्या या दोघा मुलांचं प्रेमानं स्वागतच केलं. या त्यांच्या भाचरांनी हिंदुस्थानात कधी अंघोळ करण्यासाठी असलेला टब पाहिलेला नव्हता, मऊमऊ गालिचा पाहिला नव्हता, की पाण्याचा नळही पाहिलेला नव्हता. चहूबाजूला डोंगर असलेल्या घरात ते दोघं वाढले होते. पॉलची शाळा झाडाच्या फांदीवर होती आणि अवतीभोवती सापडणाऱ्या चित्रविचित्र वस्तू हीच त्यांची खेळणी होती.

आजोळच्या या घरातल्या प्रत्येक नव्या, विचित्र वाटणाऱ्या वस्तूचं बारकाईनं निरीक्षण करायचं काम या दोघांनी सुरुवातीच्या काही दिवसांत केलं. बाहेरच्या दारावरील पत्र टाकण्यासाठी तयार केलेली पितळेची खाच, तळघरातून वरच्या मजल्यावर जेवणाचे पदार्थ घेऊन जाणारी लिफ्ट... एक ना दोन. शोभेच्या देखण्या वस्तूंची तर घरात रेलचेल होती. कौतुकाची बाब अशी की, ह्या दोन्ही मावश्यांनी स्वच्छंदपणे जीवन जगण्याची सवय असलेल्या आपल्या या दोन भाचरांवर प्रेमाचा वर्षाव केला. एवढंच नव्हे, तर त्यांच्यासाठी आपल्या जीवनक्रमात आवश्यक तो बदलही केला.

सुरुवातीची नवलाई कमी झाली तेव्हा पॉल अन् कॉनीला अवघडल्यासारखं झालं. इथे चढायला मोठी उंच झाडं नव्हती. जिन्यावरून घसरण्याच्या उद्योगाचा

घरातल्यांना त्रास व्हायला लागला की त्यांना बाहेर पिटाळण्यात येई. मग घराबाहेरच्या उंच लोखंडी फाटकावर चढायचं, नाहीतर रस्त्यालगतच्या विजेच्या खांबावर चढून त्याच्या आडव्या दांडीवरून उलटं लटकायचं, खालून येणाऱ्याजाणाऱ्यांना ओरडून दचकवायचं, अशा प्रकारे ती आपलं मन रमवू लागली.

हळूहळू इथल्या जीवनक्रमाची मुलांना सवय व्हायला लागली अन् मुलांच्या दंगामस्तीची इतरांना. कधीकधी गमतीचे प्रसंग घडत. पहिल्यांदा रविवारी दोघं चर्चमध्ये गेली तेव्हा त्यांनी पायातले बूट काढले अन् हातात धरले, "हे काय?" मावशीनं दचकून विचारलं, "बूट का काढलेत?"

"तिकडे हिंदुस्थानात देवाच्या मंदिरात कुणी बूट घालून नाही जात!" पॉलनं लगेच उत्तर दिलं.

सुरुवातीला पॉल अन् कॉनीला एका खाजगी शाळेत घालण्यात आलं. शाळेतली शिक्षिका मोठी कडक स्वभावाची होती; पण मामाची मुलंही त्याच शाळेत असल्यामुळे त्यांना विशेष जड गेलं नाही. दुपारच्या जेवणासाठी दोघं मामाच्या घरी जात. मामीला सावत्र सात अन् स्वत:ची सहा अशी तेरा मुलं असल्यामुळे त्यात आणखी दोघांची भर नको होती; पण शेवटी तिच्याही अंगवळणी पडलं.

सुरुवातीचे काही महिने आईबाबा घरी होते, त्यामुळेही पॉल अन् कॉनीला नवीन वातावरणाशी जुळवून घेण्यात विशेष अडचण आली नाही. बाबा तसे नावालाच घरी असायचे. बऱ्याच वेळा ते आजूबाजूच्या चर्चमध्ये आपल्या कोल्ली पर्वतावरील कामाविषयी लोकांना भाषणं द्यायला जायचे. घरात आजी, दोन मावश्या अन् आईच असायची. हळूहळू पॉलच्या लक्षात आलं की घरात खरा शब्द आजीचाच पाळला जातो. ऐंशीच्या पुढे वय असलेली त्यांची आजी क्वचितच आपली खोली सोडून बाहेर यायची. दुपारचा चहा नेहमी तिच्या खोलीत व्हायचा. देवाधर्माच्या गोष्टी करीत प्रेमळपणानं म्हातारी नातवंडांची चौकशी करायची, त्यांना आपल्या पूर्वजांच्या गोष्टी सांगायची. तिच्या एका पूर्वजाला म्हणजे आपली धार्मिक श्रद्धा न सोडण्याची शिक्षा म्हणून बारीक चुरा केलेली काच खायला लावली होती.

वृद्धत्वामुळे आजीला बारीकसारीक व्याधी असाव्यात; पण तिची बुद्धी छान शाबूत होती. तिचे गुलाबी गाल सुरकुतलेले नव्हते आणि तिचा आवाजही खणखणीत होता. तिच्या सर्व मुलांचं तिच्यावर खूप प्रेम होतं. अगदी स्वतंत्र विचारांचा, काहीसा बंडखोर स्वभावाचा बर्टीमामाही तिच्यावर खूप प्रेम करायचा आणि काही अडचणी असल्या तर तिच्याकडेच सल्ला मागण्यासाठी यायचा. दयाळू अंत:करणाच्या या बाईचे विचार नेहमी सकारात्मक दृष्टिकोन दर्शवत. एकूणच, सगळं हॅरीस कुटुंबच रोखठोक स्वभावाचं होतं.

आजीचा घरातला प्रभाव सतत जाणवत राहील असा होता, जसं देवाचं अस्तित्व आपल्याला जाणवतं तसा; पण तो प्रभाव जाचक नव्हता. सुदैवानं मुलांची खोली अन् तळघरातील न्याहरीची खोली एकच असल्यामुळे त्यांच्या दंग्याचा त्रास तिला जाणवायचा नाही. जवळच्या स्वयंपाकाच्या खोलीतलं, दोन मोलकरणी आणि स्वयंपाक करणाऱ्या सिस्सीचं अस्तित्व सोडल्यास त्यांना अटकाव करणारं कुणीच नसायचं. डोरा आणि कॅरोलिन या मोलकरणीही मुलांशी प्रेमानंच वागायच्या.

इथे चढायला आसपास झाडं नव्हती; पण मुलांनी त्याची भरपाई वेगळ्याच प्रकारे केली. घरभर असलेल्या फर्निचरवरून हळूहळू वावरायचं; पण एकदाही जमिनीवर पाय ठेवायचा नाही हा एक खेळ, तर दुसरा खेळ म्हणजे जेवणाच्या लिफ्टमधून वरखाली करायचं!

फक्त रविवारच्या दिवशी त्यांना दिवाणखान्यात प्रवेश करू दिला जायचा आणि त्याहीवेळी त्यांच्यावर कडक नजर ठेवली जायची. इथल्या शिसवी लाकडाच्या कपाटात देशोदेशीहून आणलेल्या शोभिवंत वस्तू ठेवलेल्या होत्या. त्या त्यांना बघायला मिळायच्या.

रविवारी त्यांना काही खेळणीही मिळायची; पण त्यांची घडण धार्मिक स्वरूपाची असे. उदा. बायबलवर आधारित कोडी, पुस्तकं, सचित्र कार्डं वगैरे! धार्मिक वस्तू बनवण्याचे ठोकळे वापरता येत. उदा. हिब्रू मंदिर; पण युनिस मावशीला पुराण वस्तू विषयात खूप रुची असल्यामुळे ती त्यांना ब्रिटिश वस्तुसंग्रहालयात घेऊन जात असे आणि तिथल्या काही चमत्कारसदृश वस्तू दाखवत असे. त्यामुळे मुलांनाही पुरातन वस्तूंबद्दल कुतूहल वाटू लागलं.

जेस आणि एव्लीनची हिंदुस्थानात परतायची वेळ जवळ येऊ लागली. मुलांना ठेवून परत जायचं ही कल्पनाच एव्लीनला करवेना. ''आपण कॉनीला आपल्याबरोबर नेलं तर? किती लहान आहे अजून ती. माझ्याशिवाय कशी राहील?'' तिनं मनातली काळजी जेसजवळ व्यक्त केली.

''छे, छे, मुलं इथंच राहायला हवीत. त्यांचं शिक्षण महत्त्वाचं.'' जेसनं तिला विरोध केला. मग तिच्या मन:स्थितीची कल्पना आल्यामुळे समजुतीच्या स्वरात तो म्हणाला, ''दोघांना एकमेकांची इतकी सवय आहे, एकमेकांपासून दूर केलं तर कंटाळतील बिचारी. तरीपण तू विचार कॉनीला हवं तर!''

जेव्हा कॉनीनंच ही कल्पना धुडकावून लावली, तेव्हा प्रश्न निकालात निघाला.

मुलांनी शाळेत जाण्यापूर्वी आईबाबांचा निरोप घेतला. नेहमीच्या सवयीप्रमाणे सगळ्यांनी एकत्र बसून प्रार्थना केली अन् मुलं शाळेत निघून गेली. पुढे बरेच दिवसांनी या प्रसंगाबद्दल बोलताना एव्लीनच्या डोळ्यांत पाणी आलं, ''त्या

दिवशी असं वाटलं, माझ्या काळजाचा एक तुकडा मागे ठेवून मी परत गेले.''

पुढल्या वर्षी पॉलला युनिव्हर्सिटी कॉलेज स्कूलच्या प्राथमिक शाळेत प्रवेश मिळाला; पण पहिल्यापासूनच त्याला ती शाळा आवडली नाही. तिथला अभ्यास, तिथली कडक शिस्त त्याला जाचक वाटत असे. शाळेतून पहिलं तक्रारवजा पत्र आलं, त्यात स्पष्ट लिहिलेलं होतं,

जुलै २४, १९२५ 'पॉलचं बेशिस्त वागणं खपवून घेतलं जाणार नाही. खरं म्हणजे हा मुलगा खूप हुशार आहे. मन लावून अभ्यास केला अन् शिस्त पाळली तर उत्तम विद्यार्थ्यांत त्याची गणना होऊ शकते. वेळेवरच त्याच्या वागण्याला पायबंद घालण्याचं काम तुम्ही करावंच.'

युनिसमावशीनं हे काम अंगावर घेतलं. तिनं घरात एक वेताची छडी आणून ठेवली. होपमावशी देखील कधीकधी वैतागायची, ''सारखं आपल्याच धुंदीत असणं बरं नव्हे. आमच्या बोलण्याकडे तुझं लक्षच नसतं. जरा नीट वागावं रे.''

शांत स्वभावाची कॉनीदेखील कधीकधी वैतागून म्हणायची, ''अशा वागण्यामुळे तुझंच नुकसान होईल. पास होणार नाहीस कधी.''

पण सुदैवानं ती वेळ आली नाही. फारसा अभ्यास न करतादेखील तो पास व्हायचा. पण कधीकधी त्याला स्वत:लाच जाणवायचं, आपण इतरांपेक्षा फार कमी पडतोय. त्याच्यात आईची कलात्मक वृत्ती नव्हती. कॉनी कविता करायची, आजोबांची सुरेख चित्रं घरभर लावलेली होती, एवढंच नव्हे, त्यांचं एक चित्र तर रॉयल ॲकॅडमीतपण लावलेलं होतं. बऱ्याच मावश्यादेखील कविता करायच्या. आपल्यात ह्यापैकी कोणताच गुण नाही, ह्याची त्याला खंत वाटायची. खोड्याळपणा मात्र भरपूर होता.

कॉनीचे शाळेतले निकाल नेहमी 'उत्तम', 'फारच छान', 'कलात्मक' असे असायचे, तर पॉलचे असे–

मायकेलमस सहामाही –१९२५-२६ 'ठीक', 'वाईट', 'वाईट', 'ठीक', 'ठीक', 'वाईट'. पुढच्या सहामाहीत अधिक चांगल्या कामगिरीची आशा करतो.

– मुख्याधापक लेक

लेंट सहामाही १९२६ – चौथी-ब 'वाईट', 'ठीक', 'वाईट', 'ठीक', 'कमजोर', 'काहीसा निराशादर्शक'. लेक

खरं म्हणजे त्याला वाचनाची अफाट आवड होती. शाळेत जाताना रस्त्यातसुद्धा तो पुस्तकं वाचायचा, त्या नादात कित्येक वेळा त्यानं लोकांना धडकाही मारल्या होत्या. दोन चांगले उत्तेजन देणारे शिक्षक लाभले, त्यामुळे त्याला निबंध लिहिण्याची, भाषणं देण्याची आवड लागली. बाबांची दर आठवड्याला येणारी पत्रं त्याला भाषणांसाठी नवेनवे विषय पुरवायची.

पण शाळेतल्या विषयांत त्याला गोडी वाटत नसे, हेही तितकंच खरं होतं. वर्गात शिक्षकांच्या खोड्या काढणं हा त्याचा आवडता छंद. भूगोलाच्या सरांना वर्गावर नियंत्रण ठेवणं जमायचं नाही. तिसऱ्या मजल्यावरच्या वर्गातून मागच्या खिडकीतून पॉल हळूच खाली उतरायचा. तिथून सायकलशेडच्या पत्र्यावर उडी, तिथून खाली जमिनीवर, मग साळसूदपणे पुन्हा एकदा पुढच्या दारातून स्वारी व्यवस्थितपणे, "आत येऊ का, सर?" म्हणून प्रवेश करायची. बिचाऱ्या शिक्षकांच्या चेहऱ्यावरचा गोंधळाचा भाव पाहून त्याला हसू लपवणं कठीण जायचं.

कशावर तरी सतत चढत राहायचं, मग ती झाडं असोत, डोंगरकडे असोत की सरळ उभी भिंत असो, हा त्याचा आवडता छंद. त्याच्या मित्रांच्या काळजाचा ठोका चुकायचा. त्याच्याइतकीच शांत असायची ती फक्त कॉनी, कारण असले उद्योग तिनंही केले होते. वरच्या शाळेत गेल्यानंतर एकदा तर पॉल मांजरासारखा वर चढत चाळीस फूट उंचीपर्यंत एका भिंतीवर चढला अन् तिथे आपल्या लॉकरच्या किल्लीच्या अणकुचीदार टोकानं त्यानं आपली अद्याक्षरं कोरली. हे उद्योग घरी मावश्यांपर्यंत पोहोचले नाहीत हे त्याचं नशीब!

घरातील तळघरातदेखील त्याचे अनेक उपद्व्याप चालू असायचे. याही बाबातीत ही दोघं गुप्तता पाळत, पण कामवाल्या बायकांच्या काळजात मात्र धडकी भरत असे. एकदा त्यानं एक जनरेटर बनवला. उद्देश हा की उकळत्या मिथिल स्पिरिटपासून स्वयंकपाकासाठी स्वस्तात गॅस तयार करायचा. त्यानं अल्कोहोलच्या पत्र्याच्या डब्याखाली मेणबत्ती लावली; पण दुर्दैवानं अल्कोहोल उकळायला लागणार इतक्यात रबरी ट्यूब फुटली अन् पत्र्याच्या डब्याचाही भडका उडाला. द्रवरूप अल्कोहोल खोलीच्या छतापर्यंत उडलं अन् खाली थेंब पडले तेव्हा त्यातून ज्वाला निघू लागल्या. या वेळी मात्र कामवाल्या मुलींनी त्याचे प्रताप मावश्यांना सांगायची धमकी दिली, तेव्हाच त्याचे हे शास्त्रीय प्रयोग थांबले.

त्याचा आवडता छंद होता सुतारकामाचा. तळघरातल्या एका खोलीत सुतारकामासाठी एक टेबल अन् काही करवती वगैरे साहित्य होतं. ते वापरून पॉलनं एकदा पक्ष्यांसाठी छान घर बनवलं, पांढऱ्या उंदरांसाठी जिना असलेलं दोन मजली घर बनवलं. कापडी शीड असलेली बोट व इतरही अनेक गोष्टी बनवल्या. त्यातला गमतीचा भाग हा, की पॉल कल्पना लढवायचा अन् प्रत्यक्ष सुतारकाम कॉनी करायची. रक्तातच असलेल्या या गुणानं पुढील आयुष्यात त्याला अनेक वेळा हात दिला.

वय वाढत होतं तसे त्याचे छंदही वाढत होते. नवनवीन विषय मिळत होते. त्यातला एक होता मासिक काढणं. आपल्या मामेभावंडांना हाताशी धरून काही महिने या भावंडांनी एक मासिक चालवलं. मासिकात गोष्टी, कविता, चुटके, कोडी

असे विविध प्रकार असायचे. एक अभिनव सदर असायचं. त्याचं नाव होतं – 'उपकरणं आणि वापरावयाच्या सूचना.' (Gadgets & Tips) ही मुलं सोळा पानांचं हे मासिक एका खास शाई वापरून हातांनी लिहायची, मग जेलीग्राफ या मशीनवर त्याच्या प्रती काढायची अन् नातेवाइकांना व चर्चमधल्या मित्रांना विकायची. एक पान खास मिशनरी पान होतं. त्यात बाबांनी पत्रात लिहून पाठवलेल्या गमतीजमती असायच्या. या मासिकामुळे होणारा फायदा बाबांच्या कामासाठी पाठवला जायचा.

पॉलचा एक मामेभाऊ नॉर्मन, त्यांच्याच स्वभावाचा होता. दोघांनाही शाळेतल्या खेळांपेक्षा भटकणं, झाडावर चढणं यासारखे उद्योग आवडायचे. या उद्योगांमुळे कपडे मळायचे, फाटायचे; पण दोघी मावश्या शांतपणे सगळं सहन करायच्या.

"खऱ्या संतवृत्तीच्या होत्या दोघीजणी, म्हणूनच आमचे उपद्व्याप त्या सहन करू शकल्या," गहिवरून येत पॉलनं पुढे अनेक वर्षांनी ही कबुली दिली.

आजोळी फारच धार्मिक वातावरण होतं, ते लहान वयात पॉलला जाचक वाटायचं. हे वाचायचं नाही, ते करायचं नाही, अशी नाना बंधनं त्याच्या वागण्यावर येत. त्या मानानं काकांच्या घरी जास्त मोकळीक वाटायची. ल्यूडो, सापशिडीसारखे खेळ खेळता यायचे. (त्यामध्ये फाशाचा वापर असतो म्हणून तो एक प्रकारचा जुगार अशी भंपक कल्पना नसायची. याच कारणासाठी आजोळी त्यावर बंदी असायची!)

अर्थात सगळेच मामा, मावश्या इतके धर्मभोळे नव्हते. उदा. चार्ली मामाकडचं वातावरण त्यामानानं बरंच मोकळं असायचं. चार्ली मामा नॉर्थवुडमध्ये रहायचे. सुट्टीत त्यांच्याकडे जायला पॉल आणि कॉनी उत्साहाने तयार असायचे. गाडीतून पाय बाहेर ठेवताच ती दोघं इतक्या वेगानं धावू लागत, की त्यांना स्टेशनवरून घरी न्यायला आलेली त्यांची मामेबहीण पेगी, घरी पोहोचेपर्यंत धापा टाकायला लागायची. खरं तर पॉलपेक्षा ती चार दिवसांनीच लहान होती. उत्साहाचा सळसळता झरा असलेली पेगी त्यांच्यासारखीच खोडकर होती. सहा आठवड्यांच्या सुट्टीत तिघं जण धम्माल करायची. स्टेला मावशीची मुलगी, नॅन्सीदेखील सुट्टीत तिथे यायची. खेळामध्ये पॉलला पेगीची साथ असायची; पण एका वर्षानं मोठी असलेली धार्मिक वृत्तीची नॅन्सी त्याची जिवाभावाची दोस्त वाटायची त्याला!

हे सुट्ट्यांचे दिवस त्यांना कोल्ली पर्वतावरील स्वच्छंद आयुष्याची आठवण करून द्यायचे. इथे त्याच्या मनातल्या कोंडलेल्या भावभावनांना, उर्जेला उधाण येत असे. आजोळची बंधनं नसत. इथे बूट न घालता, जाचक नियम न पाळता, स्वच्छंदपणे त्याला कुठेही चढता, धावता येत असे. वेस्ट रंटन (West Runton) या समुद्र किनाऱ्यावरच्या गावी सुट्टी घालवून पॉल आणि कॉनी परत आजोळी येत तेव्हा सुरुवातीचे काही दिवस तरी शाळेच्या कोंडवाड्यातही त्यांच्या चित्तवृत्ती

खुललेल्याच असत.

दिवस चालले होते. शाळेत कधीकधी तो अंगच्या हुशारीची चुणूक दाखवायचा तेव्हा चांगले गुण मिळायचे. एकदा तर त्यानं एकदम वरच्या वरच्या वर्गात – मधला एक वर्ग गाळून – प्रवेश मिळवला. बाबांची कौतुकाची थाप पाठीवर पडली; पण तो आनंद काही काळापुरताच ठरला. पुन्हा ये रे माझ्या मागल्या. नंतरच्या एका पत्रात त्यांनी लिहिलं होतं, 'तुला काही विषयात कमी गुण मिळाले असते तर मला वाईट वाटलं नसतं; पण दु:ख होतं ते *आळशी, चुकार* अशा शेऱ्यांचं.'

हे पत्र होतं १४ मे १९२८ चं. बाबांना भेटून जवळजवळ पाच वर्षं होऊन गेली होती. आता त्याला कधी एकदा बाबा भेटतात असं झालं. दर आठवड्याला येणारी त्यांची पत्रं एवढाच काय तो विरंगुळा वाटायचा. त्यांची पत्रं म्हणजे विविध विषयांचा खजिना असायचा. पत्रांमध्ये त्यांच्या कामाची सविस्तर माहिती असायची. एका पत्रात त्यांनी लिहिलं होतं, 'रूथ इथे माझ्याशेजारी उभी आहे. मी पत्र टाइप करतोय, ते कौतुकानं पहातेय. तशी नाजूक चणीचीच आहे ती! एरॉनची उंची मात्र छान वाढतेय.'

कधी ते त्याच्याविषयीच लिहायचे– 'आता तू लांब विजारी वापरायला लागलास हे वाचून मला छान वाटलं. मुलगा मोठा झाला या विचारानं फार बरं वाटलं. अभिनंदन...'

'या वर्षी आम्ही सुट्टी घ्यायची नाही, असं ठरवलंय. वाईट वाटतंय; पण दुसऱ्या एकाला सुट्टीची अधिक गरज आहे. आम्ही पुढच्या वर्षी मार्चमध्ये निघू, म्हणजे तुमच्या ईस्टरच्या सुट्टीच्या आधी येऊ...'

आणखी एक वर्ष! पॉल खूपच निराश झाला. आता तो पंधरा वर्षांचा झाला होता. आईवडिलांना भेटून सहा वर्षं झाली होती...

त्यानं आईला एक पत्रात लिहिलं, 'या वेळी आम्ही एक नवाच छंद सुरू केलाय. तुम्ही पाठवलेली सगळी पत्रं क्रमवारीनं लावतोय अन् नीट फायलीत ठेवतोय. पुढे तुम्ही जेव्हा तुमच्या कामाबद्दल पुस्तक लिहाल तेव्हा तुम्हाला या पत्रांचा उपयोग होईल.'

१३ मे १९२९ चं पॉलच्या वडिलांनी पाठवलेलं पत्र त्याच्या कायम आठवणीत राहील असं होतं.

'नॉर्मनबरोबर तू दूर अंतरावर चालत गेलास, हे वाचून फार आनंद वाटला. जवळजवळ वीस मैल! काल मी घोड्यावरून कुलिवलावू डोंगरावरून जात होतो तेव्हा एक प्रार्थनासूक्त आठवलं. त्याच्या पहिल्या दोन ओळी आहेत,

'माथ्यावरती गर्द निळे आभाळ
पायतळी फुलांचा रम्य गालिचा...'

जेव्हा जेव्हा मी एकटाच कामानिमित्त हिंडत असतो, तेव्हा जंगलातले तऱ्हेतऱ्हेचे वास मी छातीत भरून घेतो, झाडांचे वास, पायतळीच्या गवताचा वास, मातीचा वास... डोळ्यांनी रंगांची उधळण पाहत असतो. मला खडकावरलं शेवाळ, जमिनीवर पडलेला पालापाचोळादेखील आकर्षक वाटतो. या सगळ्या दृश्यानं माझं मन हरखून जातं. खरंच, देवानं किती सौंदर्य निर्माण केलंय अन् जागोजागी मुक्त हस्तानं उधळून ठेवलंय! हे सगळं पाहिलं की वाटतं, देवाला नक्की वाटत असणार, माणसानं आनंदानं जगावं, सौंदर्याचा उपभोग घ्यावा. त्यासाठी त्याला वनस्पतीशास्त्र, प्राणिशास्त्र किंवा जीवशास्त्राचं ज्ञान असण्याची गरज नाही. डोळे उघडे ठेवून पहा, लक्षात ठेवा आणि सगळ्यांत महत्त्वाचं म्हणजे या सगळ्या सौंदर्यस्थळांमध्ये देवाला शोधा. त्या दयाघनाचे आभार माना, की त्यानं या प्रचंड विश्वातल्या एका सुंदर स्थळी, पृथ्वीवर तुम्हाला जन्माला घातलं...'

जेस ब्रँडनं आपल्या लाडक्या मुलाला लिहिलेलं हे पत्र... मुलाला दिलेली शेवटची भेट आणि अमूल्य वारसाही!

४

ते पत्र पॉलला मिळण्यापूर्वीच तार आली –

'दोन दिवसांच्या हिवतापानंतर जेसला देवाज्ञा झाली. मुलांना हे वृत्त शक्यतो हळुवारपणे देणे, ईश्वरेच्छा बलीयसी.'

तेव्हा नुकत्याच शाळेला उन्हाळ्याच्या सुट्ट्या पडल्या होत्या. जून महिन्यातले दिवस होते. पॉल नॉर्मनबरोबर दूर फिरायला गेला होता. दिवसभर माळरानावर भटकून, झाडावर चढल्यामुळे थकूनभागून तो घरी परतला, तेव्हा त्याचं अंग आंबलं होतं, पण मन उत्साहानं ओसंडून वाहात होतं. कोल्ली पर्वतावर तो असाच स्वच्छंदपणे जगत असे, त्या दिवसांची त्याला आठवण झाली अन् मन प्रसन्न झालं, भूतकाळात मागे गेलं.

"इकडे जेवायच्या खोलीत ये, पॉल." युनिसमावशीनं आल्याआल्याच पॉलला सांगितलं तेव्हा तिचा आवाज त्याला थकल्यासारखा वाटला, चेहराही वयस्क, ओढल्यासारखा दिसला. 'चापूनचोपून बसवलेल्या केसांमुळे असेल,' पॉलला वाटलं. जेवणघरात होपमावशी तर होतीच; पण बर्टी मामा देखील होते. दोघांचे गंभीर चेहरे पाहताच पॉलच्या काळजाचा ठोका चुकला, 'आता काय चुकलं आपलं? मामांना बोलावून घेतलंय म्हणजे प्रकरण गंभीर दिसतंय,' त्यानं बचावासाठी

मनातल्या मनात तयारी केली.

युनिसमावशीच्या हातात पिवळ्या रंगाचा एक कागद होता. तिनं मामाकडे पाहिलं. त्यांनी घसा खाकरला, बोलायसाठी तोंड उघडलं, पण त्यांच्या तोंडून शब्दच फुटेना. यापूर्वी असं कधीच घडलं नव्हतं. मामाची अशी गोंधळल्यासारखी अवस्था त्याला नवीन होती.

अचानक युनिसमावशीच बोलू लागली, ''कसं सांगावं तुला तेच समजत नाही. तुझे बाबा देवाघरी गेले, बाळ.'' तिच्या आवाजातला प्रेमळपणा त्याला जाणवला, पण त्याला पुढचे शब्द ऐकूच आले नाहीत. ती आणखी काही म्हणाली का तेही त्याला नंतर आठवेना. गळ्यात आवंढा दाटल्यामुळे 'नाही' एवढाच चीत्कार त्याच्या तोंडून बाहेर पडला. 'हे काय घडलं होतं? असं काही घडणं शक्य होतं का?' त्याच्या मनात प्रश्न उमटत होते, पण तोंडातून शब्द काढणं त्याला शक्य झालं नाही.

मनाच्या बधिर अवस्थेत त्यानं मामा अन् मावश्यांकडे पाहिलं, तर तिघंही खाली मान घालून स्तब्ध बसले होते, पुतळ्यासारखे.

बराच वेळ गेला असावा. मामा उठून उभे राहिले. त्यांनी हॅट डोक्यावर ठेवली अन् म्हणाले, ''मी निघतो. गिल्फोर्डला जाऊन कळवून येतो.''

ते परत आले तेव्हा कॉनी त्यांच्याबरोबर आली. तिचा चेहरा पाहताच पॉलच्या लक्षात आलं, 'मामांनी तिला सांगितलंय बाबांविषयी.' तिचे मोठे विस्फारलेले डोळे, भांबावलेला चेहराच सांगत होता तिची अवस्था. त्याला वाटलं, तिला ओरडून सांगावं, 'ही बातमी खोटी आहे ग. असं घडणं शक्य आहे का आपल्या बाबांच्या बाबतीत?' पण तोंडून एक शब्दही काढणं दोघांनाही शक्य झालं नाही.

''तिला जवळ घे बाळ, मनावर ताबा ठेवा दोघांनी,'' एवढंच म्हणून मावशी खोलीतून हळूहळू निघून गेली. एवढ्या लहान मुलांचं सांत्वन कसं करायचं ते तिच्या कल्पनेपलीकडचं असावं.

'कॉनी, माझा विश्वासच बसत नाही. फक्त दोन दिवसांच्या तापानं बाबांना मृत्यू येईल, हे कसं शक्य आहे? किती जणांना ते औषध द्यायचे, साथीच्या रोगातदेखील त्यांना काही झालं नाही. किती तगडे होते बाबा आपले. आनंदी असायचे, धावधावून सगळ्यांना मदत करायचे...'

मनातले हे विचार पॉल कॉनीजवळ त्यादिवशी बोलू शकला नाही अन् नंतरही कधी त्यानं कुणाजवळ ते व्यक्त केले नाहीत; पण त्याला खात्री होती, कॉनीलाही नक्की तेच वाटत असणार. आईलादेखील. कारण त्या तिघांनीच बाबांना अगदी जवळून पाहिलं होतं...

नंतरच्या काही दिवसांत याच आश्चर्याच्या, हताशपणाच्या भावनेनं पॉलला

पुरतं घेरलं. पुन:पुन्हा बाबांची प्रतिमा मनात जिवंत व्हायची. सगळ्यांना मदत करणारे, त्यांच्या भल्यासाठी झटणारे बाबा शरीरानं दणकट होते, मनानं खंबीर होते. ते आता नाहीत, पुन्हा आपल्याला कधीच दिसणार नाहीत, हा विचार पचवणं त्याला फार कठीण गेलं; पण वरकरणी तरी त्यानं सगळे व्यवहार शांतपणे पार पाडले.

बाबा! सहा वर्षांपूर्वी त्यानं बाबांना अखेरचं पाहिलं होतं. त्यावेळी तो फक्त नऊ वर्षांचा होता. या सहा वर्षांच्या दीर्घ काळात बाबांची शारीर प्रतिमा, त्यांचं रूप त्याच्या स्मृतिपटलावर अंधूक व्हायला लागलं होतं. त्याला त्यांचा चेहरा नीटसा आठवतही नव्हता. त्यांचा फोटो नसता तर कदाचित त्याला आठवलंही नसतं, बाबा कसे दिसत ते... बाबा त्याच्या मनात कायमचे ठसले होते ते केवळ प्रतिमेच्या स्वरूपात... जशी देवाची प्रतिमा आपल्या मनात असते तसे... त्यांच्याशिवाय जगण्याची गेल्या सहा वर्षांत त्याला सवयच होऊन गेली होती. मात्र दर आठवड्याला त्यांचं पत्र यायचं. त्या पत्रातून ते त्याला भेटायचे, त्याच्याशी बोलायचे, मनातले विचार, भावना व्यक्त करायचे...

हिंदुस्थानातून इंग्लंडला पत्र पोहोचायला पुष्कळ दिवस लागायचे, त्यामुळे त्यांच्या मृत्यूनंतरही कित्येक दिवस त्यांची पत्रं येतच होती. त्यातून ते त्याला आपल्या कामाबद्दल सांगत राहिले, झाडाझुडपांच्या, पानाफुलांच्या, पाचोळ्याच्या गोष्टी लिहीत राहिले... ती वाचताना प्रत्येक वेळी पॉललाअन् कॉनीला एकच दुःखद जाणीव पोखरत राहायची, 'हे सगळं लिहिणारे बाबा आता आपल्यात नाहीत...'

तीन जूनच्या पत्रात त्यांनी लिहिलं होतं, 'तुला आठवतं का पॉल, आपण आपल्या घराच्या वाटेवर निलगिरीची झाडं दुतर्फा लावली होती? तेव्हा ती अगदी छोटी, रोपटीवजा होती, आता इतक्या वर्षांनंतर त्यांचे वृक्ष झाले आहेत...'

त्याच पत्रात त्यांनी लिहिलं होतं, 'पुढच्या वर्षी तिकडे येणार आहोत, त्याचे विचार आत्तापासूनच सुरू झालेत. बहुतेक मार्चच्या पहिल्या आठवड्यात निघू...'

पत्र वाचताना पॉलचे डोळे वाहू लागत, अक्षरं अंधूक दिसायला लागत. त्याचा विश्वास बसत नसे– 'हे आपण जे वाचतोय ते खरं की ती तारेतली बातमी खरी?' पण अशा विचारांचा काही फायदा नव्हता. मनाला सावरणं जरुरीचं होतं. बाबा आता कधीच येणार नव्हते, हे सत्य पचवायला हवं होतं. अन् आई? तिनं निर्धार केला होता तिथेच राहायचा, बाबांच्या अन् तिच्या कर्मभूमीत. मग इकडे काहीतरी विचारविनिमय झाला. रूथ, बर्टीमामाची थोरली मुलगी म्हणाली, "मी जाते अन् आत्याला घेऊन येते." वास्तविक तिची वैद्यकीय शिक्षणाची परीक्षा त्याच वेळी होती. हिंदुस्थानात जाण्यामुळे तिचं वर्ष बुडणार होतं; पण तिनं ठरवलं, 'हरकत

नाही. आत्याला घेऊन येणं महत्त्वाचं.' तिच्या निर्णयामुळे सगळ्यांचा जीव भांड्यात पडला. थोड्याच दिवसांत दोघी येत असल्याचं पत्र आलं.

बोट-ट्रेननं लंडनहून टिल्बरीला जाताना वाटेत, पॉलच्या मनात आईला भेटायची उत्कंठा दाटून आली. मनाच्या अधीरतेमुळे आपला श्वास कोंडतोय, असं त्याला वाटू लागलं. आईची प्रतिमा डोळ्यांसमोर आणण्याचा तो प्रयत्न करू लागला. त्याची आई उंच, सडसडीत बांध्याची होती. सतत काहीतरी कामात तिचे हात मग्न असायचे, चेहऱ्यावर प्रसन्न भाव असायचा अन् कोणत्याही क्षणी ती खुद्कन हसेल असं नेहमी वाटायचं. आई नेहमीच कसल्यातरी आनंदात असायची, कायम गुणगुणत राहायची. आपले मऊ रेशमी, तपकिरी केस ती मानेजवळ रिबिनीनं बांधायची, त्यामुळे वयानं ती थोडी मोठी वाटायची. पण तिचा चेहरा कोवळा अन् देखणा होता. आई आपल्याला ओळखू येईल? तशीच दिसत असेल ना ती अजूनही? विचारांनी त्याच्या मनात एकच गर्दी केली...

जहाजानं नांगर टाकला, उतरायची फळी किनाऱ्याला लागली अन् प्रवासी भराभरा धक्क्यावर उतरू लागले.

"त्या पहा दोघीजणी!" कुणीतरी ओरडलं तेव्हा पॉल भानावर आला. लगबगीनं चालत येणाऱ्या रूथला त्याच्या नजरेनं टिपलं. अन् आई? असा प्रश्न तो स्वतःला विचारणार एवढ्यात त्याला रूथपाठोपाठ कुणीतरी स्त्री दिसली – सावकाश पावलं टाकणारी. तिला पाहताच त्याचा श्वास कोंडला, काळजाचा ठोका चुकल्यासारखा झाला – ही आपली आई? केवढीशी, थकलेली, वयस्क!

आईला पाहून आपल्याला बसलेला धक्का तारेतल्या बातमीपेक्षा मोठा होता, असं पुढे कितीतरी दिवस पॉलला वाटत राहिलं. विजेच्या लोळानं एखादं हिरवंगार झाड जळून जावं, कायमचं वठावं, तसं आईच्या बाबतीत झालं होतं.

डोळ्यांसमोर उभं असलेलं वास्तव फार कठोर, न टाळता येण्यासारखं होतं! तो जागच्याजागी खिळल्यासारखा झाला, आतल्या आत ताठर होत. तेवढ्यात आईनंच पुढे होऊन त्याला आपल्या कवेत घेतलं. तिच्या डोळ्यांतून ओघळणारे अश्रू तिला आवरता येणं शक्य नव्हतं. आपल्याहून कितीतरी उंच झालेल्या पॉलचं मस्तक तिनं खाली ओढलं. त्याच्या ओठांना तिच्या अश्रूंचा खारटपणा जाणवला, पण त्याचं मन बधिरच राहिलं.

"आई!" हुंदके देत कॉनीनं आईला मिठी मारली. तिला रडू आवरेना.

पॉलच्या तोंडून मात्र एक अक्षरही फुटलं नाही. त्याची अवस्था इतरांच्या लक्षात आली नसावी, कारण सगळेचजण भारावून गेले होते.

पुनःपुन्हा पॉल स्वतःला विचारत राहिला, 'ही आपली आई? केवढा बदल झालाय तिच्यात.' त्याला गप्प बसलेला पाहून तिला वाटलं, 'बाबांच्या मृत्यूमुळे

किती बदललाय हा,' तिनं ते लगेच बोलूनही दाखवलं, कारण मनातले विचार, भावना मनातच ठेवणं तिला किंवा तिच्या बहिणींनाही कधी जमलं नाही. स्वत:बद्दलही ती बोलू लागली, ''तुमचे बाबा गेले अन् सगळं संपलं, असंच वाटतंय मला. त्यांच्याशिवाय शक्य नाही मला जगणं. आम्ही दोघांनी एकच स्वप्न बघितलं, एकत्र काम केलं. आता कुणासाठी जगायचं?''

आईचे शब्द त्याच्या कानावर पडत होते अन् त्याला एकामागून एक धक्के बसत होते. त्याचं बंडखोर मन म्हणू लागलं, 'हे असलं आयुष्य काय कामाचं? एकमेकांवर इतकं विसंबायचं की स्वत:चं वेगळं अस्तित्वच उरू नये?' त्याक्षणी त्याच्या मनात विचार आला अन् त्यानं निर्णय घेतला, 'आपण नाही असला वेडेपणा करायचा. इतकं प्रेम कुणावरच नाही करायचं!'

जसजसे दिवस गेले तस तसं पॉलच्या मनातलं वादळ शांत होत गेलं. आईदेखील बरीच सावरली. एकमेकांची पुन्हा सवय झाली आणि पॉलला तर आई जवळ असण्याचा दुसरा एक फायदा झाला, त्याचा शाळेचा निकाल चांगला लागला.

''पुढे शिकायचं असेल तर जरूर शीक. कॉलेजला जा. तुझे अंकल तुला–'' आईनं एक दिवस विषय काढला.

पॉलनं उत्तर दिलं नाही. त्याला शाळेचा कंटाळा आला होता.

''तुला ठाऊक आहे पॉल, तुझ्या बाबांना नेहमी आपण डॉक्टर व्हावं, असं वाटायचं. मद्रास विद्यापीठात त्यांनी अभ्यासाला सुरुवातही केली होती. तू डॉक्टर झालास तर त्यांची अपुरी इच्छा तू पुरी केल्यासारखं होईल, त्यांच्या आत्म्याला शांती लाभेल.''

''अंहं, नको,'' पॉलनं जोरात मान हलवली. जणू कसली तरी अप्रिय आठवण त्याला झटकून टाकायची होती. डॉक्टर हा शब्द ऐकताच त्याला, बाबांबरोबर तो कधीकधी जायचा तेव्हाच्या आठवणी उफाळून वर आल्या. ते लोकांवर उपचार करायचे, त्यांच्या जखमा साफ करायचे – त्या पिकल्या जखमा, त्यातून वाहणारा पू, रक्त या सगळ्या आठवणींनी त्याच्या मनात शिसारी दाटून आली. 'काही झालं तरी आपण डॉक्टर व्हायचं नाही,' एवढा निर्णयच तो त्या क्षणी घेऊ शकत होता.

आईनं विषय बदलला. ''तुझे बाबा गेले, त्याआधी काही महिने आम्ही दोघं पुलियमपट्टीच्या डोंगरमाथ्यावर बसलो होतो. तिथून पाचही डोंगर दिसायचे. आम्ही दोघं जणू एकदम मनातला विचार बोलून गेलो, तिथल्या सगळ्या लोकांना येशूचरणी वाहायला हवं.''

आई अधूनमधून हिंदुस्थानातल्या लाखो लोकांबद्दल, त्यांच्या दीनवाण्या स्थितीबद्दल बोलायची; पण जास्त करून तिच्या बोलण्यात कोल्ली पर्वतावरच्या लोकांचा

उल्लेख पुष्कळ वेळा यायचा. त्यांना उद्धरण्याची अधिक गरज आहे, असं ती सुचवायची.

एक दिवस त्याच्या मनातला गोंधळ, अनिश्चितता अनपेक्षितपणे संपली. कदाचित तो एक दैवयोग असेल. एक दिवस एक प्रवचनकार मावशीच्या घरी आले. व्यवसायाने ते बांधकाम उद्योजक होते; पण धर्मकार्य करायला त्यांना आवडायचं. सगळेजण त्यांना पॅस्टर वॉरविक म्हणून ओळखायचे. प्रवचन देण्याची उपजत कला त्यांच्या अंगात असावी. रोजच्या जीवनातल्या घटनांचा, गोष्टींचा ते आपल्या प्रवचनात छान उपयोग करत असत. एक दिवस प्रवचनादरम्यान त्यांनी आपल्या खिशातून एक मोजपट्टी काढली. ती पाहताच पॉलच्या मनात एक विलक्षण भावना उफाळून वर आली, इतकी की त्याचे डोळे पाण्यानं भरून आले. त्याच्या बाबांनी एकदा अगदी अशाच प्रकारे पट्टीचा वापर केला होता. त्यांनी प्रथम पट्टीशिवाय एक रेघ काढली अन् त्याला म्हणाले, "ही रेषा पाहिलीस बाळ, अगदी सरळ वाटते ना? आता पहा," असं म्हणून त्यांनी हातातली पट्टी त्या रेषेजवळ धरली, "आता बघ, किती वाकडी आहे ते लक्षात आलं ना? आपणही असेच असतो बघ, या रेषेसारखे. या पट्टीप्रमाणे मनात एक सुवर्णपट्टी आपण नेहमी बाळगायला हवी. आपल्या प्रत्येक कृतीला या सुवर्णपट्टीशी तोललं पाहिजे आपण."

ते उदाहरण त्याला इतकं आवडलं होतं, की इतक्या वर्षांनंतरही ती आठवण त्याच्या मनात अगदी ताजी होती.

पॅस्टर वॉरविक अनेक वेळा नेथानिआत येत असत. आजोबांच्या वेळेपासून तो पायंडाच होता. पॉलच्या मनात त्यांच्याविषयी जवळीक निर्माण होऊ लागली होती. त्यांच्यात अन् त्याच्या वडिलांमध्ये कितीतरी साम्य होतं...

त्यादिवशी ते एकदम म्हणाले, "तुलाही सुतारकामाची आवड आहे का?"

"हो, तळघरात माझं एक टेबलपण आहे सुतारकामाचं..."

"अस्सं? नेहमी वापरतोस तिथली अवजारं?" त्यांनी कुतूहल दाखवलं तेव्हा उत्साहानं पॉल म्हणाला, "हो, काही वस्तूपण बनवल्यात मी..."

"अरे व्वा! बघू या तरी."

धडधडत्या अंतरानं पॉल त्यांना तळघरात घेऊन गेला.

"छान, उत्तम, अगदी बाबांच्या वळणावर गेलायस. त्यांनाही सुतारकामाची आवड होती. छान हातखंडाही होता...."

पॅस्टरचे ते शब्द पॉलला फार महत्त्वाचे वाटले. त्याला एकदम उत्तेजित झाल्यासारखं वाटलं. इतके दिवस आपण एखाद्या चक्रव्यूहात अडकलेलो होतो, बाहेर जायचा रस्ता सापडत नव्हता, असं त्याला वाटायचं; पण अचानक त्याला उजेड दिसला, दार उघडल्याचा भास झाला.

दुपारी आईला एकटंच गाठून पॉलनं तिला सांगितलं, "मला पॅस्टर आवडतात, त्यांच्याप्रमाणे बांधकाम व्यवसाय करायला आवडेल मला."

आईनं थोडा वेगळाच अर्थ लावला. तिला वाटलं, 'आपला मुलगा त्याच्या बाबांच्या पावलावर पाय टाकू पहातोय. त्यालाही मिशनरी व्हायचंय...' तिचे डोळे आनंदानं चमकू लागले. वेळ न दवडता तिनं पॅस्टरना सांगितलं,

"पॉल म्हणतोय, त्याला त्याच्या बाबांसारखं मिशनरी व्हायचंय. पण ते करायचं तर त्यानं बांधकाम शिकून घ्यायला हवं. तिकडे हिंदुस्थानात जिथे आम्ही काम करायचो त्या डोंगराळ भागात घरं बांधायला कुणी मिळत नाही. तुम्ही त्याला आपल्या हाताखाली घेऊन शिकवलंत तर त्याला मदत होईल."

१९३० सालच्या डिसेंबर महिन्यात पॉलनं शिकाऊ उमेदवार म्हणून बांधकाम व्यवसायात प्रवेश केला. इतिहासाची पुनरावृत्ती झाली होती!

त्याच सुमारास एक मिशनरी जोडप्याबरोबर आई हिंदुस्थानात परतली होती. एक प्रकारे भूतकाळाशी असलेलं नातं संपुष्टात आलं अन् पॉलच्या आयुष्यात एक नवा अध्याय सुरू झाला.

हे क्षेत्र किती वेगळं होतं! विद्यार्थीदशेतून बाहेर पडून बांधकाम क्षेत्रातला शिकाऊ उमेदवार म्हणून त्यानं काम सुरू केलं तेव्हा इतरही काही स्थित्यंतरं त्याच्या जीवनात घडली. समाजातल्या एका अगदी वेगळ्या स्तरात तो काम करू लागला. अन् किशोरवयातून तारुण्यातही त्यानं याच वेळी पदार्पण केलं.

बांधकाम क्षेत्रातल्या विविध अंगांचं ज्ञान पॉलला मिळालं, कारण पॅस्टर वॉरविक अतिशय काटेकोर होते. त्याच्या शिक्षणाची सुरुवात ऑफिसमधल्या कामापासून झाली. कामाच्या खर्चाचा अंदाज, कामाचं कंत्राट बनवायचं, कोणकोणतं साहित्य लागतं त्याची नोंद बनवायची, वगैरे शिकल्यानंतरच त्याला प्रत्यक्ष कार्यशाळेत (workshop) आणि बांधकामाच्या जागी पाठवण्यात आलं. सुरुवातीला त्याला आठवड्याला साडेआठ शिलिंग, साधारणपणे एक डॉलर एवढं वेतन मिळायचं.

कामाची सुरुवात सकाळी साडेसात वाजता व्हायची; पण तिथे पोहोचण्यासाठी एक तास आगगाडीनं प्रवास करायला लागायचा. पहाटे साडेपाच वाजता उठायला लागायचं. बऱ्याच वेळा कॉनीच त्याच्या आधी उठायची अन् त्याला हळूहळू जागं करायची. नंतर त्यानं एक गजराचं घड्याळ विकत घेतलं, पण दिवसभराच्या दमणुकीनं त्याला इतकी गाढ झोप लागायची, की तो गजरदेखील त्याला ऐकू यायचा नाही. एका मित्रानं ते ऐकल्यावर मोलाचा सल्ला दिला. "झोपण्याआधी तू आपल्या मनाला बजाव, उद्या साडेपाच वाजता उठायचंय. मग बघ कसा फरक

पडतो ते!''

त्या रात्री त्यानं मनाशी निर्धार केला अन् सकाळी गजर सुरू होताच त्याला जाग आली. काही दिवसांतच त्याला गजर लावल्याशिवायही वेळेवर उठता येऊ लागलं. 'मनात आणलं तर एखादी गोष्ट आपण नक्की करू शकतो' ह्या गोष्टीचा त्याला त्या दिवसापासून विश्वास वाटू लागला.

हे नवीन क्षेत्र किती वेगळं होतं... कोल्ली पर्वतावरचं स्वच्छंद आयुष्य, मावशीच्या घरातला मध्यमवर्गीय, शिस्तबद्ध जीवनक्रम अन् आता हे कामगार क्षेत्रातलं आयुष्य. हा तिसरा बदलही त्याच्या अंगवळणी पडला. पण कधीकधी त्याला दोन्ही ठिकाणी, 'आपण इथले नाही' असं वाटायचं. कामावरून घरी जाताना अंगावरले मळलेले कपडे, तुटलेली नखं, मातीनं भरलेले बूट पाहून त्याची त्यालाच विलक्षण लाज वाटायची. सामानाची ढकलगाडी रस्त्यावरून नेताना, 'आपल्या शाळेतला कुणी मित्र आपल्याला या अवस्थेत पहात नाही ना,' अशी भीती त्याला वाटायची. तो घरी यायच्या सुमारास कॉनी दारात उभी असायची. तो आत आल्याबरोबर ती त्याचे मळके बूटमोजे, कपडे बदलायला लावायची. मगच त्याला मावशीच्या दिवाणखान्यात शिरू द्यायची.

या आवडीच्या क्षेत्रातही त्याला निर्भेळ आनंद अनुभवायला मिळाला नाही, निदान सुरुवातीला, कारण त्याच्यात आणि इतर सहकाऱ्यांमध्ये बराच फरक होता. तो स्वत: मध्यमवर्गीय होता, त्यामुळे त्याची भाषा शुद्ध होती, सभ्य माणसांची होती. याउलट त्याचे मित्र अशुद्ध भाषा बोलत, त्यांचे उच्चार चुकीचे असत अन् त्यांचं इतर वागणंही कनिष्ठवर्गीयांसारखं असे. शेवटी पॉलनं त्यांची बोलीभाषा आत्मसात केली, त्यांचे उच्चार शिकून घेतले. ते करत तसली शिवीगाळ सोडली तर त्यांच्यात अन् पॉलमध्ये काही फरक राहिला नाही.

या क्षेत्रातलं पहिलं बाहेरचं काम त्याला करावं लागलं ते घरावर कौलं घालण्याचं. त्यासाठी जी शिडी वापरावी लागायची ती कडाक्याच्या थंडीत बर्फानं आच्छादलेली असायची, कौलांवरही बर्फ साठलेलं असायचं. तो अनुभव घेतल्यानंतर त्याची रवानगी तळघरात झाली. इथे त्याला वेल्डिंगचं काम शिकावं लागलं. त्यानंतर नळ बसवण्याचं, पाण्याचे पाइप जोडण्याचं काम शिकताना त्याच्या मनात विचार आला, 'कोल्ली पर्वतावर मी मिशनरी म्हणून काम करू लागलो तर तिथे या ज्ञानाचा काय उपयोग?' गंमत म्हणजे पुढे डॉक्टर झाल्यावर त्याला एकदा या ज्ञानाची आठवण झाली. गमतीनं तो आपल्या विद्यार्थ्यांना म्हणाला, ''आपल्याला वाटतं, कापलेल्या आतड्याचे दोन भाग जोडणं, शिवणं फार अवघड आहे. पण मी सांगतो, पाण्याचे दोन पाइप एक थेंबही पाणी गळणार नाही अशा प्रकारे सांधणं, ही देखील काही कमी अवघड गोष्ट नाही!''

ह्या पाच वर्षांच्या उमेदवारीच्या काळात त्याला सर्वांत जास्त आवडलं ते गवंडीकाम. वेगवेगळ्या प्रकारचे दगड हाताळताना, तासताना त्याला वाटायचं, आपण आता जणू एखादी अप्रतिम मूर्ती घडवणार आहोत. त्यानंतर त्याला बढती मिळाली ती मुकादमाच्या कामावर. आता इतरांवर देखरेख ठेवायची होती. पण त्याला मनापासून आवडलं ते गवंडीकाम!

मूळची तब्येत उत्तम असेल म्हणून किंवा मनाचा उत्साह खूप असेल म्हणूनही, पण; एक गोष्ट खरी – त्याला एकावेळी अनेक कामात भाग घ्यावासा वाटत असे. त्यामुळेच एकीकडे शारीरिक कष्टाचं काम करत असतानादेखील त्याला चर्चचं काम करायलाही तितकाच उत्साह वाटत असे. या काळात दर रविवारी त्यानं लहान मुलांचे वर्ग चर्चमध्ये घेतले अन् त्याच वयात त्यानं धार्मिक प्रवचनं द्यायलाही सुरुवात केली. पुढे त्याचं कार्यक्षेत्र पूर्णपणे बदललं; पण धार्मिक प्रवचनं देण्याची संधी त्यानं कधीही दवडली नाही.

वयाच्या अठराव्या वर्षी त्यानं पहिलं प्रवचन दिलं, वडिलांच्या गिल्फोर्ड येथील चर्चमध्ये. त्यावेळी हजर असलेल्या त्याच्या आत्यांच्या मनात धाकधूक होती, 'कसं जमेल या पोराला हे काम' अशी. त्याची मिनी आत्या म्हणाली, ''लोकांना अजून त्याचे बाबा चांगले आठवत असणार. त्या पार्श्वभूमीवर प्रवचन देणं म्हणजे सोपी गोष्ट नाही...''

पॉलनं मात्र त्यांची भीती निराधार ठरवली. आपल्या भाषण शैलीनं त्यानं श्रोत्यांना खिळवून ठेवलं. विषय होता, 'माझ्या कृपेनं तुझा उद्‌धार होईल' – एका माणसाला एकदा एक स्वप्न पडलं, स्वप्नात त्यानं वरील शब्द एका लांबलचक भिंतीवर लिहिलेले पाहिले. त्यामधील 'माझ्या' हा शब्द आकारानं मोठा होत गेला. त्यांनं सबंध भिंत व्यापली. त्यामुळे 'तुझा' हा शब्द जवळजवळ दिसेनासाच झाला. पॉलच्या या पहिल्यावहिल्या प्रवचनातला हा संदेश त्याच्याही पुढील आयुष्यात जणू एखाद्या ध्येयवाक्यासारखा त्याला मार्गदर्शक ठरला – ''परमेश्वर महान असतो, आपण स्वत: लहान आणि क्षुद्र.''

''व्वा!'' मिनी आत्यानं केलेल्या कौतुकात समाधान आणि आश्चर्य या दोन्ही भावना पॉलला स्पष्ट जाणवल्या.

बांधकाम क्षेत्रात प्रगती करत असताना पॉलला आणखी एक क्षेत्रही खुणावत होतं – तरुणांची संघटना बांधण्याचं. इंग्लंडला आल्यानंतर थोड्याच दिवसांत त्यानं एका मिशन शिबिरात हजेरी लावली होती, तेव्हाच त्याच्या मनात हा विचार आला होता. पॉलची संघटना लंडन आणि दक्षिण परगण्यातल्या तरुणतरुणींना एकत्र आणून काम करू लागली. धार्मिक शिबिरं किंवा घरगुती समारंभ करण्याच्या हेतूनं जी समिती बनवण्यात आली, त्यामध्ये तरुणांचा म्होरक्या म्हणून पॉलची व

तरुणींच्या नेतेपदी मॉली शिल्वर्सची नेमणूक झाली.

या कामामुळे पॉलला अनेक मित्र मिळाले. त्यामध्ये लॉरी कुर्त होता. दोघांची मैत्री पुढे अनेक वर्षं टिकली. पॉलच्या साहसी वृत्तीला लॉरीमुळे खतपाणी मिळालं. लॉरीला विमानदलात जायची इच्छा होती. एका कॅम्पच्या वेळी समुद्रकिनाऱ्यावर एक माणूस त्याला भेटला. तो आपल्या चिमुकल्या विमानातून लोकांना छोटी सैर घडवून आणायचा. लॉरीनं ती संधी घेतली अन् पॉलला गळ घातली. 'माझ्याबरोबर चल ना.'

साहस पॉलच्या रक्तातच होतं. दोघंजण तयार झाले. पुढील आयुष्यात पॉलनं असंख्य वेळा विमानप्रवास केला; पण तो पहिला विमानप्रवास त्याच्या कायम आठवणीत राहिला.

ते विमान जुन्या पद्धतीचं, अगदी छोटं होतं. त्यामध्ये तीन माणसं एकापाठीमागे एक अशी बसू शकायची अन् तिन्ही बैठका वरच्या बाजूला पूर्ण उघड्या अशा होत्या. समोरच्या बाजूला वाऱ्यापासून संरक्षण करण्यासाठी एक छोटी काच होती, सर्वांत पुढच्या खुर्चीत वैमानिक, त्याच्या मागील खुर्चीत लॉरी व सगळ्यात मागच्या खुर्चीत पॉल बसला. लॉरीनं त्या वैमानिकाला सर्व प्रकारच्या गिरक्या घ्यायला सांगितल्या होत्या. ही गोष्ट मात्र पॉलला ठाऊक नव्हती. (आपल्यात लढाऊ विमान चालवण्याचं धाडस आहे की नाही, ही गोष्ट लॉरीला पडताळून पहायची होती.)

इंजीन सुरू झालं, तसा मोठा आवाज झाला. त्याक्षणी पॉल उभा राहिला, ''अरे थांब, अजून मी खुर्चीचा पट्टा बांधला नाही.'' त्याचा आवाज वैमानिकानं विमानाच्या घरघरीमुळे ऐकला नसावा. विमान धावपट्टीच्या टोकाला आलं अन् त्यानं हवेत झेप घेतली. तसा पॉल पटकन खाली बसला. त्याचे थरथरणारे हात खुर्चीचे पट्टे धुंडाळू लागले, पण तेवढ्यात त्या विमानानं पहिली गिरकी घेतली. खुर्चीच्या हात ठेवायच्या दांड्यांना धरून बसण्याशिवाय पॉलला दुसरं काही करणंच शक्य नव्हतं. त्याचं 'धावा, धावा,' असं तारस्वरातलं किंचाळणं चालूच होतं; पण त्याचा काही उपयोग झाला नव्हता. लॉरीनं सांगितल्यानुसार वैमानिकानं आपल्या करामती दाखवायला सुरुवात केली, तसा पॉलचा जीव कंठाशी आला. हातांनी घट्ट पकडण्यामुळे बोटांना विलक्षण रग लागली, ती पांढरीफटक पडली असावीत. क्षणात ढग, क्षणात पाणी, पुढच्या क्षणी निळं आकाश, कधी हिरवीगार झाडं... डोळ्यांसमोरून प्रत्येक दृश्य झपाट्यानं सरकत होतं. खरं तर या अद्भुत अनुभवाचे फोटो घेण्याच्या उद्देशानं त्यानं कॅमेरा आणला होता. तो गळ्यात लटकवलेला असल्यामुळे विमान गिरक्या घेत होतं त्यावेळी कॅमेरा पॉलच्या छातीवर आदळत होता, पण काहीही करणं त्याला शक्य नव्हतं. ह्या भयानक

गिरक्या कधी संपणारच नाहीत, असं त्याला वाटत असतानाच विमानानं वेगानं खाली झेप घेतली अन् ते हलकेच धावपट्टीवर उतरलं.

लॉरीनं पट्टा सोडला अन् मागे वळून पॉलकडे पाहिलं, "काय रे, कसं वाटलं तुला? ठीक आहेस ना?"

पॉलने हातांची पकड हळूहळू सैल केली, एक मोठा नि:श्वास टाकला अन् उसन्या आनंदानं तो म्हणला, "अर्थातच! तुला कसा दिसतोय मी?"

कॅम्पमध्ये काम करताना तरुणांपेक्षा तरुण मुलींची संख्या अधिक असायची. त्यांच्यामध्ये पॉल लोकप्रिय असायचा. मुलींबद्दल त्याला तारुण्यसुलभ आकर्षण वाटायचं; पण त्यानं स्वत:ला त्यांच्यापासून दूर ठेवलं. मॉली शिल्वर्स त्याच्या बांधकामाच्या जागेपासून जवळच राहायची. अनेकदा त्याचं आणि तिचं नाव जोडायचा प्रयत्न कॅम्पमधले सहकारी करायचे; पण मॉली पॉलची फक्त मैत्रीण राहिली. पुढे तिनं एका वास्तुतज्ज्ञाशी विवाह केला, तेव्हा तिचा पाठीराखा (Best man) म्हणून पॉलनं विवाह सोहळ्यात भाग घेतला. त्यावेळी त्यानं एखाद्या शूरासारखे उद्‌गार काढले. तो म्हणाला, "वास्तुतज्ज्ञ इमारतीचा नुसता आराखडाच तयार करत नाही, तर तो सिद्धीसही नेतो. मॉलीच्या पतीनं तेच केलं म्हणून तिनं आपला हात त्याच्या हातात दिला. बाकीचे सगळे केवळ पाठीराखेच राहिले."

५

'आम्हाला मिशनरी हवेत, तंत्रज्ञ नकोत' या सौम्य पण ठाम शब्दातल्या उत्तरानं पॉल निराश झाला, तसा चक्रावूनही गेला. कारण आपल्या अर्जाला असं काही उत्तर मिळेल, असं त्याला वाटलंच नव्हतं.

त्याचं पाच वर्षांचं बांधकाम क्षेत्रातलं प्रशिक्षण संपलं होतं. आता तो एकवीस वर्षांचा होता. या वयातले बहुतेक तरुण काहीतरी नोकरी, उद्योग, व्यवसाय करतात. त्यामुळे 'काहीतरी करायला लागा, जन्मभर नुसती उमेदवारीच करणार की काय?' अशा प्रकारचे प्रश्न त्याला लोकांच्या नजरांमध्ये स्पष्ट दिसू लागले होते. अनिश्चिततेच्या भोवऱ्यात त्याला गरगरल्यासारखं होऊ लागलं.

आयुष्यात इतरही पुष्कळ बदल होत होते. आजी वारल्यानंतर दोघी मावश्यांनी मोठं घर विकून नवीन घरात बस्तान हलवलं होतं. घराचं नाव मात्र तेच 'निथानिआ' ठेवलं होतं. कॉनी रिजलँड्स बायबल कॉलेजमध्ये मिशनरी होण्याचं शिक्षण घेत

होती. आई सुट्टीवर म्हणून परत घरी आलेली होती. मनातून निराश झाली होती, कारण कोल्ली पर्वतावर आपल्याला एकटीला मिशन बोर्ड पाठवणार नाही, ह्याची तिला खात्री होती. ज्या मिशनरी जोडप्याबरोबर ती गेलेली होती, त्यांच्याबरोबर तिचे खटके उडाले होते. तिच्या दृष्टीने ते जेसइतकं मन लावून काम करत नव्हते.

'आपल्याकडूनही आई हीच अपेक्षा करतेय.' पॉलच्या लक्षात आलं होतं अन् त्याचीही तयारी होतीच. त्याच्या अर्जाला पहिलं उत्तर आलं होतं, 'अजून तुमची पुरेशी तयारी नाही.' मिशनबोर्डाला आणखी काय हवं आहे, या प्रश्नाचं उत्तर पॉलला मिळत नव्हतं. त्यानं शालेय शिक्षण पुरं केलं होतं, बराच काळ चर्चमध्ये काम केलं होतं, प्रवचनं दिली होती, शिवाय बांधकामासंबंधी अनुभव होता; साहजिकच त्याला वाटलं होतं, अगदी सहजपणे आपली नेमणूक केली जाईल.

त्यासाठी प्रशिक्षण घ्यायचं तर त्याच्यापुढे दोन पर्याय होते, बायबल स्कूलमध्ये प्रवेश घ्यायचा किंवा वडिलांनी केला होता त्याप्रमाणे वैद्यकीय डिप्लोमा घ्यायचा. त्याला दोन्ही गोष्टींचा कंटाळा वाटला. अभ्यास नको होता अन् वैद्यकीय शिक्षण घेऊन रुग्णांची सेवा करायची या कल्पनेचाही तिटकारा होता.

'पुढे काय?' हा प्रश्न पॉलला सतत भेडसावू लागला. अशा वेळी कधी त्याला वाटायचं, देवच आपल्याला मार्ग दाखवेल. मिशनरी काम करायचं तर तसा 'आदेश', 'कौल' मिळायला हवा. हा आदेश म्हणजे नक्की काय – आतला आवाज का? इतक्या वर्षांत त्याला कधीच कुठला आतला आवाज ऐकू आला नव्हता किंवा देवानं कधी दर्शनही दिलेलं नव्हतं...

एक दिवस मात्र त्याला पुरता उलगडा झाल्यासारखा अनुभव आला. त्याच्या डोळ्यांसमोर आपल्या वडिलांची मूर्ती तरळली अन् त्याला आठवलं, बाबांनी पण घरच्या बांधकाम व्यवसायाकडे पाठ फिरवून मिशनरी व्हायचा निर्णय घेतला होता, कारण त्यांना लोकांची सेवा करायची होती. हे काम निश्चितच उदात्त होतं. त्याखातरच त्यांनी वैद्यकीय शिक्षण घेतलं होतं. बाबांच्या पावलावर पाऊल टाकून चालायचा निर्णय पॉलनं घेतला...

पूर्वी ज्या ठिकाणी पॉल काम करायचा, तिथून जवळच एक वैद्यकीय शाळा होती. तिचे वर्ग लेटन या भागातील एका मोठ्या इमारतीत भरत असत. तिथे एक वर्षाचा एक शिक्षणक्रम होता. त्यामध्ये हिंदुस्थानसारख्या उष्ण हवामानात होणाऱ्या रोगांवरील उपचारांवर भर दिला जात असे. वर्गात पंचवीस विद्यार्थी होते. त्यांना शरीरशास्त्र - विषयीची प्राथमिक माहिती, प्रथमोपचार, आजाराचं निदान करणं अन् अगदी सोप्या, साध्या शस्त्रक्रिया करायचं शिक्षण दिलं गेलं. तिथे दोन पूर्णवेळ शिक्षक – डॉ. जेझ (Jays) आणि डॉ. वायग्रॅम (Wigram) होते, तर डॉ. कॉकरेन (Cochrane) आणि डॉ. मूर (Muir) सारखे प्रख्यात कुष्ठरोगतज्ज्ञ काही व्याख्यानांपुरतेच येत.

विद्यार्थ्यांना प्रत्यक्ष कामाचा अनुभव घ्यावा लागत असे. एका मिशन हॉस्पिटलमध्ये हे विद्यार्थी तेथील अनुभवी डॉक्टरांच्या हाताखाली अपघात विभागात काम करत. दवाखान्यात रुग्णांना तपासणं, त्यांच्या जखमांवर मलमपट्टी करणं, हेही त्यांना करावं लागत असे. हे काम करत असताना पॉलला मोठा धक्का बसला – त्याला चक्क हे काम आवडायला लागलं! विशेष म्हणजे इथला अभ्यासदेखील त्याला मनापासून आवडायला लागला. पूर्वी शाळेतला अभ्यास त्याला कंटाळवाणा वाटत असे त्याउलट इथलं काम वास्तवाशी-जीवनाशी निगडीत होतं. बांधकामामध्ये जसा त्याला मनापासून रस वाटायचा, तोच अनुभव त्याला याही क्षेत्रात आला.

१९३५ च्या ऑक्टोबर महिन्यात त्यानं आईला कळवलं, 'कालची सबंध संध्याकाळ मी दात उपटण्यात घालवली. पहिला दात उपटताना थोडी भीती वाटली, नंतर मात्र हे काम मला आवडायला लागलं. एकदा थोडा वैताग जाणवला, एका रुग्णाचा एक सुळा उपटताना इतकी शक्ती वापरावी लागली, की वाटलं, त्या सुळ्याचं मूळ बहुतेक त्याच्या डोक्यात असावं!'

नंतरच्या एका पत्रात तर त्याच्या आईला आनंदाचा सूर ऐकू आला, 'माझा वैद्यकीय अभ्यासाविषयीचा दृष्टिकोनच पार बदलून गेलाय. पूर्वी *रुग्ण* या शब्दानं देखील माझ्या मनात तिटकारा, शिसारी उत्पन्न व्हायची, दिवसचे दिवस आजारी लोकांच्या सहवासात घालवायचे, म्हणजे महाभयंकर शिक्षा वाटायची मला! पण आता वाटतं, रोगांची कारणं, त्यावरील उपाय यावर आपण जितका अधिक विचार करतो, तितकी लोकांची सेवा चांगल्या प्रकारे करता येते. वेदनाग्रस्त लोकांना मदत करणं, या विचारानं या अभ्यासाला वेगळंच वळण मिळतं.'

नवीन काम शिकत असताना त्याला अनेक शोध लागले. इथे त्याला देशोदेशीच्या लोकांना भेटण्याची संधी मिळाली, त्यांची विचार करण्याची वेगळी पद्धत, त्यांच्या धर्मभावना याविषयी अधिक माहिती मिळाली. त्याच्याबरोबर शिकणाऱ्यांमध्ये काही तरुण आफ्रिकेतले होते, एक जण मध्य अमेरिकेत परत जाणार होता. काहीजण कोणताच धर्म मानत नव्हते; पण सगळ्यांमध्ये एक दुवा समान होता – सगळ्यांनाच मिशनरी म्हणून काम करायचं होतं. तसा कौल त्यांना कधीतरी मिळालेला होता. सगळेच विचारानं परिपक्व वाटले. त्यांच्याबरोबर काम करताना पॉलला प्रथमच जाणवलं, काम करण्याची तळमळ किंवा मिशनरी उत्साह ही काही फक्त ख्रिश्चन समाजाची मक्तेदारी नाही. ह्या नव्या विचारामुळे त्याच्या मनाला काहीशी स्थिरता आली.

याच गटातल्या एकाबरोबर त्याची विशेष मैत्री जमली. त्याचं नाव होतं डेव्हिड विल्यम्सहर्स्ट. शांत, अभ्यासू, काहीसा लाजाळू असा हा तरुण, कधीकधी थोडा मंद वाटायचा; पण अतिशय प्रामाणिक आणि दयाळू होता. दोघांमध्ये नेहमी निकोप

स्पर्धा असायची. पहिल्यादुसऱ्या नंबराबाबत चुरस असायची; पण तरीही दोघं सच्चे ख्रिश्चन होते.

वर्षभराचा अभ्यासक्रम संपला अन् एक दिवस डॉ. वायग्रॅमनी पॉलला त्यांच्या कचेरीत बोलावणं पाठवलं.

"वैद्यकीय अभ्यासक्रम आवडतो ना तुला?" त्यांनी विचारलं

"नुसता आवडत नाही सर, मनापासून आवडतो!" अतिशय उत्साही स्वरात पॉलनं उत्तर दिलं.

"माझ्याही लक्षात आलीय ती गोष्ट. गेल्या वर्षी आमच्याकडचा पहिला आलेला विद्यार्थी तुझ्यासारखाच हुशार होता," डॉ वायग्रॅम पुढे म्हणाले, "त्याला आम्ही असं सुचवलं की त्यानं डॉक्टरी पेशा स्वीकारावा. त्यानंही आमचं म्हणणं ऐकलं. मला वाटतं तूही तसंच करावंस."

"पण मला मिशनरी व्हायचंय, सर," किंचित अडखळत पॉलनं उत्तर दिलं.

"मग नको कोण म्हणतोय? मिशनरी डॉक्टर होता येईल तुला." प्रेमळपणानं त्यांनी सुचवलं.

"पण कसं जमणार? किती तरी वर्षं लागतील डॉक्टर व्हायला."

"कितीतरी नाही, पाच वर्षं. म्हणजे कमीतकमी."

"पण खर्चाचं..." पॉलनं आणखी एकदा माघार घेतली.

"तुला सांगू पॉल, एवढ्या एकच वर्षाच्या अभ्यासक्रमानंतर तू शिक्षण थांबवावंस, ही फार वाईट गोष्ट वाटते मला. मला तुझ्याबद्दल इतकं वाटायचं, की माझ्याच्यानं राहवलं नाही. मी तुझ्या घरी फोन केला अन् तुझ्या आईला पत्रही लिहिलं." डॉ वायग्रॅम घाईघाईनं म्हणाले.

"तुम्ही माझ्या आईला पत्र लिहिलंत?" आश्चर्याचा धक्का बसून पॉलनं विचारलं.

"हं अन् तुझ्या आईचं उत्तरही आलंय. तिनं लिहिलंय, खर्चाची काळजी नको. कारण तुझे एक काका तुझ्या शिक्षणाचा खर्च करायला तयार आहेत. त्यांनी तसं वचनही दिलंय."

"डिक अंकल," पॉल स्वत:शीच पुटपुटला. त्यांचं नाव होतं रिचर्ड रॉबिन्स, नॅन्सीचे वडील. रोझामावशी त्यांची पहिली पत्नी होती. तिच्या अकाली मृत्यूनंतर त्यांनी स्टेलामावशीबरोबर लग्न केलं होतं. खूप गरिबी पाहिली होती त्यांनी. अतिशय हुशार होते ते. पैसे नसायचे तेव्हा केवळ ब्रेड आणि चीज खाऊन त्यांनी दिवस काढले होते. पै पैसा वाचवून पुस्तकं विकत घेतली होती. कालांतरानं ते यशस्वी बागाईतदार बनले होते. एवढंच नव्हे, तर शेतकऱ्यांच्या राष्ट्रीय संघटनेचे अध्यक्ष म्हणूनही निवडले गेले होते. त्यांच्या उल्लेखनीय कामगिरीबद्दल सरकारनं

त्यांना मानाचा 'सर' हा किताब देऊ केला होता; पण तोही या विनम्र माणसानं नाकारला होता...

ही सर्व आठवण पॉलच्या मनात ताजी झाली. तेवढ्यात सर पुढे म्हणाले, "मी तुझ्या काकांना पण पत्र लिहिलं, त्यांनी मदत देण्याचं कबूल केलंय."

पॉलची मती गुंग झाली. त्याला काही उमज पडेना. एवढी मोठी संधी, प्रलोभन त्याच्या आयुष्यात यापूर्वी कधीच आलं नव्हतं.

मिशनरी होण्याचे सर्व मनसुबे त्याच्या मनात तयार होते. त्यासाठीच तर त्यानं वैद्यकीय शिक्षण घेतलं होतं. यापुढची दोन वर्षं मिशनरी प्रशिक्षण संस्थेत काढली की आपण नक्की मिशनरी होणार, याची त्याला खात्री होती. त्याला क्षणभर वाईट वाटलं, 'ही संधी पाच वर्षांपूर्वी आली असती तर...' हा प्रश्न मनात उमटला अन् त्याला आठवलं, आली होती हीच संधी आपल्या आयुष्यात, आईनंच सुचवलं होतं. पण आता त्याचा काही उपयोग नव्हता. खूप उशीर झाला होता. खरंच खूप उशीर झालाय? त्यानं स्वत:लाच विचारलं, पाच वर्षं कॉलेजातलं शिक्षण त्यानंतर दोन वर्षं मिशनरी ट्रेनिंग, तिशी उजाडेल आपली तोपर्यंत. पण काय हरकत आहे? पुष्कळ जणांनी तिशीत आपल्या आयुष्याला सुरुवात केली होती...

अंहं, ते काही खरं नाही. आधीच किती तरी वेळ आपण घालवलाय... अन् खरं महत्त्वाचं काय? माणसाचा आत्मा की त्याचं शरीर? आपण त्याचा आत्मा वाचवायचा विचार करत होतो ना? छे, एकदा ठरवलं ते ठरवलं. त्यात आता बदल करायचा नाही. अशा प्रकारे मनाला समजावल्यावर शांतपणे पॉलनं मिशनरी ट्रेनिंग कॉलेजमध्ये प्रवेश घेतला. तेव्हा तो बावीस वर्षांचा होता, आयुष्याच्या ऐन उमेदीत...

ही कॉलनी म्हणजे एक छोटी संस्था होती. इथे शिकाऊ मिशनरींना बायबल आणि प्रवचन यावरच प्रशिक्षणच दिलं जात नसे, तर अत्यंत साधेपणानं, कमीतकमी सुखसोयींत कसं जगता येईल, याचा प्रत्यक्ष अनुभव दिला जात असे. हेतू हा, की आशिया, आफ्रिका किंवा दक्षिण अमेरिकेतल्या घनदाट जंगलातसुद्धा त्यांचा निभाव लागला पाहिजे. त्यामुळेच कॉलनीत त्यांना अगदी साध्या झोपडीवजा घरात रहावं लागत असे. एका झोपडीत बारा प्रशिक्षणार्थींची सोय केलेली होती. एकूण चार झोपड्या होत्या. त्यांची नावंही समर्पक – आशिया, आफ्रिका, द. अमेरिका आणि हिंदुस्थान – अशी होती. पॉलची रवानगी 'आफ्रिकेत' झाली. खोलीत किमान गरजेपुरतं सामान – झोपण्यासाठी एक खाट, एक खुर्ची अन् टेबल होतं. खोलीतला हीटर कडाक्याच्या थंडीत जेमतेम ऊब निर्माण करायचा. इथं राहणाऱ्यांनी शारीरिक सुखसोयींचा विचारही करू नये, अशीच एकूण अवस्था होती.

दिवसभरात फक्त दोन उद्योग असायचे. बायबलचा अभ्यास अन् त्यावरील

प्रवचनं! दोन वर्षांत संपूर्ण बायबलचा अभ्यास संपवायचा, हे एकच उद्दिष्ट. एखादी कविता, सूक्त घ्यायचं आणि तिच्या अनुषंगानं चर्चच्या रचनेविषयी, व्यवस्थेविषयी चर्चा करायची. एकूण अशी धारणा होती की संपूर्ण बायबलचा अभ्यास केला की आयुष्य जगण्यापुरती शिदोरी नक्कीच मिळते...

प्रवचन देण्याचा पुष्कळ सराव व्हायचा, प्रशिक्षणार्थींना अनेक ठिकाणी प्रवचन देण्यासाठी पाठवलं जायचं. तिथे त्यांनी सभा घ्याव्यात, तरुणांचे मेळावे भरवावेत, अशी अपेक्षा असायची. पॉलला या सगळ्या कामात आनंद वाटायचा. पत्राद्वारे तो आईला सगळ्या घडामोडी कळवायचा.

२७ ऑगस्ट, १९३६, शनिवार रात्री उशिरा बिग बेन घड्याळापर्यंत सायकल चालवत गेलो. तिथे मुलांच्या एका गटाला भेटलो आणि एका बाजूच्या गल्लीत प्रार्थनासभा घेतली. आम्ही १० जणांचा एक असे दोन गट केले. आमच्याजवळ असलेले खाद्यपदार्थ, कोको वगैरेचे दोन हिस्से केले. संपूर्ण लंडन शहराचा जिल्हेवार नकाशा तयार केला आणि सायकलवरून रपेट सुरू केली. माझा सहकारी फ्रँक नावाचा तरुण होता. सुरुवातीला आम्ही हॉटप्लेट्स नावाच्या ठिकाणी गेलो. सॅवॉय हॉटेलच्या मागील बाजूस असलेल्या एका छोट्या जागी थांबलो. इथे पादचारी पथाच्या पातळीवर असलेल्या जाळीच्या झाकणामधून गरमागरम पदार्थांचे वास येत असतात. आम्ही १२ जण त्या उबदार ठिकाणी एकमेकांना बिलगून उभे होते. आम्हाला पाहून त्यांना आनंद झाला; पण जास्त बरं वाटलं ते आम्ही दिलेल्या सँडविचेस आणि गरमागरम कोकोमुळे ! त्यानंतर आम्ही फ्लीट पथावर गेलो आणि जवळपासच्या सगळ्या गल्ल्या पिंजून काढल्या. बहुतेकांना आम्ही देत असलेल्या सँडविचेसमध्ये जास्त रस आहे, असं मला तरी वाटलं. आत्म्याची भूक त्यांच्या दृष्टीनं नगण्य होती. परत येताना चढावरून सायकल चालवावी लागली. चिंब भिजलेल्या अवस्थेत जोरदार वाऱ्याच्या विरुद्ध दिशेनं सायकल चालवताना चांगलीच दमछाक होत होती. तरी गाणी म्हणण्याचा उत्साह आमच्यात होताच. पहाटे ५-३० वाजता घरी परतलो आणि लगेच गरमागरम चहा घेतला.

२० सप्टेंबर खुल्या मैदानात सभा घेतली. डाव्या बाजूला कुणीतरी कम्युनिस्ट मोठमोठ्या आवाजात भाषण करत होता, तर उजवीकडे ब्लॅक शर्टवाल्यांची सभा होती. त्यांच्या सभांना अधिक गर्दी होती; पण आमचे वक्ते खऱ्या अर्थानं दमदार भाषण करत होते.

या कॉलनीमध्येही त्याचा जिगरी दोस्त डेव्हिड विल्यमहर्स्टच होता. अनेकदा आठवड्याअखेरच्या सुट्टीच्या दिवशी पॉल त्याला आपल्या घरी घेऊन जात असे. यावेळी कॉनीही घरी आलेली असायची. तिघंजण आनंदात वेळ घालवायचे. कॉनी आता मिशनरी स्कूल ऑफ मेडिसिन या संस्थेत एक वर्षाचा शिक्षणक्रम घेत होती. या संस्थेत ती होमिओपथीच्या शाखेत विशेष शिक्षण घेत होती. अनेक वर्षांपूर्वी एव्हलिन ब्रँडनंदेखील याच संस्थेतला अभ्यासक्रम पुरा केला होता. सौंदर्य आणि स्वभाव या दोन्हींत लेक आईच्या पावलावर पाऊल टाकून चालत होती. अलीकडेच एका सहकाऱ्याबरोबरचा तिचा झालेला वाङ्‌निश्चय मोडला होता; पण त्यामुळे तिच्या खेळकर स्वभावावर त्याचं विशेष सावट आलेलं नव्हतं. शांत, अबोल, काहीसा आतल्या गाठीचा डेव्हिड विल्यमहर्स्ट तिच्या प्रेमात पडला तरी त्यानं तसं उघडपणे दर्शविलं नाही.

"डेव्हिड एखादीच्या प्रेमात पडला तर अगदी आकंठ बुडेल; पण तो अशा वेळी काय करेल माहीत आहे? एक कागद आणि पेन्सिल घेईल आणि आपल्या भावी पत्नीविषयीच्या अपेक्षा तो व्यवस्थितपणे नोंदवेल," विनोदानं एकदा पॉल म्हणाला होता.

पॉल आईला नियमितपणे पत्र पाठवत असे. आपलं काम, प्रशिक्षण, प्रवचनं याबद्दल उत्साहानं लिहीत असे; पण त्याच्याही नकळत त्याच्या मनात एक विचार, एक एकाकीपणाची भावना निर्माण होत होती – आपण इतर प्रशिक्षणार्थींपेक्षा वेगळे आहोत का, अशी शंकाही त्याच्या मनात निर्माण व्हायला लागली. तिथल्या साध्या राहणीला तो कंटाळला होता, असंही नव्हतं. खरं म्हणजे वेगवेगळ्या देशातून आलेल्या त्या सगळ्या तरुणांमध्ये खूप खेळीमेळीचं वातावरण होतं. त्यांच्यातला महत्त्वाचा दुवा होता– सेवाभावी वृत्तीनं काम करण्याची तीव्र तळमळ. पण कधी कधी पॉलला वाटायचं, आपल्याला त्यांच्यासारखं ध्येयावर नजर ठेवून काम करणं जमत नाहीये. त्यांच्याइतका आत्मविश्वासही आपल्याला वाटत नाही...

मनाच्या या दोलायमान अवस्थेत असतानाच एकदा त्याला फ्लूच्या तापानं गाठलं. अंथरुणावर एकटाच पडून असताना त्याच्या मनातलं वादळ अधिकच जोरात घोंघावू लागायचं. एकच प्रश्न वारंवार डोकं वर काढायचा, 'खरंच का आपल्याला देवाचा कौल मिळाला होता?' मग तो स्वत:लाच विचारत राहायचा, 'आपल्याला तेवढा उत्साह वाटत नसेल तर जन्मभर आपण हे काम करू शकू का? बाबांसारखं? त्यांना पहिली कितीतरी वर्षं एकाही माणसाला ख्रिश्चन धर्म स्वीकारायला प्रवृत्त करणं जमलं नव्हतं, तरी ते निराश झाले नव्हते, आपल्याला ते जमेल?'

तापानं फणफणलेल्या अवस्थेत व नंतरच्या ग्लानीत त्यानं काही पुस्तकं

वाचून काढली त्यातलं एक होतं हॉनर मॉरननं (Honore Morron) लिहिलेलं 'परमेश्वराची भव्यता' (The Splendour of God). आईनं पाठवलेली पत्रं त्यानं पुन्हा वाचून काढली. आपण नक्की कोण आहोत, आपलं ध्येय काय हे त्याला समजेना. कधी तो स्वत:ला अदोनीरम जड्सन (Adoniram Judson) समजायचा. या मिशनऱ्यानं आपलं सगळं आयुष्य ख्रिश्चन धर्माचा प्रसार करण्यासाठी ब्रह्मदेशात घालवलं होतं, अन् आयुष्याच्या अखेरीस त्याला अगदी थोडंच यश मिळालं होतं. कारण तिथे बौद्ध धर्माची पाळंमुळं खूप खोलवर रुजलेली होती. कधी त्याला आपण एव्लिन ब्रँड आहोत असं वाटायचं. वडिलांच्या मृत्यूनंतर पहिल्यांदा आई इंग्लंडला आली होती तेव्हाचं तिचं हताश रूप त्याच्या नजरेसमोर उभं राहिलं. आपलंही तेच होईल का? सगळं आयुष्य भारतातल्या उष्ण हवामानात घालवायचं अन् हाती काय लागणार? अन् समजा, आज मी अगदी उत्साहानं स्वत:ला या कामी वाहून घेतलं, तरी हिंदू धर्मासारख्या प्राचीन धर्माशी टक्कर देताना माझा स्वत:वरला विश्वास उडाला तर? कदाचित आपण या कामाबद्दल नव्हे तर बाबांच्या प्रेमाखातर हा निर्णय घेतला असेल...

मनाच्या उद्विग्न अवस्थेत असताना काळ्याकुट्ट अंधारात वीज चमकल्यावर जसा लख्ख उजेड होतो अन् सगळा आसमंत स्पष्ट दिसतो, तसा त्याच्या मनात एक नवा निर्णय स्पष्टपणे उमटला, 'केवळ मिशनरी होण्यापेक्षा दुसरं काहीतरी अधिक महत्त्वाचं, भरीव काम आपण नक्कीच करू शकतो. तसलंच काम आपण निवडायला हवं.'

डॉ. वायग्रॅमच्या सल्ल्यानुसार त्यानं डिकअंकलना पत्र लिहून आपला नवा बेत कळवला. त्यांनीही आपलं वचन पाळायचं कबूल केलं. दोघांनी मग मिशनरी वैद्यकीय संस्थेकडे वसतिगृहाच्या खर्चासाठी अर्ज केला.

१९३७ सालच्या उन्हाळ्यानंतर पॉलनं मिशनरी कॉलनीचा निरोप घेतला आणि वैद्यकीय शिक्षणाचा श्रीगणेशा केला.

एक नवा अध्याय सुरू झाला!

६

पॉलनं वैद्यकीय महाविद्यालयात प्रवेश घेतला. अभ्यास सुरू झाला अन् त्याला वाटलं, इतके दिवस आपण एखाद्या साचलेल्या पाण्याच्या डबक्यात डुंबत होतो अन् आता एकदम स्वच्छ, वाहत्या पाण्याच्या झऱ्यामध्ये उडी मारलीय. हे वैद्यकीय

महाविद्यालय अन् वसतिगृहदेखील लंडनच्या मध्यभागी होतं. इथे शिकताना त्याला केवळ शारीरिकच नव्हे तर मानसिक उत्साहही जाणवू लागला. असं वाटलं, आत्ता खरी आपण आपल्या आत्म्याची साद ऐकतोय. अचानकपणे त्याला आजूबाजूला दिसणारे लोक, जीवनात घडणारे प्रसंग ह्या सगळ्यात एक प्रकारचं चैतन्य जाणवू लागलं. आयुष्यात नवा चमत्कार घडतोय, या भावनेनं मनावर रोमांच उठले. आपल्याला जगण्याचा एक नवा मंत्र सापडलाय, अशी भावना त्याला जाणवू लागली.

अर्थात काही घटना अस्वस्थ करणाऱ्याही होत्या. युद्धाचे काळे ढग क्षितिजावर जमू लागले होते. नुकतेच निवडून आलेले पंतप्रधान चेंबरलेन, शांतताविषयक धोरणाचा हिरिरीनं पुरस्कार करत होते, तरी त्यांना यश मिळणार नाही, अशी लक्षणं स्पष्ट दिसत होती. जर्मनीत तलवारींचा खणखणाट वाढत होता, इथियोपियात शत्रूचं सैन्य येऊन दाखल झालं होतं, ब्रिटिश विमानंदेखील लंडनवर घिरट्या घालू लागली होती. पॉलचा जुना मित्र लॉरी कुर्त विमानदलात प्रशिक्षक वैमानिक बनला होता. पॉलच्या मनातील ऊर्मीदेखील जागी झाली, कारण सगळ्या तरुणाईतच नवा जोश संचारला होता. विद्यापीठाच्या हवाई विभागात नाव नोंदवावं अन् वैद्यकीय शिक्षणही चालू ठेवावं, असा विचार पॉलच्या मनात आला, पण त्याला सांगण्यात आलं की वैद्यकीय विद्यार्थ्यांना ही परवानगी नव्हती. 'ते ठीक आहे; पण विमान चालवायला तर शिकू या' या विचारानं पॉलनं लॉरीला गाठलं. 'मला विमान उडवायला शिकव,' त्यानं लॉरीला गळ घातली अन् तोही आनंदानं तयार झाला. विमान उड्डाण शिकवण्यासाठी. विमान तासाच्या दरानं भाड्यानं घ्यावं लागायचं. पॉलच्या खिशाला परवडेल असं विमान अगदी लहान होतं – दोन सिलिंडरचं इंजीन असलेलं हे विमान मोटरसायकलप्रमाणेच होतं, फक्त त्याला वरती एक पंख होता अन् विमानावर नियंत्रण ठेवणारी व्यवस्था दोघंजण – प्रशिक्षण वैमानिक व शिकाऊ उमेदवार – हाताळू शकत होते.

एका सकाळी दोघं जवळच्याच नॉरथॉल्ट विमानतळावर गेले. त्यांनी विमान ताब्यात घेतलं अन् आपापल्या जागेवर बसले. दोघंही उत्साहानं विमान उडवणार होते. तासाभरानंतर लॉरी आपल्या वाग्दत्त वधूला भेटणार होता. विमानानं आकाशात झेप घेतली नाही तोच लॉरीचा चेहरा गंभीर झाला.

"काय झालं?" पॉलनं विचारलं.

"मला वाटतं, परत जाऊ या, विमानात काहीतरी बिघाड असावा."

"असं का वाटतंय तुला?"

"आतली यंत्रणा नीट काम करत नाहीये. वेग किती आहे हे समजत नाहीये आणि ही वेगनियामक झडप (Throttle) पण सैल वाटतेय."

"विमान उडत असताना धोका आहे की उतरताना?" पॉलनं खात्री करून घेण्यासाठी विचारलं. त्याच्या मनात परत जायचं नव्हतं.

"माझ्या मते उतरताना, कारण विमानाचा वेग किती आहे ते आपल्याला समजणार नाही," गंभीर चेहऱ्यानंच लॉरीनं उत्तर दिलं.

"मग ठीक आहे. नाहीतरी आता आपण वरती आकाशात आहोत, केव्हातरी उतरायचंच आहे, तर मग तासभर उडण्याचा आनंद तरी घेऊ." पॉल उत्साहानं म्हणाला, "निदान पैसे तरी वसूल होतील."

ते ऐकून लॉरी हसला. त्याच्याही मनात तेच असावं. दोघांचे सूर नेहमीच जुळायचे. त्यानं विमान उंचावर नेलं अन् मग पॉलला म्हणाला, "हं. आता तू उडव विमान."

पॉलचं ज्ञान अगदीच जुजबी होतं, कारण आत्तापर्यंत त्यानं फारच थोडे धडे घेतले होते. पण त्याला जमू लागलं अन् त्याचा आनंद गगनात मावेनासा झाला. खालचं विहंगम दृश्य डोळ्यांत साठवताना तो स्वत:शीच म्हणाला, "आत्ता या क्षणी मृत्यू आला तरी हरकत नाही. हा तास आयुष्यातला शेवटचाच असेल तर खरोखरच फार बहारदार आहे." तास संपताच त्यानं विमानाचा ताबा लॉरीकडे दिला.

विमान खाली येऊ लागलं. उतरण्याच्या आदेशाची वाट पहात विमानतळावर घिरट्या मारू लागलं अन् अचानक काहीतरी घडलं. लॉरीनं विमानातील वेग दाखवणाऱ्या यंत्राकडे नजर वळवली. ते छोटंसं विमान वाऱ्याच्या दिशेनं हेलकावे खात उडत होतं. अचानक इंजिनात पण काहीतरी बिघाड झाला. विमान हादरू लागलं अन् पुढच्याच क्षणी ते सरळ खाली आलं. लॉरीनं पुढे झुकून विमानाच्या ब्रेकचा दांडा मागे ओढला अन् झडप वर उचलली. इंजीन परत घरघरू लागलं. पण तेवढ्यात विमान जमिनीवर आदळलंच.

विमान आदळणार, हे लक्षात येताच पॉल मागे झुकला व त्यानं पाय जवळ घेतले पण जोरदार धक्क्यामुळे त्याच्या खुर्चीचा पट्टा तुटला अन् त्याचे पाय समोरच्या बाजूला असलेल्या पॅनेलवर आदळले. पुढल्याच क्षणी समोरची काच फोडून तो बाहेर फेकला गेला व जमिनीवर आपटला.

"लॉरी ऽऽ" त्यानं आरोळी ठोकली. कोणत्याही क्षणी विमान पेट घेण्याची शक्यता होती. 'लॉरीला बाहेर काढलं पाहिजे' या विचारानं तो परत विमानात शिरला. लॉरीचं डोकं समोरच्या काचेवर आदळल्यामुळे तो बेशुद्ध झाला होता अन् त्याचा चेहरा रक्तानं माखला होता. त्यानं लॉरीच्या खुर्चीचा पट्टा खेचून बाहेर काढला तेव्हा त्याच्या लक्षात आलं, की लॉरीच्या बाजूचं दार घट्ट बंद झालं होतं, कारण विमानाचे दोन्ही पंख तुटले होते. काय करावं ते त्याला समजेना. घाबरून

गेल्यामुळे आपलीच शुद्ध जाणार, असं त्याला वाटलं. इतक्यात आग विझवणारा बंब येताना त्यानं पाहिला अन् मग मात्र त्याची शुद्ध हरपली.

लॉरीबरोबर रुग्णवाहिकेतून तो हॉस्पिटलमध्ये गेला. तेवढ्यात त्याला आठवलं, लॉरीची वाग्दत्त वधू पॅट आणि तिची एक मैत्रीण दोघींना लॉरी विमानउड्डाणाच्या तासानंतर भेटणार होता. त्यानं विचार केला, मी आणि लॉरी तिथे गेलो नाही तर पॅट घाबरून जाईल. त्याचा कोट रक्तानं माखला होता आणि बूट फाटले होते, मात्र पायांना विशेष दुखापत झालेली नव्हती. हॉस्पिटलमधून त्यानं लॉरीचे बूट घेतले, पायात चढवले व तिथून तो विमानतळावर गेला. कारण उड्डाणापूर्वी लॉरीनं त्याचा कोट काढून तिथेच ठेवला होता. त्यानं लॉरीचा कोट अंगावर चढवला आणि भुयारी रेल्वेच्या संकेतस्थळी गेला. पॅटनं त्याला लॉरीच्या कपड्यात पाहिलं अन् भीतीनं ती पांढरीफटक पडली. "लॉरी गेला?"

"नाही," एवढंच म्हणून त्यानं तिला हॉस्पिटलमध्ये नेलं. लॉरी अजूनही बेशुद्धच होता.

पॉल वसतिगृहात परतला आणि तिथल्या मोठ्या बैठकीच्या खोलीत त्यानं प्रवेश केला. अजूनही त्याची फारशी कुणाचीच ओळख झाली नव्हती. त्याला त्या अवस्थेत पाहून विद्यार्थ्यांनी त्याला घेरावच घातला. "ब्रॅंड, कुठे गेला होतास रे ?"

पॉल कोचावर कोसळला. पाय भयंकर ठणकू लागले होते. त्याने अंगावरला लांब कोट काढला तेव्हा आतले रक्ताळलेले कपडे इतरांच्या नजरेस पडले. "आत्ताच माझ्या हातून एक अपघात घडला – विमान जमिनीवर कोसळलं." त्याच्या अवाक झालेल्या मित्रांची प्रतिक्रिया त्याला समजू शकली नाही. कारण तोपर्यंत स्वारी पुन्हा एकदा बेशुद्धावस्थेत गेली होती.

या सगळ्या वेड्या धाडसाची परिणती लॉरीनं गंभीर जखमी होण्यात झाली, ह्याचं पॉलला वाईट वाटलं. बिचाऱ्याला तब्बल दोन वर्षं हॉस्पिटलमध्ये राहावं लागलं. त्यामानानं पॉल सुदैवी ठरला. पाय सुजण्यावरच भागलं.

हवाई उड्डाणाबाबतीत लॉरी दुर्दैवीच ठरला. दोन वर्षांनंतर तो हॉस्पिटलमधून बाहेर पडला. त्यानं वाग्दत्त वधूबरोबर लग्न केलं; पण पुढे युद्धात शत्रूच्या बॉम्ब हल्ल्यात त्याचं विमान कोसळलं अन् त्याचा अंत झाला.

पाय पूर्वस्थितीला येण्यापूर्वीच कॉलेजमध्ये वर्ग सुरू झाले. पहिल्या वर्षी एक विषय रसायनशास्त्र हा होता. प्रात्यक्षिकाच्या तासासाठी तो वर्गात गेला तेव्हा त्याची जोडीदार एक मुलगी होती. तिचं नाव मार्गरेट बेरी होतं. हसऱ्या, गर्द निळ्या डोळ्यांच्या या मुलीत एक आकर्षक मोकळेपणा त्याला प्रकर्षानं जाणवला. प्रयोगादरम्यान दोघांनी आपापली माहिती सांगितली. मार्गरेटचे वडील डॉक्टर होते, काही वर्षांपूर्वी तिलाही मिशनरी व्हायचं होतं...

अभ्यासाबाबतही दोघांत बरंच साम्य होतं. दोघं सपाटून अभ्यास करत; पण त्यापलीकडे पॉलला ही मैत्री वाढवायची नव्हती. एक कारण असं होतं की मध्ये बराच कालखंड गेला असल्यामुळे त्याला अभ्यास जास्त करावा लागणार होता. प्रथम वर्गाच्या बऱ्याच मुलींना त्याच्यामध्ये रस असावा, कारण इतर मुलांच्या तुलनेत पॉल स्वभावानं परिपक्व होता, दिसायलाही चांगला होता; पण त्यानं फक्त अभ्यासावरच लक्ष केंद्रित केलं.

पायाभूत विज्ञान या विषयाचा याआधी पॉलनं अभ्यास केलेला नव्हता, त्यामुळे पहिल्या परीक्षेच्या वेळी त्याला मनातून भीती वाटत होती; पण त्याच्या सुदैवानं त्याला चांगले मार्क पडले. 'पंच्याहत्तर विद्यार्थ्यांमध्ये दहावा आलो' ही गोष्ट आईला कळवताना त्याला खूप आनंद व समाधान वाटलं.

पुन्हा एकदा विद्यार्थीदशेत पाऊल टाकल्यानंतर व पहिली परीक्षा चांगल्याप्रकारे पास झाल्यानंतर पॉलनं वर्गमित्रांबरोबर खेळासारख्या गोष्टींत मनापासून भाग घ्यायला सुरुवात केली. एकमेकांच्या खोड्या काढणं, असेही प्रकार व्हायचे. एकंदरीत दिवस मजेत चालले होते. पहिल्या टर्मची परीक्षा झाली अन् निकाल खूपच चांगला लागला. त्याचा सबंध वर्गात दुसरा नंबर आला. मार्गरिटनं प्रथम क्रमांक पटकावला; पण त्यात विशेष नवल नव्हतं, कारण तिच्या स्वभावाची, तसंच तिच्या वडिलांच्या कडक शिस्तीची त्याला माहिती होती. अत्यंत गरिबीतून वर आलेल्या डॉ. बेरींनी पै पै वाचवून, कष्ट करून वैद्यकीय शिक्षण, तेही टप्प्याटप्प्यानं, घेतलं होतं. पहिल्या महायुद्धात त्यांनी जर्मनीव्याप्त पूर्व आफ्रिकेत काम केलेलं होतं. युद्धानंतर त्यांनी ऑरेंज फ्री स्टेटमध्ये वैद्यकीय अधिकारी म्हणून नोकरी पत्करली होती. तिन्ही मुली उच्च शिक्षण घेण्याच्या वयात आल्या, तेव्हा ते इंग्लंडला परत आले होते. अतिप्रामाणिकपणे वागल्यामुळे आफ्रिकेत त्यांच्यावर एकदा नोकरी गमवायचा प्रसंगही आला होता. साहजिकच, आपल्या मुलींकडूनही ते नेहमी उच्च दर्जाची अपेक्षा ठेवत. त्यांनी नेहमी सर्वोत्तम कामगिरी बजावली पाहिजे, असा त्यांचा आग्रह असे. पॉलला या सगळ्या गोष्टींची कल्पना आली होती, कारण अनेक वेळा तो तिच्या घरी गेलेला होता. मात्र मैत्रीच्या पुढची पायरी त्यानं अजून गाठली नव्हती.

युद्धाला तोंड फुटलं तरी सुरवातीचे काही दिवस लंडनमध्ये जनतेच्या दिनक्रमात विशेष फरक पडला नव्हता. फक्त रात्रीच्या वेळी गर्द काळोख असे आणि प्रत्येकाला बरोबर एक गॅसचा मुखवटा बाळगावा लागे. पुढे लवकरच मुलांना कार्डिफ व मुलींना शेफिल्ड या ठिकाणी सुरक्षिततेच्या कारणास्तव हलवण्यात आलं. यावर्षी अभ्यासाचे मुख्य विषय होते– शरीररचना शास्त्र (Anatomy) आणि शरीरविज्ञान (Physiology). अवतीभवती युद्धामुळे अस्थिरतेचं वातावरण असूनही पॉलनं मन लावून दोन्ही विषयांचा झपाटल्यासारखा अभ्यास केला. त्याला सगळ्यांत

आश्चर्यजनक गोष्ट वाटली ती मानवाच्या शरीररचनेतील अद्‌भुत नेटकेपणाची. हे आश्चर्य मनात मावेनासं झालं तेव्हा तो एकदा आपल्या मामेभावाला सांगू लागला, (तो पॉलहून दहा वर्षांनी लहान, म्हणजे शाळकरी मुलगा होता.)

"जॉन, तुला ठाऊक नाही. आपल्या हाताची रचना किती सुंदर असते! तुझ्या हाताकडे बघ. अरे, या हातातल्या वरच्या बाजूला असलेल्या एका स्नायूरज्जूचे (superficial tendon) दोन भाग होतात आणि त्याच्या बोगद्यासारख्या पोकळीतून खोलवर असलेले स्नायूरज्जू (tendon) जातात. आपला हात म्हणजे निसर्गानं घडवलेला एक अद्‌भुत चमत्कार आहे."

त्या बिचाऱ्याला यातलं ओ की ठो काही कळलं नसावं; पण एक गोष्ट नक्की घडली असणार. पॉलच्या डोळ्यांतील चमक, त्याच्या आवाजातला उत्साह या गोष्टींचा त्याच्या मनावर खोल परिणाम झाला अन् तो बराच काळ राहिलाही. इतका की, तोही पुढे डॉक्टर झाला. पुढे जवळजवळ पंचवीस वर्षांनी जॉननं ही गोष्ट सांगितली अन् आपल्या आयुष्याला वेगळं वळण लावण्याचं श्रेय पॉललाच दिलं.

पॉल आईला नेमानं पत्र लिहीत असे. दैनंदिन जीवनातील लहानसहान घडामोडींबद्दल तो साग्रसंगीत लिहीत असे. आपल्या कार्डिफ येथील वास्तव्याबद्दल त्यानं कळवलं. त्यात त्यानं आपल्या लँडलेडीबद्दल – घरमालकिणीबद्दल बरंच लिहिलं. या बाईचं नाव मिसेस मॉर्गन होतं. जन्मानं वेल्श असलेल्या, सुस्थितीतल्या या आजीला, घरात भाडेकरू ठेवायची तशी काही गरज नव्हती; पण युद्ध सुरू झाल्यावर सोबतीच्या दृष्टीनं त्यांनी हा विचार केला असावा. त्यांचे सगळे भाडेकरू विद्यार्थी होते अन् सगळ्यांवर त्यांनी मनापासून प्रेम केलं. अतिशय दयाळू व उदार मनाच्या या बाई दानशूरही होत्या. पॉलची आई भारतात मिशनरी म्हणून काम करतेय हे त्यांना समजलं, तेव्हा त्यांनी पॉलकडून रहाण्याचे पैसे घेण्याचे नाकारलं. पॉलनं फारच आग्रह केला तेव्हा निम्मे पैसे घ्यायला त्या कबूल झाल्या.

या बाई तशा थोड्या विक्षिप्तही होत्या. वयापरत्वेही हा स्वभावदोष निर्माण झाल्याची शक्यता होती. रात्रीच्या वेळी बॉम्बहल्ला झाला तर खबरदारी म्हणून त्यांनी आपल्या झग्याला एक मोठ्ठा खिसा शिवून घेतला होता. त्यामध्ये त्या आपल्या महत्त्वाच्या चीजवस्तू – कानाला लावायचा मोठा कर्णा, चष्म्याचा एक जोड, सगळ्या किल्ल्या, रेशनची वेगवेगळी पुस्तकं अन् रोख रक्कम ठेवूनच झोपायच्या!

स्वभावानं कट्टर धर्माभिमानी असलेल्या या बाई रोज सकाळी सगळ्या विद्यार्थ्यांना प्रार्थनेला हजर राहायला लावायच्या अन् प्रत्येकजण मनापासून प्रार्थना म्हणतोय की नाही हे पहाण्यासाठी त्यांच्या अगदी जवळ जायच्या. भले, त्याच्यासाठी त्यांना गुडघ्यावर रांगावं लागलं तरी! पण या विक्षिप्तपणावर मात करणारा एक गुण

त्यांच्या अंगी होता. तो म्हणजे त्यांचा प्रेमळपणा. पॉलवर तर त्यांचं खास प्रेम अन् लक्षही असायचं. 'त्यांच्या प्रयत्नांमुळेच माझं अन् मार्गरिटचं प्रेम जुळलं' असंही नंतर तो गमतीनं म्हणायचा.

एक वर्षानंतर मुलींना कार्डिफ येथे पाठवण्यात आलं, तेव्हा पॉलच्या शिफारसीमुळे मार्गरिट मॉर्गनबाईंच्या घरी राहू लागली. तिच्याकडे त्यांनी पॉलची तरफदारी करायला सुरुवात केली. "पॉल दिसायला जरा जास्तच चांगला आहे, असं नाही तुला वाटत? किती मुली त्याच्या अवतीभोवती असतात..."

"हं," मार्गरिट हसून म्हणाली, "माझ्या वर्गातल्या सगळ्या मुली त्याच्यावर अगदी फिदा होत्या गेल्या वर्षी."

त्यावर डोळे बारीक करून वस्तादपणे म्हातारी म्हणाली, "अस्सं? म्हणजे तू पण त्यातलीच ना?"

उसनं हसू आणत मार्गरिटनं उत्तर दिलं, "सुरवातीला वाटायचं आकर्षण, पण आता मी सावरलं आहे स्वत:ला!"

"हं," असा अर्थगर्भ हुंकार त्यांनी दिला.

पुढे त्यांनी तिला अनेक वेळा सुचवून पाहिलं, "त्याची काळजी घेणारं कुणी नाही ग, मला वाटतं दुसरी कुणी मुलगी ते काम करू शकणार नाही."

पॉललाही त्या म्हणायच्या, "फार चांगली मुलगी आहे रे, तुला अगदी योग्य वाटते. वेळेवरच विचार तिला."

यातली खेदाची गोष्ट अशी होती की, त्यांचा स्वत:चा मुलगा मार्गरिटच्या प्रेमात पडलेला आहे, हे माहीत असूनही त्यांनी या दोघांना एकत्र आणलं. कारण त्यांच्या मते ते एकमेकांना अगदी अनुरूप होते!

अर्थात दोघांनी ही गोष्ट लगेच मनावर घेतली नाही!

१९४० च्या जूनमध्ये पॉल लंडनला परतला. त्यानं एक शल्यविषयक संस्थेत प्रत्यक्ष अनुभव घ्यायला (clinical work) सुरवात केली. आता युद्धाला खऱ्या अर्थानं तोंड फुटलं होतं. फ्रान्सचा पराभव झाला होता. जर्मनीनं इंग्लंडवर हल्ले सुरू केले होते. त्यामुळे रोज शेकडो जखमी लोकांना हॉस्पिटलमध्ये आणलं जायचं अन् उपचार केल्यानंतर सकाळी त्यांना लंडनबाहेरील उपनगरात हलवलं जायचं. विद्यार्थ्यांनाही आता पूर्णवेळ कामाला जुंपलं गेलं. दिवसा वॉर्डमध्ये शस्त्रक्रियेसंबंधित काम केल्यानंतर रात्री जखमींवर उपचार करावे लागायचे ते पहाटेपर्यंत. त्यानंतर जेमतेम तासादोन तासांच्या विश्रांतीनंतर सकाळची न्याहारी करून पुन्हा नित्यक्रम सुरू व्हायचा.

बहुतेक लोक बॉम्बहल्ल्यामुळे घर कोसळून जखमी व्हायचे. त्यांच्या अंगात खिडक्यांच्या काचांचे तुकडे शिरायचे. तासन्‌तास पॉल या जखमींच्या छातीमधून,

आतड्यांमधून किंवा हातापायांमधून काचांचे छोटेछोटे तुकडे काढत राहायचा. हे काम करत असतानाच पॉलचा माणसाच्या हातामधला रस वाढू लागला. त्याच्या लक्षात आलं की आपल्या शरीरातला हा अवयव खरोखरच फार देखणा, अप्रतिम कौशल्याचा नमुना आहे. निसर्गानं त्याला बहाल केलेली एक उत्कृष्ट देणगी – जितकी परिपूर्ण तितकीच नाजूक, फार लवकर दुखापत होईल अशी!

युद्धाच्या जबरदस्त तडाख्यातून हॉस्पिटलदेखील वाचलं नाही. एका रात्री हॉस्पिटलमधल्या कॉलेजच्या वाचनालयावर बॉम्ब पडल्यामुळे ती बेचिराख झाली. नंतर एका रात्री एका मोठ्या हॉलवर बॉम्ब पडल्यामुळे तो नष्ट झाला, तर आणखी एका रात्री निवासी डॉक्टरांची निवासस्थानं आगीच्या भक्ष्यस्थानी पडली.

यावेळी मानवी स्वभावाचं एक वैशिष्ट्य त्याच्या लक्षात आलं – संकटाची, अगदी जिवावरल्या संकटाचीदेखील, माणसाला हळूहळू सवय होते अन् मग त्याबद्दल काही वाटेनासं होतं! त्यानं आईला लिहिलं, 'आम्हाला आता युद्धाची सवय झालीय. एकीकडे धडाधड बॉम्ब कोसळत असतात, कानठळ्या बसवणारे आवाज चहूकडे होत असतात; पण आम्ही डॉक्टर्स आमच्या कामात दंग असतो, आमचं गप्पा मारणं, बोलणं चालूच असतं!'

एका रात्री मात्र अतिशय जोरदार हल्ल्यानंतर पुन्हा एकदा संपूर्ण कॉलेज खाली करण्यात आलं. पॉलची रवानगी स्टॅनबरो हॉस्पिटलमध्ये झाली. इथे त्याला जवळजवळ दोन वर्षं रहावं लागलं. वैद्यकशास्त्र अन् शस्त्रक्रिया शिकवणाऱ्या प्राध्यापकांचा तुटवडा, पुस्तकांची टंचाई यावर मात करत, वेगवेगळी आव्हानं पेलत विद्यार्थी शिकत राहिले. काम करायला, नवीन कौशल्य आत्मसात करायला उत्तेजक वातावरणही होतं. दोन सुप्रसिद्ध डॉक्टर – डॉ. थॉमस लेविस (प्रख्यात हृदयरोगतज्ज्ञ) आणि डॉ. केल्ग्रिन (या डॉक्टरांनी नंतर 'वेदना' या विषयावर मौलिक संशोधन केलं) त्यावेळी त्याठिकाणी संशोधन करत होते. त्यांच्यामुळेच पॉललाही 'वेदना' या विषयावर अधिक विचार करावासा वाटला.

एकूण परिस्थिती, वातावरण गंभीर असलं तरी पॉल किंवा इतर विद्यार्थी फक्त 'अभ्यास एके अभ्यास' अशा वृत्तीचे नव्हते. पॉलला नवनवीन खाद्यपदार्थ करायचा अन् मित्रांना खाऊ घालायचाही छंद होता. अभ्यासाव्यतिरिक्त ख्रिश्चन युनियनच्या सभासदांबरोबर धार्मिक विचारविनिमय आणि धर्मनिरपेक्ष मंडळींबरोबर इतर विषयांवर तो तितक्याच सहजपणे गप्पा मारू शकत असे; पण जिगरी दोस्त मात्र त्याला फारच थोडे होते. ज्यांच्याजवळ मनातल्या भावना व्यक्त करू शकू अशी माणसं त्यावेळी तरी दोनच होती – नॅन्सी रॉबिन्स ही त्याची मामेबहीण आणि लॉरी कुर्त हा वैमानिक.

एकटं रहाण्याच्या सवयीमुळे असेल किंवा इतर काही कारणामुळे असेल; पण

प्रेमभावना वगैरेपासून त्यानं स्वत:ला दूर ठेवलं (जिवापाड प्रेम केलेल्या वडिलांच्या कायमच्या दुरावण्यामुळे आपल्या आईची सुरवातीला काय स्थिती झाली होती, हे तो विसरला नव्हता.) तरीदेखील तिशीच्या उंबरठ्यावर असताना जीवनसाथी निवडण्याची निकडही त्याला अंधूकपणे जाणवू लागली होता. आईच्या एका पत्रात त्यानं मार्गरिटचा उल्लेख 'एक छान मुलगी' असा केलाही होता.

मार्गरिटचे आणि त्याचे मार्ग आता वेगळे झाले होते. आधी ती शेफिल्डला होती आणि नंतर कार्डिफमध्ये. वडिलांच्या महत्वाकांक्षेला प्रतिसाद म्हणून तिनं F.R.C.S. (Fellow of the Royal College of Surgeons) या अभ्यासक्रमाची पूर्वपरीक्षा द्यायचं ठरवलं व त्यासाठी ६ महिन्यांची सुट्टीही घेतली. या परीक्षेत अपयश आल्यानंतर तिनं वैद्यकीय अभ्यासक्रम स्वीकारला. त्यामुळे दोघांचे मार्ग जवळजवळ वेगळेच झाले.

आता १९४२ च्या आरंभी दोघंही कामाच्या निमित्तानं पुन्हा एकत्र आले. दोघंही निवासी डॉक्टर म्हणून काम करत होते – पॉल प्रसूतिविभागात तर मार्गरिट अपघात विभागात. एका रात्री ती ख्रिश्चन वैद्यकीय विद्यार्थ्यांच्या संघटनेची सभा घेत होती. तेव्हा अनपेक्षितपणे तिनं पॉलला भाषण देण्यासाठी बोलावलं. सभेनंतर दोघं जण निघाले. त्यानं तिला तिच्या घरापर्यंत सोबत केली. या छोट्याशा वाटचालीत त्याला एक शोध लागायचा होता. अनेक विषयांवर त्यांचे विचार जुळत होते. इतकेच नव्हे तर अगदी अकस्मातपणे त्याला तिच्याविषयी विलक्षण आकर्षण वाटू लागलं. लंडनमधील ती पूर्ण काळोखी रात्र थंडगार धुक्यात लपटलेली होती. पण दोघांना मात्र याच वेळी एकमेकांच्या सहवासाची प्रेमळ ऊब निश्चितपणे जाणवली.

पण बराच काळ त्यानं आपलं मन तिच्या जवळ उघडं केलं नाही. विवाहाविषयी त्याचा विचार बराच बुद्धिवादी होता. आपल्याला आयुष्यात काय साध्य करायचं आहे, त्यासाठी घरात कुणाची साथ हवी आणि विशेष म्हणजे आपल्या मुलांची आई होण्यासाठी कोण योग्य ठरेल, हे प्रश्न त्यानं लिहून काढले. सर्व प्रश्नांच्या उत्तरांमध्ये त्याला मार्गरिट हेच नाव दिसलं. मार्गरिटदेखील अतिशय सावधपणे पावलं टाकणारी होती. कारण पूर्वी एकदा एका प्रेमप्रकरणात तिचे हात चांगलेच पोळले गेले होते. त्यामुळे तसला धोका तिला पुन्हा एकदा पत्करायचा नव्हता; पण दोघांनी एक गोष्ट केली. त्यानंतरच्या काही आठवड्यांत ते संधी मिळेल तेव्हा एकमेकांना भेटत राहिले.

त्यानं आईला लिहिलेल्या पत्रात मार्गरिटचा उल्लेख केला आणि अगदी लहान मुलाच्या ओसंडून जाणाऱ्या उत्साहात लिहिलं, 'सध्या एकच गोष्ट नेहमीपेक्षा वेगळी घडलीय, माझ्याबरोबर मार्गरिट आहे. एकदा मी तिच्या घरी संध्याकाळ

घालवण्यासाठी म्हणून गेलो होतो. आम्ही दोघं फिरायला बाहेर पडलो. एका मोठ्या शिळेवर बसलो अन् बोलतच राहिलो. मग मी तिला विचारलं, 'माझ्याशी लग्न करशील?' अन् ती सहजपणे म्हणाली, 'होय! का नाही?' तुला सांगतो आई, त्या क्षणापासून मी इतका आनंदित आहे ना, की काय सांगू.'

हिंदुस्थानातला कडक उन्हाळ्यातला मे महिना, अंगाची लाही करणारा सगळ्यात गरम हवामानाचा महिना, रात्रीच्या वेळी आपल्या मच्छरदाणी लावलेल्या पलंगावर बसून कंदिलाच्या अंधुक प्रकाशात एव्लिन ब्रँडनं आपल्या लाडक्या मुलाचं ते पत्र एकदा वाचलं अन् मग अनेकदा त्याची पारायणं केली. लाडक्या पोराला भेटून सात वर्षं उलटली होती. डोळ्यांसमोर त्याचा लोभस, गोंडस चेहरा आणायचा तिनं प्रयत्न केला आणि त्याच्याशेजारी एक गोड चेहरा, त्या मुलीचा! तिला तिनं कधी बघितलेलंही नव्हतं. देवाचे आभार मानताना तिच्या डोळ्यांतून अश्रूंचा पूर वाहू लागला.

७

१९४३ च्या जून महिन्यात पॉल अन् मार्गरेट विवाहबद्ध झाले. जिथे युद्धाची चाहूलही लागणार नाही, अशा एका जागी, वाय (wye) व्हॅलीत दोघांनी आठ दिवस मधुचंद्र साजरा केला.

या आठ दिवसांत दोघांनी भविष्याबद्दलच्या योजना आखल्या. लग्नाआधी आठवडाभर दोघांनाही वैद्यकीय पदवी मिळालेली होती. यापुढे मिशनरी काम करायचं तर ते कुठे, हा प्रश्न होताच, पण ती तशी लांबची गोष्ट होती. त्याआधी पॉलच्या मनात एक दुसरा अधिक महत्त्वाचा प्रश्न होता. सैन्यात भरती होण्याचा. हवाईदलाच्या परदेश विभागात अर्ज करावा का? दुसरा एक पर्याय होता. इंग्लंडमधल्या हॉस्पिटलमध्येच नोकरी घेतली तर काही काळ सैन्यात न जाऊन चालणार होतं. मार्गरेटनं काय करायचं हाही प्रश्न होताच, कारण तिची सध्याची नोकरी जुलैमध्ये संपणार होती. नंतर तिच्यापुढे देखील सैन्यातली नोकरी किंवा हॉस्पिटलमधली नोकरी हे दोन पर्याय होते. घर चालवायचं तर पैसे लागणारच होते, कारण त्याक्षणी त्यांच्याकडे निव्वळ दहा शिलिंग होते.

एकमेकांना जवळून ओळखण्याच्या या आनंदायी कालखंडातच मार्गरेटला पॉलच्या अशा एका स्वभाववैशिष्ट्याचा परिचय झाला, जो तिला सुरुवातीला तरी

मनापासून आवडला नाही. त्यावेळी ते रेल्वेच्या रुळाच्या कडेकडेने बराच वेळ चालत होते आणि अचानक पुढे रस्ताच नाही असं त्यांच्या लक्षात आलं.

"आपल्या हॉटेलकडे जाण्यासाठी इथून एक जवळचा रस्ता आहे. मस्त आहे. चल, मी तुला दाखवतो."

नुकतंच लग्न झालेली मार्गरेट पतीच्या मागोमाग एखाद्या आदर्श पत्नीसारखी पावलं टाकू लागली. तो रस्ता तसा बऱ्याच वळणा वळणाचाच होता. अंगावर खास प्रसंगी घालायचे छान कपडे नसते आणि पाऊस पडत नसता, तर त्या रस्त्याच्या आजूबाजूची सौदर्यस्थळं तिनं मनापासून बघतली असती आणि त्याचा आनंदही लुटला असता. काही वेळातच ते नदी किनाऱ्यावर आले. तिथून पुढे जायचं तर दोनच मार्ग होते. पोहून जायचं किंवा झाडावर चढून पुढचा मार्ग आक्रमायचा.

"ये ना," पॉलनं तिला अगदी सहजपणे म्हटलं, "त्यात अवघड असं काहीच नाही."

एवढं बोलून पॉल झाडावर चढला आणि अगदी माकडाप्रमाणे एका फांदीवरून, दुसऱ्या फांदीला लटकत तो पुढे निघाला. मधूनमधून तो मागे वळून मार्गरेट येतेय की नाही आपल्या पाठोपाठ तेही पाहत होता. पहिल्यांदा तिनं एक दीर्घ सुस्कार सोडला; पण मग तीही त्याचं अनुकरण करत निघाली. एकदोनदा हात निसटणार असं वाटलं; पण सुदैवानं तसं झालं नाही. पुढील आयुष्यात तिला पॉलच्या असल्या जवळच्या रस्त्यानं जाण्याच्या सवयीला अनेक वेळा तोंड द्यावं लागलं; पण मग ते अंगवळणीही पडलं.

मधुचंद्राचा तो काळ त्यांनी अनेक वर्षं मनात साठवला. त्याचे आनंदक्षण अनुभवले. कारण पुढे बऱ्याच वर्षांनंतर त्यांना स्वत:चं घर, संसार थाटता येणार होता, तोही दूरदेशी.

लंडनला परतल्यानंतर पॉलनं निवासी शल्यचिकित्सक म्हणून पूर्वीच्याच हॉस्पिटलमध्ये काम सुरू केलं. कामही तेच होतं, जखमींवर शस्त्रक्रिया करण्याचं. मार्गरेट आपल्या वडिलांना त्यांच्या कामात मदत करू लागली. पंधरा दिवसांतून एखादा शनिवार-रविवार त्यांना एकत्र घालवता येत असे.

मार्गरेटच्या वडिलांनी पॉलला शस्त्रक्रिया या विषयातलं पदव्युत्तर शिक्षण (F.R.C.S.) घ्यायचा सल्ला दिला अन् त्यानं तो मनावर घेतला. परीक्षा दोन भागांत असायची. प्राथमिक भागात शरीररचनाशास्त्र व शरीरविज्ञान हे अतिशय किचकट विषय होते. बहुतेकजण इथेच गळत. 'यातून पार पडलो तर पुढचा विचार करू,' असा पॉलनं विचार केला अन् अभ्यासाला सुरुवात केली. रात्रंदिवस अभ्यास

करून, एका प्राध्यापकाकडून खाजगी शिकवणी घेऊन, जुन्या ओळखीच्या प्राध्यापकांकडून शवविच्छेदनाचे धडे घेऊन त्यानं पुष्कळ तयारी केली. परीक्षेच्या आधी दोन आठवडे रजा घेऊन त्यानं दोन्ही विषयांची घोकंपट्टी केली. (खरं म्हणजे पूर्वी त्याला घोकंपट्टी करणाऱ्या विद्यार्थ्यांचा तिटकारा वाटायचा; पण या परीक्षेसाठी ते ठीक होतं!) परीक्षा सभागृहात त्यानं प्रवेश केला तेव्हा जागरणामुळे त्याचं डोकं भणभणत होतं; पण एकदा प्रश्नपत्रिका हातात पडली मात्र, त्यानं धडाधड प्रश्न सोडवायला सुरुवात केली. खरं म्हणजे, युद्धकाळात घेतलेली परीक्षा म्हणून प्रश्नपत्रिका आणि तपासणी दोन्ही अधिक कडक होतं; पण पॉलच्या प्रयत्नांना यश मिळालं. शंभरपैकी जे अकरा जण परीक्षेत उत्तीर्ण झाले, त्यातला एक पॉल होता!

पुढल्या वर्षी त्याला नोकरीत एक उत्तम संधी मिळाली. लहान मुलांच्या हॉस्पिटलमध्ये त्याला 'शल्यक्रिया अधिकारी' ही बरीच वरची जागा मिळाली. याला एकमेव कारण होतं युद्धजन्य परिस्थिती. एरवी सर्व जगातील अत्यंत नामवंत अशा हॉस्पिटलमध्ये इतकं वरिष्ठ पद त्याच्यासारख्या अननुभवी डॉक्टरला मिळणं केवळ असंभव होतं! ह्या हॉस्पिटलमध्ये त्याला रात्रंदिवस काम करायला लागायचं; पण अनुभवाच्या दृष्टीनं ती मोलाची गोष्ट होती. डॉ. डेनिस ब्राऊन आणि सर लॅन्सलॉट बॅरिंग्टन वॉर्ड या प्रख्यात शल्यविशारदांबरोबर काम केल्यामुळे त्याला एका वर्षात जितका अनुभव मिळाला, तो एरवी त्याला दहा वर्षांतही मिळाला नसता. रात्रीच्या वेळी सबंध शहर बॉम्ब हल्ल्याला तोंड देत असायचं, त्यावेळी एका हॉस्पिटलच्या तळघरात लहान मुलांवर शस्त्रक्रिया केल्या जायच्या.

अशाच एका भयानक रात्री त्याच्या पहिल्या मुलाचा, ख्रिस्तोफरचा जन्म झाला. मार्गरेटनं स्वतःचं नाव रॉयल नॉर्दर्न हॉस्पिटलमध्ये नोंदवलं होतं. पॉल ज्या हॉस्पिटलमध्ये काम करत होता, तिथून हे हॉस्पिटल साधारणपणे २ मैलांवर होतं. दुपारचा चहा दोघांनी एकत्र घेतला. अपत्यजन्माची वेळ येऊन ठेपलीय हे कळत असूनही पॉल आपल्या कामाच्या ठिकाणी परतला. रात्रीच्या वेळी बॉम्ब हल्ल्यात जखमी झालेल्यांवर उपचार व शस्त्रक्रिया करण्याचं काम अधिक महत्त्वाचं होतं. याच वेळी ८ मजली हॉस्पिटलच्या गच्चीवरून बॉम्बहल्ले होताहेत का वगैरेची टेहळणी करणं हेही काम त्याला थोडा वेळ करावं लागे. त्या रात्री तर अविरतपणे बॉम्ब पडताहेत असं त्याला वाटत राहिलं आणि सगळ्यात मोठ्या आगी मार्गरेट जिथे होती त्याच हॉस्पिटलच्या परिसरात लागत होत्या; पण मनातली काळजी दूर ठेवून त्याला हॉस्पिटलमध्ये आलेल्या, हातपाय मोडलेल्या, जखमांनी रक्तबंबाळ झालेल्या मुलांवर उपचार करावे लागले आणि कामाच्या रेट्यामुळे त्याला आपल्या पत्नीचा काही काळ तरी विसर पडला.

थकूनभागून पहाटेच्या वेळी तो अंथरुणावर पडला अन् पुढच्याच क्षणी झोपी

गेला. सकाळी उठून तयार होत असताना त्याला टेबलावर एक चिठ्ठी दिसली, 'अभिनंदन. गुटगुटीत मुलाच्या जन्माबद्दल.' रात्रपाळीच्या नर्सला निरोप मिळाला होता; पण गाढ झोपेत असलेल्या पॉलला उठवायचं तिच्या जिवावर आलं होतं!

काही बॉम्ब रॉयल नॉर्दर्नच्या अगदी जवळपास पडूनही हॉस्पिटल मात्र सुरक्षित राहिलं. आपल्या नवजात पुत्राच्या जन्माचा आनंद मार्गरेटबरोबर अनुभवतानाच पॉलच्या मनात कृतज्ञतेचे आणि विनम्रतेचे अश्रू उभे राहिले. त्यामधे आणखीही एक भावना होतीच. परमेश्वराच्या अगाध करणीविषयीची – त्यांचा मुलगा ख्रिस्तोफर अगदी अव्यंग होता!

ख्रिस्तोफरच्या जन्मानंतरही त्याच्या आईवडिलांचं आयुष्य पूर्वीप्रमाणेच चालू राहिलं. नातवाचा सांभाळ बहुधा मार्गरेटची आईच करायची. शनिवार-रविवार पॉल घरी येत असे तेव्हा तोही तिच्या वडिलांना त्यांच्या कामात मदत करत असे. याच सुमारास नव्या, अधिक विध्वंसक बॉम्बहल्ल्यांना सुरुवात झाली. हे बॉम्ब एकापाठोपाठ इतके वेगाने यायचे, की त्यापासून संरक्षण करायलाही वेळ मिळत नसे. त्यामुळे पॉलसारख्या डॉक्टरांना हॉस्पिटलच्या गच्चीवरून टेहळणी करावी लागायची. सरळ रेषेत येणारा बॉम्ब हॉस्पिटलच्या दिशेनं येत असेल, तर धोक्याची घंटा वाजवावी लागायची. ती ऐकताच नर्सेस धावतपळत लहान मुलांना सुरक्षित जागी नेऊन ठेवायच्या. बॉम्ब दूर गेला की पुन्हा त्यांना परत पूर्वीच्या जागी न्यावं लागायचं. ज्या तान्ह्या बाळांना स्वतंत्रपणे काचेच्या पेटीत ठेवलेलं असायचं, त्यांच्या बाबतीत ही हलवाहलव अत्यंत काळजीपूर्वक करावी लागत असे. त्या संपूर्ण काळात सगळं लंडन जिवंतपणी मरणयातना भोगत होतं.

आश्चर्याची गोष्ट म्हणजे, याच वेळी काही गोष्टी अगदी संथपणे घडत होत्या. आजीआजोबांकडे ख्रिस्तोफर लहानाचा मोठा होत होता. कॉनी नव्या आयुष्याच्या योजना आखत होती. पॉलच्या वयस्क मावश्या त्यांचा नेहमीचा जीवनक्रम जमेल तितक्या धीरानं कंठत होत्या.

डेव्हिड विल्यम्सहर्स्टबरोबर लग्न करण्यासाठी कॉनी आफ्रिकेला गेली. तिथे दोघंही नंतर मिशनरी काम करणार होते. डॉ. बेरींना, मार्गरेटच्या वडिलांना मात्र आपल्या मुलीनं व जावयानं असलं मिशनरी काम करावं, हे विशेष पसंत नव्हतं. जावयाच्या प्रभावामुळेच आपल्या मुलीत हे वेड निर्माण झालंय, असा त्यांचा समज होता!

मिसेस मॉर्गनचा मार्गरेटवर प्रभाव पडला, हे त्यांना माहीतच नव्हतं.

पॉलला वाटलं, आपल्याला कॉनीप्रमाणे साधंसरळ आयुष्य निवडता आलं असतं तर किती बरं झालं असतं. लहान मुलांच्या हॉस्पिटलमधली नोकरीची मुदत संपत आली होती. त्यानंतर काय करायचं, हे त्यानं अजून ठरवलेलं नव्हतं.

मार्गरेटच्या दोन्ही मेव्हण्यांनी विमान दलात नोकरी पत्करलेली होती. त्यांच्या तुलनेत पॉलला 'आपली देशसेवा कमी पडतेय,' असं वाटायचं. तो स्वत: केव्हाही सैन्यातलं बोलावणं येण्याची वाट पहात होताच. हिंदुस्थानात ब्रिटिश विमानदलाचं एक ठाणं निर्माण होणार होतं. तिथे डॉक्टरांची गरज भासेल, त्यासाठी आपण अर्ज करावा की काय, असा विचार त्याच्या मनात येत होता. इकडे, चालू असलेल्या नोकरीची मुदत वर्षभरासाठी वाढेल, अशी चिन्ह दिसत होती.

मनाच्या या अनिश्चित अवस्थेत असताना वरिष्ठांच्या सांगण्यावरून त्यानं पदव्युत्तर परीक्षेच्या दुसऱ्या भागाला बसायचं ठरवलं. पहिल्या परीक्षेनंतर एका वर्षातच दुसरी परीक्षा देण्याचा निर्णय तसा शहाणपणाचा नव्हता, हे नंतर त्याच्या लक्षात आलं. कारण एका प्रात्यक्षिक परीक्षेत त्याची दांडी उडाली. पुन्हा किती वर्षं लागणार, हे त्याला त्यावेळी तरी माहीत नव्हतं. एकूणच, 'आपण दिशाहीन आयुष्य जगतोय' ह्या भावनेनं त्याच्या मनाला घेरलं. त्याच अवस्थेतच त्यानं विमानदलाच्या नोकरीसाठी अर्ज केला.

अगदी अचानकपणे त्याच्याकडे एक सुवर्णसंधी चालून आली, तेव्हा दैवगतीचं त्याला आश्चर्य वाटल्यावाचून राहिलं नाही. त्याच्या युनिव्हर्सिटी कॉलेज हॉस्पिटल या जुन्या संस्थेतील शस्त्रक्रिया विभागात त्याला साहाय्यकाची नोकरी मिळाली. प्राध्यापक पिल्चर यांच्या हाताखाली काम करण्याची संधी, एक वर्ष कुटुंबाबरोबर घालवता येणार हा विचार आणि पुन्हा एकदा परीक्षेला बसण्यासाठी पुरेसा वेळ, या त्रिसंधीचा स्वीकार न करणारा मूर्खच ठरला असता. एकच अडचण होती – मध्यवर्ती वैद्यकीय युद्ध समितीनं अशा प्रकारच्या एका हॉस्पिटलमधून दुसऱ्या हॉस्पिटलमधल्या बदलीला नक्कीच आक्षेप घेतला असता. पॉलनं अर्ज केला अन् दैवावर विसंबायचं ठरवलं.

त्याचं नशीब बलवत्तर असावं. त्याची नेमणूक झाली अन् त्याचा आनंद गगनात मावेनासा झाला.

"माझी सुटका झालीय," त्यानं आनंदाच्या स्वरात मार्गरेटला फोनवरून ही बातमी दिली. या नेमणुकीमागचं खरं कारण असं, की त्यानं अपघात विभागात यापूर्वी केलेली कामगिरी व अनुभव, युद्ध आघाडीपेक्षा नागरी जीवनात अधिक उपयोगी पडेल, असं संबंधित अधिकाऱ्यांना वाटलं असावं!

पॉलनं या संधीचा पुरेपूर फायदा करून घेतला. जगद्विख्यात प्रा. पिल्चरांच्या हाताखाली त्यानं अनेक नवी तंत्रं शिकून घेतली. याच दरम्यान त्याला परीक्षेतही उत्तम यश मिळालं. शेकडो शस्त्रक्रिया करायला मिळाल्या, कारण युद्धामुळे हॉस्पिटलमध्ये डॉक्टरांचा तुटवडा होता अन् जखमींची संख्या दिवसेंदिवस वाढतच होती. याच काळात त्याला बंदुकीच्या गोळ्यांमुळे तुटलेल्या अवयवांवर, विशेषत:

हातांवर आणि पायांवर शस्त्रक्रिया करण्याची संधी मिळाली. अधिक मोलाचा अनुभव मिळाला तो तुटलेल्या नसा (nerves) आणि दुभंगलेले अस्थिरज्जू (tendons) जोडण्याचा. ह्या अनुभवाची शिदोरीच त्याला पुढे जगद्‌विख्यात बनवणार होती!

हे सगळं खरं असलं तरी ही तात्पुरती व्यवस्था आहे, हे त्याला मनोमन ठाऊक होतं. युरोपमधलं युद्ध संपत आल्यामुळे आघाडीवरले तरुण डॉक्टर परत बोलावले जाणार होते. पॉलनं सैन्यातील नोकरीसाठी पुन्हा एकदा अर्ज केला. यावेळी आपली नेमणूक अतिपूर्वेकडील देशात होणार, असा त्याचा कयास होता. कारण तिकडे अजूनही युद्ध चालूच होतं.

अचानकपणे युद्ध समाप्त झालं आणि काही चांगल्या घटनांची जणू नांदी झाली. त्यातली पहिली होती पॉलच्या आईचं इंग्लंडला परत येणं. जवळजवळ दहा वर्षांनी एव्‌लिन ब्रँड मायदेशी येत होती. या दहा वर्षांमध्ये अनेक घटना तिच्या आयुष्यात घडल्या होत्या. त्यातल्या दोन महत्त्वाच्या घटना होत्या– तिच्या दोन्ही मुलांची लग्नं. एक नातूही झाला होता. या काळात आईमध्ये काहीच फरक झालेला नाही, असं तिला बघताक्षणी पॉलला वाटलं. 'तोच किरकोळ बांधा, पूर्वीचाच नाजूक चेहरा, किंचित पिकलेले केस – आईनं जणू काळावर मात केलीय,' तो स्वत:शीच म्हणाला.

तिच्या याच वैशिष्ट्यांमुळे इंग्लंडमधलं मिशन बोर्ड काहीसं संकटात सापडलं होतं. तिनं आता कामातून निवृत्ती घ्यावी, अशी बोर्डाची अपेक्षा होती. कारण तिनं निवृत्तीचं वय गाठलं होतं; पण एव्‌लिनला निवृत्त तर व्हायचं नव्हतंच, उलट स्वत:ची अशी एक योजना राबवायची होती अन् तीसुद्धा एका अशा पर्वतावर, जिथे संस्कृतीचा पायरवही कधी उमटलेला नव्हता.

'फक्त एकच वर्ष मुदत वाढवा माझी, मग मी आणखी काही अपेक्षा ठेवणार नाही बोर्डाकडून,' तिनं विनंती केली.

तिची मागणी नाकारणं बोर्डाला शक्य नव्हतं, कारण गेली कित्येक वर्षं तिनं बोर्डाकडून एक पैचंही वेतन स्वीकारलेलं नव्हतं. तिच्या वडिलांनी तिच्यासाठी ठेवलेल्या पैशातूनच ती स्वत:चा सगळा खर्च भागवत असे.

"तुझ्या बाबांनी अन् मी ठरवलं होतं की पाचही पर्वतांवर येशू ख्रिस्ताची शिकवण लोकांना द्यायची. आत्तापर्यंत तीन पर्वतांवरचं काम झालं. देवाची मर्जी असेल तर उरलेल्या दोन पर्वतांवरही मी अवश्य जाईन, मला थोपवायचा प्रयत्न तुम्ही कुणी करू नका."

पॉलनं त्याच्या आईची इच्छा मान्य केली, कारण त्याच्याइतकं एव्‌लिन ब्रँडला कोण ओळखू शकत होतं? मावश्या, मामा, इतर भावंडंच नव्हे, तर मिशन बोर्डालादेखील तिच्या तळमळीची कल्पना येणं शक्य नव्हतं. पॉल समजू शकत

होता, कारण तो स्वत: त्या पर्वतावर काही वर्षं राहून आला होता. तिथे राहिल्यामुळे वडिलांचं स्वप्न त्यानंही पाहिलेलं, काही अंशी अनुभवलेलं होतं.

त्याक्षणी त्याला आईचा हेवा वाटला! आईच्या डोळ्यांपुढे तिच्या योजना, तिची स्वप्नं सगळं काही अगदी स्पष्ट होतं. आपल्या आयुष्यातही अशीच ध्येयं असती तर बरं झालं असतं, असं त्याच्या मनात आलं...

ठरवल्याप्रमाणे आई हिंदुस्थानात परत गेली अन् काही दिवसांतच पॉलच्या हातात एक तार येऊन पडली. मजकूर होता –

वेल्लोर येथे प्राध्यापक पदावर काम करणाऱ्या शल्यविशारदाची तातडीची गरज आहे. अल्प मुदतीच्या करारावर यायची तयारी आहे का? – कॉकरेन.

तार वाचून पॉल पार गोंधळून गेला. गोंधळलेल्या अवस्थेत त्यानं तार मार्गरेटच्या हातात ठेवली.

''हे कॉकरेन कोण?'' तिनं न समजल्यामुळे विचारलं.

''नाव ऐकल्यासारखं वाटतंय, पण... नक्की आठवत नाही. लिव्हिंगस्टोन कॉलेजात डॉ. कॉकरेन नावाचे एक प्राध्यापक होते. उष्ण कटिबंधातल्या कुठल्यातरी रोगाचे ते तज्ज्ञ होते. पण ते मला काही ओळखत नव्हते...''

''अन् हे वेल्लोर कुठे आहे?''

''नक्की ठाऊक नाही, पण मला वाटतं दक्षिण भारतात आहे. तिथे एक मोठं वैद्यकीय कॉलेज आहे अन् तिथलं हॉस्पिटलही प्रसिद्ध आहे. पुष्कळ मिशनरी संस्थांनी त्याला हातभार लावलाय; पण माझं नाव कुणी दिलं त्यांना? अन् मला बोलवायचं कसं ठरवलं त्यांनी?'' ह्या प्रश्नांची उत्तरं त्याला मिळाली नाहीतच.

आपल्या आईचं अन् डॉ. कॉकरेनचं संभाषण त्यानं ऐकलं असतं तर कदाचित सगळ्या प्रश्नांचा उलगडा झाला असता.

''माझा मुलगा यायला हवा आहे का तुम्हाला वेल्लोरला? डॉक्टर आहे,'' एव्हलिननं तिच्या नेहमीच्या पद्धतीनं रोखठोकपणे विचारलं होतं.

त्याच ठामपणे डॉ कॉकरेन उद्गारले होते, ''F.R.C.S. असेल तरच, नाहीतर नको.''

''मग झालं तुमचं काम असं समजा,'' विजयी मुद्रेनं एव्हलिननं उत्तर दिलं होतं ''माझा मुलगा बसतोय तुमच्या अपेक्षेत.''

इकडे पॉल विचार करत होता, मोठ्यानं... ''मला वाटतं, भारत आता झपाट्यानं बदलतोय, स्वातंत्र्याच्या उंबरठ्यावर आहे ना. नवीन वैद्यकीय निकष बनवले असतील तर मिशनरी संस्थांना आपला दर्जा उंचावावा लागणार. डॉक्टरांची निकडही भासत असणार.''

काहीसं स्वत:शी, काहीसं मार्गरिटबरोबर बोलत असताना त्याचं खोलीत येरझाऱ्या घालणं चालू होतं. अधूनमधून तो हातांच्या मुठीही आवळत होता.

"नक्कीच खूप गरज असणार." त्यानं परत स्वत:शीच म्हटलं. त्या क्षणी त्याचे डोळे तिच्या चेहऱ्यावर स्थिरावले; पण आपल्याच विचाराच्या तंद्रीत असलेल्या पॉलची नजर जणू कुठेतरी दूर स्थिरावली होती.

"तुला जावंसं वाटतंय, हो ना?" तिनं हळुवारपणे विचारलं.

त्याची तंद्री भंग पावली तो एकदम भानावर आला, अन् दचकून ओशाळवाणं हसत म्हणाला, "छे ग, ते शक्य नाही!"

"का बरं?"

"पुष्कळ कारणं आहेत. त्यातलं सगळ्यात महत्त्वाचं म्हणजे आपलं दुसरं मूल लवकरच जन्माला येणार आहे."

"पण बाळाला जन्म तर मी देणार आहे ना? तू इथे लंडनमध्ये नसलास तरी ते होणारच आहे." तिनं किंचित चेष्टेच्या सुरात म्हटलं.

"छे, नकोच. शक्य नाही होणार," विषय थांबवण्याच्या दृष्टीनं पॉल म्हणाला.

"अन् देवाची इच्छा असेल तर नक्कीच होईल," तितक्याच शांतपणे मार्गरिट उद्गारली.

'मला सैन्यात भरती होणं आवश्यक आहे. शिवाय आमच्या दुसऱ्या मुलाचा जन्मही लवकरच अपेक्षित आहे. तेव्हा तुम्ही दिलेली संधी मी स्वीकारू शकत नाही. क्षमस्व.' पॉलनं कळवून टाकलं.

हा विषय तिथेच संपला, असं पॉलला वाटलं, पण त्याला डॉ. कॉकरेनच्या स्वभावाची कल्पनाच नव्हती. थोड्याच दिवसांत त्याच्या हातात एक पत्र येऊन पडलं, 'व्हिक्टोरिया स्टेशनवर घड्याळाखाली मी अमुक वेळेला तुमची वाट पाहात उभा असेन.'

'भलतेच करारी दिसताहेत हे डॉ. कॉकरेन!' पॉलला वाटलं. त्यांच्यासारख्या प्रख्यात डॉक्टराला तिष्ठत ठेवण्याची पॉलसारख्या अननुभवी डॉक्टरची छाती नव्हती. त्यामळे तो वेळेवर व्हिक्टोरिया स्टेशनवर पोहोचला.

डॉ. कॉकरेनना भेटल्यानंतर पाचदहा मिनिटांतच पॉलच्या मनात त्यांच्याबद्दल आदराची भावना निर्माण झाली. त्यांच्या शब्दाशब्दांतून त्यांच्या स्वभावातली आक्रमक वृत्ती, खंबीरपणा या वैशिष्ट्यांची प्रचिती येत होती. अर्थात हे गुण नसलेल्या माणसाला, त्यांनी जी मोठी जबाबदारी आपल्या शिरावर घेतली होती, ती पेलणं शक्यच झालं नसतं. वेल्लोरचं ख्रिश्चन मेडिकल कॉलेज आणि त्याला संलग्न असलेलं हॉस्पिटल या दोन्ही संस्थांना वरचा दर्जा देण्याचं आव्हान डॉ. कॉकरेननी स्वीकारलेलं होतं. भारत सरकारनं नवे निकष तयार केले होते. डॉ.

आयडा स्कडर या अमेरिकन स्त्रीनं १९०० साली सुरू केलेलं दहा बाय बाराच्या जागेतलं हॉस्पिटल आता बरंच विस्तारलं होतं. आता तिथे दोनशे विद्यार्थी शिकत होते अन् त्यासाठी तीनशे खाटांचं हॉस्पिटल होतं. याशिवाय तिथे परिचारिकांसाठी आणि आयांसाठी (midwife) ही प्रशिक्षण केंद्रं होती, औषध विभाग होता. याव्यतिरिक्त रस्त्यालगतच्या औषध केंद्रांमध्ये वर्षाला एक लाखाहून अधिक रुग्णांवर उपचार केले जात. याच संस्थेला आता पदवी कॉलेजचा दर्जा मिळवायचा होता. यापुढे संस्था पुरुष विद्यार्थ्यांनाही प्रवेश देणार होती. जवळजवळ दहा लाख डॉलर्स खर्चून नव्या इमारती बांधण्याचा कार्यक्रम तयार होता. त्यानुसार रुग्णांची संख्या दुप्पट होणार होती. चार नवीन विभाग उघडण्यात येणार होते. अशा या संस्थेचे प्राचार्य म्हणून, डॉ. कॉकरेन काम बघणार होते. त्यांना किमान डझनभर तरी नवीन शिक्षकांची गरज लागणार होती. या कामासाठी त्यांनी दुसऱ्या एका मोठ्या कुष्ठरोग हॉस्पिटलचं प्रमुखपद सोडलेलं होतं. ही सगळी माहिती एकचित्तानं ऐकत असताना 'कुष्ठरोग' या शब्दाशी पॉल थबकला. त्याला आता स्पष्ट आठवलं. डॉ. कॉकरेन जगातले एक प्रख्यात कुष्ठरोगतज्ज्ञ होते.

"आम्हाला तुमची तातडीनं गरज आहे. आमचे एक शल्यविशारद आजारी पडल्यामुळे मायदेशी गेलेत, त्यांच्या जागी तुमची नेमणूक होईल," डॉ. कॉकरेननी पॉलपुढे संधी ठेवली.

पॉलनं आपल्या अडचणी त्यांना सांगितल्या. डॉ. कॉकरेननी एकेक अडचण जणू टिचकी मारून उडवून लावली. सैन्यातल्या नोकरीविषयी ते म्हणाले, "ते तुम्ही माझ्यावर सोडा!" पॉल त्यांच्याकडे बघतच राहिला. ब्रिटिश नोकरशाहीला हा माणूस नमवणार आहे की काय? पण डॉ. कॉकरेनचा आत्मविश्वासच खरोखरच प्रचंड होता.

त्यानं आणखी एक कारण पुढे केलं, "माझ्याजवळ आवश्यक तेवढा अनुभव नाही..."

"त्याची चिंता तुम्ही नका करू. मी तुमची सगळी माहिती मिळवलीय."

"माझी पत्नी दुसऱ्या मुलाला जन्म देणार आहे तेव्हा...."

"अस्सं? मग फारच छान. वेल्लोर लहान मुलांसाठी अगदी आदर्श ठिकाण आहे; पण लगेच तुम्ही नाही आणलंत तुमच्या कुटुंबाला वेल्लोरला, तरी बिघडत नाही. नाहीतरी सैन्यातल्या नोकरीत तुम्हाला त्यांच्याशिवायच राहावं लागलं असतं ना? तुम्ही प्रथम एक वर्षासाठी या. काम आवडलं तर राहा, मग बोलावून घ्या त्यांना; पण आज आमच्यापुढे जो मोठा प्रश्न आहे तो सोडवायला तुमच्यासारख्यांची फार गरज आहे. आशियातल्या सर्वांत मोठ्या ख्रिश्चन मेडिकल संस्थेला जगवायचा प्रश्न आहे."

डॉ. कॉकरेनच्या शब्दांनी पॉल प्रभावित झाला नसता तरच नवल. त्यांच्या शब्दांतून केवळ उत्साह, आत्मविश्वासच नव्हे, तर एका सच्च्या डॉक्टरची आंतरिक तळमळ त्याल स्पष्ट जाणवली. तीच तळमळ ब्रिटिश सरकारच्या युद्धखात्यालाही जाणवली असणार! मार्गरेटला मात्र ह्यामागे देवाचा हात जाणवला! साहजिकच, तिनं आईवडिलांचा विरोध, मेव्हण्यांचा अप्रकट अचंबा, या सगळ्या गोष्टी पॉलपासून दूर ठेवल्या.

त्याचं दुसरं अपत्य, मुलगी जन्माला आली तेव्हा पॉल भारतात जायची तयारी करत होता. आपल्या पत्नीचा व मुलांचा निरोप घेताना त्यानं मनोमन निश्चय केला, लवकरच यांना भारतात बोलावून घ्यायचं...

विधात्याच्या मर्जीपुढे मान तुकवत, त्याच्या हातात स्वत:ला सोपवत, निश्चिंत मनानं त्यानं प्रस्थान ठेवलं.

एक नवा अध्याय सुरू करण्यासाठी!

८

भारतात – आपल्या जन्मभूमीत परत येण्याचा प्रवास, ही पॉलच्या दृष्टीनं म्हटलं तर भूतकाळाकडे अन् म्हटलं तर भविष्यकाळाकडे वाटचाल होती. या देशात त्याचा जन्म झाला होता, आयुष्यातली पहिली आठनऊ वर्षं त्यानं इथे घालवली होती. शिक्षणासाठी तो इंग्लंडला परत गेला अन् त्यानंतर तब्बल तेवीस वर्षांनी तो परत येत होता. इथे आल्यानंतर लवकरच त्याला पहिला धक्का बसला. पहिला सुखद धक्का! त्याला दर क्षणी जाणवू लागलं की हा देश, इथले लोक, इथली माती, इथले तऱ्हेतऱ्हेचे आवाज, वास आपल्या चांगल्या ओळखीचे आहेत. मुंबईहून मद्रासपर्यंतचा प्रवास त्यानं आगगाडीनं केला. ठिकठिकाणच्या स्टेशनवरचे लोक, फलाटावरचे हमाल, विक्रेते यांचे चेहरे आपल्याला नवीन नाहीत, ही कल्पना त्याला आनंद देऊन गेली. गाडी मद्रासच्या जवळ येऊ लागली तेव्हा तर ही ओळखीची भावना अधिकाधिक गडद होत गेली. तिखट सांबाराच्या वासानं त्याच्या तोंडाला पाणी सुटलं. कानावर रेडिओवरची गाणी पडली, तेव्हा त्यातल्या तबल्याच्या ठेक्यानं जणू त्याच्या काळजाचा ठोका चुकला. तऱ्हेतऱ्हेचे आवाज – बैलांच्या गळ्यांतील घुंगरांचे आवाज, मोटारींचे कर्णे, फेरीवाल्यांच्या आरोळ्या – त्याला भूतकाळाच्या दिशेनं घेऊन गेले. शतकानुशतकांच्या परंपरा जपणाऱ्या या देशात तेवीस वर्षांत फारसा फरक पडला नसला, तर काही नवल नव्हतं!

या आनंदाच्या भावनेमुळेच की काय, रेल्वे प्रवासातल्या गैरसोयी त्याला विशेष जाणवल्या नाहीत. कधी एकदा रात्र संपतेय अन् पहाट होतेय, असं त्याला झालं. छोटे छोटे प्रकाशाचे पुंजके त्याच्या बंद डोळ्यांना जाणवले तसा तो उठून बसला, त्यानं खिडकीजवळ तोंड नेलं. लोक शेकोट्या पेटवून त्यांच्या उबेत बसले होते. गाडी लहान लहान गावांच्या बाजूनं धावत होती. त्याच्या पूर्वस्मृती चाळवल्यासारख्या झाल्या. कुठेकुठे मोटेचे आवाज ऐकू येऊ लागले, पाटाचं पाणी वहातानाची खळखळ कानावर पडत होती. दुतर्फा असलेल्या शेतांचे हिरवे गालिचे पाहून त्याचे डोळे निवले. हिरव्या रंगाच्या इतक्या मनोहारी छटा त्यानं कित्येक वर्षांत पाहिल्या नव्हत्या. कोवळ्या पानांतला पिवळसर हिरवेपणा, गवताचा गडद हिरवा रंग ह्या सगळ्यांची त्याच्या मनाला मोहिनी पडली. डोक्यांवरून हंड्यांची उतरंड लीलया पेलत चालणाऱ्या स्त्रियांचे तांडे पाहून त्याला गंमत वाटली. इतकंच काय, पाण्यात संथपणे डुंबणाऱ्या म्हशींकडेसुद्धा त्याला बघत राहावंसं वाटलं...

गाडी तामीळ भाषिक प्रदेशात शिरली हे त्याला लगेच कळलं. कारण फलाटावरल्या विक्रेत्यांच्या आरोळ्या त्याला समजू शकल्या. (वरियापरम् – केळी, चाय चाय – चहा, थन्नी – पाणी) या शब्दांचे अर्थ आपल्याला अजून आठवताहेत, याचंच त्याला कौतुक वाटलं. वेल्लोरला जाण्यापूर्वी त्याची व्यवस्था काही दिवस मद्रासच्या बॅप्टिस्ट बंगल्यात केलेली होती. तिथला नोकर त्याच्या खोलीत आला तेव्हा अगदी योग्य शब्द पॉलच्या ओठावर आले, त्यामुळे त्याच्या चेहऱ्यावर एक वेगळाच आनंद दिसला.

'थन्नी कोंडू वा (पाणी घेऊन ये),' 'पोथुम् (पुरे!),' 'अम्मम् (हो),' 'इल्लाई (नाही),'

त्याच क्षणी पॉलला वाटलं, आपण इथली भाषा शिकायलाच हवी, वेल्लोरमध्ये लोकांशी, विशेषत: रुग्णांशी बोलताना त्यांच्याच भाषेत आपण बोललो, तर त्यांना नक्कीच जास्त मोकळेपणा वाटेल. लवकरच वेल्लोरहून जेम्स मॅकगिल्व्हरे, तिथल्या हॉस्पिटलचे व्यवस्थापक, त्याला नेण्यासाठी मद्रासला आले. शेवटचा पंच्यांयशी मैलांचा प्रवास गाडीने करून पॉल वेल्लोरला पोहोचला.

१९४६ च्या डिसेंबर महिन्यात भारत एका विलक्षण मोठ्या राजकीय स्थित्यंतरातून जात हाता. प्रदीर्घ स्वातंत्र्यलढ्यानंतर स्वातंत्र्य मिळण्याची सर्व लक्षणं दिसत होती. तो सुवर्णदिन आता फार दूर नाही, ह्याची प्रत्येक भारतीयाला जाणीव होती. पण हे स्वातंत्र्य मिळवण्यासाठी अजून फार मोठी किंमत आपल्याला मोजावी लागणार आहे, ही भीतीही त्यांच्या मनात होतीच. खरं म्हणजे, ब्रिटननं भारताला स्वातंत्र्य देण्याची मान्यता दाखवली होती; पण आता काँग्रेस आणि मुस्लीम लीग या दोन राजकीय पक्षांमधल्या संघर्षाला तोंड फुटलं होतं. सोळा ऑगस्टला मुस्लीम नेत्यांनी प्रत्यक्ष

कृतिदिन जाहीर करून इंग्लंड व काँग्रेसविरुद्ध सर्वव्यापी हरताळ केला होता त्यामुळे कलकत्त्याला मोठी दंगल झाली होती. या दंगलीचं लोण उत्तर भारतात अनेक ठिकाणी पोहोचलेलं होतं. नऊ डिसेंबरला नवी दिल्ली येथे नवीन घटनात्मक सरकार निवडण्यासाठी नवव्या संविधात्मक सभेची (Constituent Assembly) ची बैठक झाली; पण तिच्यावर मुस्लीम लीगच्या सभासदांनी बहिष्कार टाकला. थोडक्यात, स्वातंत्र्याच्या उंबरठ्यावर उभ्या असलेल्या ह्या प्रचंड देशात केव्हाही यादवी युद्ध सुरू होईल, अशी लक्षणं दिसत होती. अशा वेळी पॉल भारतात आला होता.

सुदैवानं, दक्षिण भारतात त्यामानानं परिस्थिती बरीच शांत वाटत होती. भिंतीवरील घोषणांच्या स्वरूपात लोकांच्या मनातला ब्रिटिशांबद्दलचा अन् भारतातील उच्चवर्णीय राजकारण्यांविषयीचा – ब्राह्मण आणि बनिया (पंडित जवाहरलाल नेहरू व गांधी) – असंतोष बाहेर पडत होता. पण पॉलच्या नजरेनं टिपलं ते सर्वसामान्य लोकांचं हलाखीचं जिणं. दारिद्र्यानं पिचलेले, गांजलेले लोक स्वातंत्र्यापेक्षा भाकरीच्या विवंचनेनं अधिक ग्रासले होते; पण तरीही ते सोशिक होते, मनमिळाऊ देखील होते.

नऊ डिसेंबर या दिवशी उत्तरेत, दिल्ली येथे राजकीय उद्रेक घडून बरीच माणसं मारली गेली; पण इकडे वेल्लोरमध्ये मात्र हा दिवस हर्षोल्हासाचा, आनंदाचा होता. कारण तो दिवस हॉस्पिटलच्या संस्थापिका, डॉ. आयडा स्कडर यांचा जन्मदिन होता. त्याआधी चार महिने त्या अधिकृतपणे हॉस्पिटलच्या कामकाजातून निवृत्त झाल्या होत्या, पण तनमनाने त्या या संस्थेबरोबर इतक्या घट्टपणे बांधल्या गेल्या होत्या की, त्यांना वेगळं असं अस्तित्वच उरलेलं नव्हतं. गेली पन्नास वर्षं रक्ताचं पाणी करून त्यांनी हा वृक्ष जोपासलेला होता. त्या काळी लावलेल्या चिमुकल्या रोपाचा आता महाकाय वृक्ष झाला होता. पॉलला हे सर्वच अत्यंत विस्मयकारक वाटलं. निळ्या डोळ्यांच्या, संपूर्ण केस रुपेरी झालेल्या या वृद्ध स्त्रीला, तिच्या वाढदिवसानिमित्त एका फुलांनी सजवलेल्या खुर्चीत बसवून तिचा सत्कार करण्यात आला. तिला सर्वांनी शुभेच्छा दिल्या. ते पाहून त्याचे डोळे विस्फारल्यासारखे झाले. उत्साहाचा सळसळता स्रोत असणारी ही स्त्री शहात्तर वर्षांची आहे, यावर विश्वास ठेवणं त्याला कठीणच गेलं.

डॉ. आयडांनी आयुष्यभर कष्ट करून उभारलेल्या या संस्थेचं भवितव्य त्यावेळी काहीसं संकटात सापडलेलं होतं, कारण भारताप्रमाणेच वेल्लोरदेखील एका संक्रमणावस्थेतून जात होतं. १९१८ साली सुरू केलेल्या वैद्यकीय कॉलेजातून फक्त महिलांना शिक्षण मिळत असे व त्याचा दर्जा पदविका हा होता. आता विद्यापीठाला संलग्न होण्यासाठी महाविद्यालयानं पदवीसंस्थेचा दर्जा मिळवणं गरजेचं होतं. त्या दृष्टीने अभ्यासक्रमाचा स्तर उंचावण्याची आवश्यकता होती,

नाहीतर कॉलेजला टाळं लागलं असतं. १९४५ च्या ऑक्टोबर महिन्यात तपासणी समितीनं (Inspection Commission) कॉलेजला तात्पुरती मंजुरी दिली होती. त्यामुळे पहिली पदवीधारकांची तुकडी आता शिक्षण घेत होती; पण उद्दिष्ट साध्य व्हायला वेळ होता, कारण प्रशिक्षित प्राध्यापकांची वानवा होती. इतरही त्रुटी – इमारतींची कमतरता, साधनांचा तुटवडा – होत्या आणि पुरेसं आर्थिक पाठबळ तर कधीच नसायचं. या सर्व गोष्टींविषयी थोडी कल्पना डॉ. कॉकरेननी पॉलला सुरवातीलाच दिलेली होती. मात्र जमेची बाजू ही होती की, डॉ. आयडांच्या ध्येयवादानं अन् उत्साहानं सर्वच जण प्रेरित झालेले असल्यामुळे सगळ्यांमध्ये दुर्दम्य आशावाद होता.

वेल्लोरला पोहोचताच पॉलवर कामाची जबाबदारी येऊन पडली. गावातल्या बाजारपेठेपासून जवळ असलेलं हे हॉस्पिटल म्हणजे पिवळ्या रंगाच्या इमारतींचा एक समूह होता. रोज शेकडो लोक इथे औषधोपचारासाठी यायचे. बाह्यरुग्ण विभागामध्ये रांगा लावणारे असंख्य रुग्ण हॉस्पिटलच्या व्हरांड्यात, बाहेरील मोकळ्या जागेत तर कधी मोठ्या फाटकाच्या बाहेरही आपला क्रमांक येण्याची वाट पाहात बसत!

इतक्या मोठ्या संख्येनं, इतकं वैविध्य असलेले रुग्ण रोजच्या रोज पहायची पॉलला यापूर्वी कधीच सवय नव्हती. उंची कपड्यातील सभ्य, सुशिक्षित स्त्रीपुरुषांपासून ते अगदी दरिद्री, मोजक्या अन् फाटक्या कपड्यातील जनता पाहून पॉलला अचंबा वाटला. सर्व जातीधर्मांचे लोक इथे उपचारासाठी येत असत. लहान मुलंदेखील शेकडोंच्या संख्येनं दिसायची. रांगणारी, धावणारी, अशक्तपणामुळे खुरडणारी मुलं पाहून पॉलचं अंत:करण सुरवातीला तुटायचं. काही मुलं इतकी अशक्त असत, की त्यांच्यात रडण्याचंही त्राण नसायचं. काही काळ्यासावळ्या मुलींचे केस तेल लावून विंचरलेले असायचे, डोक्यात पिवळीधम्मक फुलं असायची, तर काही मुलांच्या अंगावर बोटभर चिंधीदेखील नसायची. कधी एखादं गुटगुटीत, देखणं मूल पाहिलं की त्याला आपल्या मुलांची तीव्रतेनं आठवण यायची... तर मुडदूस या रोगामुळे हातापायांच्या काड्या अन् पोटाचा नगारा झालेली मुलं पाहिली, त्यांचे चिकट निस्तेज डोळे, खरजेनं भरलेले टाळू बघितले की त्याच्या पोटात तुटायचं.

पण असले विचार करायला, किंवा गरीब, दीनवाण्या मुलांची कीव करायलाही सवड नसावी इतका इथल्या कामाचा रेटा जबरदस्त होता. इंग्लिश बोलणाऱ्या डॉक्टर्सबरोबर तो नियमितपणे हॉस्पिटलच्या निरनिराळ्या विभागात रुग्णांना तपासायला जात असे. त्यांची भाषा समजण्याच्या दृष्टीनं त्यानं फावल्या वेळात तामीळ भाषा शिकायचा मनापासून प्रयत्न केला, पण त्याला विशेष यश मिळालं नाही. कारण त्याच्या शिक्षकानं त्याला व्याकरणाच्या आधारानं भाषापाठ द्यायला सुरुवात केली

अन् तिथेच पॉलच्या उत्साहावर पाणी पडलं. हॉस्पिटलचं कामकाज इंग्लिशमधून चालत असल्यामुळे तामीळवाचून त्याचं अडणार नव्हतं. रुग्णांच्या सोयीसाठी म्हणून त्यानं रुग्णांशी बोलूनच तामीळ शिकायला सुरुवात केली.

शस्त्रक्रिया करण्यासाठी त्याला इथे भरपूर वाव होता. नव्हे, त्याच्याऐवजी दुसरा कुणी डॉक्टर त्या कामाच्या रेट्याखाली दबूनच गेला असता. डॉ. कॉकरेननी सांगितल्याप्रमाणे दोन शल्यविशारदांपैकी आता एकच जण वेल्लोरला काम करत होते. त्यांचं नाव होतं डॉ. जॉन कारमन. भारतात काम करण्याचा त्यांना जवळजवळ वीस वर्षांचा अनुभव होता. अमेरिकन बॅप्टिस्ट मिशनरी असलेल्या डॉ. कारमननी १९४५ साली वेल्लोर हॉस्पिटलचा शस्त्रक्रियाविभाग आपल्या हातात घेतला होता. उंच, सडपातळ, मितभाषी पण उत्साहानं सळसळणाऱ्या डॉ. कारमननी पॉलवर चांगलाच प्रभाव पाडला. सुरवातीलाच त्यांनी शस्त्रक्रियांमध्ये विभागणी केली व पॉलला अस्थिशल्यक्रिया करण्याची विनंती केली. ते स्वत: मूत्रपिंडविषयक शस्त्रक्रियांची जबाबदारी घेणार होते.

चारशे खाटांच्या या हॉस्पिटलमध्ये पॉलचं सर्व ज्ञान, कौशल्य अन् अनुभव पणाला लागला. हाताखाली तुटपुंजा कर्मचारी वर्ग अन् त्याहून तुटपुंजी साधनसामुग्री असताना त्याला जे प्रश्न हाताळावे लागले, त्यामुळे त्याच्या कर्तबगारीत भरच पडली. कित्येक मोठ्या, कठीण शस्त्रक्रिया यापूर्वी वेल्लोरमध्ये कुणी केलेल्या नव्हत्या. इंग्लंडमधल्या बॉम्ब वर्षावाच्या काळातही त्याला इतक्या कठीण शस्त्रक्रिया कराव्या लागल्या नव्हत्या किंवा इतकं प्रचंड काम करावं लागलं नव्हतं.

अर्थात इथे फक्त 'काम एके काम' अशी परिस्थिती नव्हती, हेही त्याच्या लवकरच लक्षात आलं. इथे सगळेचजण दिवसाचे दहा-बारा तास भरपूर काम करत असत. त्यामुळे विश्रांतीचे क्षण उपभोगण्यासाठी ते तितकेच आसुसलेले असत. असे विश्रांतीचे क्षण म्हणजे वाढदिवस साजरे करणं. शिवाय रोज टेनिस खेळायची संधी मिळत असे. सुरवातीला पॉल डॉ. कारमन यांच्याच बंगल्यात राहायचा. लवकरच त्यानं इतर डॉक्टरांबरोबर आणि कर्मचाऱ्यांबरोबर मैत्रीचे संबंध जोडले.

मार्गरेटला लिहिलेल्या पत्रांमध्ये त्याच्या आनंदाचं प्रतिबिंब तिला ठायीठायी जाणवलं, 'इतकी सुंदर जागा, इतके चांगले लोक यापूर्वी मी आयुष्यात कधी पाहिले नव्हते, आपापल्या कामात स्वत:ला पूर्णपणे झोकून देणारे तरीही अतिशय आनंदी अन् प्रेमळ!'

हेच नव्हे तर बहुतेक सर्व वर्णन अतिशयोक्त वाटेल, असं असायचं. त्याला वैद्यकीय महाविद्यालय फार आवडलं होतं. कुणालाही आवडेल अशीच ती जागा होती. गावाबाहेरच्या एका हिरव्यागार दरीत हे कॉलेज वसलेलं होतं. चार इमारतींच्या मध्यभागी एक खोलगट तबकासारखी मोकळी जागा होती. हिरवळ असलेल्या या

तबकात मध्यभागी एक छोटी पुष्करणी होती अन् तिच्यामध्ये सुंदर कमळं होती!

त्याच्या शस्त्रक्रियेच्या पाचव्या वर्षाच्या वर्गात सातच विद्यार्थिनी होत्या अन् सगळ्याच अतिशय हुशार, प्राध्यापकांपुढे सतत आव्हान ठेवणाऱ्या अशा होत्या. हॉस्पिटलमध्ये पुष्कळ काम होतं. आपली खूप गरज आहे, हा विचारच मनाला समाधान देणारा होता. दोन वर्षांत इथलं काम निश्चितच संपण्यासारखं नव्हतं, तेव्हा मार्गरेटने लवकरात लवकर येण्याची तयारी करावी.

पॉलची पत्रं वाचून मार्गरेट भारतात जायला अधीर झाली. पण तिच्या आईवडिलांचं मत वेगळं होतं. डॉ. बेरींना आपल्या या जावयाचं वागणं म्हणजे एक महान मूर्खपणा वाटत होता. अर्थातच, मुलीनं अशा वेळी भारतात जाण्यास त्यांचा ठाम विरोध होता.

'अशा वेळी' म्हणजे त्याकाळच्या परिस्थितीत. भारत तेव्हा अशांत होता, धुमसत होता, पेटून उठला होता, असं त्यांचं स्पष्ट मत होतं. रागानं ते फुत्कारले, ''या मुलाच्या मनात काय आहे, समजत नाही. त्याला काय वाटतं, आम्ही त्याच्या पत्रांवर विश्वास ठेवू? आम्ही काय वर्तमानपत्रं वाचत नाही का? हिंदू-मुसलमानांच्या दंगलीत तीनशे पुरुष, स्त्रिया अन् निरपराध मुलांची हत्या झालीय.''

मार्गरेटचा स्वभाव जात्याच मृदू होता. तिला पॉलचं म्हणणं पटत होतं तसं वडिलांच्या संतापाचं कारणही समजू शकत होतं. इंग्लंडमधली वर्तमानपत्रं रोजच्या रोज दंगलीविषयी लिहीत होती. मनाच्या दोलायमान अवस्थेत तिनं पॉलची पत्रं परत वाचून काढली; पण त्यामध्ये या सगळ्या गोष्टींचा उल्लेखही नव्हता. तिनं वडिलांना तसं सांगितलं तेव्हा ते चिडून म्हणाले, ''साधी गोष्ट आहे, त्याची इच्छा आहे तू तिकडे यावंस अशी.''

''नाही हं. पॉलचा स्वभाव असा नाही. स्वत:च्या सुखासाठी तो इतरांना संकटात टाकणार नाही. बायकोला अन् मुलांना तर नक्कीच नाही.'' मार्गरेटनं नवऱ्याची बाजू घेतली.

''मग त्याला म्हणावं, ह्याचा अर्थ सांग,'' तिच्यापुढे दहा-बारा वर्तमानपत्रं फेकत डॉ. बेरी उद्गारले, ''अशा ठिकाणी एकट्या बाईनं लहान मुलांना घेऊन जाणं योग्य आहे का?''

मार्गरेटनं आज्ञाधारक मुलीप्रमाणं आपल्या पत्रात वडिलांच्या रागाचा, त्यामागच्या कारणांचा उल्लेख केला अन् आज्ञाधारक पत्नीप्रमाणे भारतात जायची तयारीही केली.

पॉलचं उत्तर आलं, ''दंगल उत्तरेत आहे, इथे नाही. शिवाय आपलं एकत्र राहाणं मला अधिक महत्त्वाचं वाटतं...''

याच सुमारास पॉलच्या दोघी मामेबहिणी मिशनरी कामासाठी परत एकदा

दक्षिण भारतात जाणार होत्या. मार्गरिटनं त्यांच्या सोबतीनं जायचं ठरवलं. शेवटी, आईवडिलांनी समजूतदारपणा दाखवून विरोध मागे घेतला 'तुझा निर्णय घ्यायला तू समर्थ आहेस,' अशी अर्धवट संमती दिली.

'जावं की नाही', असा संदेह शेवटपर्यंत तिच्या मनात उमटतच राहिला. तेव्हा मात्र ती पॉलच्या मावशीकडे गेली अन् मावशीनं आपल्यापरीनं हा तिढा सोडवला. "माझं म्हणणं ऐकशील तर देवाची प्रार्थना कर अन् विचार त्यालाच." दोघीजणी गुडघे टेकून खाली बसल्या. डोळे मिटले, पण प्रार्थनेला सुरुवात करण्यापूर्वीच मार्गरिटनं डोळे उघडले अन् स्पष्ट स्वरात ती म्हणाली, "मावशी, माझा निर्णय झाला."

त्यानंतर मात्र तिच्या मनात तिळमात्रही संदेह राहिला नाही. दुसऱ्याच दिवशीच्या बोटीनं ती मुलांसह निघालीही. अर्थात सोबत मोनिका आणि रूथ हॅरीस या पॉलच्या मामेबहिणी होत्याच...

पॉलच्या जीवनात वेल्लोरमध्ये एका नवीन कर्तृत्वाला वाव मिळाला. इथल्या त्याच्या नेमणुकीत अध्यापनाची जबाबदारी होती. ती पार पाडत असताना त्याला एक नवा आनंद अनुभवायला मिळाला. आत्तापर्यंतच्या आयुष्यात त्यानं अनेक शस्त्रक्रिया केल्या होत्या, आपलं कौशल्य सिद्ध केलं होतं; पण शल्यविद्या शिकवताना त्याच्या उत्साहाला जणू उधाण येत असे. उपजत विनोदबुद्धी, चपखल उदाहरणं आणि विषय नाट्यमय करून शिकवण्याची हातोटी, या गुणांमुळे विषय अवघड असूनही विद्यार्थिनी त्याच्यावर खूष असत. अर्थात त्यांची बौद्धिक क्षमताही वरच्या पातळीची होतीच!

कुठलाही विषय रंगवून शिकवण्यासाठी ते वेगवेगळ्या तंत्रांचा वापर करत. एखादे वेळी वर्गात शिरताना ब्रँड सर बदकासारखे फेंगडे पाय टाकत अन् आत शिरताच प्रश्न विचारत, "मला काय होतंय, सांगा बरं?"

"खुब्याचं हाड निखळलंय?" एखादी विद्यार्थिनी अंदाज व्यक्त करे. त्याबरोबर खुशीनं सर म्हणत, "बरोबर!"

हळूहळू ब्रँड सर मुलींमध्ये इतके लोकप्रिय झाले की, त्यांना सरांबरोबर चेष्टामस्करी करायला देखील संकोच वाटेनासा झाला. चाळीस वर्षांपूर्वी डॉ. आयडांनीसुद्धा आपल्या पहिल्या वर्गातील मुलींबरोबर असंच जवळीकीचं, परंपरागत गुरुशिष्याप्रमाणे नातं निर्माण केलं होतं. सरांबरोबर सहलीला जाणं, जवळच्या डोंगरावर चढायला जाणं किंवा कँटीनमध्ये चहाकॉफी प्यायला जाणं, ह्यामध्ये त्यांना संकोच वाटेनासा झाला. कधी कधी तर या मुली आपण आपल्या प्राध्यापकांशी बोलतोय, त्यांची थट्टा करतोय हेही विसरून जात. एकदा त्या सरांना म्हणाल्या,

''सर, तुमच्या मधल्या नावाची सुरुवात 'डब्ल्यू' या अद्याक्षरानं होते ना, तो शब्द नक्की विकेड (wicked– दुष्ट) असला पाहिजे!'' अन् ब्रँड सर ही गोष्ट हसून घालवत.

कधीकधी त्या लटक्या गंभीरपणे सरांना विचारत, ''सर, कसे आहात तुम्ही?''

''भयंकर,'' तितक्याच गंभीरपणे सर म्हणत अन् त्यापाठोपाठ आपल्या काल्पनिक दुखण्याची वेगवेगळी लक्षणं सांगून विचारत, ''आता सांगा, मला काय होतंय ते!''

मात्र हे खेळीमेळीचं वातावरण फक्त वर्गापुरतं मर्यादित असे. रुग्ण असलेल्या वॉर्डमधून डॉक्टर ब्रँड विद्यार्थिनींना घेऊन अनुभव देण्याच्या दृष्टीनं फेरफटका मारत, तेव्हा मात्र ते मुलींकडून पूर्णपणे लक्ष देण्याची अपेक्षा ठेवत. खरं म्हणजे, विद्यार्थिनींना हे अनुभव फार मोलाचे वाटत. सर रुग्णांशी ज्या पद्धतीनं, प्रेमळपणानं, आस्थापूर्वक वागत, त्यामधून या मुलींना खूप शिक्षण मिळत असे. डॉ. ब्रँडनी हीच आस्था, काळजी त्यांची एक विद्यार्थिनी आजारी पडली तेव्हा दाखवली. रोझ नावाच्या मुलीला विषमज्वरामुळे बरेच दिवस वर्गात हजर राहता आलं नाही. ती बरी झाल्यानंतर सरांनी तिला दुपारी एक ते दोन या आपल्या विश्रांतीच्या काळात सगळा अभ्यासक्रम शिकवला.

शस्त्रक्रिया विभागात देखील त्यांची अशी इच्छा असायची की, मुलींना शक्य तितकी संधी मिळावी. म्हणीनच विद्यार्थिनी हातात शस्त्र घेऊन त्यांच्या मदतीसाठी बाजूला उभ्या राहिल्या अन् नवशिकेपणामुळे एखादीनं चूक केली, तर सर तिला रागवत नसत. कधीकधी चेष्टेच्या सुरात ते एखाद्या विद्यार्थिनीला म्हणायचे, ''रमाबाई, आज सकाळपासून संध्याकाळपर्यंत तुम्ही हा चिमटा हातात धरून उभं राहायचं, काय?''

एखाद्या विद्यार्थिनीनं शस्त्रक्रियेच्या वेळी रुग्णाला भूल देताना जास्त क्लोरोफॉर्मचा वापर केला तर ते टीका करण्याऐवजी म्हणायचे, ''सगळीकडे मला निळंनिळं का दिसतंय? रुग्णसुद्धा निळा दिसतोय, नाही का?''

वेल्लोरमध्येच त्यांच्या भाषणकलेलाही पुन्हा एकदा वाव मिळाला, नवे धुमारे फुटले. कॉलेज किंवा हॉस्पिटलच्या प्रार्थना गृहात ते धार्मिक प्रवचनं देत, तेव्हा सबंध प्रार्थनागृह विद्यार्थिनींनी भरून जात असे. मोजक्या पण समर्पक उदाहरणांनी ते विषय सोपा करून सांगत. कधी नाट्यपूर्ण शैली वापरून तर कधी वैद्यकीय क्षेत्रातली उदाहरणं देऊन ते भाषणांमध्ये रंगत आणत. शरीरातल्या विविध अवयवांविषयीची, तसंच शरीरातील पेशी, मज्जासंस्था, हाडं, स्नायू वगैरेंची उदाहरणं दिल्यामुळे विषयाची उजळणी होत असे अन् त्यामुळेच लक्षात ठेवणं सोपं जात असे.

"मानवी देह म्हणजे जगातील एक अद्‌भुत निर्मिती आहे," असं सांगून ते म्हणत, "गेल्या आठवड्यात एक रुग्ण गोवरामुळे गंभीर आजारी होता. त्याला रक्त देण्याची आवश्यकता होती. तेव्हा एका गोवराच्या आजारातून नुकत्याच उठलेल्या माणसाचं रक्त त्याला देण्यात आलं, कारण त्यानं रोगाशी यशस्वी लढत दिली होती. येशू ख्रिस्तानं पण अशाच प्रकारे दुष्टांशी लढत दिली. हेतू हा, की त्यानंतर तो इतरांना मदत करू शकेल."

विशेष म्हणजे, ही उदाहरणं कधीही ओढूनताणून वापरल्यासारखी वाटत नसत. उपजत कलेला या नव्या वातावरणातही त्यांना फुलवता आलं, ह्याचा त्यांना आनंद वाटायचा. साहजिकच डॉ. ब्रँडची धार्मिक प्रवचनंही वेल्लोरमधल्या या दोन संस्थांमध्ये लोकप्रिय होऊ लागली.

भारतात आल्यानंतर इथल्या पहिल्याच उन्हाळ्यातले काही दिवस पॉलनं कोडाईकनाल या थंड हवेच्या ठिकाणी घालवले. डॉ. आयडांचं विश्रांतीस्थानही इथेच होतं. बऱ्याच वेळा तो तिथे हजेरी लावत असे. लोकांविषयी तळमळ, देवावरचा अढळ विश्वास अन् प्रचंड मानसिक अन् शारीरिक उत्साह या तीन गुणांबाबत दोघांमध्ये खूप साधर्म्य होतं. आणखी एका अंगभूत गुणामुळे त्याचा आयडामावशीवर प्रभाव पडला. डॉ. आयडांना घड्याळं जमवण्याचा छंद होता; पण त्यापैकी कितीतरी घड्याळं बंद पडलेली होती. आपलं तांत्रिक ज्ञान वापरून पॉलनं ती दुरुस्त केली अन् 'आयडामावशी' खूष झाली.

जवळच्या रस्त्यानं पटकन पोहोचायचं ह्या वेडापायी, अनेक वेळा ते मिशनरी वसाहतीकडून जवळपासच्या डोंगरदऱ्यांकडे जाणाऱ्या रस्त्यावर चुकत असत. एकदा असंच मुख्य रस्ता सोडून ते घनदाट झाडी असलेल्या उंच कड्यासारख्या रस्त्यावरून डॉ. आयडाच्या घरी हिलटॉप वर जायला निघाले, बऱ्याच वेळ हिंडले; पण 'हिलटॉप' काही सापडेना. शेवटी ते आपल्या घरी आले अन् दुःखी चेहरा करून नाटकीपणे म्हणाले, "डॉ. आयडाचं घर कुठेतरी हलवलंय बहुतेक!"

डॉ. कारमनच्या मुलांना – बॉब, एलिनॉर आणि धाकट्या दोघा जुळ्यांना घेऊन ते – डोंगरावरून मैलोन्‌मैल भटकत असत. वेल्लोरसारख्या सपाटीवरच्या भागातली उष्णता त्यांनी अनुभवली होती. तीवर उतारा म्हणून तरी इथली थंडगार हवा छातीत दीर्घ श्वास घेऊन भरून घ्यायला हवी असं त्यांना वाटायचं. अन् खरोखरच वेल्लोरला परतल्यावर त्यांना तो छाती आवळून टाकणारा थंडगार वारा हवासा वाटला होता.

भारतातल्या उन्हाळ्यातला सर्वांत वाईट महिना म्हणजे मे महिना. त्यावर्षी नैसर्गिक आणि राजकीय हवामानही पराकोटीचं तापलं. लॉर्ड माऊंटबॅटनची भारताचे व्हाइसरॉय म्हणून नेमणूक झाली. भारतातील ब्रिटिश अंमल तातडीनं संपवण्याच्या

दृष्टीनं त्यांना पावलं उचलावयाची होती. भारतातील राजकीय परिस्थिती आता भयंकर तापली होती. केव्हाही उद्रेक होईल असं वाटत होतं. वेल्लोरमध्ये मात्र हिंदू आणि मुसलमान लोक पूर्वीच्याच सलोख्यानं राहत होते. म्हणूनच मार्गरिटच्या पत्रातील वर्तमानपत्रातल्या बातम्यांच्या उल्लेखांकडे ते दुर्लक्ष करू शकत होते. त्यांना वाटायचं, वर्तमानपत्रं नेहमीच तिखटमीठ लावून बातम्या छापतात आणि तिच्या आईवडिलांना तिला भारतात न पाठवण्यासाठी काही तरी निमित्तच हवं होतं. मार्गरिट त्यांची काळजी खरोखरच इतकी मनावर घेईल असं डॉ. ब्रँडना वाटलंच नाही. सुदैवानं तिनं जून महिन्यात प्रवासाला निघायचं ठरवलं होतं. त्यांच्या पत्रात आता त्यामुळे अधिक आशावादी सूर उमटायला लागला.

भयावह उन्हाळ्यामुळेही त्यांच्या उत्साहावर पाणी पडलं नाही. डॉ. कारमन अजूनही उटीला सुट्टीवर होते, तरी पॉलला अनेक भारतीय सहकारी छान मदत करत होते. त्यांच्या पैकी एक होते डॉ. वेंकटाचलम. ह्या तरुण ब्राह्मण डॉक्टरला अचूक निदान करण्याचं कौशल्य अवगत होतं. दुसरे दोघं जण– रॉय आणि चटर्जीही होतेच. तरीही डॉ. ब्रँडना कामातून क्षणाचीही फुरसत मिळत नसे. शस्त्रक्रिया विभागात घामाच्या धारांनी चिंब होत ते एकामागून एक शस्त्रक्रिया पार पाडीत असत. कधीकधी तर अंगावरचे कपडे इतके ओले होत की ते पिळूनच काढावे लागत. घामावाटे बाहेर पडणाऱ्या पाण्याची कमतरता ते भरपूर पाणी पिऊन भरून काढत. त्याचे दोन आश्चर्यकारक परिणाम त्यांना दिसून आले. पहिला म्हणजे त्यांचं सबंध शरीर घामोळ्यांनी भरलं. नंतर एकदा एका शस्त्रक्रियेनंतर ते पोटातल्या चमकांनी इतके हैराण झाले की त्यांना ताठ उभंही राहवेना. ताबडतोब या चमकांचं कारण त्यांच्या लक्षात आलं. पावलं टाकण्याइतपत शक्ती परत आल्यानंतर ते लगेच हॉस्पिटलच्या औषधालयात गेले. ''मला मीठ द्या,'' त्यांनी चिरक्या, बसक्या आवाजात तिथल्या माणसाला सांगितलं.''

''मीठ, कसलं मीठ?''

''कसलंही चालेल – गोळीच्या रूपात, स्वयंपाकात वापरतात तसलं. फक्त मीठ द्या म्हणजे झालं!''

दुकानातल्या माणसानं एक मूठभर मीठ पाण्याच्या ग्लासात घातलं. ते घटाघटा प्याल्यानंतर डॉ. ब्रँडना जरा बरं वाटलं. इतकं चविष्ट पेय ते आयुष्यात कधीच प्यायले नव्हते. पुष्कळ पाणी प्यायचं आणि घामोळ्याला सामोरं जायचं, की कमी पाणी प्यायचं आणि दुखण्याचा त्रास सोसायचा, या दोन पर्यायांतून त्यांना एक निवडायचा होता. वेल्लोरच्या उष्ण हवामानाशी, १००-११० अंश फॅरनहिट तपमानाशी जुळवून घेताना त्यांना वर्षभर वेगवेगळ्या त्रासांना सामोरं जावं लागलं.

मार्गरिटचं पत्र आलं तेव्हा उन्हाळ्यानं आणि कामाच्या ताणानं कळस गाठला

होता. घरी परत जाऊन निवांतपणे पत्र वाचायचा त्यांनी विचार केला. 'हे पत्र तिनं इंग्लंड सोडण्यापूर्वी लिहिलेलं शेवटचं पत्र', असा विचार त्यांच्या डोक्यात आला. उत्सुकतेनं आणि मनावरच्या ताणावर विजय मिळवत त्यांनी पत्र उघडलं. त्यांच्या अंगावर कुणीतरी बर्फाळलेल्या पाण्याचा शिपकारा मारतंय, असा भास त्यांना झाला. पत्राचा सूर अतिशय निराशाजनक होता. 'मी काय करू?' भारतातल्या सध्याच्या परिस्थितीत तिनं भारतात यायचं म्हणजे वेडेपणाच असं सगळ्यांचं मत होतंच; पण पॉलनं तिला अशा परिस्थितीत येऊ देणं हा आणखी मोठा वेडेपणा ठरला असता. तिनं एकटीनं यायचं असतं तर गोष्ट वेगळी होती; पण दोन लहान मुलांना घेऊन यायचं म्हणजे? 'तुझ्या पत्रात तू तिथल्या गडबडगोंधळाचा काहीच उल्लेख केलेला नाहीयेस, माझ्या प्रश्नांची उत्तरदेखील दिली नाहीयेस, याला काय म्हणायचं? मी कसा निर्णय घ्यायचा? तर आता हे पत्र वाचल्यानंतर मी येऊ नये असं वाटत असेल तर ताबडतोब तारेनं तसं कळवशील का?'

यांत्रिकपणे त्यांनी पत्राची घडी घातली. तंद्रीतच बोटांनी ती धारदार केली. बाहेरच्या नारळाच्या झावळ्यांमधून वाऱ्याचा आवाज ऐकू येत होता. पावसाळ्याच्या आगमनाची चाहूल देत असल्यासारखा. पण तो पाऊस नव्हताच. डिसेंबर महिन्यापासून पावसाचा एक थेंबही त्यांनी पाहिला नव्हता. हवेतली कोरडी, गरम धूळ त्याच्या ओठांना अधिकच शुष्क करत होती, डोळ्यांची आग वाढवत होती.

आधी ते धक्क्यानं गारद झाले. मग त्यांचं मन एका शिरशिरी आणणाऱ्या निराशेनं व्यापलं गेलं. हे काय केलं आपण? खरं तर जे करायला हवं होतं ते का केलं नव्हतं आपण? साध्या शब्दात तिच्या प्रश्नांचं निराकरण केलं असतं तर काम भागलं नसतं का? पण मार्गरिटच्या स्पष्ट विचारशक्तीवर त्यांचा इतका गाढ विश्वास होता की ती इतर गोष्टींवर विश्वास ठेवेल, अशी शंकाच त्यांच्या मनात आली नव्हती. पण आता फार उशीर झला होता. तिचं मन वळवायचा धोका पत्करून चालणार नव्हता.

चालढकल करणं त्यांच्या स्वभावातच नव्हतं. पोस्टाकडे गाडीनं जात असताना त्यांच्या डोळ्यांसमोर जणू संपूर्ण भारताची झलक एखाद्या चलत चित्रप्रमाणे साकारली. रस्त्याच्या कडेला बोगनव्हिला आणि पिवळ्या घंटांची फुलं झळाळत्या रंगात हसत होती. इतक्यात डोक्यावर पिवळ्याधमक आंब्याची टोपली सांभाळत एक शेतकरी सायकलवरून त्यांच्य गाडीच्या बाजूनं गेला. या उन्हाळ्यात मार्गरिटला आंब्याची गोडी चाखवायची, असं त्यांनी मनाशी योजलं होतं अन् दाराबाहेर उमललेला जॅकरांडाचा वृक्षही दाखवायचा होता. चिबुडं भरलेल्या डोळ्यांची, काटकुळ्या पायांची, ज्यांच्या पोटांचा नगारा झालाय, अशी मुलंही दाखवायची होती. मार्गरिटच्या कुशल हातांनी त्यांच्यावर उपाय केले जाणार होते.

हात विधात्याचे । ७९

त्यांनी तिला तार पाठविली.

गेले कित्येक महिने मार्गरिटनं सगळ्यांशी शूरपणे लढा दिला होता – वृत्तपत्रातल्या बातम्या, त्यावरच्या चर्चा आणि प्रेमळ आईवडिलांनी आणलेलं दडपण....

'भारत यादवीच्या उंबरठ्यावर जातीय दंगे पसरत आहेत....'

'एकदा ब्रिटिश भारतातून बाहेर पडले की पहा काय होतंय. जिकडे-तिकडे अराजक माजेल, रक्तपात होतील, दुष्काळ पडेल.'

"अग, मी तर या गोष्टीचा विचारच करू शकत नाही," तिची आई म्हणाली. "तुझ्या या चिमण्या मुलांचा विचार करशील की नाही? या पॉलच्या मनात तरी काय आहे, काही कळत नाही."

"निव्वळ मूर्खपणा!" इति मार्गरिटचे वडील. "असल्या रक्तपात होत असलेल्या देशात दोन लहान मुलांना घेऊन जायचं म्हणजे संकटालाच निमंत्रण देण्यासारखं आहे!"

या सगळ्या टीका-प्रलयाला मार्गरिटनं विरोध करायचा प्रयत्न केला. किती वेळा आई-वडिलांनी समजावण्याचा प्रयत्न केला, उपदेशाचा, धोक्याचा इशारा दिला होता. पण प्रत्येक वेळी तिनं खंबीरपणे पॉलची बाजू घेतली होती. यावेळी तिच्या मदतीला आल्या पॉलच्या दोघी मामेबहिणी – रूथ आणि मोनिका हॅरिस. आणखी एका टर्मसाठी त्या दोघी भारतात मिशनरी म्हणून जूनमध्ये परत जाणार होत्या. मार्गरिटनं त्यांच्याबरोबर जायचं ठरवलं. दोघींचा शांतपणा आणि आश्वासक सूर ऐकून तिच्या मनातली भीती शांत झाली. मिशनरी वृत्तीला त्यांच्या वागण्यामुळे जणू खतपाणी मिळाल्यासारखं झालं. गेली काही वर्षं तिच्यातली ही वृत्ती पॉलच्या मिशनरी उत्साहापेक्षा जास्त फोफावली होती.

पण जसजसा एकेक दिवस जाऊ लागला, तसा तिचा आत्मविश्वास ढळू लागला. पॉल हजारो मैलांवर, तर आईवडील इथे अगदी जवळ. ते म्हणताहेत त्यात नक्कीच तथ्य आहे, असं तिला जास्त वाटू लागलं. बोटीनं निघण्याचा दिवस जसजसा जवळ येऊ लागला, तसतसं तिचं मन अधिकच द्विधा होऊ लागलं. पॉल तिला इतक्या संकटात कसा काय टाकू शकत होता! एकदा ती प्रार्थना करे तर दुसऱ्या क्षणी रडू लागे, मग तिसऱ्या क्षणी ती त्रागा करत असे. शेवटी निघायच्या आधी फक्त एक आठवडा तिनं पॉलला वैतागाच्या सुरात एक पत्र लिहिलं, 'हे पत्र वाचून झाल्यावर जर तुझा माझ्या तिकडे येण्याविषयीचा विचार बदलला असेल तर ताबडतोब तार कर.'

तार आली – 'येण्याचा विचार रद्द करते आहेस तेच बरं आहे. मी मार्च महिन्यात परत येतो.'

एवढं झालं तरी तिच्या मनाला शांतता लाभली नाही. कारण बहुतेक आता तिच्या वडिलांना अपराधी वाटू लागलं असावं. त्यांनी या तारेचं म्हणावं तितक्या उत्साहात स्वागत केलं नाही किंवा 'जाऊ नकोस' असा हेकाही धरला नाही.

"हे बघ बाळ, हा निर्णय अवघड आहे, हेच खरं. पॉलनं त्याचं मत कळवलंय आणि आम्हीही आमचं मत तुला अनेक वेळा ऐकवलंच आहे. तेव्हा शेवटचा निर्णय तूच घ्यायचा आहेस."

हा निर्णय तिनं घेतला त्यावेळी ती पॉलच्या मावश्यांच्या घरी होती. होपमावशीनं किती साध्या शब्दात सुचवलं, "आपण प्रार्थना करून देवाचा कौल घेऊ."

दोघी जणी प्रार्थनेला गुडघे टेकून बसल्या नाहीत तोच मार्गरेट उठून उभी राहिली.

"मावशी, ठीक आहे. मिळाला मला कौल." एकदम एका नव्याच उत्साहानं ती म्हणाली. त्या क्षणापासून तिचं मन जे शांत झालं ते झालंच. जणू ख्रिस्तानंच तिला पूर्व दिशेकडे बोट दाखवून जाण्याची आज्ञा दिली असावी, इतका तिचा आत्मविश्वास दृढ झाला. तेव्हा सकाळचे ९ वाजले होते. तिनं दुसरे दिवशीच निघायचा निर्णय केला, तो मनात काहीतरी हेतू बाळगूनच. त्याच दिवशी संध्याकाळी, ३ जूनला लॉर्ड माउंटबॅटननी घोषणा केली की, भारतातील दोन्ही प्रमुख पक्षांनी स्वातंत्र्याविषयीच्या सर्व अटी – फाळणीची अट धरून – मान्य केल्या होत्या. ते ऐकताच ब्रिटिश वृत्तसंस्थेनंही आपला सूर बदलला. दुसरे दिवशी मार्गरेटनं समुद्रप्रवासास सुरुवात केली. त्या दिवशीच्या ठळक बातमीचं शीर्षक होतं – 'राष्ट्रसंघातील एक सदस्य म्हणून भारताचा निश्चितपणे आणि शांततामय पद्धतीनं उदय होणार!'

स्ट्रॅथमोर बोटीवरला तिचा प्रवास मात्र सोपा नव्हता. युद्धकाळात त्या जहाजातून सैनिकांना पाठवलं जात असे. आताही ते त्याच्या क्षमतेपेक्षा अधिक प्रवाशांनी खच्चून भरलेलं होतं. मार्गरेटच्या केबिनमध्ये दोनाच्या ठिकाणी आठ बर्थ्स होते आणि सर्व भरलेले होते. उन्हाळा मी म्हणत होता. जहाजानं हिंदी महासागरातून वाट काढायला सुरुवात केली, तेव्हा पावसाळा अगदी तोंडावर आला होता. दोघा मुलांना घामोळी आणि घामगळवांचा त्रास सुरू झाला. तरी देखील मार्गरेटचं मन शांतच राहिलं. त्या दिवशी प्रार्थनेच्या वेळी तिला जो ईश्वरी संकेताचा साक्षात्कार झाला होता, तो तिच्या मनात अजून ताजा होता.

रूथ हॅरिसननंही तिला धीर दिला. "देवाचे त्याबद्दल आभार मान. कारण अजूनही काही प्रसंगी तुझ्या मनात शंका येईल की, आपण भारतात यायला निघालो त्यामागे खरोखरच दैवी हेतू होता ना? पण यापुढे कठीण प्रसंग आले तर त्या क्षणाची तुला आठवण येईल आणि त्यामुळे तुझ्यात एक वेगळंच बळ येईल, त्या प्रसंगांना सामोरं जाण्याचं."

ते सगळं ठीक होतं. तिला आता काळजी वाटू लागली ती पॉलच्या भावनांची. कारण जहाज एडनला पोहोचलं तरी त्यानं काहीच कळवलं नव्हतं; पण आता तिनेच त्याला एडनहून एक तार पाठवली. पुढे तिला कळलं की जहाज सुटल्यानंतर हा तिच्याकडून पहिला संदेश त्याला मिळाला होता. मधले सगळे दिवस तो तिच्या निर्णयासंबंधी अंधारातच होता. आता तिला भारतातील परिस्थितीविषयीची खरी कल्पना आली. तिला कळेना, आपण त्याच्यावर इतका अविश्वास का दाखवला होता. मुंबई जवळ आली तेव्हा तर तिला एक प्रकारच्या अपराधीपणा अन् शरमेच्या भावनेनं घेरलं. आपण त्याच्यावर इतका अविश्वास दाखवू शकतो, ह्याचं त्याला काय समर्थन ती देऊ शकणार होती?

पण ती वेळच आली नाही. मुंबई बंदरात पॉल त्यांना उतरून घेण्यासाठी आला होता. त्यानं जहाजावर पाय ठेवला अन् त्याच्याशी एक नजर होताक्षणी तिचा आत्मविश्वास पुन्हा एकदा जागा झाला, की त्याला आपल्या मन:स्थितीची पूर्ण कल्पना आहे. मधले काही दुराव्याचे महिने जणू नव्हतेच, असा भास तिला झाला.

"अरे, हे काय? ही निर्वासितांची टोळी आहे की काय?"

त्यानं आपल्या दु:खी, वैतागलेल्या मुलांना उचलून कवेत घेतलं अन् त्या क्षणी घामोळा, उन्हाळा, गळवं, घाण अशा सगळ्या अडचणी क्षणार्धात गायब झाल्यासारख्या वाटल्या तिला. ती एकदम शांत झाली.

"मला ठाऊक आहे, जहाजावर भयंकर वैताग आला असणार तुम्हाला. इथून आपण आता थंडगार हवेच्या एखाद्या टेकडीवर जाऊ."

पण इतका समंजसपणा असूनही पॉल कधी कधी अगदी कमालीचा मूर्खपणा करत असे. त्यानंतर थोड्याच काळानं, वेल्लोरजवळच्या अर्कोणम् जंक्शनमध्ये गाडी उभी होती, तेव्हा त्यानं रेल्वेच्या फलाटावर मार्गरेटला सामानापाशी, रडणाऱ्या जीनसह एकटीला बसवून ठेवलं अन् स्वत: मजेत ख्रिस्तोफरला खूष करण्यासाठी इंजीन दाखवायला निघून गेला. मार्गरेट बिचारी भारतातल्या उन्हाळ्याला चिकचिकाट सहन करत थकल्या अवस्थेत, भारतातील प्रवाशांच्या उत्सुकतापूर्ण नजरांना तोंड देत बसली! पहाटेच्या वेळी देखील हवेत इतका उष्मा होता, दमटपणा होता की ज्याचं नाव ते! या सगळ्या वातावरणाला तोंड देत असताना तिला क्षणभर वाटलं, आता कुठल्याही क्षणी आपल्याला उलटी होणार. तरीही ती बिचारी जीनभोवती घोंगावणाऱ्या माश्यांना हाताने दूर लोटत राहिली. लोकांनी बोललेल्या एकाही शब्दाचा अर्थ तिला कळत नव्हता; पण त्यांच्या नजरेत तिला सहानुभूती मात्र जाणवली. रडणाऱ्या जीनला, या गोऱ्या कातडीच्या लहानग्या मुलीला काही करून शांत करावं, अशी इच्छाही त्यांच्या डोळ्यांत तिला वाचता आली. एवढ्यात

मोनिका हॅरीस डब्यातून उतरली. शांतपणे ती मार्गरिटजवळ आली. तिचा तो शांत, विश्वासपूर्ण चेहरा पाहून, नीटनेटक्या घातलेल्या वेण्यांनी वेढलेलं तिचं मस्तक पाहून मार्गरिटला एकदम निवांत वाटलं. मोनिकाने क्षणार्धात परिस्थितीचा ताबा घेतला. लोकांना तिनं त्यांच्याच तामीळ भाषेत प्रेमळपणे बाजूला व्हायला सांगितलं. गोड आवाजात ती त्यांना म्हणाली, "मित्रांनो थोडी दया कराल का? ही बाई इथे पहिल्यांदाच येतेय, हे सगळं तिला नवीन आहे. आपल्या लोकांचं वागणं तिला समजत नाहीये. त्यातून तिची तब्येतही ठीक नाहीये आणि तिच्या मुलीलाही बरं नाहीये! तुमचं प्रेम, दयाळूपणा तिला समजतोय. थोडं दूर उभं राहाल का? सलाम, आभारी आहोत."

जादूची कांडी फिरवावी, तसा बदल झाला एकदम! मार्गरिटभोवतीचा लोकांचा वेढा सैलावला. मोनिकानं थरमासमधल्या पाण्यानं ओल्या केलेल्या रुमालानं जीनचा चेहरा हळुवार हातानं पुसला. त्याबरोबर ती रडायची थांबली. तेवढ्यात ख्रिस्तोफरला खांद्यावर उचलत पॉलही परत आला. आजूबाजूला उभ्या असलेल्या काळ्यासावळ्या रंगाच्या अपरिचित चेहऱ्यांकडे पाहून मार्गरिटही किंचित हसली आणि तिला अगदी शांत वाटलं. वेल्लोरला पोहोचल्यावर कारमन कुटुंबीयांनी तिचं जे प्रेमळ स्वागत केलं आणि त्यांच्या पडदे बसवलेल्या थंडगार घरात तिला जे समाधान वाटलं, तेच समाधान रेल्वेस्टेशनवरच्या अपरिचित लोकांनी दाखवलेल्या मैत्रीच्या भावनेनं तिला जाणवलं होतं.

९

आयुष्यात दैवयोगाला मोठं स्थान आहे, असं मानणाऱ्या डॉ. पॉल ब्रँडना १९४७ च्या सुरवातीलाच तसा अनुभव आला.

"केव्हातरी चिंगलपुटला या. आपण एकत्र बसू, जेवू," डॉ. रॉबर्ट कॉकरेननी पॉलला म्हटलं होतं. (नेहमीचा तुटकपणा जाऊन आता आपुलकीचा स्वर त्यांच्या बोलण्यात पॉलला जाणवू लागला होता.) पण गमतीनं तो स्वत:शीच म्हणाला, 'मला बळजबरीनं इथे यायला लावलं अन् आता मलमपट्टी करू पहाताहेत!' अर्थात त्यानंही तितक्याच सौहार्दानं उत्तर दिलं, "जरूर येईन मी."

डॉ. कॉकरेननी वेल्लोरच्या ख्रिश्चन मेडिकल कॉलेजच्या प्राचार्यपदाची धुरा आपल्या खांद्यावर घेतली होती; पण ती काही काळापुरतीच. चिंगलपुटमधील लेडी विलिंग्डन कुष्ठरोगधामाचं अधीक्षकपद त्यांनी सोडलेलं नव्हतं. ही संस्था सरकारी

असली तरी तिचं व्यवस्थापन चर्चकडे होतं अन् तिचा अर्थभार इंग्लंडमधील कुष्ठरोग समिती (Mission of Lepers) सांभाळत होती. कुष्ठरोगावरील अधिकारी व्यक्ती म्हणून त्यांनी केवळ मद्रास राज्यातील कुष्ठरोग्यांनाच मदत केलेली नव्हती, तर सततच्या भाषणांमधून त्यांनी सर्वसामान्यांचं मतपरिवर्तनही घडवून आणलं होतं. अतिशय तळमळीनं ते लोकांना पटवून देण्याचा प्रयत्न करीत, की कुष्ठरोग हा देखील एक रोग आहे. इतर रोगांप्रमाणेच याची लागणही जंतूंमुळेच होते. त्यामागे कोणताही दैवी प्रकोप नसतो किंवा कुष्ठरोगी देखील पापी वगैरे नसतात. हजारो वर्षांपासून अंधश्रद्धांमुळे समाजानं या रोग्यांना वाळीत टाकलेलं होतं, त्यांची भयानक अवहेलना, उपेक्षा केलेली होती. तो कलंक धुवून काढण्याचं काम डॉ. कॉकरेन अत्यंत हिरिरीनं करत होते, हे पॉलला माहीत होतं.

त्यांच्याच प्रयत्नांमुळे वेल्लोरमधील कुष्ठरोग संशोधन केंद्र सुरू झालं होतं. तेथील संशोधनकेंद्रात सल्फोन (sulfone) हे औषध शोधून काढण्यात आलेलं होतं. अनेक रुग्णांना त्याचा फायदाही झाला होता. (त्यापूर्वी चौलमुग्रा नावाचं एक तेल इंजेक्शनद्वारे रोग्याच्या शरीरात घालण्यात येत असे. ही इंजेक्शन्स विशेष परिणामकारक नव्हती आणि दुसरा एक तोटा म्हणजे, ते देत असताना रुग्णाला वेदनाही होत असत.) सल्फोन – प्रोमीन, डिसोन आणि सल्फेट्रोन – औषधं तोंडावाटे दिली जात; पण ती फार महाग होती. १९४६ साली ख्रिश्चन मेडिकल कॉलेजनं इतर भारतीय औषधी संस्थांच्या साहाय्यानं एक मोठा संशोधन उपक्रम हाती घेतला होता. त्यामुळे केवळ भारतातीलच नव्हे तर जगभरातील एक कोटी कुष्ठरोग्यांना त्याचा फायदा होणार होता. एकट्या भारतातच वीस लाख कुष्ठरोगी होते.

डॉ. कॉकरेन यांच्या कामाविषयी पॉलनं थोडंफार ऐकलेलं होतं पण त्यादिवशी चिंगलपुटला जाताना त्याच्या मनात कुष्ठरोगाविषयी किंवा कुष्ठरोग्यांविषयी विशेष कुतूहल नव्हतं. असलीच तर एक प्रकारची किळस, घृणाच असू शकत होती, जिचा उगम बालपणाच्या एका प्रसंगात होता.

त्यावेळी पॉल ८/९ वर्षांचा असेल. आपल्या आईवडिलांबरोबर तो कोल्ली पर्वतावरल्या छोट्या घरात राहात होता. त्याचे वडील आजूबाजूला डोंगरदऱ्यांत राहाणाऱ्या लोकांवर औषधोपचार करत असत, त्यांच्या जखमा धुवून त्यावर मलमपट्टी करत असत. असे कित्येकजण त्यांच्या घरीदेखील औषधांसाठी येत असत.

एक दिवस तो अन् कॉनी घरासमोरच्या मोकळ्या जागेत खेळत होते, तेव्हा त्यानं तीन माणसं त्यांच्याकडे येताना पाहिली. ही माणसं किती विचित्र दिसत

होती! त्यांच्या अंगावर त्याला पांढरे चट्टे दिसले. त्यांचे हातपायदेखील फार वेगळे दिसत होते. हातांना काही बोटं नव्हती तर पायांवर मोठ्या जखमा होत्या. आईनं त्यांच्याकडे फक्त क्षणभरच पाहिलं असेल; पण तिच्या चेहऱ्यावरचे भाव पालटले. तिचा चेहरा पांढराफटक पडला, ''धावत जा, अन् बाबांना पाठवून दे. तू अन् कॉनी घरातच थांबा.''

पॉलनं आईची आज्ञा पाळली, पण मनातलं कुतूहल वाढलं तेव्हा त्यानं हळूच घराबाहेर पाऊल ठेवलं अन् तो एका मोठ्या दगडाआड दडून बसला. तिथून त्याला ती माणसं दिसू शकत होती. बाबा बाहेर आले अन् त्यांच्या चेहऱ्यावरही तेच भाव त्याला दिसले. त्यांना पाहाताच ती माणसं खाली वाकली अन् आपल्या भाषेत बाबांशी काहीतरी बोलली. ''मी फारसं काही नाही करू शकत तुमच्यासाठी,'' बाबा त्यांना म्हणाले. मग ते घाईघाईनं म्हणाले, ''थांबा, मी येतो इतक्यातच!''

पाचच मिनिटांत बाबा बाहेर आले तेव्हा त्यांच्या हातात पट्ट्यांच्या गुंडाळ्या अन् औषधांचा डबा होता. पण बाबांचे हात त्याला वेगळेच वाटले. त्यानं निरखून पाहिलं तेव्हा त्याला बाबांनी हातमोजे घातले असल्याचं लक्षात आलं.

बाबांनी नेहमीच्याच पद्धतीनं काळजीपूर्वक त्या माणसांचे पाय धुतले, जखमा स्वच्छ केल्या, त्यावर मलम लावलं अन् पट्ट्याही बांधल्या. तो सबंध वेळ बाबांनी तोंडातून एक शब्दही काढला नाही. एरवी ते रुग्णांशी हसून बोलत, कधीकधी त्यांची थट्टामस्करी करत, पण त्यादिवशी त्यांचा चेहरा गंभीरच राहिला.

तेवढ्यात, आई एक टोपली घेऊन बाहेर आली. आपल्या मोडक्यातोडक्या तामीळ भाषेत ती त्यांना म्हणाली, ''टोपली ठेवा तुमच्याकडेच.''

ती माणसं सावकाश उठली अन् खुरडत खुरडत निघून गेली. त्यांनी टोपली नेलीच नाही, तेव्हा ती उचलायला पॉल धावला. इतक्यात आई घाबरून ओरडली, ''पॉल, थांब. हात नको लावूस त्या टोपलीला अन् त्या जागी पायपण ठेवू नकोस!'' तेवढ्यात बाबांनी टोपली उचलली अन् दूर अंतरावर नेऊन पेटवूनही टाकली. त्यानंतर त्यांनी हातमोजे काढले, हात गरम पाणी व साबणानं स्वच्छ धुतले, एवढंच नव्हे, तर सगळे कपडेही बदलले.

पॉलच्या मनात अनेक प्रश्नांचं मोहोळ उठलं, असं का वागले आईबाबा? त्या माणसांना घरात का नाही घेतलं? दोघंजण इतके गंभीर का दिसत होते? बाबांनी मात्र एकाच वाक्यात सांगितलं, 'ते कुष्ठरोगी होते बाळ.'

नंतरचे कितीतरी दिवस घरातल्या कुणीच त्या जागेवर पाय ठेवला नाही. मग हळूहळू आठवण व भीती दूर होत गेली....

चिंगलपुटला जाताना त्याच्या मनात ह्या प्रसंगाची अंधूक उजळणी झाली असावी!

त्यांनी अजूनपर्यंत फारसे कुष्ठरोगी पाहिलेले नव्हते, कारण वेल्लोरच्या हॉस्पिटलमध्ये किंवा भारतातील कुठल्याच रुग्णालयात कुष्ठरोग्यांना प्रवेश नसे. त्यांच्यासाठी वेगळी रुग्णालयं असत. एक शल्यविशारद असल्यामुळे त्यांनी कुणा कुष्ठरोग्यावर इलाज केलेले नव्हते. पण वेल्लोरचे इतर अनेक डॉक्टर्स मात्र डॉ. आयडांनी सुरू केलेल्या रस्त्याकडेच्या उपचारकेंद्रात कुष्ठरोग्यांवर इलाज करत असत.

डॉ. पॉल ब्रँड चिंगलपुटला पोहोचले तेव्हा जेवणाची वेळ झालेली नव्हती. ''चला, पाय मोकळे करून येऊ.'' डॉ. कॉकरेन म्हणाले, ''तुम्ही अजून फारसे कुष्ठरोगी पाहिले नसतील. आमच्या हॉस्पिटलला आज भेट द्या.''

''ठीक आहे, चला.'' म्हणून डॉ. ब्रँड उठले, पण त्यांना मनापासून रस नव्हता हॉस्पिटलचं मोठं, मोकळं आवार, तिथली दुकानं, हॉस्पिटलच्या इमारती यावरून त्यांनी नजर फिरवली. वास्तविक पाहता, हे हॉस्पिटल म्हणजे सहकार तत्त्वाचा एक उत्तम नमुना होता. इथल्या रुग्णांनी स्वयंपूर्ण जीवन जगण्याचा एक आदर्श जगापुढे ठेवला होता. ते आपलं धान्य, भाज्या पिकवत होते, हातमागावर कापड विणत होते, अगदी स्वत:च्या कपड्यांसाठी अन् जखमांवरील पट्ट्यांसाठीदेखील! शाळांना लागणाऱ्या पुस्तकांची बांधणी करत होते. इतकंच काय, रुग्णांना द्यावी लागणारी इंजेक्शन्ससुद्धा आता ते द्यायला लागले होते. जवळजवळ दहा लाख इंजेक्शन्स इथल्या रुग्णांनीच एकमेकांना दिली होती.

हे सगळं पाहत असताना डॉ. ब्रँड डॉ. कॉकरेनना म्हणाले, ''ह्या इथे तुम्ही मानवतावादी दृष्टिकोन ठेवून हे कुष्ठरोगधाम चालवताय, हे पाहून फार बरं वाटलं. माझ्या कल्पनेतल्या कुष्ठधामापेक्षा कितीतरी वेगळं आहे हे...''

त्यांचं वाक्य पुरं होतंय न होतंय तेवढ्यात अतिशय त्वेषानं डॉ. कॉकरेन उद्गारले, ''हे हॉस्पिटल आहे, त्याला कुष्ठरोगधाम (asylum) हा शब्द वापरू नका अन् कुष्ठरोगी, महारोगी (leper) हा शब्दही वापरू नका. आम्ही कधीही वापरत नाही हा शब्द.'' मग किंचित थांबून त्यांनी पॉलना विचारलं, ''कुष्ठरोगी हा शब्द उच्चारला की काय विचार येतो तुमच्या मनात, सांगा बरं?''

डॉ. ब्रँडना तो प्रश्न ऐकून, तो त्वेष पाहून एकदम चपापल्यासारखं झालं. त्यांचं मन भूतकाळात गेलं. पुन्हा एकदा त्यांना त्यांच्या आईवडिलांची प्रतिक्रिया आठवली अन् त्यांच्या अंगावर काटा उभा राहिला. आईनं 'अमंगल', 'अमंगल' हे शब्द उच्चारले होते, कॉनीला खस्सकन मागे ओढलं होतं...

''आलं लक्षात माझ्या, तुमचा चेहराच सांगतोय तुमच्या मनातले विचार,'' गंभीरपणे डॉ. कॉकरेन उद्गारले.

त्यानंतर जिकडे पहावं तिकडे डॉ. ब्रँडना कुष्ठरोगानं पीडित असे लोक दिसले. हाताची बोटं झडलेली असूनही ते जमेल तसं काम करत होते, खुरडखुरडत चालत होते, त्यांच्या डोळ्यांतलं तेज विझलेलं होतं अन् ओठावरलं हसू लोपलेलं होतं. एखादुसरा रुग्ण डॉ. कॉकरेनकडे पाहून खिन्न हसायचा, तेव्हा त्याचा चेहरा आणखीनच विरूप व्हायचा. काहीजणांमध्ये रोगाची विशेष लक्षणं दिसत नव्हती. त्वचेवर कुठेतरी पांढरा चट्टा, भुवयांचे केस झडलेले इतपतच फरक दिसत होता. या लोकांना पाहिल्यावर डॉ. ब्रँडच्या मनातली दीर्घकाळ असलेली घृणा किंवा किळस किंवा भीती ही भावना दूर झाली व तिची जागा कीव किंवा काळजीनं घेतली, अन् त्यानंतर व्यावसायिक उत्सुकतेनं! हा रोग एखाददुसऱ्या स्पर्शानं होत नाही, इतपत ज्ञान त्यांना नक्कीच होतं. मात्र, लहान मुलांना संसर्गातून रोग होण्याची शक्यता असते, कारण काही प्रमाणात हा रोग संसर्गजन्य असतोच. पण त्याची संसर्गजन्यता क्षयरोगाइतकी अधिक नाही आणि मोठ्या वयाच्या (तरुण, वृद्ध वगैरे) व्यक्तींना तर ही भीती फारच कमी असते. त्यांना हेही माहीत होतं की ज्या रोग्यांमध्ये केस झडलेल्या भुवया, हाताची, पायाची वाकडी झालेली बोटं अशी रोगाची चिन्हं दिसतात, त्यापैकी बहुतेक जणांपासून कुणालाच धोका नसतो, कारण त्यांच्यातली रोगाची वाढ पूर्णपणे संपलेली असते.

डॉ. कॉकरेन हे एक त्वचारोगतज्ज्ञ (dermotologist) होते. त्यामुळे त्वचेवर दिसणारी रोगाची लक्षणं – चट्टे, गाठी वगैरे त्यांनी डॉ. ब्रँडना दाखवली; पण डॉ. ब्रँडचं लक्ष आता त्यांच्या बोलण्यावरून उडाल्यासारखं झालं. त्यांचं लक्ष आता रुग्णांच्या हातांच्या हालचालींकडे गेलं. (सुरवातीपासूनच त्यांना मानवी हाताबद्दल, हाताच्या रचनेबद्दल कौतुकमिश्रित कुतूहल होतं. त्यांना नेहमी वाटायचं, माणसाच्या मेंदूनंतर सर्वांत परिपूर्ण रचना त्याच्या हाताचीच असते.) डॉ. कॉकरेनबरोबर हॉस्पिटलमध्ये फेरफटका मारताना त्यांना रुग्णांचे हात दिसले. भारतात दोन माणसं एकमेकांना भेटल्यावर दोन्ही हात जोडून अभिवादन करतात. इथे मात्र दोन हात जोडून माणसं आपला विद्रूप चेहरा लपवत आहेत, असा भास डॉ. ब्रँडना झाला.

रिकामे हात, अवजार धरलेले हात, खाद्यपदार्थ धरलेले हात, जिकडे-तिकडे डॉ. ब्रँडना हात दिसत होते; पण त्यांना माणसांचे हात म्हणण्याचं धाडस त्यांच्यात नव्हतं. हे हात पक्ष्यांच्या पायांसारखे दिसत होते, त्यांची बोटं कायमची आत वळलेली होती किंवा त्यांचे खुंट झालेले होते. काही हातांना तर असे खुंटही नव्हते. ते डॉ. कॉकरेनना म्हणाले, ''तुम्ही ही जी त्वचेची वेगवेगळी लक्षणं सांगताय त्यात मला रस वाटत नाही. मला तुम्ही सांगा, ह्या हातांची ही अवस्था कशी झाली अन् त्यावर तुमच्याकडे काय इलाज आहेत?''

डॉ. कॉकरेन त्यांच्याकडे नुसते पाहात राहिले, मग सावकाश म्हणाले, ''माफ

करा, पण तुमच्या प्रश्नांचं माझ्याकडे उत्तर नाही.''

''उत्तर नाही?'' आश्चर्यानं डॉ. ब्रँड म्हणाले, ''तुम्ही कुष्ठरोगतज्ज्ञ आहात, इतकी वर्षं रोगावर संशोधन करताय, रुग्णांवर उपचार करताय अन् या प्रश्नांचं तुमच्याकडे उत्तर नाही? या वाकड्या हातांवर काहीतरी इलाज करायला हवेत, असं तुम्हाला कधीच वाटलं नाही?''

''पण यात माझा काय दोष? त्वचारोगावर जेवढी माहिती उपलब्ध आहे तेवढीच मी तुम्हाला सांगू शकणार ना?'' डॉ. कॉकरेन रागानं म्हणाले. ''हातावर शस्त्रक्रिया करायची असेल तर ते तुमच्यासारख्याचं काम आहे. तुम्ही अस्थिशल्यविशारद आहात ना?'' त्यांच्या प्रश्नांमधून त्यांचा राग स्पष्ट ऐकू येत होता.

डॉ. ब्रँडना काय बोलावं, ते सुचेना. ते डॉ. कॉकरेनकडे बघत राहिले. आपल्या ज्ञानाचा, अनुभवाचाच या माणसाला संशय येतोय, अशा प्रकारचा राग डॉ. कॉकरेनच्या शब्दांमधून डोकावतो आहे, असं डॉ. ब्रँडना वाटलं. त्यांची माफी मागावी या हेतूनं ते काही बोलणार, एवढ्यात डॉ. कॉकरेनच्या रागाचा पारा थोडा उतरला. ते बोलू लागले, ''डॉ. ब्रँड, जगात जवळजवळ पंधरा टक्के लोकांच्या हातांच्या बोटांचे असे खुंट झालेले तुम्हाला आढळतील. पण मी सांगतो तुम्हाला, आजवर एकाही अस्थिविशारदानं – अगदी एकानंही – कुष्ठरोग्यांच्या हातावर संशोधन केलेलं नाही की त्याविषयी अभ्यास केलेला नाही.''

डॉ. ब्रँड आश्चर्यानं बघतच राहिले. आश्चर्याचा भर ओसरल्यावर ते म्हणाले, ''माझा विश्वासच बसत नाहीये. पहिली गोष्ट म्हणजे पोलिओसारख्या रोगानं किंवा अपघातामुळे जितक्या लोकांना अपंगत्व येतं, त्याहून अधिक लोक कुष्ठरोगामुळे अपंग होतात? दुसरी गोष्ट म्हणजे, हजारो अस्थिविशारद हातांवर शस्त्रक्रिया करतात, त्यापैकी एकाचंही लक्ष कुष्ठरोग्यांच्या हातांकडे जाऊ नये, ही धक्कादायक गोष्ट आहे.''

डॉ. कॉकरेनच्या स्वरात आता काहीसा थकलेपणा, हताशपणा डॉ, ब्रँडना जाणवला. ते सांगू लागले, ''तुम्हाला काय सांगू? सामान्य लोकच नव्हे, तर डॉक्टरसुद्धा या रोगाकडे शास्त्रीय दृष्टिकोनातून पहात नाहीत. या रोग्यांना एका वेगळ्याच दृष्टीनं पाहिलं जातं. कसं ते सांगतो, त्यांच्या दृष्टीनं क्षयरोगासारखे रोग किंवा इतर अनेक रोग हे एका वर्गात मोडतात, पण कुष्ठरोगाला मात्र ते पूर्णपणे वेगळा समजतात – काहीतरी अद्‌भुत, अनाकलनीय असा. त्यामुळे शेकडो, हजारो वर्षांपासून समाजानं या लोकांना कमी लेखलंय, पापी समजलंय. काही धर्मगुरूंनी किंवा सेवाभावी लोकांनी त्यांच्याकडे सहानुभूतीच्या नजरेनं पाहिलं असेल, त्यामध्ये डेमियनसारख्या आदर्शवादी व लोकांच्या दृष्टीनं वेडपट माणसांची गणना होते; पण डॉक्टरांची नाही. 'ते आपलं काम नाही,' असा त्यांचा समज असतो.''

डॉ. कॉकरेन अन् डॉ. ब्रँड मग काही वेळ शांतपणे चालत राहिले. तरी डॉ. ब्रँडचं निरीक्षण चालूच राहिलं. अचानकपणे त्यांचं लक्ष जवळच बसलेल्या एका तरुणाकडे गेलं. तो जमिनीवर बसलेला होता अन् आपल्या पायातले सँडल्स काढत होता. हाताच्या अंगठ्याची बाजू व तळहाताची कडा यामध्ये सँडलचा पट्टा पकडून तो बकलमधून काढू पहात होता; पण त्याच्या हातातून पट्टा सारखा निसटत होता. पॉल त्याच्याकडे निरखून पाहात होता. ती नजर डॉ. कॉकरेननी टिपली.

"त्याच्या हातातल्या नसा (nerves) कुष्ठरोगामुळे काम करेनाशा झाल्या आहेत आणि हाताच्या स्नायूंना, विशेषत: तळहाताच्या स्नायूंना (intrinsic muscles) अपंगत्व आलंय. ज्या स्थितीला हा रुग्ण पोहोचलाय, त्यामध्ये हातापायांमध्ये अजिबात संवेदना राहात नाहा," डॉ. कॉकरेननी स्पष्टीकरण दिलं.

ह्या सगळ्या गोष्टी डॉ. ब्रँडना पूर्णपणे नवीन होत्या. पूर्वी कधी त्याविषयी वाचलेलं असलं तरी ते त्यांना अजिबात आठवत नव्हतं. त्यामुळे आता समोर जे दिसत होतं, त्या दृश्यानं त्यांच्या मनावर जोरदार आघात झाला. एखाद्या माणसाचा हात आपण हातात घ्यावा, एखाद्या वस्तूला स्पर्श करावा अन् तरीही आपल्याला काही संवेदना होऊ नये? जमिनीवर चालत असताना आपण आपली पावलं मऊ लुसलुशीत गवतावर ठेवतोय की मातीच्या टणक रस्त्यावर ठेवतोय की अणकुचीदार दगडावर, हेही समजू नये, ही किती भयानक अवस्था असणार?

डॉ. ब्रँड पुढे होऊन त्या तरुणाला तामीळ भाषेत म्हणाले, "मला तुझे हात दाखवतोस का?"

होकारार्थी मान हलवत तो तरुण उभा राहिला अन् त्यानं डॉ. ब्रँडसमोर आपले हात धरले. हळुवारपणे त्यांनी ते आपल्या हातात धरले अन् आपल्या संवेदनाक्षम बोटांनी त्याचे तळवे चाचपले, नंतर त्यांनी त्याची ताठर झालेली बोटं प्रयत्नपूर्वक उघडली, स्वत:चा उजवा हात त्याच्या उजव्या हातावर ठेवला अन् त्याला म्हणाले, "आता माझा हात जितक्या जोरात दाबता येईल तेवढा दाब."

दुसऱ्याच क्षणी त्यांच्या तोंडून 'आऽ' असा चीत्कार निघाला. त्यांच्या हातातून जोरदार कळ उमटली. या माणसाची पकड लोखंडासारखी कणखर होती. अर्थातच सर्वसामान्य माणसाची पकड आणि या युवकाची पकड यामध्ये फरक होता. बोटं आता वळलेली असल्यामुळे कदाचित त्याची नखं डॉ. ब्रँडच्या तळव्यात जास्त तीक्ष्णपणे घुसली असावीत.

"नक्कीच या हातात संवेदना आहे," आपली दुखावलेली बोटं चोळत डॉ. ब्रँड उद्गारले. "काही स्नायू तरी अजून चांगल्या स्थितीत आहेत."

डॉ. कॉकरेनच्या बंगल्याकडे परतत असताना त्यांनी त्यांच्यावर प्रश्नांचा वर्षाव

केला, "ह्या रुग्णांच्या हातापायांची बोटं कशामुळे झडत असावीत? सगळ्याच कुष्ठरोग्यांच्या हातापायांना अपंगत्व येतं का? त्यामध्ये काही एक ठरावीक रचनाक्रम (pattern) दिसतो का? कुणी त्यांच्या हातांवर शस्त्रक्रिया करून त्यांची बोटं सरळ करायचा प्रयत्न केलाय का? नसल्यास का नाही?"

त्यांच्या कुठल्याच प्रश्नांना डॉ. कॉकरेनकडे समाधानकारक उत्तर नसल्यामुळे त्यांनीच एक प्रतिप्रश्न विचारला, "तुम्हाला सांगता येतील का या प्रश्नांची उत्तरं?"

या प्रश्नानं जणू डॉ. ब्रँडपुढे एक नवं आव्हान उभं राहिलं. तो प्रश्न त्यांच्या आयुष्याला – व्यावसायिक जीवनाला – कलाटणी देणारा ठरला. त्यांनी हे आव्हान मूकपणे स्वीकारलं अन् मनोमन निश्चय केला, आपण या प्रश्नांची उत्तरं शोधायचा प्रयत्न करायचा.

त्या दिवशी, नव्हे त्या रात्री, जणू काही एका नव्या संकल्पनेचं बीज रोवलं गेलं, एका नव्या उपक्रमाची मुहूर्तमेढ रोवली गेली. हे बीज त्यांच्या मनात रुजलं, हळूहळू अंकुरलं, मोठं झालं; पण आपण स्वत: काही महान कार्य करणार आहोत, असा विचार त्यांच्या मनाला शिवला नाही. नेहमीच्या पद्धतीनं त्यांनी या बीजारोपणाचं श्रेय परमेश्वराला दिलं. पुढे केव्हातरी या सगळ्याविषयी विचार करत असताना त्यांना वाटलं, 'हा मला देवानं दिलेला एक कौल आहे. कदाचित त्यासाठीच मला त्यानं इकडे भारतात पाठवलं असेल. इतकी वर्षं वेगवेगळ्या मार्गांवर मी जी वाटचाल केली, धडपड केली, त्यामागचा हेतूही हाच असावा. त्या परमेश्वराच्या मनातली ही योजना होती. कुष्ठरोगानं रंजल्यागांजल्या लोकांच्या केवळ हातापायांवर, शरीरावरच नव्हे, तर त्यांच्या मनावरदेखील उपचार व्हावेत, आपल्याला ते करता यावेत यासाठीच त्यांनं मला प्रथम बायबल अभ्यासण्याची बुद्धी दिली आणि नंतर वेगळा मार्ग – वैद्यकीय शिक्षणाचा – दाखवला.' कारण या उपेक्षितांच्या केवळ शरीरांवरच नव्हे तर मनांवरदेखील फुंकर घालण्याइतकं दयाळू मन डॉ. ब्रँड ह्यांच्याकडे होतं.

शेकडो वर्षांपूर्वी हेच नाव असलेल्या एका संतानं – येशूच्या शिष्यानं – दमास्कसच्या रस्त्यावर असाच दैवी कौल शिरोधार्य मानला होता!

अर्थात १९४७ साली डॉ. ब्रँडनी जेव्हा या प्रश्नांची उत्तरं शोधायचं आव्हान स्वीकारून संशोधनास सरुवात केली, तेव्हा आपण एखादं फार मोठं धर्मकार्य किंवा कुष्ठरोगाविरुद्ध धर्मयुद्ध (crusade) सुरू करतोय अशी त्यांना कल्पना नव्हती. आपल्या मनाला छळणाऱ्या प्रश्नांची उत्तरं शोधायची, एवढाच हेतू होता.

या प्रयोगाची सुरुवात काहीशी अडखळत झाली, कारण संशोधनासाठी रिकामा वेळ काढणं हेच अवघड काम होतं. दिवसभराच्या धकाधकीतून एखादा

तास मोकळा सापडला तर तेव्हा आणि शनिवार-रविवारच्या सुट्टीच्या वेळात त्यांनी हे काम करायला सुरुवात केली. सुट्टीवर गेलेले डॉ. मॅकफर्सन आता परत कामावर रुजू झाले होते. त्यामुळे शल्यविशारदांची संख्या दोनवरून तीनवर गेली होती. तरीदेखील प्रत्येकाला दहा-दहा बारा-बारा तास काम करावं लागायचं. त्याशिवाय पाळीपाळीने त्यांना रात्रीही हजर राहावं लागायचं. कुणीतरी बोलवायला आलं की एका जुन्यापुराण्या गाडीतून हॉस्पिटलमध्ये जावं लागे. ती गाडी ढकलल्याशिवाय कधीच सुरू व्हायची नाही, त्यामुळे दुसऱ्या डॉक्टरला उठून गाडी ढकलण्याचं काम करावं लागत असे. ह्या सगळ्या अडचणी असूनही डॉ. ब्रँड हे काम करू शकले, ह्याचं कारण त्यांच्या सहकाऱ्यांची तत्परता. डॉ. कारमननी अनेक वेळा डॉ. ब्रँडच्या शनिवार-रविवारच्या शस्त्रक्रिया स्वत: केल्या आणि त्यांना संशोधनासाठी वेळ उपलब्ध करून दिला.

सर्वप्रथम त्यांनी हॉस्पिटलच्या वाचनालयातून पुस्तकं आणून पुनर्निर्माण शस्त्रक्रियेविषयी (reconstructive surgery) माहिती जमवण्याचा प्रयत्न केला. त्यांना पक्षाघाताविषयी देखील माहिती हवी होती; पण आश्चर्याची गोष्ट म्हणजे, कुष्ठरोगाचा या संदर्भात कुठेही उल्लेख नव्हता. एकाही अस्थिशल्यविशारदानं आत्तापर्यंत कधीही कुष्ठरोग्यांच्या बधिर हातांवर शस्त्रक्रिया करून त्यामध्ये संवेदना निर्माण करावी असा विचार केलेला नव्हता, प्रयत्न करणं तर दूरच! धक्कादायक गोष्ट म्हणजे, जगात अशाप्रकारे दहा ते पंधरा लाख कुष्ठरोगी अपंगत्वानं ग्रासलेले होते. एखाददुसऱ्या डॉक्टरनं या रुग्णांना थोडीफार मदत करायचा प्रयत्न केला होता. श्रीलंकेतील एक डॉक्टर मिलरॉय पॉल यांनी प्लॅस्टर ऑफ पॅरिसपासून बनवलेले साचे, कुष्ठरोग्यांच्या झीज घडवून आणणाऱ्या जखमांना (trophic ulcers) प्रतिबंध करण्यासाठी वापरून पाहिले होते. काही डॉक्टरांनी असे अवयव कापून काढण्याचे प्रयोग केले होते. तर एखाद्या डॉक्टरनं अशा अवयवातील नस कापण्याचा (nerve stripping) प्रयोग केला होता. स्वत: डॉ. कॉकरेननीदेखील पावलातील रोगग्रस्त हाड कापून (metatarasal bone) रोगावर नियंत्रण मिळवण्याचा प्रयत्न केला होता; पण हे सर्व प्रयोग अगदी मोजक्या प्रमाणात केले गेले होते. रोगचिकित्साक्षेत्रातही (Pathology) कुणी रोगाचा अभ्यास अवयवांना येणाऱ्या विरूपतेच्या (Deformity) संदर्भात केलेला नव्हता. आश्चर्याची गोष्ट म्हणजे, एकोणिसाव्या शतकाच्या अखेरीस वॉईट (Woit) आणि डेहिओ (Dehio) या दोन डॉक्टरांनी या रोगामुळे अपंगत्व का येतं याबद्दल थोडासा विचार केला होता. पण त्याला त्यानंतर कुणी विशेष महत्त्वच दिलं नव्हतं. या सगळ्यातून एकच निष्कर्ष निघू शकत होता – कुष्ठरोगामुळे अपंगत्व येत असेल तर ते कशा पद्धतीने येतं, त्यामध्ये एखादा रचनाक्रम असतो किंवा नाही, या ब्रँडच्या प्रश्नांवर कुठेही त्यांना

पुरेशी माहिती मिळाली नाही. याहूनही एक गहन समस्या गैरसमजाच्या स्वरूपात त्यांच्यापुढे होती. कुष्ठरोग्यांचं मांस खरोखरंच सडलेलं (bad-flesh) असतं का? तसं असेल तर त्यावर शस्त्रक्रिया केली तर जखम भरून येणार नाही. आणखी एक महत्त्वाचा प्रश्न अनुत्तरितच होता – कुष्ठरोग्यांच्या हातापायांची बोटं खरोखरच कुजल्यामुळे झडत होती का? अन् तसं असेल तर ते का होत होतं?

या प्रश्नांची उत्तरं शोधण्यासाठी डॉ. ब्रँडना वेल्लोरहून अधिक योग्य स्थळ सापडलं नसतं, कारण सर्व जगात इथेच कुष्ठरोग्यांची संख्या जास्त होती. जगभरातल्या कुष्ठरोग्यांपैकी दोन ते तीन टक्के कुष्ठरोगी याठिकाणी होते. शिवाय इथे अनेक प्रकारचे डॉक्टर्स होते. त्यामध्ये शल्यविशारद होते, संशोधकही होते. प्रत्येकामध्ये ज्ञान व जिज्ञासा हे गुण प्रकर्षानं असल्यामुळे डॉ. ब्रँड त्यांचा उत्तम उपयोग करून घेऊ शकले असते व त्यांच्यामध्ये या क्षेत्रात काही कामगिरी करण्याची इच्छाही होती.

"मला हॉस्पिटलमधल्या पाच-सहा खाटा द्या माझ्या कुष्ठरोग्यांसाठी. त्यामुळे मला इथे त्यांच्यावर उपचार करता येतील, त्यांचा अभ्यास करता येईल अन् जमलं तर शस्त्रक्रियादेखील.'' डॉ. ब्रँडनी ज्यांना ही विनंती केली ते डॉ. मॅकफर्सन वैद्यकीय अधीक्षक होते. हा माणूस फार दयाळू अंत:करणाचा होता, ही गोष्ट डॉ. ब्रँडना माहीत होती. अर्थात संपूर्ण हॉस्पिटलच्या व्यवस्थापनाची जबाबदारी त्यांच्यावर असल्यामुळे त्यांना कडकपणा किंवा शिस्तीचं कवच अंगावर धारण करावं लागत असे.

डॉ. मॅकफर्सन विचारात पडले. त्यांच्या कपाळावर आठ्यांचं जाळं उमटलं. "तुमची विनंती मी व्यवस्थापकीय समिती आणि वरिष्ठ डॉक्टरांच्या कानावर घालेन. पण मला खात्री देता येत नाही.''

"माफ करा, डॉ. ब्रँड, तुमची विनंती अमान्य झाली. मला फार वाईट वाटतंय हे सांगायला, पण...'' मॅकफर्सनच्या आवाजातला विषाद डॉ. ब्रँडना जाणवला. त्यांना स्वत:लाही ही गोष्ट चांगली ठाऊक होती की ख्रिश्चन मेडिकल कॉलेज स्वत:चं अस्तित्व टिकवून धरण्यासाठी खूप धडपड करत होतं. तिथल्या खाटांचं प्रमाण आवश्यकतेपेक्षा कमी होतं. अन् ज्या काही खाटा होत्या त्या विद्यार्थ्यांच्या प्रशिक्षणाच्या दृष्टीने आवश्यकच होत्या. त्याहून महत्त्वाची गोष्ट म्हणजे, बहुतेक सर्व कुष्ठरोगी अत्यंत गरीब होते, काहीजण तर भिकारीच होते. त्यांच्यापैकी एकही आपल्या औषधोपचारावर खर्च करण्याच्या परिस्थितीत नव्हता. त्यामुळे पैशाची चणचण असणाऱ्या हॉस्पिटलला ही चैन परवडण्यासारखी नव्हती.

"आणि असं पहा, डॉ. ब्रँड, प्रमुख हॉस्पिटलमध्ये आपण कुष्ठरोग्यांना प्रवेश

दिला तर काय अनर्थ होईल, याची कल्पना तुम्हाला आहेच. तेव्हा तुम्ही कुष्ठरोगकेंद्रातच त्यांच्यावर उपचार केलेत तर ते योग्य नाही का?'' डॉ. मॅक्फर्सननी सुचवलं.

''नेमकं तेच नकोय मला,'' स्पष्ट शब्दात डॉ. ब्रँड म्हणाले, ''इथे माझे रुग्ण राहिले, तर इतर डॉक्टरांच्या ज्ञानाचा मला उपयोग करून घेता येईल.''

''डॉ. ब्रँड,'' एका वरिष्ठ डॉक्टरनं नेहमीचं अस्त्र काढलं, ''या रुग्णांचं मांस दूषित असतं, सडलेलं असतं. त्यांच्यावर शस्त्रक्रिया करायच्या असं तुम्ही म्हणता, पण त्यांच्या जखमा भरून नाही आल्या तर काय फायदा?''

या मुद्यावर डॉ. ब्रँडही थबकले, कारण त्याबाबत निश्चित पुरावा काहीच नव्हता. 'आपण आपले प्रयोग थांबवावेत झालं,' असा विचार त्यांच्या मनात डोकावला; पण त्यांचं मन हार मानायला तयार नव्हतं. 'जोपर्यंत ही गोष्ट पुराव्यानिशी सिद्ध होत नाही तोपर्यंत ती गृहीत धरणं योग्य नाही!' त्यांनी स्वत:ला बजावलं.

पुन्हा एकदा डॉ. ब्रँडनी कंबर कसली. पुन्हा एकदा नव्या जोमाने ते रोग्यांवर चाचण्या करू लागले, अर्थात फार लक्षणीय प्रगती दिसून येत नव्हती, कारण त्यांचे साहाय्यक अजूनदेखील थोडे साशंकच होते. त्यांच्या सुदैवाने त्यांना दोन-चार डॉक्टर्स मनापासून मदत करणारे भेटले. त्यादृष्टीने त्यांनी एक नवा पायंडा सुरू केला. दर शुक्रवारी दुपारच्या चहानंतर ते चिंगलपुटला जाऊ लागले. शनिवार रविवार तिथे रहायचं, तिथल्या डॉक्टरांबरोबर चर्चा करायची, रुग्णांना तपासायचं आणि वेगवेगळ्या चाचण्यांच्या सविस्तर नोंदी ठेवायच्या, हे सत्र आता सुरू झालं.

त्यांना मनापासून मदत करणाऱ्या डॉक्टरांमध्ये डॉ. आयडा स्कडर (संस्थापिका आयडांची भाची) यांचा मोठा हात होता. त्या क्ष-किरण विभागप्रमुख होत्या. पुरेशी साधनसामुग्री, मनुष्यबळ नसतानाही त्यांनी शक्य ती सर्व मदत देऊ केली. डॉ. ब्रँडना रुग्णांच्या हातांमध्ये, बोटांमध्ये, हाडांमध्ये काय बदल होत जातात ह्याचा अभ्यास करायचा होता. त्यासाठी लागणारे शेकडो क्ष-किरण फोटो डॉ. आयडांनी त्यांना काढून दिले. एवढंच नव्हे, तर काही दिवसांनी त्यांच्या विभागात डॉ. डोनाल्ड पॅटरसन या तज्ज्ञाची नेमणूक झाली, तेव्हा डॉ. आयडांनी त्यांना बऱ्याच वेळा डॉ. ब्रँडचं काम करायला अवधी दिला. त्याखातर त्यांना स्वत:ला बरंच जास्त काम करायला लागलं, पण त्यांनी ते विनातक्रार केलं.

जवळजवळ दोन हजार रुग्णांची डॉ. ब्रँडनी अशा प्रकारे तपासणी केली, यावरूनच त्यांच्या संशोधनाचा आवाका लक्षात यावा. त्यांच्याबरोबर बऱ्याच वेळा एखादा समाजकार्यकर्ता असे. डॉ. ब्रँड रुग्णांच्या हातातील संवेदना एखाद्या टाचणीनं किंवा पक्ष्याच्या पिसानं चाचपत. हाताचा अंगठा, बोटं यांच्या हालचालींचं मोजमाप करून त्यांच्या नोंदी ठेवत. हीच गोष्ट पायाच्या बाबतीतही ते करत. याव्यतिरिक्त बोटांवर पक्षाघाताचा झालेला परिणाम, बोटांचं झडणं, नसांमधील

घट्टपणा वगैरेंच्याही ते अतिशय पद्धतशीरपणे नोंदी ठेवत.

या सर्व कष्टांचं त्यांना अपेक्षित असं फळ मिळालं. त्यांच्या मनाची उभारी वाढावी, असे काही निष्कर्ष त्यांना आढळले. पहिला महत्त्वाचा निष्कर्ष स्नायूंमधील बधिरपणाबाबत होता. त्यामध्ये त्यांना एक ठरीव क्रम आढळून आला. याउलट ज्या स्नायूंना बधिरपणा येत नसे, त्यामध्ये देखील त्यांना हाच ठरावीकपणा आढळून आला. पुन्हा एकदा त्यांना चिंगलपुटमधला तो प्रसंग आठवला, ती हातात उठलेली कळ जाणवली अन् त्यांनी एक महत्त्वाचा निष्कर्ष काढला– कुष्ठरोग्यांच्या कुठल्याही अवस्थेत त्याच्या स्नायूंमधील बधिरतेबाबत अनुमान काढणं शक्य आहे, एवढंच नव्हे तर कोणत्या स्नायूंना बधिरता येणार नाही, हेही सांगता येऊ शकेल.

आता एकच प्रश्न अनुत्तरित राहिला होता. कुष्ठरोगाच्या मांसपेशींबद्दल – त्या खरोखरच सडलेल्या असतात का?

"तुम्ही खरंच एखादं बोट प्रत्यक्षपणे गळून पडताना पाहिलंय का?" असा थोडा कुत्सित वाटेल असा प्रश्न त्यांनी मग अनेक कुष्ठरोगतज्ज्ञांना विचारला. कुणीही त्यांना छातीठोकपणे होकारार्थी उत्तर दिलं नाही. मात्र, बोटं नाहीशी होत होती, हेही तितकंच खरं होतं. अनेक रुग्णांच्या हातापायाची बोटं एखाद्या झाडाची पिकलेली पानं गळून पडावीत, तशी अदृश्य होत होती अन् मागे उरत होते ते थोटे हातपाय! त्यांच्या मनात एक विचित्र कल्पना आली – बोटं जर गळून पडत असतील तर ती कुठेतरी सापडायला हवीत!

एखाद्या सराईत गुप्तहेराप्रमाणे त्यांनी आपलं शोधकार्य वाढवलं. त्यांनी रुग्णांच्या हातांची नियमित, रोजच्या रोज तपासणी करायला सुरुवात केली. रुग्णांना त्यांची नेहमीची कामं – सुतारकाम, बागकाम, शेतीकाम – करायला लावली आणि रोज संध्याकाळी काम संपल्यावर त्यांच्या हातांची व्यवस्थित पाहाणी केली. प्रत्येक वेळी त्यांच्या बोटांची लांबी मोजली, फोटो काढले, कागदावर हात ठेवायला लावून बोटांभोवती पेन्सिलने रेषा काढून त्यांच्या आकारांची नोंद ठेवली. हेतू हा, की एखाद्या रुग्णाच्या बाबतीत तरी असं दिसून यावं की त्याची बोटं एकदम नाहीशी होत आहेत किंवा लहान होत आहेत; पण शेकडो प्रयोगांनंतरही त्यांना असं एकही उदाहरण सापडलं नाही.

त्यानंतर त्यांनी पुढचा प्रयोग करायचं ठरवलं. काही रुग्णांचे कडक झालेले हात त्यांनी तपासले. त्यांची आत वळलेली बोटं उघडली आणि त्यांचा एक छोटासा तुकडा नमुना म्हणून कापून काढला व एका रोगचिकित्सकाला (Pathalogist) दिला. एडवर्ड गॉल्ट नावाचे हे डॉक्टर ऑस्ट्रेलियन होते. डॉ. ब्रँड त्याला म्हणाले, "टेड, जरा हे नमुने तुमच्या प्रयोगशाळेत तपासून बघा. मांस सडतंय का, हे मला जाणून घ्यायचंय."

सूक्ष्मदर्शकाखाली तो नमुना तपासल्यावर डॉ. गॉल्टनी नकारार्थी उत्तर दिलं. "मला तर ह्या मांसपेशीमध्ये काही रोगजंतू दिसत नाहीत."

"ठीक आहे. आणखी काही नमुने पाठवतो मी तुमच्याकडे."

पाचसहा वेळा डॉ. गॉल्टनी तेच उत्तर दिलं, तेव्हा डॉ. ब्रँड चक्रावून गेले. "काहीतरी चूक होत असावी, असं वाटतं. असं पहा, ह्या रुग्णांची बोटं झडताना आम्ही पाहातो. म्हणजेच त्यांचं मांस निरोगी नाही. निरोगी व्यक्तींची बोटं काही झडत नाहीत. तुम्ही पुन्हा एकदा चाचणी घ्याल का?"

डॉ. गॉल्ट आपल्या कामात निष्णात होते, तसेच ते अत्यंत निष्ठापूर्वक काम करत असत. कंटाळा न करता त्यांनी पुन्हा एकदा व्यवस्थित चाचण्या घेतल्या. ते डॉ. ब्रँडना म्हणाले, "आश्चर्य तर मलाही वाटतंय. ह्या मांसपेशींमध्ये अन् निरोगी मांसपेशींमध्ये मला तरी काही विशेष फरक दिसत नाहीये. अगदी मामुली फरक दिसतात. उदा. काही तंतूमय मांसपेशी (fibrous tissue) जास्ती संख्येत दिसतात, रक्तवाहिन्यांचं प्रमाण थोडं कमी आहे. अन् अर्थातच मज्जातंतू (nerve endings) अजिबात नाहीत; पण कुष्ठरोगांचे जंतू तर अजिबातच नाहीत."

ते ऐकून डॉ. ब्रँडना डॉ. कॉकरेनचे शब्द आठवले. "कुष्ठरोग्यांच्या हातापायांची बोटं झडतात ही खरी गोष्ट असली, तरी हेही एक आश्चर्यकारक सत्य आहे, की अनेक रोग्यांच्या शरीरातील कुष्ठरोगग्रस्त मांसपेशी आपोआप बऱ्यादेखील होतात." ही गोष्ट त्यांना कुष्ठरोग्यांच्या अवयवांवर शस्त्रक्रिया केल्यानंतर आढळली होती. त्यांनी कुष्ठरोग्यांची बोटं किंवा काही हाडं कापून काढली होती. त्यावरून वरील अनुमान त्यांनी काढलं होतं.

या सर्व संशोधनानंतरही डॉ. ब्रँडना नक्की कशामुळे बोटं झडण्याचे प्रकार घडतात, ह्या प्रश्नांचे उत्तर मिळालं नाही, पण त्यांना एका गोष्टीची खात्री वाटू लागली– शस्त्रक्रिया करण्यात काही धोका नाही!

१०

"तुमचा असा एखादा कुष्ठरोगी तुम्ही माझ्याकडे पाठवा, ज्याच्यावर तुम्ही सर्व उपाय केलेले आहेत, पण सुधारणेची काही शक्यता वाटत नाही. मी त्याच्यावर माझ्या पध्दतीनं उपाय करून पाहातो." डॉ. ब्रँडनी डॉ. रॉबर्ट कॉकरेनना हा निरोप पाठवला, तेव्हा त्यांनी सुरू केलेल्या प्रयोगाला जवळजवळ वर्ष होत आलं होतं. या वर्षभरात त्यांनी हजारो चाचण्या केल्या होत्या, काही निष्कर्ष काढले

होते. आता त्यांना पहिला शस्त्रक्रिया प्रयोग करायचा होता.

डॉ. कॉकरेननी ही विनंती मान्य केली अन् लवकरच एका तरुणाला त्यांच्याकडे पाठवलं. त्याची अवस्था खूपच दयनीय होती. डॉ. कॉकरेन विषण्णपणे हसून डॉ. ब्रँडना म्हणाले, "पहा, ह्याचं नशीब तुम्हाला पालटता आलं तर!"

कृष्णमूर्तीकडे पहाताच डॉ. ब्रँडचा उत्साह गळाठला. इतक्या वाईट स्थितीतला रुग्ण त्यांनी आत्तापर्यंत कधीच पाहिला नव्हता. त्याच्या दोन्ही पायांच्या तळव्यांवर मोठमोठ्या उघड्या जखमा चरत गेलेल्या होत्या. दोन्ही हातांची बोटं वाकडी झालेली असल्यामुळे मुठी वळलेल्या होत्या. काहीही वस्तू उचलणं त्याला शक्य नव्हतं. शरीरावरल्या रोगाच्या दृश्य खुणांनी डॉ. ब्रँडचं मन निराश झालंच; पण त्याहून त्यांना अधिक उदास वाटलं ते त्याच्या डोळ्यांकडे बघून. डोळे कसले, त्या तर निस्तेज गारगोट्या वाटल्या त्यांना! त्या डोळ्यांमध्ये जे काही त्याच्या मनाचं प्रतिबिंब उमटलं होतं, त्यावरून त्यांना वाटलं, ह्याचं माणूसपणच कुठेतरी हरवून गेलंय. आता उरलंय ते एक भित्रं जनावर, स्वत:च्या अस्तित्वाची जेमतेम जाणीव असलेलं, लोकांच्या हिडिसफिडीस करणाऱ्या शब्दांपासून, त्यांच्या घृणेपासून स्वत:ला वाचवण्याचा केविलवाणा प्रयत्न करणारं एक मूक जनावर.

त्यांच्यासमोर बसलेला तरुण, त्याचा श्वासोच्छ्वास चालू होता म्हणूनच जिवंत समजायचा, अशा अवस्थेला पोहोचलेला होता. आपली दोन वेळची भूक कशी भागेल, इतपतच विचार तो करू शकत असावा, अशी शंका डॉ. ब्रँडना आली. आज आपल्यासमोर बसल्यावर त्याच्या मनात बरं होण्याची काहीतरी आशा पालवली असेल का; की केवळ काही दिवस भीक न मागता जगता येईल, झोपायला निवारा मिळेल, एवढाच विचार त्याच्या मनात असेल?

मनातल्या या प्रश्नांना मागे सारत पुन्हा एकदा त्यांनी कृष्णमूर्तीकडे नीट पाहिलं, तेव्हा त्यांना एक वेगळाच माणूस दिसला. लवकरच त्यांना समजलं की कृष्णमूर्ती शिकलासवरलेला, चांगल्या सुखवस्तू घरात वाढलेला, एक सुसंस्कृत तरुण होता. त्याला अनेक भाषा बोलता यायच्या. चांगली नोकरीही होती. अचानक त्याच्या अंगावर पांढरे चट्टे उमटले. घरातल्यांना त्याविषयी समजलं तेव्हा त्यांनी त्याला घराबाहेर काढलं. मग नोकरीही गेली. त्यानंतर त्याची जी वणवण झाली त्यामुळे त्याचा माणुसकीवरचा विश्वासच उडाला. हातपाय रोगानं बधिर झाले, एवढंच नव्हे, तर त्याचे मन देखील सुन्न झालं. निराशेनं त्याला इतकं घेरलं की त्याची जगण्याची उमेदच नाहीशी झाली. शेवटी तो रस्त्याच्या कडेला खालमानेनं बसू लागला. कुणीतरी चार पैसे टाकले तर काहीतरी विकत घ्यावं अन् दिवस काढावेत, अशी त्याची अवस्था झाली.

कृष्णमूर्तीच्या मन:स्थितीची त्यांना कल्पना आली अन् त्यांचं मन करुणेनं

भरून आलं. इतकी भयानक अवस्था करतो हा रोग माणसाची? देवानं ज्याला आपल्या हातानं स्वत:ची प्रतिमा दिली, त्या मनुष्याची? या प्रश्नासरशी त्यांना आठवले डॉ. कॅाकरेनचे शब्द– *या रोगामुळे नाही, माणसाच्या अज्ञानामुळे, त्याच्या मूर्खपणामुळे...*

"म्हणजे काय?" त्यांनी विचारलं होतं.

"ह्या रोगाची दृश्य लक्षणं भयानक आहेत. हा रोग माणसाला विरूप बनवतो हे खरं; पण हा रोग इतका वाईट, धोकादायक नाही. इतर कितीतरी रोग ह्याहून भयंकर धोकादायक असतात. क्षयासारख्या रोगामुळे तर माणसाचा मृत्यूही ओढवतो."

"मग कुष्ठरोग्यालाच इतकी वाईट वागणूक का मिळावी?" डॉ. ब्रँडनी विचारलं होतं.

"ह्याला कारण समाजाची मनोवृत्ती. लोकांना कुणी कधी त्याविषयी सांगितलेलं नसतं की त्यांनी स्वत: कधी जाणून घेण्याचा प्रयत्न केलेला नसतो. स्वत:चा बचाव करायचा एवढंच त्यांना माहीत असतं. सगळ्यात वाईट गोष्ट अशी की ह्या कुष्ठरोग्यांपैकी बरेचजण पूर्णपणे असंसर्गकारक (non-infectious) होतात. हा कृष्णमूर्तीदेखील त्यांच्यापैकीच एक; पण तोपर्यंत त्यांचे अवयव झडायला लागलेले असतात. ह्या बिचाऱ्याला त्याच्या कुटुंबीयांनी घरात राहू दिलं असतं तर त्याच्यावर भीक मागायची वेळ आली नसती."

डॉ. कॉकरेनचे शब्द डॉ. ब्रँडना पुन्हापुन्हा आठवत राहिले; पण त्यांचं मन साशंकच राहिलं. इतक्या वाईट स्थितीला पोहोचलेल्या कृष्णमूर्तीवर शस्त्रक्रिया करून काही उपयोग होईल का? त्याचं मन बधिरलेलंच राहिलं तर आपले श्रम वाया गेल्यासारखे नाही का होणार? श्रमच नव्हे, तर वेळही आणि मुख्य म्हणजे हॉस्पिटलचा पैसा देखील. त्याची मानसिकता, भीक मागत जगण्याची मनोवृत्ती तशीच राहिली तर?

या प्रश्नांपाशी त्यांचं मन अडखळलं. मनोवृत्ती तीच राहील, मन बधिरलेलंच राहील? का बरं? शरीरावर उपाय केले तर त्याच्या मनालाही नक्कीच संजीवनी मिळेल. या विचारांनी त्यांच्या मनाला धीर मिळाल्यासारखा झाला. त्यांचं आशावादी मन मोहरलं. त्यांनी कृष्णमूर्तीचे हात आपल्या हातात घेतले अन् त्याला प्रेमळपणाने विचारलं, "मी तुझ्या हातांवर अन् पायांवर शस्त्रक्रिया केल्या तर तुझी काही हरकत नसेल ना?"

कृष्णमूर्तीने त्यांच्याकडे क्षणभर पाहिलं, त्याच निस्तेज डोळ्यांनी, किंचित खांदे उडवून त्यानं विचारलं, "ह्या हातांवर?" त्याच्या शब्दांत एक प्रकारचा हताशपणा डॉ. ब्रँडना जाणवला. 'काय हवं ते करा. नाहीतरी माझ्या दृष्टीने ते

निव्वळ खुंटच आहेत.' असंच जणू त्याचे डोळे त्यांना सांगत असावेत.

मग सुरू झाली एक प्रदीर्घ साधना! तिचा पहिला टप्पा होता वेगवेगळ्या चाचण्यांचा, वेगवेगळ्या तपासण्यांचा, प्रायोगिक स्वरूपाच्या छोट्या शस्त्रक्रियांचा.

त्याच सुमारास डॉ. ब्रँडना वाटलं, प्रथम ह्याच्या पायांवर शस्त्रक्रिया केल्या पाहिजेत. खरं म्हणजे योग्य ती औषधयोजना, मलमपट्ट्या आणि पुरेशी विश्रांती, यामुळे पायांवरल्या बहुतेक जखमा बऱ्या होत आल्या होत्या; पण त्यांना माहीत होतं की हा इथून बाहेर पडला आणि पूर्वीसारखाच खडबडीत रस्त्यांवरून चालू लागला की पुन्हा त्याचे पाय असेच जखमांनी भरतील. कृष्णमूर्तीच्या बाबतीत खरी समस्या होती त्याच्या चालण्याच्या पद्धतीत. बहुतेक कुष्ठरोग्यांप्रमाणे ह्याचेही पाय अपंग झाले असल्यामुळे तो पाय वाकडे टाकत खुरडत चालायचा. त्याच्या पायांवर स्नायूरज्जूंवरील शस्त्रक्रिया (Tendonisis) केली, जी सर्वसाधारणपणे पोलिओग्रस्त पायांवर केली जाते, तर त्याचे पाय सरळ होतील, तळव्यांवरचा भार योग्य प्रकारे विभागला जाईल व जखमाही होणार नाहीत, असा विश्वास त्यांना वाटला.

कृष्णमूर्ती याबाबतीत खरा सुदैवी ठरला. कारण त्याला शस्त्रक्रियेनंतर व्यवस्थित चालता येऊ लागलं. डॉ. ब्रँडच्या दृष्टीने तो सुदैवी होता. कारण त्यानंतर काही रोग्यांवर हीच शस्त्रक्रिया त्यांनी केली, पण त्यांना त्यामध्ये विशेष यश मिळालं नाही. खरं तर पूर्वी लंडनमध्येही त्यांनी अशा शस्त्रक्रिया केल्या होत्या आणि तेव्हाही ते अयशस्वी ठरले होते.

या यशामुळे डॉ. ब्रँडचा उत्साह दुणावल्यासारखा झाला. कृष्णमूर्तीच्या हातांवरील शस्त्रक्रियेसाठी ते मनोमन सज्ज झाले. ह्याला आणखीही एक कारण होतं – वेगवेगळ्या चाचण्यांमधून असा निष्कर्ष निघाला होता, की त्याच्या हातामधील काही स्नायू पूर्णपणे निरोगी होते. अन् भविष्यातही त्यावर कुष्ठरोगाचा परिणाम होण्याची शक्यता नव्हती. दुसरा निष्कर्षही तितकाच किंवा त्याहूनही अधिक महत्त्वाचा होता. तो म्हणजे कुष्ठरोग्यांचं मांस 'सडलेलं' नसतं. बोटांमधील स्नायूंना बधिरपणा आला होता. कारण त्यांच्या आतल्या बाजूच्या नसांना (ulnar nerves) कुष्ठरोगानं त्रासलेलं होतं. बोटांतील स्नायूंना बधिरता आल्यानंतर त्यांचं कार्य मनगटावरच्या स्नायूंनी (flexor musctes) करायला सुरुवात केली. त्यामुळेच बोटं आतल्या बाजूला वळल्यासारखी झाली होती आणि हाताची अवस्था एखाद्या पक्ष्याच्या पंजासारखी झाली होती.

हातामधले जे स्नायू निरोगी स्थितीत होते, तेच वापरून बोटांमध्ये हालचाल का निर्माण करू नये, असा विचार डॉ. ब्रँडच्या मनात आला. अर्थात, हे काही नवीन नव्हतं. पहिल्या महायुद्धात जखमी झालेल्या सैनिकांच्या हातांवर अशा शस्त्रक्रिया करण्यात आलेल्या होत्या. मनानं त्यांना कौल दिला तेव्हा ते आपले

साहाय्यक डॉ. सर्वेश्वर रॉय यांना म्हणाले, "ठीक आहे, आता प्रयत्न करून पाहू. देवालाचं साकडं घालू – निर्णय त्याच्या हाती ठेवू."

त्यांनी मग शस्त्रक्रिया टेबलावरील हाताकडे पाहिलं – काहीही संवेदना नसलेला, वाकडा झालेला तो हात पाहिल्यावर त्यांचं मन करुणेनं ओथंबलं. माणसाचा हात – विधात्यानं बनवलेलं सर्वांत सुंदर कौशल्यपूर्ण निर्माण. त्याची अशी भयानक विटंबना एका रोगानं केली होती. त्या हातात नवं चैतन्य ओतायचं काम आज ते करू पाहाणार होते. ती किमया करण्यासाठी त्यांनी अस्त्र उचललं अन त्या क्षणी जणू विधात्याच्या हातांनी त्यांच्या हातात प्रवेश केला.

शांतपणे त्यांनी कृष्णमूर्तींचा हात आपल्या हातात धरला; एखादा कुंभार निर्जीव मातीच्या गोळ्याला स्पर्श करून त्यापासून भांडं बनवण्याची शक्यता चाचपतो, त्याप्रमाणे त्यांनी कृष्णमूर्तींच्या हाताचे उंचवटे चाचपले अन् सफाईदारपणे हातातल्या धारदार सुरीनं एक छेद दिला. शस्त्रक्रियेला प्रारंभ झाला.

त्यादिवशी त्यांनी फक्त दोनच बोटांवर शस्त्रक्रिया केली. दोन्ही बोटांच्या हाडांना त्यांनी निरोगी स्नायू जोडले, त्यांना योग्य तितकाच ताण (Tension) दिला. (ताण जास्त झाला असता तर स्नायू तुटण्याची भीती होती.) मग वरच्या त्वचेला टाके घातले. जखम शिवून टाकली. वरती पट्टी बांधली, बोटं ताठ रहावीत म्हणून त्यांना लाकडी फळ्यांचा (Splinters) आधार बांधला अन् मग देवाची पुन्हा एकदा प्रार्थना केली. 'आता यश देणं तुझ्या हाती!'

जसजसे आठवडे गेले, महिने गेले तसा या चमूला आपला आनंद मनातच दाबून ठेवणं जमेना. त्यांच्या यशाबद्दलच्या बातम्या वैद्यकीय कर्मचाऱ्यांपर्यंत, परिचारकांपर्यंत आणि विद्यार्थ्यांपर्यंतही पोहोचल्या.

"ऐकलंत का तुम्ही? अशा प्रकारची शस्त्रक्रिया यापूर्वी कधीच केली नव्हती कुणी!"

"अस्थिरज्जूंचं रोपण किती अचंबित करणारं आहे."

"कुणी सांगावं – नवीन डी.डी.एस. औषधाइतकीच ही शस्त्रक्रियाही एक प्रकारचा नवा पायंडा (breakthrough) ठरेल!"

"नाही नाही हं, थोडं थांबा!" पॉलनं आपल्या अति उत्साही सहकाऱ्यांना रोखत म्हटलं, "अजून आपण काही साध्य केलेलं नाही. आपलं ज्ञानही या बाबत अगदी तोकडं आहे. एखाद्या लहान मुलानं चालण्यासाठी पहिलं पाऊल उचलावं, तसाच हा प्रकार आहे. तेव्हा घाईनं निष्कर्ष काढू नका, कुणी सांगावं, पुढच्या शस्त्रक्रियेच्या वेळी आपण तोंडावरही आपटू!"

पहिली शस्त्रक्रिया यशस्वी ठरेल अशी लक्षणं दिसल्यानंतर डॉ. ब्रँडनी

कृष्णमूर्तीच्या उरलेल्या तीन बोटांवरही शस्त्रक्रिया केल्या. त्यांनतर बोटांना व्यायाम देऊन त्यांच्या हालचाली पूर्ववत करायची जबाबदारी होती. त्यानंतरच शस्त्रक्रियेचा प्रयोग यशस्वी ठरला असं म्हणता आलं असतं.

अन् एक दिवस तो चमत्कारही घडला. कृष्णमूर्तीला हाताची बोटं वाकवता येऊ लागली. तो आपली मूठ उघडू शकला. आता वस्तू उचलणं, धरणं त्याला जमू लागलं. हाताची हालचाल बरीचशी निरोगी हातासारखी होऊ लागली. एक दिवस डॉ. ब्रँडना कृष्णमूर्तीच्या चेहऱ्यावर विजयाचं हसू दिसलं. त्यांना तो अत्यानंदाने म्हणाला, ''डॉक्टरसाहेब, बघा, मी आता जेवू शकतो माझ्या हातानं.'' असं म्हणून त्यानं अंगठा, तर्जनी अन् मधल्या बोटांच्या साहाय्यानं सांबारभाताचा मोठा गोळा उचलला अन् तोंडात घातला.

एका हातानं केवढा चमत्कार घडवला! त्या दिवसापासून कृष्णमूर्तीमध्ये एक वेगळंच चैतन्य सळसळू लागलं. त्याचे डोळे पुन्हा एकदा चमकू लागले. ओठांवर हसू उमटलं. त्याला आता अनेक गोष्टींमध्ये रस वाटू लागला. तो पुस्तकं वाचू लागला, डॉक्टरबरोबर, परिचारिकांबरोबर हसूनखेळून बोलू लागला.

ज्या मंडळींनी त्याला हे नवजीवन दिलं होतं त्यांच्याशी बोलताना, त्यांच्याबरोबर दिवस घालवत असताना त्याला वाटलं, अशी कोणती शक्ती असेल ह्यांच्यात, की ज्यामुळे त्यांनी माझ्यासारख्या कुष्ठरोग्याला आपलं म्हटलं, माझी सेवा केली, मला पुन्हा जगण्याचा अर्थ मिळवून दिला? तो आता त्यांच्या प्रार्थनालयात जाऊन त्यांची प्रवचनं ऐकू लागला, त्यांच्या प्रार्थना म्हणू लागला. एक दिवस त्यांच्या धर्माच्या महतीने भारावून जाऊन त्यानं त्यांचा धर्म स्वीकारला त्यानं नवं नाव – जॉन – स्वीकारलं.

एक वर्षभराच्या वास्तव्यानंतर कृष्णमूर्ती हॉस्पिटलमधून बाहेर पडला अन् त्याच्या आयुष्यातलं नवं पर्व सुरू झालं. बरे झालेले, काम करू शकणारे दोन समर्थ हात, पूर्णपणे बरे झालेले पाय यांनिशी तो जगायला सज्ज झाला, तेव्हा त्याच्यासमवेत आशाआकांक्षाची शिदोरीही होती!

११

कृष्णमूर्तीच्या हातावरील यशस्वी शस्त्रक्रिया हा डॉ. ब्रँडच्या वेल्लोरमधील कार्यातला पहिला मोठा टप्पा होता. या शस्त्रक्रियेमुळे वेल्लोरमधील कुष्ठरोग्यांना मोठा दिलासा मिळाला असावा. पण डॉ. ब्रँडना मात्र तेवढ्यावर समाधान वाटलं

नाही; कृष्णमूर्तींहून मोठं आव्हान त्यांना खुणवत होतं. कुष्ठरोग्यांच्या शरीरातील मांस सडलेलं नसतं, ही गोष्ट त्यांनी सिद्ध केली असली तरी तेवढ्यावर भागणार नव्हतं. आता त्यांना हातांमधील नसांवर संशोधन करायचं होतं. रोग्यांच्या हातातील बधिर झालेल्या नसांवर संशोधन काही फायदा झाला नसता आणि ज्या नसा चांगल्या स्थितीत होत्या, त्या काढून त्यावर संशोधन करणं म्हणजे अमानुषतेचा कळस ठरला असता. त्यामुळेच पुढची पायरी म्हणजे कुष्ठरोग्याच्या मृतदेहाची चिकित्सा ही होती.

'एखादा कुष्ठरोगी तुमच्या हॉस्पिटलमध्ये मरण पावला तर मला फोन करून किंवा तार पाठवून ताबडतोब कळवा. मी त्याच्या देहाची मरणोत्तर चिकित्सा करून पाहीन. दिवसा किंवा रात्री कधीही मला कळवा.'

डॉ. ब्रँडनी जवळपासच्या सर्व कुष्ठरोग हॉस्पिटलना तातडीची पत्रं पाठवली. इतकचं नव्हे, तर मुंबई व हैद्राबादसारख्या दूरवरच्या हॉस्पिटलना देखील. वाटतं तेवढं हे काम सोपं नाही, ही गोष्ट लवकरच त्यांच्या ध्यानात आली. पहिली अडचण म्हणजे कुष्ठरोग हा तितकासा गंभीर आजार नसल्याने कुष्ठरोगामुळे मरण पावणाऱ्या रोग्यांची संख्या कमी होती. शिवाय एखादा असा मृत्यू घडलाच, तरी त्याचे नातेवाईक अशा प्रकारच्या मरणोत्तर विटंबनेला तयार नसायचे. त्यामुळे प्रतीक्षेतच बरेच महिने गेले, पण डॉ. ब्रँड वाट पहायला तयार होते.

'ताबडतोब या' असा निरोप चिंगलपुट हॉस्पिटलमधून आला तेव्हा संध्याकाळ झाली होती. दिवसभराच्या कामानंतर डॉ. ब्रँड घरी आले होते. जेवण तयार होतं पण तेवढा वेळ नव्हता. त्यामुळे आपल्या दोन सहकाऱ्यांना, गुस्ता बुल्टजेन्स व जयराजला घेऊन डॉ. ब्रँड त्यांच्या गाडीतून निघाले. सोबत आवश्यक अशी अनेक उपकरणं आणि फॉर्मॅल्डिहाइड हे रासायनिक द्रव्य असलेल्या डझनभर बाटल्या घेऊन.

चिंगलपुट वेल्लोरहून पंच्याहत्तर मैलावर होतं. शक्य तितक्या वेगानं डॉ. ब्रँड गाडी चालवत होते. पण अनेक अडचणी होत्या. पहिली म्हणजे रस्त्याची वाईट अवस्था. खाचखळग्यांमधून गाडी चालवताना गाडीचा वेग कमीच ठेवणं भाग होतं. त्याहून मोठी अडचण लवकरच त्यांच्या लक्षात आली. त्या जुन्यापुराण्या गाडीतील पेट्रोलचा पाइप गळत असावा, त्यामुळे पेट्रोलगळती होऊन एका क्षणी पेट्रोलने पेट घेतला, अन् दुसऱ्या क्षणी इंजिनातून ज्वाळा निघू लागल्या. गाडीतून बाहेर पडायचं तर गाडी थांवबणं गरजेचं होतं; पण गाडीचे ब्रेक गरम झालेले, कारण तिथेही ज्वाळांचे लोट. शेवटी कशीबशी गाडी थांबवून तिघांनी बाहेर उड्या मारल्या अन् जवळच्या झाडाच्या फांद्या व रस्त्याकडेची वाळू गाडीवर टाकून आग विझवली.

या जिवावरच्या संकटावर मात करेपर्यंत मध्यरात्र होत आली. रस्त्यावर एकही वाहन दिसत नव्हतं. शेवटी तिघांनी पायी चालण्याचं ठरवलं. एकदम डॉ. ब्रँडना आठवलं, तेथून जवळच असलेल्या एका गावात एक मिशनरी शाळा होती. तिघं त्या शाळेच्या मुख्याध्यापकांना भेटले व आपली अडचण त्यांना सांगितली. त्यांनी मिळवून दिलेल्या गाडीनं ते चिंगलपुटला पोहोचले, तेव्हा रात्रीचे अडीच वाजले होते. हॉस्पिटलचा वैद्यकीय अधिकारी गाढ झोपला होता. त्याला उठवून, त्याच्याकरवी शवागार उघडून घेऊन शवविच्छेदनाला सुरुवात करण्यात ही तिघं जण यशस्वी झाली. प्रत्यक्ष काम त्यांनी कंदिलाच्या मंद उजेडात सकाळ व्हायच्या आत पुरं केलं अन् मगच समाधानाचा नि:श्वास सोडला.

या संपूर्ण कामात विलक्षण चिकाटीची आवश्यकता होती. त्यांनी व डॉ. गुस्तांनी दोन्ही हातांमधल्या सर्व नसा बाहेर काढल्या व जयराजनं त्या पद्धतशीरपणे निरनिराळ्या बाटल्यांमध्ये ठेवल्या व त्यांची नोंद केली. हे करत असताना काही क्षणांतच त्यांचा थकवा पळाला, कारण जसजशा त्यांनी नसा बाहेर काढल्या तसतशा त्यांना काही गोष्टी ध्यानी आल्या. ते डॉ. गुस्तांना म्हणाले, "हे पाहिलंस, ह्या नसांवर काही ठिकाणी सूज दिसतेय, पण त्यामध्ये एक साचेबंदपणा (pattern) दिसतोय, तो लक्षात घेण्यासारखा आहे, ज्या ठिकाणी एखादी नस स्नायूंच्या आतल्या बाजूला खोलवर आहे ती अगदी निरोगी वाटतेय. याउलट त्वचेनजीक असलेल्या नसेवर मात्र सूज आढळतेय.''

त्यांना आठवलं, यापूर्वी डेहिओ अन् इतर तज्ज्ञांनीदेखील अशा प्रकारचा निष्कर्ष काढला होता. त्यांच्या मते कुष्ठरोगाची सुरुवात बाह्यत्वचेवर होते. नंतर त्याचं आक्रमण नसांवर होतं. हळूहळू त्या अवयवात बधिरपणा – अपंगत्व येतं, संवेदना नष्ट होत जाते. डॉ. ब्रँडना मात्र आणखी एक गोष्ट जाणवली – रोगजंतूंनी संपूर्ण नसेवर मज्जातंतूंवर आक्रमण केलं असलं तरी, बधिरपणा केवळ त्वचेसन्निध असलेल्या भागापुरताच मर्यादित होता. याचाच अर्थ केवळ रोगजंतूंमुळेच नसांना अपाय होत नव्हता, तर आणखीही काही कारण असू शकत होतं.

"आणि तुमच्या मते ते कारण महत्त्वाचं असू शकतं?'' डॉ. गुस्तांनी प्रश्न विचारला तेव्हा तिच्यातली वैज्ञानिक चौकसबुद्धी त्यांना स्पष्ट जाणवली.

"शक्यता आहे. आपलं आत्तापर्यंतचं निदान असं आहे की अवयवांना येणारी बधिरता ही रोगाच्या शरीरातील प्रसारावरच अवलंबून नाही. माझ्या मते असंवेदना येण्याचं कारण शरीररचनेशी संबंधित असू शकतं. म्हणजेच जर असंवेदनेचा संबंध शरीराच्या हालचालीशी – स्नायूंशी निगडीत असेल (mechanical factors) तर कदाचित शस्त्रक्रिया करून या समस्या दूरही करता येतील.''

शवविच्छेदनाचं काम करत असताना डॉ. ब्रँडच्या मनात कुतूहलाव्यतिरिक्त

आणखी एक भावना निर्माण झाली ती आदराची, त्या मृत कुष्ठरोग्याबद्दल! जगानं झिडकारलेल्या, वाळीत टाकलेल्या एका रोग्यानं आपल्या मरणानंतरदेखील समाजाच्या कल्याणासाठी आपला देह चिरफाडीसाठी दिला होता. त्याचं हे देहदान पुढे कित्येकांना बहुमोल ठरणार होतं. बिचाऱ्याच्या नशिबी मृत्यूनंतरच जगाच्या उपयोगी पडण्याचा योग असेल!

जो निष्कर्ष डॉ. ब्रँडनी हातांच्या बाबतीत काढला. त्याचीच पुनरावृत्ती पायांच्या विच्छेदनातही आढळली. काम पूर्ण झाल्यानंतर दोघांनी मृतदेह शिवून टाकला. त्याच वेळी पूर्व दिशा उजळू लागली होती. गाडीचा चालक स्टिअरिंग व्हीलवर डोकं ठेवून गाढ झोपला होता. डॉक्टरांनी त्याला जागं केलं अन् तिघं परतीच्या प्रवासाला निघाले. वाटेत त्यांनी आपल्या अर्धवट जळल्यामुळे निकामी झालेल्या गाडीची तपासणी केली.

"गाडी पार मोडीत निघाली. निदान तुमच्या हाती काही लागलं का?" जयराजनं विचारलं. त्याच्या आवाजात डॉ. ब्रँडना, साध्य केलेल्या कामाबद्दल शंका जाणवली, पण त्यामुळे ते खचले नाहीत.

"अर्थातच," डॉ. ब्रँड निश्चयी सुरात म्हणाले, "जिवावर बेतलं होतं हे खरं, पण आपण आज जे काम करू शकलो, ते फार महत्त्वाचं ठरणार आहे."

परतीचा प्रवास त्यांनी आगगाडीने केला. लगोलग त्यांनी आपल्या जवळचे सगळे नमुने डॉ. गॉल्ट व इतर चिकित्सकांकडे सुपूर्त केले. कारण वेळ न दवडता काम करणं आवश्यक होतं. डॉ. गॉल्टनी नसांचे छोटेछोटे तुकडे केले व प्रत्येक तुकडा सूक्ष्मदर्शकाखाली तपासायला सुरुवात केली. हे काम कष्टाचं होतं, जिकिरीचं होतं, तरी त्यांनी न कंटाळता सर्व तपासण्या केल्या. त्यांचे बरेचसे निष्कर्ष डॉ. ब्रँडच्या निष्कर्षांशी मिळतेजुळते होते; पण तेवढ्यावर डॉ. ब्रँड थांबू शकणार नव्हते. केवळ एका शवविच्छेदनाच्या आधारे ठाम अनुमान काढणं शक्य नव्हतं. त्यांच्या सुदैवाने त्यानंतर त्यांना आणखी सात-आठ मृतदेह शवविच्छेदनासाठी मिळाले त्यामुळे पुरेसा पुरावा मिळू शकला. त्यावरून त्यांनी असा निश्चित निष्कर्ष काढला, की अवयवांना येणाऱ्या संवेदनशून्यतेबाबत सर्व रोग्यांमध्ये एक ठरावीक क्रम दिसत होता.

त्यांनतरचा टप्पा म्हणून डॉ. ब्रँडनी काही मृतदेहांतील मेंदूंची तपासणीदेखील केली. तिथेही त्यांना वरील निष्कर्षाला पुष्टीच मिळाली. चेहऱ्यातील ज्या नसा त्वचेच्या अगदी जवळ होत्या, त्यांना बधिरता येत होती. उदाहरणार्थ, डोळ्यांची वरची पापणी. ही माहिती योग्य प्रकारे वापरून मार्गरेटनं पुढे कित्येक कुष्ठरोग्यांच्या डोळ्यांवर शस्त्रक्रिया केल्या व त्यांना परत दृष्टी प्राप्त करून दिली.

सतत तीन वर्षं चिकाटीनं हे काम डॉ. ब्रँडनी चालू ठेवलं. त्यामध्ये त्यांच्या

सहकाऱ्यांची अमूल्य मदत त्यांना लाभली. त्यातही डॉ. गुस्ता बुल्टजेन्सनी जे काम केलं त्याबद्दल डॉ. ब्रँड नेहमीच कृतज्ञता व्यक्त करत. कधी कधी डॉ. गुस्तांच्या अतिनिष्ठेमुळे, प्रामाणिकपणामुळे त्यांचे कनिष्ठ सहकारी वैतागत, तेव्हा अतिशय कौशल्याने डॉ. ब्रँड मध्यस्थाची भूमिकाही बजावत.

त्यांचे अथक प्रयत्न चालूच होते. थोडंफार यशही मिळत होतं. पण तरी ते सगळेजण म्हणजे जणू धडपडणारी मुलंच होती. चालण्याचा प्रयत्न करणारी, पडणारी, पुन्हा उठून पावलं टाकण्याचा प्रयत्न करणारी. स्वत: डॉ. गॉल्ट हे एक कुशल तंत्रज्ञ असले तरी, कुष्ठरोग्याची रोग चिकित्सा करण्याचा त्यांचा अनुभव जवळजवळ शून्य होता. डॉ. ब्रँडनी लंडनमध्ये शस्त्रक्रियाक्षेत्रात पुष्कळ उमेदवारी केलेली असली तरी, हाताच्या पुनर्निर्माण शस्त्रक्रियेविषयीचं त्यांचं ज्ञान फारच तोकडं होतं आणि तसं पाहिलं तर कुष्ठरोगावरील शस्त्रक्रिया हा प्रांत त्यांच्या दृष्टीनं एक घनदाट जंगलच होतं. त्या जंगलातला एकही रस्ता त्यांना माहीत नव्हता.

अर्थात निराश व्हावं, हताश व्हावं, अशा प्रकारच्या प्रसंगांनाही त्यांना तोंड द्यावं लागलं. असे प्रसंग हॉस्पिटलचे वरिष्ठ अधिकारी निर्माण करत असत अन् त्यांची बाजूही योग्यच असे. वडीलधाऱ्यांनी घरातल्या मुलांची समजूत काढावी तशा सुरात ते डॉ. ब्रँडना म्हणत, ''हे पहा, आम्हाला तुमचं काम महत्वाचं आहे हे पटतं; पण आम्हाला हे हॉस्पिटल चालवायचंय. वास्तवाचं भान ठेवणं भाग आहे. आपल्याजवळ मनुष्यबळ कमी आहे हेही तुम्ही जाणता, तेव्हा...''

व्यवस्थापनाचे अधिकारी आणखीही काही गोष्टींचा उल्लेख करत, त्याबद्दल डॉ. ब्रँडकडे योग्य असं उत्तरही नसायचं. काही जण त्यांना म्हणाले, ''डॉ. गॉल्ट चिकित्सक म्हणून हुषार आहेत, ह्यात वादच नाही. पण त्यांना कुष्ठरोगाविषयी विशेष माहिती नाही. तुम्हाला स्वत:लाही हातावरच्या पुनर्निमाण शस्त्रक्रियेतला विशेष अनुभव नाही अन् कुष्ठरोग्यांच्या हातावरील शस्त्रक्रियेचा तर फारच कमी अनुभव आहे.''

त्या सर्व विरोधाला त्यांनी शांतपणे तोंड दिलं. चिकाटीने आपले प्रयत्न चालू ठेवले. त्यांच्या इतर कामात त्यांनी कधी कसूर केली नाही. शेवटी या सगळ्या श्रमाचं फळ त्यांना मिळालं. हॉस्पिटलच्या एका विभागातील अगदी कोपऱ्यातल्या अशा दोन खाटा त्यांना कुष्ठरोग्यांसाठी मिळाल्या. अर्थात एका अटीवर, इथे राहाणारे कुष्ठरोगी संसर्गकारक असता कामा नयेत.

डॉ. ब्रँडना एक मोठी लढाई जिंकल्याचा आनंद झाला. ते पुन्हा एकदा नवीन आव्हान स्वीकारायला सज्ज झाले. हे आव्हान हिमालयापेक्षाही मोठं, कठीण आहे, याचा त्यांना लवकरच अनुभव आला, तेव्हा त्यांच्या मनाला जो धक्का बसला त्यातून सावरणं त्यांना फार कठीण गेलं.

ते आव्हान होतं कुष्ठरोग्यांच्या मानसिकतेचं, मनोवृत्तीचं!

आत्तापर्यंत त्यांनी सहा-सात कुष्ठरोग्यांवर शस्त्रक्रिया केल्या होत्या. बहुतेक रुग्ण रस्त्याच्या कडेला बसून भीक मागणारे, लोकांच्या दयेवर जगणारे कुष्ठरोगी होते. अशा रोग्यांवर शस्त्रक्रिया करण्यात, त्यांच्यावर उपाय करण्यात धोका कमी होता. कारण त्यांची अवस्था आधीच फार वाईट होती, त्यामध्ये सुधारणेची सुतराम शक्यता नव्हती. त्यामुळेच त्या रुग्णांनी देखील राजीखुषीनं शस्त्रक्रियांना संमती दिली होती. शस्त्रक्रियेपूर्वी त्यांच्यावर बऱ्याच चाचण्या केल्या जात. त्या काळात त्यांना हॉस्पिटलाच्या खर्चाने सर्व सुविधा – जेवणखाण, औषधोपचार, रहायला- झोपायला खाट मिळायची. शस्त्रक्रियेनंतरही काही काळ त्यांना पूर्णपणे आराम मिळायचा. त्याचमुळे एक नवी समस्या उद्‌भवली. या रुग्णांना पूर्ण बरं होऊन पुन्हा बाहेर समाजात जावंसं वाटेना. कारण पुन्हा बाहेर जायचं म्हणजे समाजाची उपेक्षा, अवहेलना यांना तोंड देणं. हातांवरील शस्त्रक्रियेमुळे झोळी घेऊन रस्त्याच्या कडेला बसणं अशक्य अन् कुष्ठरोगाच्या इतर खुणा शरीरावर असल्यामुळे कामधंदा मिळणं अशक्य. अशा कात्रीत सापडेल्या रुग्णांनी जो मार्ग शोधून काढला त्यानंच डॉ. ब्रँड पार हादरले. त्यांनी एका रुग्णाला हातापायांवरील पट्ट्या काढून जखम पुन्हा खरवडताना पाहिलं!

कुष्ठरोग्यांना नवजीवन देण्याची अपेक्षा ठेवून प्रचंड उत्साहानं काम करणाऱ्या डॉ. ब्रँडना हा धक्का पचवणं कठीण वाटलं. त्यांचं मन उलटसुलट विचारांच्या भोवऱ्यात गरागरा फिरू लागलं. असाच प्रतिसाद मिळणार असेल तर कशासाठी एवढे कष्ट घ्यायचे? समाजातल्या या उपेक्षित लोकांचा उद्धार करायचा आटापिटा हवाच कशाला? त्यापेक्षा इतर लोक जे उपचारांसाठी, शस्त्रक्रियेसाठी वाट पहात होते त्यांच्यावर उपचार केले तर ते समाजाच्या उपयोगी पडू शकले असते. डॉक्टरांच्या कष्टांना योग्य प्रतिसाद देणार होते. मनातल्या या हलकल्लोळावर मोठ्या कष्टानं मात करायचा ते प्रयत्न करत असतानाच एक दिवस त्यांच्या सहकारी मदतनिसानंच त्यांना विचारलं, "डॉ. ब्रँड, तुम्हाला मनापासून वाटतं, आपले प्रयत्न योग्य आहेत?"

डॉ. सर्वेश्वर रॉय तरुण होते, त्यांनीच डॉ. ब्रँडना पहिल्या शस्त्रक्रियेच्या वेळेला मदत केली होती. संवेदनक्षम मनाच्या डॉ. रॉयनी अशी शंका घेणं म्हणजे...

डॉ. ब्रँडच्या अगदी जिभेवर त्या प्रश्नांचं उत्तर आलं, 'नाही. तुम्ही म्हणता तसंच मलाही वाटतं...'

इतक्यात कुठल्यातरी अनाम शक्तीनं त्यांच्या जिभेला खीळ घातली. त्या क्षणीच नव्हे तर त्यानंतरही त्यांना त्या शक्तीबद्दल नक्की सांगता आलं नसतं. ती शक्ती होती त्यांची आठवण. त्याक्षणी त्यांना आठवला कृष्णमूर्ती – त्यांच्या

डोळ्यांसमोर त्याची मूर्ती उभी राहिली. शस्त्रक्रियेपूर्वीची अन् नंतरची! त्यांना त्याच्या डोळ्यांतलं नवचैतन्य पुन्हा एकदा जाणवलं, शस्त्रक्रियेमुळे प्राप्त झालेलं. त्यापाठोपाठ त्यांच्या डोळ्यांसमोर तरळला आणखी एक प्रसंग. तीन हताश माणसं, डोंगरदऱ्या उतरून परत जाताना दिसली. ते तीन कुष्ठरोगी होते, त्यांच्या हातापायांवर त्यांच्या वडिलांनी तात्पुरत्या मलमपट्ट्या केल्या होत्या.

कदाचित याहूनही वेगळं, अधिक योग्य कारणही असू शकेल. अशी प्रचंड मानसिक उर्मी असेल, जी जातीच्या कर्मयोग्यांना कठोर प्रयत्न करायला शक्ती देते, प्रोत्साहन देते, ते हात असतील जे या कर्मयोग्यांना आपल्या दिशेनं खुणावत राहातात...

ते हात असतात विधात्याचे!

१२

डॉ. बेरींना, मार्गरिटच्या वडिलांना, कितीही वाटलं की प्रेमात पडल्यामुळे आपली मुलगी जावयासारखी मिशनरी सेवा करायला भारतात जातेय, तरी ते अर्धसत्य होतं. म्हणजे पॉलच्या प्रेमात मार्गरिट पडली होती, हे सत्य होतं. पण केवळ त्याच्यावरच्या प्रेमामुळेच तिला गोरगरिबांची सेवा करायची नव्हती. दोघांचं ते स्वप्न होतं आणि त्यांनी मधुचंद्राच्या काळातच त्याविषयी विचार केलेला होता. त्यामुळेच भारतात कामाला सुरुवात केली पाहिजे, हा विचार तिच्या मनात होताच.

तिनं मुलांसह भारतात पाऊल टाकलं तेव्हा कडक उन्हाळ्याचे दिवस होते. दक्षिण भारतातील वेल्लोरमध्ये तर उन्हाळ्यानं उच्चांक गाठला होता. त्यामुळे त्यांनी कोट्टागिरी पर्वतावरील थंड हवामानात काही महिने घालवले. डॉ. ब्रँड एका आठवड्यानंतरच वेल्लोरला परतले अन् नंतरचे तीन महिने मार्गरिटनं मुलांसह कोट्टागिरीवरच काढले. याच ठिकाणी तिला तिच्या आयुष्याला नवी दिशा दाखवणारी व्यक्ती भेटली. तिचं नाव होतं डॉ. पॉलिन जेफरे. अमेरिकन मिशनरी असलेल्या या डॉक्टर स्त्रीनं नेत्ररोगांमध्ये प्रावीण्य मिळवलेलं होतं. मार्गरिटला या विषयातलं ज्ञान फारच कमी होतं; पण कोट्टागिरीतल्या त्या तीन महिन्यांच्या वास्तव्यात तिनं तेथील मिशन हॉस्पिटलध्ये जायला सुरुवात केली. हे हॉस्पिटल – मेडिकल फेलोशिप – आजूबाजूच्या चहाच्या मळ्यांतील नोकरवर्गाला व डोंगरावर रहाणाऱ्या खेडुतांना औषधोपचार देत असे. सुरुवातीचे काही दिवस तिला भारतासारख्या उष्ण हवामानातील रोगांची माहिती करून घेण्यात, तसंच इथल्या लोकांचं बोलणं समजून घेण्यात

घालवावे लागले.

डॉ. पॉलिन ह्यांचं शस्त्रक्रियेतील कौशल्य, सफाईदारपणा, तसंच नेत्ररोगांचं अचूक निदान, या तुलनेत आपलं ज्ञान फारच थोडं आहे ह्याची जाणीव तिला प्रकर्षानं झाली; पण इथल्या वैद्यकीय समस्यांची तोंडओळख तरी झाली, ह्याचंच तिला समाधान वाटलं.

शरद ऋतूच्या आरंभी ती वेल्लोरला आली, तेव्हा काठपाडी स्टेशनवर तिला उतरवून घ्यायला डॉ. ब्रँड आले होते. कामाच्या व्यापानं चेहरा ओढलेला तरीही आनंदी, अशा आपल्या पतीचं दर्शन तिला घडतंय न घडतंय तोच त्यांनी तिला सांगितलं, ''मला तातडीनं हॉस्पिटलमध्ये जावं लागणार आहे. टायफॉईडमुळे एका रुग्णाचा पोटातील व्रण फुटलाय.'' रात्रभर त्याला झोप मिळालेली नव्हती.

'पॉल वृद्ध आणि थकलेला दिसतो.' मार्गरेटनं आपल्या आईला लिहिलेल्या पत्रात म्हटलं, 'इथं त्याला दिवसभराच्या कामात क्षणाची देखील उसंत नसते. अन् कित्येकदा रात्रीपण काम करावं लागतं. अध्यापनाचं काम नेहमीच करावं लागतं आणि ते नसेल तेव्हा शस्त्रक्रिया, बाह्यरुग्ण, वार्डमधले राऊण्ड्स अशी इतर अनेक कामं असतात; पण कामाचा वेग जरा कमी कर असं सांगूनही काही उपयोग होणार नाही हे मला चांगलं ठाऊक आहे. पॉल आणि डॉ. जॅक कारमन हे दोघंच त्याच्या विभागाचे प्रमुख आहेत की ज्यांना अध्यापनाचं कामही या हॉस्पिटलमध्ये करावं लागतं. त्यांनी हे काम केलं नाही तर हॉस्पिटलमध्ये हे काम होणारच नाही.'

अजूनही ब्रँड कुटुंब काठपाडीलाच, डॉ. कारमनच्या बरोबर रहात होतं. पण कॉलजच्या आवारात एक दुमजली घर बांधून तयार होत होतं, तिथे त्यांना काही काळानं तरी स्वतंत्रपणे राहता येणार होतं. बालविभागात काम करायला मार्गरेटनं सुरुवात केली होती. काम तिला आवडू लागलं; पण हॉस्पिटलमध्ये येणाऱ्या मुलांची दयनीय अवस्था पाहूनच तिचं आतडं तुटायचं. किती वेगवेगळ्या प्रकारचे रोग तिनं पाहिले या हॉस्पिटलमध्ये – खरूज, मुडदूस, डोळ्यांचे विकार, खोल चिघळलेल्या जखमा, प्रोटिनच्या कमतरतेमुळे उद्‌भवणारा क्वाशिऑरकोर नावाचा रोग – सगळीच प्रचंड मोठी आव्हानं वाटायची तिला. स्वत:ची मुलं सांभाळायची जबाबदारी नसती तर तिला हे सगळं नवं आयुष्य अगदी आदर्श वाटलं असतं.

पण इतर अनेक मिशनऱ्यांच्या पत्नींना जी समस्या भेडसावायची तीच मार्गरेटपुढेही उभी राहिली – मुलांचं संगोपन आणि व्यवसायिक काम ही तारेवरची कसरत कशी करायची? इंग्लडमध्ये तिच्या आईनं नातवंडांची जबाबदारी प्रेमानं स्वीकारली असल्यामुळे तिला घराची चिंता नसायची. इथे नोकर होते, मुलांना सांभाळायला आयाही होत्या; पण त्यामुळेच अनेक वेळा तिला डोकेदुखी वाटायची.

अर्थात नाओमी कारमननं – डॉ. कारमनच्या पत्नीनं तिला योग्य तो सल्ला द्यायचं काम केल्यामुळेच पहिले काही महिने सुखाचे गेले. उत्साहात सळसळणाऱ्या अन् तरीही शांत वृत्तीच्या ह्या बाईला भारतातल्या वास्तव्याची, इथल्या वातावरणाची सवय झालेली होती. तिला इथलं आयुष्य खूप आवडायचंही, त्यामुळे नवशिक्यांच्या चुकाही ती मोठ्या मनानं माफ करायची. आपल्या अनुभवाचं भांडार ती नेहमीच इतरांसाठी खुलं करायची; पण कधीही अवाजवी लुडबूड चुकूनही करायची नाही. तिनं मार्गरिटला मिशनरी डॉक्टरांच्या बायकांनी आपला संसार कसा चालवावा याचं हसत खेळत पण उत्तम शिक्षण दिलं. एवढंच नव्हे तर आपली 'आया' पण तिनं मार्गरिटकडे पाठविली कारण तिची स्वत:ची मुलं मोठी झालेली असल्यामुळे तिला आयाची गरज नव्हती. त्या बाईचं नाव होतं मार्था!

ही बाई – मार्था – मुलांना शिस्त लावण्याच्या बाबतीत काहीशी हडेलहप्पी स्वभावाची होती. (मार्गरिट नेहमी हळुवारपणे मुलांशी वागायची तर डॉ. ब्रँड मुलांना कोणतीही गोष्ट शांतपणे पटवून द्यायचे.) या उलट, मार्था मुलांना शिस्तीखातर अंधाऱ्या खोलीत कोंडून ठेवायची. एकदा त्यामुळे फारच मोठा अवघड प्रसंग घडला. एकदा अति खोडकरपणासाठी मार्था आपल्याला अशीच कोंडून ठेवायची शिक्षा देणार हे समजताच, तीन वर्षांचा ख्रिस्तोफर हळूच घरातून मार्थाची नजर चुकवून सटकला. निघण्याआधी त्यानं आईचं एक जुनपुराणं पाकीट उचललं. (त्यात काही पैसे नव्हते हे त्याला ठाऊक नव्हतंच.) आणि दोन मैलांवर असलेल्या हॉस्पिटलमध्ये जायला निघाला. त्याला कुठल्या बसनं हॉस्पिटलमध्ये पोहोचायचं हे ठाऊक होतं अन् त्या दृष्टीनं त्याने अनेक वेळा हातातलं पाकीट दाखवून बस थांबवायचा प्रयत्न केला; पण कुणीच बस थांबवली नाही. तेव्हा स्वारीची पदयात्रा सुरू झाली. भरगर्दीच्या रस्त्यावरून जिथे बस, ट्रक, हॉर्न वाजवणाऱ्या गाड्या, बैलगाड्या रस्त्यावरून मोकाट चालणारे प्राणी, सायकली, पादचारी सगळे काही आपापल्या गतीनं इतरांची पर्वा न करता जात होते, अशा रस्त्यावरून अगदी मध्यभागी शांतपणे तो चालत राहिला. त्याचं नशीब जोरावर होतं म्हणूनच इतरांनी त्याला वाट करून दिली – मोझेसनं फार पूर्वी तांबडा समुद्र पार केला होता तेव्हा समुद्रानं स्वत:ला दुभंगून त्याच्यासाठी रस्ता बनवला होता, अगदी तसाच प्रकार त्या दिवशी झाला.

एक गोंधळलेल्या चेहऱ्याची परिचारिका मार्गरिटजवळ आली अन् तिला म्हणाली, ''एक लहान मुलगा बाहेर उभा आहे. तो तुमचा मुलगा आहे की काय ते मला कळत नाही; पण तो तुमचं नाव घेऊन 'मम्मी पाहिजे' असं म्हणतोय.''

तिच्यासारखीच मार्गरिटही गोंधळात पडली. बाहेर येऊन पाहते तो दारात ख्रिस्तोफर उभा! रडत रडत त्यानं तिला मिठी मारली अन् म्हणाला, ''मम्मी, मला

घरी पाठवू नकोस ग! इथे मला खूप खूप काम करायचंय ना!''

नोकरमाणसांची समस्या कधीच पूर्णपणे सुटली नाही. त्या दिवशीच्या ख्रिस्तोफरच्या घरातून गायब होण्याच्या प्रसंगानं मार्था खरोखरच लटपटली, तिनं मुलांना शिस्त लावण्यासाठी कमी कडक शिक्षेचा वापर केला; पण या प्रसंगानं मार्गरिटला पण इथे काय प्रकारची तडजोड करावी लागणार आहे याचा पहिला धडा गिरवायला मिळाला. तिनंही हळूहळू आपल्या कडक शिस्तीच्या कल्पनांना कात्री लावली आणि पॉल प्रमाणं मुलांना मोकळेपणानं खेळण्या-वागण्याचं स्वातंत्र्य दिलं. पॉलच्या वडिलांनीही हेच केलं होतं आपल्या मुलांबाबत! आपली मुलं बाकी कशीही घडोत – ती भित्रीभागुबाई होणार नाहीत याची लवकरच मार्गरिटला खात्री पटली. ती वेळकाढूपणा करणार नाहीत किंवा दुसऱ्याचं अनुकरण करणार नाहीत याचीही तिला खात्री पटली. बालसंगोपनाचं हे नवं तत्वज्ञान तिच्या अंगवळणी पडायला बराच काळ जावा लागला. त्यामुळे कधी कधी डोक्याला मुंग्या येण्याचे प्रसंगही ओढावले; पण अनेक वेळा मुलांनी धीटपणे अवघड प्रसंगांतून वाटही काढली. बाकीच्या मुलांचं काही सांगता आलं नसतं तरी एकानं सिद्ध केलं – मी स्वतःचा निभाव लावू शकतो!

१९४८ च्या ऑक्टोबरमध्ये त्यांच्या तिसऱ्या अपत्याचा जन्म झाला. ही मुलगी मोठेपणी व्रात्य, खोडकर होणार याची लक्षणं पाळण्यातच दिसू लागली अन् त्यात नवलही नव्हतं. तिचा जन्म झाला त्यावेळी ब्रँड कुटुंब कारमन कुटुंबीयांसह एकाच घरात राहत होतं. त्याशिवाय घरात आणखी एक डॉक्टर, अमेरिकेतील शल्यविशारद डॉ. रिव्ह बेट्स आपली पत्नी व तीन मुलांसह वास्तव्यासाठी आले. कारण हॉस्पिटलनं अजून सर्व डॉक्टरांसाठी निवासस्थानं बांधली नव्हती. सहासात मोठ्या मुलांच्या संगतीत मेरी लहानाची मोठी झाली अन् त्यांचे खेळ लहान वयातच शिकली.

वेल्लोर हॉस्पिटलमध्ये कुणा डॉक्टरला काम न करता राहणं शक्यच नव्हतं. सर्वच विभागात येणाऱ्या रुग्णांची संख्या प्रचंड असल्यामुळे डॉक्टरांची निकड जाणवत असे. मार्गरिट ४८ च्या उन्हाळ्यात कोट्टागिरी पर्वतावर असताना पॉलनं तिला पत्रानं विचारलं, 'इथे कोणत्या विभागात काम करायला तुला आवडेल, अशी विचारणा झालीय.'

'कोणतंही काम चालेल, फक्त नेत्रविभाग नको,' तिनंही तत्परतेने कळवून टाकलं.

मेरीचा जन्म होऊन दोनच आठवडे झाले होते, तेव्हा मार्गरिटला एक पत्र मिळालं. पत्र डॉ. कॅरल जेम्सन ह्यांनी पाठवलं होतं. त्यावेळी त्या कॉलेजच्या

प्राचार्य म्हणून काम पाहात होत्या, कारण डॉ. हिल्डा लॅझरस त्यावेळी रजेवर होत्या.

'नुकताच तुमच्या मुलीचा जन्म झालाय, त्यामुळे हे पत्र लिहिताना मनाला संकोच वाटतोय, पण इथे शेल हॉस्पिटलमध्ये सध्या डॉक्टरांचा तुटवडा भासतोय. दिवसातले काही तास तुला यायला जमेल का?'

मार्गरिट आश्चर्याने थक्क झाली. दैवयोगाबद्दल तिला नवल वाटलं. काही महिन्यांपूर्वीच तिनं पॉलला कळवलं होतं की नेत्रविभाग सोडल्यास इतर कुठल्याही विभागात काम करायची तिची तयारी आहे अन् आता नेमकं तेच काम तिच्याकडे चालून आलं होतं. डॉ. आयडांनी सुरू केलेलं शेल हे पहिलं हॉस्पिटल होतं. आता तिथे नेत्रविभाग होता.

'मला नेत्रविषयाची फारच थोडी माहिती आहे, तरी क्षमस्व.' मार्गरिटनं कळवलं.

डॉ. जेम्सनना त्यामुळे काहीही फरक पडत नव्हता. त्यांनी प्रत्यक्ष भेटून मार्गरिटच्या शंका दूर केल्या अन् आपल्या गोड आवाजात तिला म्हणाल्या, ''हरकत नाही. एकदा काम करायला सुरुवात केली की जमेल तुला.'' त्यांच्या या आत्मविश्वासामागे एक कारण होतं. पंचवीस वर्षांपूर्वी त्या स्वत: जेव्हा वेल्लोरला आल्या आणि डॉ. आयडांनी दवाखान्यातलं काम करायला सांगितलं, तेव्हा त्याही हेच म्हणाल्या होत्या, ''सध्या येत नाही हे काम म्हणून काही बिघडत नाही आणि हुशार आहेस, तेव्हा प्रयत्न केलास तर न जमण्यासारखं काय आहे त्यात?''

तात्पर्य, प्रेमळपणाच्या एकमेव आधारावर वेल्लोरमध्ये सर्व डॉक्टर्स आणि इतरही कर्मचारी अथकपणे रुग्णसेवेचे व्रत चालवत होते. मार्गरिटही त्या यज्ञात सामील झाली.

सुदैवानं त्या विभागाचे प्रमुख डॉ. राव अतिशय शांत स्वभावाचे होते. त्यांनी मार्गरिटला या क्षेत्राची ओळख करून दिली. नेमकी त्याच वेळी वेल्लोरमध्ये डोळ्यांची प्रचंड साथ आली आणि तिला कामाच्या ओझ्याखाली झपाटल्यासारखं काम करावं लागलं. रोज शंभर ते दोनशे रुग्ण रांगा लावून बसलेले असायचे. कधी कधी तिच्या आत्मविश्वासाला तडा जाईल असे रुग्ण यायचे. त्यांना तपासताना तिला कधी आपल्याकडून वयानं लहान अशा नेत्रविभागातील प्रशिक्षणार्थी डॉक्टरांची मदत घ्यावी लागायची. अशावेळी स्वत:चा हुद्दा, वय विसरावं लागायचं.

काही दिवसांनंतर डॉ. व्हिक्टर रॅम्बोंनी खेडोपाडी अनेक नेत्रशिबिरं घेतली. खेड्यातील जनतेच्या अज्ञानामुळे व कुपोषणामुळे ग्रामीण भागात नेत्ररोगांचं प्रमाण फार जास्त होतं. अनेकांना मोतीबिंदूमुळे अंधत्व यायचं. लहान मुलांमध्येही अनेक नेत्रविकार आढळत असत. आपल्या विभागातले डॉक्टर्स आणि इतर कर्मचाऱ्यांना घेऊन डॉ. रॅम्बो शिबिरं भरवत. कधी कधी दिवसाला शंभर शस्त्रक्रिया करत. त्यांना

मदत करताना मार्गरिटला जाणवलं, 'हेच आपलं कार्यक्षेत्र.' इथे काम करताना तिला विलक्षण मानसिक समाधान मिळालं होतं.

हा दैवी कौल इतका महत्त्वाचा ठरला की, त्यामुळे मार्गरिटला देखील तिच्या पतीप्रमाणे, डॉ. पॉल ब्रँडप्रमाणे, जागतिक कीर्ती मिळाली.

मार्गरिटला तिचं जीवनध्येय सापडलं. त्याच वेळी डॉ. ब्रँडही नवनवी आव्हानं स्वीकारत होते. खरं तर, त्यांच्या वेल्लोरमधील कारकिर्दीतलं एक मोठं आव्हान म्हणजे तुटपुंजी साधनसामुग्री आणि प्रचंड काम हे होतं. ह्याचं महत्त्वाचं कारण म्हणजे अगदी काही वर्षांपूर्वीपर्यंत हॉस्पिटलमध्ये केवळ स्त्रियांवर उपचार केले जात. जेव्हा पुरुषांनाही या हॉस्पिटलने आपले दरवाजे खुले केले, तेव्हा शस्त्रक्रियांचं प्रमाण पुष्कळ वाढलं. त्यातच कॉलेजला पदवीसंस्थेचा दर्जा मिळवण्यासाठी संस्थेला मोठ्या प्रमाणात पैशाची आवश्यकता होती. त्यामुळे सर्वच विभागांमध्ये अपुरी साधनसामुग्री होती. अद्ययावत उपकरणं विकत घेणं आवाक्याबाहेरचं असल्यानं जुन्यापुराण्या उपकरणांची दुरुस्ती करून ती वापरावी लागायची. अशाच उपकरणांपैकी एक होतं डायथर्मी उपकरण. हे उपकरण काही शस्त्रक्रियांमध्ये रक्तस्राव थांबवण्यासाठी वापरतात. वेल्लोर हॉस्पिटलमधील डायथर्मी उपकरण कुणीतरी भेट म्हणून दिलेलं होतं. डॉ. ब्रँडनी ते एका अत्यंत महत्त्वाच्या अशा शस्त्रक्रियेत वापरायचं ठरवलं. त्या शस्त्रक्रियेची नुसती आठवण देखील त्यांच्या अंगाचा भीतीने थरकाप उडवते. 'केवळ रुग्णाचं दैव बलवत्तर म्हणूनच तो वाचला,' असं विनम्रतायुक्त आवाजात डॉ. ब्रँड नेहमीच म्हणतात.

त्या दिवशी त्यांच्याकडे आलेला रुग्ण एक ब्रिटिश इंजिनिअर होता. मद्रासमध्ये नोकरी करणाऱ्या या माणसाचं अलीकडेच लग्न झालेलं होतं. खाण्यापिण्याचा शौक असल्यामुळे त्याचं वजन पुष्कळ वाढलेलं होतं. अचानकपणे त्याच्या मानेमध्ये झटके बसू लागले. जोरदार हिसक्यांमुळे त्याचं डोकं स्थिर राहीनासं झालं आणि काम करणं अशक्य होऊ लागलं. प्रथम त्यानं मानसोपचारतज्ज्ञाकडे जाऊन उपाय करून घेतले. काही दिवसांनी त्या डॉक्टरांनी स्पष्ट सांगितलं की केवळ शस्त्रक्रियेनंच ही व्याधी दूर होऊ शकेल. त्या तरुणानं डॉ. ब्रँडना शस्त्रक्रिया करण्याची विनंती केली.

"छे, छे, एवढी मोठी शस्त्रक्रिया इथे करू नये. तू इंग्लंडला जा. मी तिथल्या डॉ. ह्यू केर्न्सना पत्र देतो. ते मेंदूवरील शस्त्रक्रियेतले प्रख्यात प्रोफेसर आहेत. ते तुझ्यावर इलाज करतील."

"मी इंग्लंडला जाणं शक्यच नाही. मेलो तरी बेहत्तर, पण तिथे माझ्या मित्रमंडळींनी, नातेवाइकांनी मला या अवस्थेत पहायला नकोय. त्यापेक्षा मी आत्महत्या करणं पसंत करेन." त्यानं अतिशय ठामपणे सांगितलं

"अशी डोक्यात राख घालून काही साध्य होणार नाही. त्यापेक्षा..." डॉ. ब्रँडनी त्याची समजूत काढायचा प्रयत्न केला. पण तो ऐकायलाच तयार नव्हता. त्यानं आक्रमक पवित्रा घेतला. "तुमचं हे हॉस्पिटल एक शैक्षणिक संस्था आहे. माझी शस्त्रक्रिया इथेच व्हायला हवी."

त्याच्या पत्नीनंही डॉ. ब्रँडना विनंती केली. शेवटी त्यांनी होकार दिला. तरी त्यांच्या मनात धाकधूक राहिलीच. आत्तापर्यंत त्यांनी पाठीच्या कण्यावर अनेक शस्त्रक्रिया केलेल्या होत्या, पण मज्जासंस्थेशी संबंधित अशा शस्त्रक्रियांचा (neurosurgery) त्यांना फारच कमी अनुभव होता. पुस्तकं वाचल्यानंतर त्यांच्या लक्षात आलं की त्यांना ही शस्त्रक्रिया जमू शकेल. शिवाय आवश्यक असं सर्जिकल डायथर्मीचं उपकरणही होतंच.

हे अवाजवी धाडस करण्यामागे एक उदात्त हेतूही होता. त्या तरुणाला जीवदानच नव्हे, तर त्याच्या आयुष्याला नवं वळण लावण्यासाठी त्यांना ही शस्त्रक्रिया करणं भाग होतं. शस्त्रक्रियेच्या वेळी त्यांना साहाय्य करणाऱ्या इतर डॉक्टरांनीही यशासाठी देवाला साकडं घातलं अन् डॉ. ब्रँडचा आत्मविश्वास जागा झाला.

ह्या शस्त्रक्रियेदरम्यान आपल्याला अडचणींचे अनेक डोंगर पार करावे लागणार आहेत हे मात्र त्यांना स्वप्नातही वाटलं नसतं.

अशा प्रकारच्या शस्त्रक्रियेत रुग्णाला पालथं झोपवलं जातं व त्याचं मस्तक टेबलाच्या वरच्या बाजूला एक छोटी फळी असते, त्यावर ठेवलं जातं. वेल्लोरच्या हॉस्पिटलमध्ये ही सोय नव्हती. तेव्हा डॉ. ब्रँडनी स्वत: एका लोहाराकडून ऑपरेशन टेबलला अशा पट्ट्या ठोकून घेतल्या, ज्यावर योग्य फळी बसवून ऑपरेशन टेबलला जोडण्यात आली. रक्तपेढी अस्तित्वात नसल्याने आवश्यक ते रक्त आधीच तयार ठेवण्याची खबरदारीही घेतली.

शस्त्रक्रियेला सुरुवात करण्यापूर्वी डॉ. ग्वेंडा लेव्हिस नावाच्या तरुण डॉक्टरनं रोग्याला भूल दिली. पण अर्धा तास झाला तरी स्वारी गुंगीत जाईना. भरपूर मद्यपान करण्याच्या सवयीचा हा परिणाम होता. इथरची संपूर्ण बाटली रिचवल्यानंतरच महाशय झोपी गेले. शस्त्रक्रियेदरम्यान येणाऱ्या विघ्नांची ही पहिली झलक होती.

डॉ. ब्रँडनी शस्त्रक्रियेला प्रारंभ करताना मानेवर छेद देण्यासाठी जोरानं सुरी फिरवताच ऑपरेशन टेबल पायाकडील बाजूनं वर उचललं गेलं, अन् रुग्ण टेबलावरून खाली घसरला तो सरळ डॉ. ग्वेंडाच्या मांडीवर! ह्याचं कारण होतं त्याचा अगडबंब देह व कमी उंची!

'व्वा! काय दमदार सुरुवात आहे', असं म्हणत डॉ. ब्रँडनी ह्या समस्येवर उपाय शोधण्यासाठी डोकं खाजवलं. त्यांनी टेबलाच्या पायथ्याच्या बाजूला एक

जाडजूड वैद्यकीय ग्रंथ (Grays anotomy) ठेवला. वरती एका काठीचा टेकू लावला व परत एकदा शस्त्रक्रियेला सुरुवात केली. पुढे येणाऱ्या अडचणींमधला हा एक छोटासा डोंगर त्यांनी पार केला होता. आता नवी समस्या उभी राहिली. रुग्ण खाली घसरल्यामुळे त्याच्या श्वासनलिकेत घातलेली नळी निघाली अन् त्याला श्वास घ्यायला त्रास होऊ लागला. त्यातच जोराचा रक्तस्राव होऊ लागल्यामुळे रक्त देणं आवश्यक ठरलं. त्या रुग्णाची मान इतकी जाड होती की त्याच्या मणक्यापर्यंत पोहोचायलाच आपल्याला फार वेळ लागतो आहे, अशी भीती डॉ. ब्रँडना वाटू लागली. ह्या दरम्यान असंख्य रक्तवाहिन्यांना चिमटे लावून त्यांची तोंडं बंद करावी लागली. त्यांनी आता डायथर्मी मशिनची मागणी केली; पण पहिल्या रक्तवाहिनीला स्पर्श करताच सगळे स्नायू झटका बसल्यासारखे आवळले आणि यंत्रांमधून धुराचे लोट बाहेर यायला लागले.

"नर्स, मशीन दुरुस्त करणाऱ्याला बोलवा." डॉक्टरांनी आज्ञा दिली. मशीन दुरुस्तीला गेलं अन् शस्त्रक्रिया पुढे चालू झाली. मणक्यांपर्यंत पोहोचेपर्यंत मशीन दुरुस्त होऊन आलं. डॉक्टरांनी सुटकेचा निःश्वास टाकला, कारण तोपर्यंत जखमेमध्ये इतके चिमटे बसवले गेले होते की त्या सर्व रक्तवाहिन्यांना एकत्रितपणे जुडग्यासारखं बाजूला करणंही अशक्य होत होतं

पुन्हा एकदा डायथर्मी... पुन्हा झटका, आता संपूर्ण शरीरालाच हिसके. आगीच्या ठिणग्या... पुन्हा एकदा मशीनची दुरुस्ती... रक्तपुरवठा संपत आलेला... रक्तदाब वेगाने कमी होतोय... डॉ. ग्वेंडाच्या तोंडचं पाणी पळालेलं... डायथर्मीशिवाय शस्त्रक्रिया करून कण्याच्या पोकळीपर्यंत पोहोचायचं तरी धोका, शस्त्रक्रिया थांबवावी तरी अवघड... डॉ. ब्रँडनी धारिष्ट्य करून कण्यातील वरचे मणके हातानं दूर केले. आता शस्त्रक्रियेतल्या मुख्य भागाला प्रारंभ... 'डायथर्मी मशीन येऊ दे देवा' अशी मनात प्रार्थना... मशीन आलं. इलेक्ट्रिशियनच्या मते सुस्थितीत... डॉ. ब्रँडनी त्याच्यावर विश्वास ठेवून मशीन सुरू केलं; पण ह्यावेळी बसलेला झटका इतका जोराचा होता की रुग्णाचं पूर्ण शरीर हादरलं. एक निळी ज्योत दिसली अन् पुढच्याच क्षणी संपूर्ण हॉस्पिटलमध्ये अंधार झाला.

सगळ्यांच्या तोंडचं पाणी पळावं असा प्रसंग. डॉ. ग्वेंडा भीतीने अर्धमेली झालेली, रक्तपुरवठा संपलेला, एक मोठ्या शिरेतून प्रचंड रक्तस्राव होतोय... चिमटे लावलेल्या असंख्य रक्तवाहिन्या अन् अर्धवट स्थितीतली रुग्णाच्या प्राणांवर बेतलेली शस्त्रक्रिया... आत्तापर्यंतच्या त्यांच्या आयुष्यात एका वेळी इतकी संकटं डॉ. ब्रँडनी कधीच अनुभवली नव्हती; पण हातपाय गाळूनही भागणार नव्हतं.

तेवढ्यात कुणीतरी एक फ्लॅश लॅम्प आणून टेबलावर धरला. शस्त्रक्रिया थांबवावी की पूर्ण करावी हे त्यांना कळेना. 'रुग्णाला नुसतं वाचवून फायदा नाही,

तर शस्त्रक्रिया यशस्वी होणं फार महत्त्वाचं आहे.' हा विचार त्यांच्या मनात आला अन् त्यांनी मनाचा हिय्या केला... जखमेवरील रक्त टिपल्यानंतर त्यांनी मज्जारज्जूतील नसांना दोन भागांत विभागायला सुरुवात केली. मंद उजेडात हे काम करणं महाकठीण होतं. कारण काही नसा दिसतही नव्हत्या. देवावर हवाला ठेवून त्यांनी काम पुरं केलं, रक्तवाहिन्यांना लावलेले चिमटे काढून त्यांची तोंडं शिवून बंद केली, काही रक्तवाहिन्यांवर फक्त दाब देऊन त्यांच्यातील रक्तस्राव थांबवणं शक्य होतं. मज्जरज्जूवरील आवरण बंद केल्यानंतर त्यांनी जखमेमध्ये एक जाड कापडाचा तुकडा ठेवला. त्याचं एक टोक बाहेर राहील अशा रीतीनं जखमेवर टाके घातले. हे सव्यापसव्य पार पडलं तेव्हा शस्त्रक्रिया करायला लागल्यापासून साडेपाच तास झाले होते. सर्व डॉक्टर्स व साहाय्यक विलक्षण तणावाखाली होते. रुग्णाला वॉर्डमध्ये पाठवल्यानंतरच सगळ्यांनी सुटकेचा निःश्वास सोडला. दुसऱ्या दिवशी कापडाची पट्टी काढून टाकण्यात आली. हळूहळू जखम भरून आली.

ही शस्त्रक्रिया कल्पनेपेक्षाही अधिक यशस्वी ठरली. पुन्हा कधीही त्या तरुणाला झटके आले नाहीत किंवा मानेतही दुर्बलपणा जाणवला नाही. एकदोन वर्षांनी तो इंग्लंडला परत गेला तेव्हा डॉ. ब्रँडनी सर ह्यू केर्नसाठी एक पत्र दिलं. त्यामध्ये त्यांनी रुग्णाची मेंदूविषयक (neurological) तपासणी करण्याची विनंती केली. त्याचं उत्तर सर ह्यू केर्ननी पाठवलं. त्यात लिहिलं होतं,

'तुम्ही जी शस्त्रक्रिया केलीत त्याबद्दल तुमचं कौतुक करावं तितकं थोडंच ठरेल. इथे इंग्लंडमध्येदेखील अशा शस्त्रक्रिया अगदी हाताच्या बोटांवर मोजता येतील इतक्या थोड्या झाल्या आहेत. अशा गुंतागुंतीच्या व नाजूक शस्त्रक्रियेसाठी आवश्यक अशी महागडी सामुग्री आशियातल्या एका हॉस्पिटलमध्ये आहे, ही फार आश्चर्याची गोष्ट आहे.'

ज्या शस्त्रक्रियेदरम्यान डॉ. ब्रँडच्या अंगावर भीतीनं काटा उभा राहिला होता, त्याच शस्त्रक्रियेसंबंधात त्यांना मिळालेल्या यशाच्या पावतीनं त्यांच्या अंगावर आनंदानं रोमांचही उठले!

१३

बऱ्याच वर्षांनंतर मागे वळून पहाताना डॉ. ब्रँडना ती शस्त्रक्रिया आठवते, त्यावेळी दाखवलेलं मनोधैर्य, अविचलपणा आठवतो. तो प्रसंग डोळ्यांसमोर जसाच्या तसा उभा रहातो.

भीतीनं थरथर कापणारी, अर्धमेली झालेली तरुण ॲनेस्थेटिस्ट, डॉ. ग्वेंडा लेव्हिस, ऑपरेशन टेबलवर मृत्यूशी झुंज देणारा तरुण इंजिनिअर आणि कुणीही हार मानावी, हातपाय गाळावेत अशी परिस्थिती. अशा वेळी डॉ. ब्रँडनी शस्त्रक्रिया करण्याचा जो धाडसी निर्णय घेतला व यशस्वीपणे तडीला नेला त्याविषयी ते जणू स्वत:शीच बोलल्यासारखे सांगू लागतात, "धाडसी स्वभाव ही जणू मला मिळालेली जन्मजात देणगी असावी. माझ्या पणजोबांनी धाडसी निर्णय घेतला, माझ्या आजोबांनी आपल्या ज्या थोरल्या मुलाला सातासमुद्रापार जनसेवेसाठी, ईश्वरसेवेसाठी जाऊ दिलं, ते माझे वडील, जेस ब्रँड मिशनरी होते; पण दयाळू अंत:करण असूनही त्यांनी कधी आम्हा मुलांना हळुवारपणे वाढवलं नाही की फार जपलं नाही. माझ्या आईला ते म्हणायचे, 'हुंदडू देत मुलांना. त्यांनी पडतझडत, धडपडतच मोठं व्हायला हवं.'

हाच स्वभावविशेष डॉ. ब्रँडनी आपल्या मुलांच्या बाबतीतही दाखवला. मुलांनी शहाण्यासारखं वागावं, धडपड, दंगामस्ती करू नये असं त्यांना कधीही वाटायचं नाही. अशा बिनधास्त वागण्यामुळे मुलांना लागलं, अगदी अपघात झाला तरी ते मुलांना म्हणायचे, 'चांगलंच झालं. पुढच्या वेळी तुम्ही अधिक खबरदारी घ्याल. परत तीच चूक करू नका म्हणजे झालं.'

मुलांनी निर्भय व्हावं, यादृष्टीनं त्यांनी प्रयत्नही केले. त्यांच्यामध्ये साहसी वृत्ती जोपासली. आठवड्याचे सहा दिवस हॉस्पिटलमध्ये अथक काम करूनही सातव्या सुट्टीच्या दिवशी, रविवारी, ते मुलांना घेऊन बाहेर पडायचे. वेल्लोरच्या आसपासच्या डोंगरदऱ्या, 'कॉलेज हिल'वरच्या सगळ्या गुहा त्यांनी मुलांसह पालथ्या घातल्या.

डॉ. ब्रँडना मिळालेलं बाळकडू त्यांनी मुलांनाही दिलं तर नवल नव्हतं. कारण त्यांच्या आईनंही हाच खंबीरपणा, हीच धाडसी वृत्ती त्यांना शिकवलेली होती, पण वेगळ्या प्रकारे! तरुण वयात तिच्यावर वैधव्याची कुऱ्हाड कोसळली; पण एवलिन ब्रँड अजिबात डगमगली नाही. पतीच्या पश्चात आयुष्यातली वीस-पंचवीस वर्षं तिने मद्रासजवळच्या कोल्ली पर्वतावर गोरगरिबांची सेवा करण्यात घालवली. मिशनरी संस्थेनं निवृत्ती घेणं सक्तीचं केलं, तेव्हा तिनं स्वत:च्या हिमतीवर काम चालू ठेवलं. वयाची सत्तरी समोर दिसत असतानाही तिला विश्रांती घ्यायची नव्हती, तर नव्या दमानं नव्या डोंगरावर तेच काम करायचं होतं. तशी या कामाची सुरुवात तिनं पूर्वीच केलेली होती. सुट्टीचे दिवस ती याच लोकांमध्ये घालवायची. डासांपासून संरक्षण मिळावं म्हणून तिनं लाकडी चौकट असलेली एक मच्छरदाणी बनवून घेतली होती. कोल्लारयान या पर्वतावर तिनं बऱ्याच सुट्ट्या घालवलेल्या होत्या, पतीचं स्वप्नं पुरं करण्यासाठी...

अतुर या गावापर्यंत रेल्वेनं जायचं, तिथे तिला तिचा एखादा मानसपुत्र

भेटायचा. पर्वतपायथ्यापर्यंत बैलगाडीनं प्रवास अन् उरलेलं अंतर डोलीत बसून. एका पाड्यातून दुसऱ्या पाड्यात जायचं, लोकांशी मैत्री करायची, त्यांना स्वच्छतेचे, आरोग्याचे पाठ द्यायचे, साधेसोपे घरगुती उपाय शिकवायचे, आजाऱ्यांची सेवा करायची आणि ख्रिस्ताच्या शिकवणीचे पाठ द्यायचे, हा तिचा सुट्टीतला कार्यक्रम असायचा.

आता यापुढील आयुष्यातही हेच ध्येय डोळयांसमोर ठेवून एव्‌लिन जगणार होती. प्रेमळ वागणुकीने तिनं लोकांची मनं जिंकून घेतली होती, त्यांचा विश्वास संपादन केला होता. सगळ्यांची आजी –'ग्रॅनी' बनलेल्या एवलिनसाठी डोंगरावर एक छोटंसं घर बांधून तयार होतं. कुडाच्या भिंती अन् बांबूचं छप्पर असलेलं हे घर एवलिन अन् तिच्यासोबत राहणाऱ्या एलिझाबेथला पुरेसं होतं. पुढे जेव्हा दोन भारतीय मिशनरी तिच्याबरोबर काम करू लागले, तेव्हा या घराला लागून आणखी एक खोली बांधण्यात आली.

पुढची पंधरा वर्षं ही म्हातारी आजी (तिचा उत्साह पाहून तिला कुणी हे विशेषण लावायला धजावलं नसतं!) विलक्षण धैर्यानं गोरगरिबांच्या सेवेत रममाण झाली. स्वत:जवळच्या घोडीवर स्वार होऊन ती डोंगरदऱ्या एकटी हिंडायची, बरोबर तिची मच्छरदाणी असायची. दिवस कडक उन्हाळ्याचे असोत की थंडीचे, तिच्या जीवनक्रमात फरक पडला नाही. मुसळधार पाऊस असला तर 'आजीबाई' अंगावर रेनकोट घालूनच झोपायच्या. या खडतर वाटचालीत अनेक संकटांना तोंड द्यावं लागलं, शारीरिक व्याधी कोसळल्या, घोड्यावरून पडल्यामुळे एकदा हाताचं तर एकदा खुब्याचं हाड मोडलं. बरं होईपर्यंत सक्तीची विश्रांती झाली की पुन्हा एकदा ती नव्या जोमानं कामाला लागायची.

दिवसभर रंजल्यागांजल्यांची सेवा केल्यानंतर रात्री कंदिलाच्या मंद उजेडात आजीनं लहान मुलांना लिहायला, वाचायला शिकवलं, त्यांच्यासाठी शाळा काढल्या. लोकांना झाडं तोडून शेती करायला शिकवली, भाज्या पिकवल्या, लोकांना विहिरी बांधायला उद्युक्त केलं. त्यांना स्वच्छतेचे पाठ दिले. कुपोषणावर मात करायला शिकवलं, एवढंच नव्हे तर अनैतिक संबंधातून जन्माला येणाऱ्या मुलांना वाचवलं... वयाच्या पंच्याऐंशीव्या वर्षी तिनं कोल्लारयन पर्वताचा निरोप घेतला, तिसऱ्या पर्वतावर काम करण्यासाठी!

'खाण तशी माती' अशी म्हण आहे. एवलिनसारख्या गुणी खाणीतून पॉलसारखं पुत्ररत्न किंवा ख्रिस्तोफरसारखा धाडसी नातू जन्माला आला तर नवल ते काय?

१४

"कृष्णमूर्ती आपल्याला भेटायचं म्हणतोय, डॉक्टर," डॉ. ब्रँडच्या सेक्रेटरीनं त्यांना निरोप दिला, तेव्हा ते नुकतेच एक शस्त्रक्रिया संपवून कॉफी पीत होते. दोन शस्त्रक्रियांच्या मध्ये काही मिनिटं रिकामा वेळ मिळत असे. त्या वेळी कृष्णमूर्ती त्यांना भेटू इच्छित होता.

"कृष्णमूर्ती? आपला जॉन आलाय?" डॉक्टरांनी आनंदाने विचारलं. "येतोच मी कॉफी संपवून."

पाच मिनिटांनी ते स्वागतकक्षात आले तेव्हा त्यांच्यासमोर एक बारकुडासा तरुण खाली मान घालून बसला होता. डॉ. ब्रँडचा स्वत:च्या डोळ्यांवर विश्वास बसेना. हा कृष्णमूर्ती? एवढा फरक झाला? फक्त दोन महिन्यांत? त्यांनी स्वत:लाच प्रश्न विचारला. पुढे होऊन त्यांनी त्याला विचारलं, "कृष्णमूर्ती, अचानक कसा आलास? अन् काय झालं तुला? एवढा वाळलायस का तू? बरं नाही का?"

त्यांच्या प्रश्नांनी कृष्णमूर्तीला गहिवरल्यासारखं झालं. त्याचे डोळे पाण्यानं भरले, आपले हात त्यांच्यासमोर धरत तो म्हणाला, "हे हात नकोत मला डॉक्टरसाहेब, वाईट आहेत ते." त्याच्या शब्दातला दीनवाणेपणा डॉ. ब्रँडना जाणवला. ते आश्चर्यानं म्हणाले, "म्हणजे काय? मला तर चांगले दिसतायत तुझे हात."

"भिकाऱ्याच्या दृष्टीनं एकदम कुचकामी आहेत हे हात, डॉक्टर!" कृष्णमूर्ती निराशेनं उद्‌गारला. ते शब्द कानी पडताच डॉ. ब्रँडनी पुन्हा एकदा त्याच्या हातांकडे पाहिलं, ह्या वेळी त्याच्या नजरेनं, अन् आपली चूक त्यांच्या लक्षात आली.

जॉनचे हात आता पुन्हा पूर्वीसारखे चांगले झाले होते, त्यांची बोटं सरळ झाली होती, त्याला ती वाकवताही येत होती, हातांनी काम करणंही शक्य होतं; पण ते हात त्याला काम मिळवून द्यायला असमर्थ होते, कारण त्याच्या हातांवर अजूनही कुष्ठरोगाच्या खुणा स्पष्ट दिसत होत्या. शस्त्रक्रियेचे व्रणही सहजपणे दिसत होते. त्यामुळे त्याला ना कुणी रहायला जागा दिली होती ना कुणी त्याला काम द्यायला तयार होतं. शस्त्रक्रियेपूर्वी तो रस्त्याच्या कडेला बसून भीक मागायचा, जखमांनी भरलेले हात, लाचारपणे येणाऱ्या-जाणाऱ्यांसमोर पसरायचा. दयेपोटी का होईना कुणी चार पैसे त्याच्या वाडग्यात टाकायचं. आता त्याच्या धड हातांकडे पहिल्यावर कुणाला त्यांची दयाही येत नव्हती. भीक मागून जगण्याचा एकमेव मार्गही बंद झाला होता.

जॉननं ह्यातलं काहीच डॉ. ब्रँडना शब्दांत सांगितलं नाही. त्यांच्या संवेदनक्षम मनानं त्याची अडचण जाणली. आता अवाक होण्याची वेळ त्यांच्यावर आली होती. आपण हे काय करून बसलो? एकीकडे चांगल्या हेतूनं आपण एका कुष्ठरोग्याला नवजीवन देऊ केलं; पण दुसरीकडे त्यांच्या तोंडचा घासच आपण काढून घेतला, त्याच्यावर उपासमारीची वेळ आणली!

त्यांनी पुन्हा एकदा जॉनकडे पाहिलं तेव्हा त्यांना आठवलं, की कुष्ठरोग होण्यापूर्वी जॉन नोकरी करत होता. शिकल्यासवरल्या जॉनला टंकलेखन येत होतं.

"तुला इथे काम करता येईल," डॉ. ब्रँड म्हणाले, "मी करतो तशी व्यवस्था." डॉक्टरांच्या शब्दात त्याला आत्मविश्वास जाणवला, तेव्हा पुन्हा एकदा त्याचं मन पालवलं. कृष्णमूर्ती – जॉन पुन्हा एकदा हॉस्पिटलमध्ये दाखल झाला. त्याची तब्येत सुधारल्यानंतर डॉ. ब्रँडनी त्याला एक टंकलेखन मशीन आणून दिलं. लवकरच तो टंकलेखनाच्या कामातून कमाई करू लागला. कष्टाची कमाई सुरू झाल्यावर पुन्हा एकदा त्याच्या चेहऱ्यावर आत्मविश्वास अन् डोळ्यांमध्ये चमक दिसू लागली. एका व्यक्तीला खऱ्या अर्थानं जीवनदान दिल्याचं समाधान डॉ. ब्रँडना मिळालं अन् त्यांनी समाधानाचा सुस्कारा सोडला.

हे समाधान फारच अल्पजीवी ठरावं, असा एक आणखी धक्का त्यांना लवकरच बसला. त्यानं तर डॉ. ब्रँडवर आरोपच केला, "तुम्ही माझं मोठं नुकसान केलंय डॉक्टर साहेब!" हे शब्द बोलणारा तरुण एक भिकारी होता. काही दिवसांपूर्वी डॉक्टरांनी त्याच्या हातांवर शस्त्रक्रिया केली होती व ती यशस्वी झाली होती.

"नुकसान? ते कसं काय?" डॉक्टरांनी त्यालाही विचारलं.

"नुकसानच डॉक्टरसाहेब, पूर्वी मी गावाबाहेर एका वडाच्या झाडाखाली बसून लोकांपुढे हात पसरत असे. दिवस बरा असला तर दोन-चार रुपयांची कमाई व्हायची अन् पोटभर जेवण मिळायचं. तुम्ही माझे हात बरे केले तेव्हा मला खूप आनंद झाला. वाटलं, आता लाजिरवाणं जिणं नको जगायला. कष्टाची भाकर खाऊ शकेन मी. पण कसचं काय? डॉक्टर, माझे हात धड झालेत, पण बाकीच्या शरीराचं काय? केस झडलेल्या भुवया, झडलेलं नाक लोकांना स्पष्ट दिसतं. अन् एखाद्या मरतुकड्या कुत्र्यासारखं झिडकारतात सगळे मला. कुणी व्यापारी, दुकानदार मला दारात उभे करेना. तेव्हा परत एकदा त्याच झाडाखाली जाऊन बसलो अन् हात पसरले लोकांपुढे; पण हे माझे चांगले हात पाहून लोक मला भीकही घालत नाहीत. आता त्यांना माझी दया येत नाही ना? आता तुम्हीच सांगा, मी काय करू डॉक्टर?"

एका भिकाऱ्याचं ते वाक्ताडन ऐकून डॉ. ब्रँड सुन्न झाल्यासारखे गप्प झाले.

त्यांच्या मस्तकावर विचारांचा वज्राघात झाला, 'हे आपण काय करतोय? भिकाऱ्यांचे हात बरे करतोय, पण त्यांच्या पोटांवर पाय आणतोय.'

समोर बसलेल्या तरुणाचा प्रश्न तर कृष्णमूर्तीच्या प्रश्नांपेक्षा कितीतरी अवघड होता. कृष्णमूर्तीला त्यांनी उपजीविकेचं साधन मिळवून दिलं, कारण तो शिकलेला होता. त्याच्याजवळ काही कौशल्य होतं. हा माणूस ना शिकलेला होता ना त्याला काही कामधंदा येत होता. त्याच्यासारख्यांना कायम हॉस्पिटलमध्ये ठेवणंही शक्य नव्हतं अन् त्यांनाही ते नको होतं. त्यांना हवं होतं जगण्याचं साधन अन् चारचौघांसारखं आयुष्य!

त्याच्यासारख्याच्या समस्येला केवळ एकच उत्तर होतं – त्यांना उपजीविकेचं साधन मिळवून देणं, जगण्याची नवी संधी देणं. असं काहीतरी कौशल्य त्यांना शिकवणं की ज्यामुळे ते स्वावलंबी होतील.

प्रश्नांचं उत्तर सापडलं, पण ते प्रत्यक्षात आणणं कठीण होतं, हे डॉ. ब्रँड जाणत होते. कारण उत्तर त्यांनी एकट्यानं शोधलं असलं तरी ते प्रत्यक्षात उतरवण्यासाठी अनेक हातांची गरज लागणार होती. त्यांना कौशल्य शिकवणारे शिक्षक, त्यांच्या हातातील स्नायूंवर व्यायाम करवून त्यांना बळकटी आणू शकतील, त्याची काळजी घेऊ शकतील असे भौतिकोपचारतज्ज्ञ (फिजिओथेरपिस्ट) लागणार होते. रुग्णांच्या राहण्याची सोय करण्यासाठी आर्थिक पाठबळ हवं होतं अन् सगळ्यात शेवटी त्यांना आपल्या गावी स्वत:चा उद्योग सुरू करण्यासाठी पैशाची सोय करायला हवी.

हे आव्हान स्वीकारण्याचं धाडस त्यांच्यापाशी होतं. यक्षप्रश्न होता, आर्थिक पाठबळ कसं आणि कुठून मिळवायचं हा!

डोळसपणे बघितलेलं हे स्वप्न साकार करण्यासाठी एक हात पुढे आला, मदतीचा तो हात त्यांच्या जुन्या परिचयाचा होता. किंबहुना ज्या हातानं पॉलला त्याच्या कोवळ्या तरुण वयात पहिलं वळण लावण्याचा प्रयत्न केला होता, त्या मिशनरी वृत्तीच्या पॅस्टर वॉरविक यांचा. याच पॅस्टरनी त्याच्या हातामधलं सुतारकामाचं कौशल्य जाणलं होतं अन् त्याला स्वत:च्या बांधकाम व्यवसायात पहिली नोकरी दिली होती. त्यांनी डॉ. ब्रँड. ह्यांच्या वेल्लोरमधील कुष्ठरोग्यांच्या कामाविषयी ऐकलं तेव्हा अत्यंत थोर मनानं, पॉलनं न मागताही काही पैसे पाठवले होते. स्वत:च्या मित्रांनाही मदत करण्यासाठी उद्युक्त केलं होतं. त्यांनी पाठवलेल्या पैशातूनच कृष्णमूर्तीवरील शस्त्रक्रियेचा खर्च करण्यात आला होता. आता आणखी आर्थिक मदतीची गरज होती ती बऱ्या झालेल्या कुष्ठरोग्यांच्या पुनर्वसनासाठी.

आपल्या मनातली ही व्यथा डॉ. ब्रँडनी सहज बोलताना एका वृध्द स्त्रीजवळ व्यक्त केली. मूळच्या अमेरिकेत असलेल्या श्रीमती ईटन कॅलिफोर्नियातील पॅसाडेना

येथून आलेल्या एक मिशनरी होत्या. वय होतं चौऱ्यांयशी! असाध्य अशा संधीवाताच्या रोगानं त्यांना ग्रासलेलं होतं. ह्या वयात औषध आणि इंजेक्शनशिवाय दुसरा काही उपायही नव्हता. पण त्यांच्या प्रेमळ अन् दयाळू स्वभावावर या व्याधींचं सावट पडलेलं नव्हतं. दुसरे दिवशी त्या डॉ. ब्रँडना म्हणाल्या, ''काल रात्रभर झोप आली नाही मला. मनात सारखा तुमच्या कुष्ठरोग्यांच्या अडचणींचा विचार येत होता. माझ्या खात्यात थोडी शिल्लक आहे – पाचशे पौंड असतील. आता माझं फार आयुष्य उरलेलं नाही. या पैशांची योग्य विल्हेवाट न लावता गेले देवाकडे, तर देव काय म्हणेल मला?''

''काय विचार आहे तुमचा?'' डॉ. ब्रँडनी अधीरपणे विचारलं.

''तुम्ही वापरा ते आपल्या कामासाठी. साध्याशा, खेडेगावातल्या घरांसारख्या झोपड्या बांधा अन् पुनर्वसनाच्या कामाला सुरुवात करा. त्यांना कामधंदा शिकवून तयार करा अन् ते आपल्या गावी गेले की नवीन माणसांना जागा द्या.''

'मदर ईटन' म्हणून ओळखल्या जाणाऱ्या ह्या 'आईने' उपेक्षितांच्या जीवनाला नवा आकार देण्यासाठी आयुष्यातली उरलीसुरली ठेव थोर अंत:करणानं दिली अन् एका नव्या प्रकल्पाची मुहूर्तमेढ रोवली गेली.

या प्रकल्पाचं नावही किती सार्थ होतं – नवजीवनिलयम् – म्हणजेच नवजीवनधाम!

कुष्ठरोग्यांच्या हातांवर शस्त्रक्रिया करून, त्यांच्या बोटांमधील संवेदनक्षमता परत निर्माण करण्यात डॉ. ब्रँड यशस्वी झाले अन् त्यांचं नाव सर्वतोमुखी झालं. आता या रुग्णांच्या पुनर्वसनाचं कार्य हाती घेऊन त्यांनी एक नवा चमत्कारच घडवला. या त्यांच्या उपक्रमाचं जगभर कौतुक झालं, त्यांना अनेक मानसन्मान मिळाले. एक नवा अध्याय त्यांच्या आयुष्यात सुरू झाला.

अर्थात, सुरुवातीला त्यांना बराच विरोधही सहन करावा लागला. पहिल्या प्रथम दंड थोपटले ते हॉस्पिटलच्या व्यवस्थापकांनी. त्यानंतर डॉ. कॉकरेननीही विरोध केला, ''आत्ता या प्रकल्पाची काय गरज आहे? चिंगलपुटजवळ 'कारीगिरी' हा प्रकल्प सुरू होणार आहे. वर्षं दोन वर्षं थांबावं लागेल एवढंच.''

पण डॉ. ब्रँडना आता मागे फिरायचं नव्हतं. दोन वर्षांपूर्वीच एका नव्या प्रकल्पाचे, स्केफेलिन कुष्ठरोग संशोधन धामाचे, (schieffalin Leprosy Research Sanetorium) आराखडे बनवून तयार होते. हॉस्पिटलपासून आठ मैलांवर असलेल्या या जमिनीवर कुष्ठरोग्यांसाठी निवासस्थानं बांधली जाणार होती; पण ती योजना अजून बासनातच होती. कुष्ठरोग्यांसाठी महत्प्रयासानं मिळालेल्या जमिनीवर साधी कुदळदेखील मारलेली नव्हती. शिवाय डॉ. ब्रँडना आधुनिक आरोग्यधाम बांधण्यात रसही नव्हता. त्यांना हवी होती साधी झोपडीवजा घरं अन् अशा घरांचं एक छोटं

गाव, जिथे कुष्ठरोग्यांना स्वत:च्या घरी राहिल्यासारखं वाटेल. त्यासाठी त्यांनी मनात एक जागाही निश्चित केली. डॉ. आयडांनी वैद्यकीय महाविद्यालयासाठी दोनशे एकर जमीन घेऊन ठेवली होती. त्या जागेवरल्या एका कोपऱ्यात डॉ. ब्रँड हे 'गाव' वसवणार होते.

"नो वे ! शक्यच नाही." हॉस्पिटलच्या व्यवस्थापकांनी कडाडून विरोध केला. "कॉलेजच्या वसतिगृहाच्या शेजारी कशी तुम्हाला जागा द्यायची आम्ही?"

"का देऊ नये?" डॉ. ब्रँडनी प्रतिप्रश्न केला. "सामान्य जनतेप्रमाणे निदान डॉक्टरांनी तरी अशी भीती बाळगता कामा नये. कुष्ठरोग विशेष धोकादायक संसर्गजन्य नसतो, हे तुम्ही मान्य करता ना?"

"ते सगळं ठीक आहे; पण तुमच्या प्रकल्पामुळे हॉस्पिटलचं भवितव्य धोक्यात येऊ शकतं, त्याचं काय?" त्यांनी नेट लावून विरोध केला.

"म्हणूनच आपण हा प्रकल्प इथेच सुरू करायचा. त्यामुळेच लोकांच्या मनातली भीती दूर करता येईल." डॉ. ब्रँडनी त्यांना समजावण्याचा प्रयत्न केला. त्यांच्या चिकाटीच्या प्रयत्नांना यश मिळालं. त्यांना प्रकल्पासाठी जागा मिळाली पण तीन अटींवर – नवजीवनधाम व वैद्यकीय वसतिगृह यामध्ये काटेरी तारेचं कुंपण असेल, तेथील रहिवाशांनी वसतिगृहाच्या जागेत प्रवेश करायचा नाही आणि सर्वांत महत्त्वाची अट म्हणजे फक्त निर्धोक कुष्ठरोग्यांनाच प्रवेश दिला जाईल.

सर्व अटी मान्य करून डॉ. ब्रँडनी आपला प्रकल्प सुरू केला. त्याला मान्यता मिळाली. नवलाची गोष्ट म्हणजे, काही वर्षांनंतर जेव्हा कुष्ठरोगाविषयीचे अपसमज निवळले, तेव्हा कॉलेजच्या विद्यार्थ्यांनीच हे कुंपण ओलांडून 'नवजीवनधाम'च्या मंडळींना जवळ केलं, त्यांना मदत केली; एवढंच नव्हे तर करमणुकीच्या व धार्मिक कार्यक्रमांना हजर रहाण्याची परवानगी दिली. आणखी काही काळ गेला अन् मग हे कुंपणच काढून टाकण्यात आलं!

मदर ईटनच्या दानशूरतेतून सुरू झालेला हा प्रकल्प म्हणजे, मातीच्या भिंती व गवताचं छप्पर असलेल्या झोपड्यांचा समूह होता. पण इथेही सौंदर्यदृष्टीला महत्त्व देण्यात आलं. ही देणगी होती डॉ. आयडांच्या विचारांची. त्यांनी नेहमीच उपयुक्तता व सौंदर्य ह्यांची सांगड घातली होती. डॉ. हिल्डा लॅझरसनी – कॉलेजच्या प्राचार्या – या प्रकल्पात रस घेतला. लवकरच प्रकल्पातील पायवाटांवर शेंदरीजांभळ्या फुलझाडांना स्थान मिळालं. हळूहळू या घरांच्या भितींवर व छपरांवर वेलीदेखील चढल्या.

डॉ. ब्रँडनी या प्रकल्पाच्या सर्व कामात लक्ष घातलं. मूळ कल्पना त्यांचीच होती. विशेष म्हणजे, या प्रकल्पाच्या बांधकामात त्यांनी आपलं स्थापत्यविषयक ज्ञानही वापरलं. लंडनमध्ये पॅस्टर वॉरविक ह्यांच्या हाताखाली त्यांनी बांधकामक्षेत्रात

जी मुशाफिरी केली होती, ते ज्ञान त्यांना इथे उपयोगी पडलं. भलेही, इथली घरं साधी मातीची अन् गवती छपरांची होती. पूर्वी त्यांना अनेक वेळा वाटायचं, आयुष्यातली ऐन उमेदीची पाच वर्षं आपण दगडविटांमध्ये वाया घालवली; पण आता तेच ज्ञान त्यांना उपयोगी पडलं होतं. सुरुवातीला त्यांना या योगायोगाचं नवल वाटलं, नंतर ते स्वत:शीच म्हणाले, 'ही तर त्या विधात्याची इच्छा होती!'

सर्वसाक्षी परमेश्वराच्या मानसप्रतिमेसमोर त्यांचं मस्तक आपोआप झुकलं!

'नवजीवधामाची मुहूर्तमेढ रोवली गेली ते वर्ष होतं १९५०. याच वर्षात काही महत्त्वाच्या घटना घडल्या. नवे ऋणानुबंध जोडले गेले. त्यातला एक होता डॉ. जगदीशन यांच्याबरोबरचा.

डॉ.टी.एन. जगदीशन हे एक बहुरंगी व्यक्तिमत्त्व होतं. व्यवसायानं इंग्रजीचे प्राध्यापक असलेले डॉ. जगदीशन लेखक तर होतेच, पण खंदे स्वातंत्र्यसैनिकही होते. दुदैवानं त्यांना कुष्ठरोगाची लागण झाली. तो कुष्ठरोग क्षयरोगाशी संबंधित (Tuberculoid type of leprosy) होता. ते स्वत: असंसर्गकारक असले तरी कुष्ठरोगाचा त्यांच्या मज्जासंस्थेवर विपरीत परिणाम होत होता. डॉ. कॉकरेनच्या सांगण्यानुसार त्यांनी आपल्या वाकड्या होणाऱ्या बोटांना सातत्यानं मालीश व व्यायाम करून बधिरपणापासून वाचवलेलं होतं. १९४७ मध्ये त्यांनी अखिल भारतीय कुष्ठरोगी परिषद भरवलेली होती आणि अनेक स्वयंसेवी कुष्ठरोगी संस्थांबरोबर त्यांचे निकटचे संबंध होते.

डॉ. हॉवर्ड सॉमरवेल हे आणखी एक डॉक्टर याच सुमारास डॉ. ब्रँडना भेटले. त्यांच्या अडचणीच्या वेळी धावून आले. डॉ. ब्रँडची नवी अडचण मनुष्यबळाविषयीची होती. शस्त्रक्रियांचं प्रमाण वाढू लागलं होतं, कारण त्यांचं नाव सर्वतोमुखी होऊ लागलं होतं.

डॉ. सॉमरवेल वयानं त्या वेळी साठीच्याही पुढचे असावेत. अनेक वर्षांपूर्वी ते एव्हरेस्ट शिखर सर करायला भारतात आले होते. त्यानंतरची पंचवीस वर्षं त्यांनी एक मिशनरी डॉक्टर म्हणून त्रावणकोर इथे काम केलेलं होतं. त्या दरम्यान ते एकदा वेल्लोरला वर्षभर काम करण्यासाठी राहिलेही होते. कलाकार वृत्तीच्या या डॉक्टरनं शस्त्रक्रियांचं चित्रमय विवेचन तयार केलेलं होतं. शनिवार दुपार झाली की ही स्वारी आसपासच्या डोंगरांवर चढाई करत असे. इथल्या वातावरणाशी, राहणीशी ते इतके एकरूप झाले होते की कामाव्यतिरिक्त ते बहुतेक वेळा भारतीय वेषातच वावरत असत. हॉस्पिटलमधले रुग्ण, विशेषत: लहान मुलं त्यांना 'डॉक्टरआजोबाच' म्हणत. पॉलजवळ त्यांनी एकदा मनातली खंत बोलून दाखवली, ''लोकं तुम्हाला 'आजोबा' म्हणायला लागले की समजावं, आपण आता म्हातारे झालो, निवृत्ती घ्यायला हवी!''

पण त्यांनी शस्त्र खाली ठेवलं नाही हे वेल्लोरचं आणि डॉ. ब्रँडचं सुदैव!

डॉ. ब्रँडनी तळमळीनं सुरू केलेल्या या कार्याला मग अनेकांचे हात लागले. लोहचुंबकाकडे लोखंडाचे कण आकर्षित होतात त्याप्रमाणे. आता डॉ. ब्रँडनी भारतीय उद्योजकांकडे आपली नजर वळवली. कामाच्या रेट्यामुळे त्यांना मायदेशी जाऊन मदत मागायला वेळ नव्हता, तेव्हा त्यांनी भारतातील धनिकांकडे व संस्थांकडे आपला मोहरा वळवला. मुंबईत त्यांनी प्राध्यापक चोकसी या पारशी गृहस्थांना कुष्ठरोग्यांच्या हातावरील शस्त्रक्रियांचे फोटो दाखवले. ते टाटा धर्मादाय संस्थेचे चेअरमन होते. टाटा व वाडिया या दोन उद्योगसंस्थांनी उदारहस्ते दिलेल्या देणगीतून डॉ. ब्रँडना सतरा खाटांचा कुष्ठरोग विभाग उघडायची संधी मिळाली. पुढल्या वर्षी त्याचं बांधकाम सुरू करण्यात आलं.

१९५२ साली डॉ. आयडांच्या भारतातील वैद्यकीय सेवेचा सुवर्णमहोत्सव साजरा करण्यात आला. जगभरातून त्यांच्यावर देणग्यांचा वर्षाव झाला. एक लाख रुपये – वीस हजार डॉलर्स – रोख भेटीच्या रूपानं मिळाले, ते डॉ. आयडांनी पुरुष विद्यार्थ्यांच्या वसतिगृहासाठी दिले.

डॉ. आयडा आत्ता सत्तरीच्या घरात होत्या, पण त्यांचा उत्साह अजूनही तरुणांना लाजवेल असा होता. न चुकता, रोज त्या हॉस्पिटलमध्ये चक्कर मारत. चौकशी करत. शस्त्रक्रियेच्या विचारानं घाबरलेले अनेक रुग्ण त्यांना म्हणत, "अम्मा, आमच्याजवळ बसशील का? आमचा हात तुझ्या हातामध्ये धर, म्हणजे भीती वाटणार नाही." कुष्ठरोगीदेखील त्या गोष्टील अपवाद नव्हते. दयाळू अंत:करणाच्या या वृद्धेनं एक दिवस डॉ. ब्रँडना विचारलं, "तुम्हाला त्रास होणार नसेल अन् तुमची हरकत नसेल तर मी बसेन शस्त्रक्रियेच्या वेळी रुग्णाजवळ."

डॉ. ब्रँडनी त्यांची ही विनंती आनंदानं मान्य केली, अन् मग तो पायंडाच पडला. डॉ. ब्रँड एका हातावर शस्त्रक्रिया करत असताना डॉ. आयडा रुग्णाचा दुसरा हात आपल्या हातात घेत. कधी रुग्णाला भूल दिलेली असे तर कधी भूल न देताच शस्त्रक्रिया केली जात असे. कारण त्यांच्या हातात संवेदनाच नसल्यामुळे वेदना होण्याचा प्रश्नच नसे. डॉ. आयडा हळूहळू आवाजात रुग्णाशी बोलत, त्याला धीर देत. अनेक वेळा त्या रुग्णाला हाताच्या अद्‌भुत रचनेविषयी सोप्या शब्दात माहिती देत. मानवी हातांनी घडवलेल्या किमयांबद्दल त्या कौतुकानं बोलत. डॉ. ब्रँडच्या शल्यकौशल्याचाही उल्लेख करत. प्रत्यक्ष परमेश्वराची शक्ती त्यांच्या हातातून कार्य करते आहे, असं सांगून त्याला धीर देत. डॉ. आयडांच्या प्रेमळ शब्दांतून, त्यांच्या सान्निध्यातून रुग्णाला विलक्षण मानसिक शक्ती मिळत असे. डॉ. आयडांचं दर्शनच त्या रुग्णांना एक प्रकारचा आशीर्वाद वाटत असे. एक प्रकारची आध्यात्मिक

शक्ती त्यांच्या केवळ तिथे हजर असण्यामुळे रुग्णाला प्राप्त होत असे.

१९५० साल आणखी एका दृष्टीनं महत्त्वाचं ठरलं. डॉ. ब्रँडच्या मुलांमध्ये आणखी एका मुलीची भर पडली. ह्या चौथ्या अपत्याचं, तिसऱ्या कन्यारत्नाचं नाव एस्टेल असं ठेवण्यात आलं. मेरीच्या पाठची ही मुलगी मेरीपेक्षा अगदी वेगळ्या स्वभावाची निघाली. मेरी उत्साहानं सळसळणारी तर एस्टेल शांत, गोड स्वभावाची, अभ्यासू! आपल्या वडिलांची लाडकी लेक!

नवजीवनधाम प्रकल्प डॉ. ब्रँडच्या दृष्टीनं एक निदिध्यास बनला. तो प्रत्यक्षात उतरेपर्यंत त्यांना दुसरं काही सुचतच नव्हतं असं म्हटलं, तरी ती अतिशयोक्ती झाली नसती. काही घरं बांधून झाल्यानंतर कुष्ठरोग्यांची पहिली तुकडी तेथे राहायला लागली तसे दिवसाचे चोवीस तास डॉ. ब्रँडना कमी पडू लागले. चिंगलपुटला शनिवार-रविवार ते जातच असत अन् हॉस्पिटलचं नेहमीचं काम तर होतंच!

नवजीवनधामाचा मुख्य उद्देश कुष्ठरोग्यांना आर्थिक दृष्ट्या स्वावलंबी बनवणं हा होता. त्यादृष्टीनं त्यांना काहीतरी व्यवसाय शिकवला गेला, तर ते लोक काही काळानंतर स्वत:चा उदरनिर्वाह करू शकतील, असा विचार डॉ. ब्रँडनी केला. समाज या मंडळींना सहजासहजी आपल्यात सामावून घेणार नाही, याची जाणीवही त्यांना होतीच. तेव्हा एकटं राहूनही व्यवसाय करता यावा या हेतूनं त्यांनी कुष्ठरोग्यांना सुतारकाम शिकवायला सुरुवात केली. सुरवातीला हे काम त्यांनी एकट्यानंच केलं. वेगवेगळी अवजारं हाताळण्याचं प्रशिक्षण मिळाल्यानंतर या तरुणांनी लाकडी खेळणी बनवली. त्यामध्ये प्राणी, आगगाड्या एवढंच नव्हे, तर काही जिगसॉ पझलसारखी खेळणी होती. या वस्तूंना बाजारपेठेतून मागणी यायला लागली. लोकांच्या मनातली कुष्ठरोगाच्या संसर्गजन्यतेविषयीची भीती नष्ट करण्यातही त्यांना यश मिळालं. एक मोठा अडसर दूर झाला, असं त्यांना वाटलं!

आता आणखी मोठं आव्हान त्यांना खुणावू लागलं – रुग्णांना शेतीचं काम शिकवण्याचं. इथेही त्यांना यश मिळालं. सुरुवातीला स्वत:च्या गरजेपुरत्या भाज्या व फळं पिकवणारे हे हात आता कॉलनीतही भाजी विकू लागले. ह्या नवजीवनधामात समाजातल्या वेगवेगळ्या थरांतले लोक कुष्ठरोगामुळे एका छताखाली एकोप्याच्या भावनेनं राहू लागले. त्यामध्ये शिक्षित होते, अशिक्षित होते, तरुण होते, तसे वृध्दही होते. पहिल्या तुकडीत एक इंजिनिअर, एक चार्टर्ड अकौंटंट, तर एक जण सायन्सचा पदवीधर होता. ब्राम्हण होते तसे समाजाच्या तळागाळातलेही काही होते. वसाहतीतली सर्व प्रकारची कामं – शेतीपासून स्वयंपाकापर्यंत, स्वच्छतेपासून पाणी शेंदण्यापर्यंत सगळे जण आळीपाळीनं करत. सहजीवनाचं ते एक आदर्श उदाहरण होतं!

रुग्णांना स्वावलंबनाचे पाठ देतानाच त्यांच्या हातांवर संशोधन करणं व त्यांच्या समस्या दूर करणं हा हेतूही डॉ. ब्रँडना साधायचा होता. खरं तर त्यांनी सुरू केलेल्या कुष्ठरोगविषयक कार्यातला तो पहिला अतिशय आव्हानात्मक असा प्रश्न होता. चिंगलपुटमधील हॉस्पिटलला, कुष्ठरोगधामला, त्यांनी भेट दिली, तेव्हा त्यांनी डॉ. कॉकरेनना जो प्रश्न विचारला होता, तो कुष्ठरोग्यांच्या झडणाऱ्या बोटांविषयीचा होता. त्वचारोगतज्ज्ञ डॉ. कॉकरेनजवळ त्याचं उत्तर नव्हतं अन् डॉ. ब्रँडनादेखील ते अजून मिळालेलं नव्हतंच!

त्यादिवशी डॉ. कॉकरेन म्हणाले होते, "मी कुष्ठरुग्णांच्या हातांकडे पाहतो तेव्हा काही गोष्टी माझ्या लक्षात येतात. उदाहरणार्थ, हातांची सर्व बोटं सारख्या प्रमाणात झडलेली असतील तर, माझ्या मते, त्यामागचं कारण कुष्ठरोग हे असतं, पण कधीकधी चांगल्या स्थितीतल्या हाताची काही बोटं झिजलेली, लहान झालेली दिसतात, तर काहींची लांबी व्यवस्थित दिसते. अशा वेळी मी निष्कर्ष काढतो की अपघातामुळे किंवा चिघळेल्या जखमांमुळे बोटं आखूड झाली आहेत."

हे स्पष्टीकरण डॉ. ब्रँडना पटत नव्हतं, कारण त्यांचा अनुभव काही वेगळंच सांगत होता. एक प्रसंग त्यांच्या डोळ्यांसमोर नेहमी उभा राहायचा.

चिंगलपुटमधील एका रुग्णानं त्यांना गोंधळात टाकलं होतं. त्याचा रोग बरीच वर्षं असंसर्गकारक (negative) होता. खरं तर, त्याच्यापासून कधीच कोणाला धोका नव्हता. त्याच्यावर डॉ. ब्रँड नजर ठेवून होते. त्यानं डॉक्टरांना ठामपणे सांगितलं. "गेल्या दोनतीन वर्षांत माझी बोटं झिजून अर्धी झाली आहेत, डॉक्टरसाहेब."

"मला सांगा, कधी तुमच्या बोटांना दुखापत झाली होती का?"

"पुष्कळ वेळा. भाजणं, कापणं ह्यासारखे छोटेमोठे अपघात नेहमीच होत असतात; पण काळजी करण्यासारखा एकही नव्हता." त्यानं व्यवस्थित उत्तर दिलं.

"मग मला सांगा, तुम्ही असंसर्गकारक झालात तेव्हा तुमच्या बोटांची लांबी किती होती?" डॉ. ब्रँडनी परत एकदा विचारलं.

"प्रयत्न करतो आठवण्याचा," असं म्हणून तो थोडा थांबला. तसा तो बऱ्यापैकी बुद्धिमान असल्यामुळे त्याचं उत्तर डॉक्टरांच्या दृष्टीनं महत्त्वाचं ठरलं असतं. त्यानं दोन बोटांकडे निर्देश करून सांगितलं, "त्यावेळी हे बोट अर्धा इंच मोठं होतं अन् हे साधारण पाऊण इंच."

प्रत्यक्षात त्या बोटांची लांबी आता फक्त एक इंच होती. म्हणझे बोटांची झीज चालूच होती.

शंकानिरसनासाठी डॉ. ब्रँडनी आपला मोहरा अधीक्षक डॉ. हॅरी पॉलकडे वळवला, "डॉ. पॉल, तुम्हाला खरंच वाटतं, हा रोगी पूर्णपणे निर्धोक आहे?"

"शंभर टक्के. किती तरी वेळा त्यांची तपासणी करून झालीय."

डॉ. ब्रँड विचारात पडले. कुठेतरी गोम आहे हे त्यांना जाणवलं. ते डॉ. हॅरी पॉलना म्हणाले, "तुम्ही म्हणता गेली सात वर्षं तो रोगमुक्त आहे अन् तरीही गेल्या पाच वर्षांत त्याची बोटं झिजलेली दिसतात, हे कसं काय?"

डॉ. हॅरी पॉल हे स्वत: एक कुष्ठरोगतज्ज्ञ होते; पण त्यांच्याजवळही या प्रश्नाचं उत्तर नव्हतं.

डॉ. ब्रँडनी या प्रश्नाचा छडा लावायचा निश्चय केला अन् एका नव्या ध्यासपर्वाची सुरुवात झाली.

अनपेक्षितपणे त्या प्रश्नाचं उत्तर सापडलं. निदान त्यादृष्टीनं संशोधन करण्याची दिशा त्या प्रसंगानं मिळाली.

एकदा डॉ. ब्रँड जिथे अवजारं ठेवली जात त्या खोलीच्या दाराचं कुलूप उघडण्याचा प्रयत्न करत होते. कुलूप बहुधा गंजलेलं असावं. त्यामुळे किल्ली फिरत नव्हती. बराच वेळ ते प्रयत्न करत होते. ते पाहून एक दहा वर्षांचा किरकोळ अंगकाठीचा मुलगा त्यांच्याजवळ आला, त्यानं हसतमुखानं डॉक्टरांकडे किल्ली मागितली अन् म्हणाला, "आत्ता उघडतो बघा,"

त्यानं किल्ली अंगठा व तर्जनीमध्ये धरली आणि एका झटक्यात फिरवली. त्याबरोबर कुलूप उघडलं. त्यानं डॉक्टरांकडे विजयी मुद्रेने पाहिलं. जणू त्याला म्हणायचं होतं, 'एवढंही तुम्हाला करता आलं नाही? अंगात शक्ती नाही तुमच्या?'

डॉक्टरांनी त्याच वेळी खाली जमिनीकडे पाहिलं. त्यांना तिथे एक रक्ताचा थेंब पडलेला दिसला. त्यांनी त्या मुलाचा हात धरला अन् ते म्हणाले, "मला तुझा हात बघू दे बरं,"

त्यांनी जे पाहिलं त्यानं त्यांच्या अंगावर भीतीचा काटा उभा राहिला. त्या मुलानं जोर लावून ती किल्ली फिरवली, तिच्यामुळे त्याच्या बोटावरची त्वचाच फक्त निघाली नव्हती, तर मांसाचा तुकडाही कापला गेला होता अन् बोटाचं हाड दिसू लागलं होतं. एवढी मोठी जखम होऊनही त्या मुलाला या गोष्टीची जरासुद्धा जाणीव नव्हती. त्याच्या चेहऱ्यावरील हसू कायमच होतं. 'असं का घडलं?' 'कशामुळे घडलं?' डॉ. ब्रँडच्या मनात प्रश्न उमटले. पहिल्या प्रश्नाचं उत्तर सोपं होतं. मुलाच्या हातात संवेदना नव्हती. याचाच अर्थ हा होता की त्याच्या हाताला जखम होणं सहज शक्य होतं. समजा, त्याच्या खिशात एखादी अणुकुचीदार, धारदार वस्तू असेल अन् त्यानं खिशात हात घातला तर त्याला समजणारही नाही, ती वस्तू किल्ली आहे, चाकू आहे की कापडाचा रुमाल आहे. हाच तर्क पुढे चालवला तर असंही म्हणता येईल, की त्यानं एखादा तापलेल्या वस्तूला हात लावला तर तो सर्वसामान्य माणसाप्रमाणे पटकन हात बाजूला करणार नाही, कारण त्याला भाजण्याची संवेदना होत नाही. इतकंच काय, प्रत्यक्ष विस्तवावर

त्याचा हात भाजला तरी त्याला कळणार नाही. मांस जळाल्याचा धुरकट वास आला तरच बिचाऱ्याला समजणार आपला हात भाजतोय!

या घटनेनं जणू त्यांना विचाराची नवी दिशाच मिळाली.

त्या लहानग्या पोरानं किल्ली जोरात फिरवताना बोटांवर किती दाब दिला हे मोजण्याचं यंत्र त्यांच्याकडे नव्हतं. पण ते गणित मांडण्याइतकं वैज्ञानिक ज्ञान मात्र होतं.

आता ते स्वत: आणि त्यांच्या सहकाऱ्यांनी या प्रश्नांचं उत्तर शोधण्यासाठी कंबर कसली. या प्रयोगासाठी त्यांनी दाराच्या वेगवेगळ्या कड्या वळवून पहिल्या अन् त्यांच्या लक्षात आलं, की एखादी कडी उघडण्यासाठी साधारणपणे पन्नास ते दोनशे पौंड एवढा जोर वापरावा लागतो. कडी आकारानं मोठी असेल तर विशेष जोर द्यावा लागत नाही; पण जेव्हा छोटीशी कडी उघडण्यासाठी माणूस ती बोटांच्या चिमटीत पकडतो, तेव्हा अजाणतेपणी का होईना, तो पुष्कळ जोर लावतो. अशा वेळी बोटातून कळ उठते तेव्हा तो हातातलं काम थांबवतो. साधं गणित वापरून डॉ. ब्रँडनी त्या मुलानं लावलेल्या जोराविषयी कल्पना केली. त्यांच्या लक्षात आलं, मुलाच्या प्रत्येक इंच त्वचेवर एक हजार पौंडांचा जोर पडला होता. त्याचं बोट भयानकपणे कापलं गेलं नसतं तरच नवल!

त्या लहानशा घटनेनं डॉ. ब्रँडना कुष्ठरोग्यांच्या मोठ्या समस्येकडे पहाण्याची नवी दृष्टी दिली. ते विचार करू लागले, 'सर्वसामान्य माणसं दैनंदिन जीवनात कितीतरी वेळा शारीरिक जोर लावून अवघड कामं करीत असतात. पण त्यांना फारशा जखमा होत नाहीत. कारण वेदना होताच ते हातातलं काम थांबवतात. इथे एका लहानशा मुलानं हाताची बोटं रक्तबंबाळ होतील एवढा जोर लावला तरी त्याला या गोष्टीचा पत्ताच नव्हता. त्याच्या बाबतीत जे घडलं तेच इतरांच्या बाबतीतही घडत असणार. साध्या साध्या कामांमध्ये त्यांच्या बोटांना इजा होत असणार. या छोट्या जखमांमुळे त्याच्या बोटांवर व्रणतंतू (Scar tissue) निर्माण होणार, हळूहळू बोटं आक्रसत जाणार, त्यांची लांबी कमी होत जाणार. बोटं झडण्यामागचं कारण अशा प्रकारचे अपघात हे असेल, तर त्यांचे हात त्यांनाच वाचवता येतील!

ह्या एका विचारानं कुष्ठरोग्यांच्या जीवनात अक्षरश: क्रांती घडवली असं म्हटलं तर ती अतिशयोक्ती होणार नाही.

आता डॉ. ब्रँडच्या दिनक्रमात एका नव्या कामाची भर पडली. नवजीवनधामातील तरुणांवर नजर ठेवणं, ते योग्य प्रकारे अवजारं हाताळतात की नाही, ह्याची चाचपणी करणं व त्यांना योग्य ते मार्गदर्शन करणं. त्या वेळेपर्यंत एकूण बारा तरुण वर्कशॉपमध्ये काम करू लागले होते. दिवसभराच्या कामानंतरही डॉ. ब्रँड

हात विधात्याचे । १२७

उत्साहानं, आनंदानं या वर्कशॉपमध्ये येऊन बसू लागले. रोज तास-दोन तास ते या तरुणांच्या हातांचं निरीक्षण करीत बसत. ते त्यांना सांगत, "तुम्ही तुमचं काम चालू ठेवा. मी इथे बसलोय, त्याकडे लक्ष देऊ नका."

त्या तास-दोन तासांच्या काळात डॉ. ब्रँड फक्त त्या काम करणाऱ्या चोवीस हातांकडे पाहात बसून असत. ते काम करत त्या कामाकडे किंवा त्यांच्या हातातल्या अवजारांकडे त्यांचं लक्ष नसे. त्यानंतर ते सगळ्यांना आपले हात पुढे करायला सांगत. मग प्रत्येक हाताची, प्रत्येक बोटाची कसून तपासणी केली जाई. काही दिवसांनी त्यांना प्रत्येक हातावरली रेषा अन् रेषा जणू पाठ झाली. यापुढे कुणाच्या हातावर एखादी बारकीशी जखम झाली, कुठेतरी बोट वाकडं झालेलं दिसलं किंवा एखाद्याच्या हातांची हालचाल सहजपणे होत नसली, तर ते डॉक्टरांच्या चाणाक्ष नजरेतून सुटत नसे; पण नुसत्या निरीक्षणावर डॉक्टर समाधान मानणार नव्हते. त्यांची पूर्ण टीम या सगळ्यांच्या हातांचे वरचेवर फोटो काढत असे. प्रत्येकाच्या हाताची कागदावर रेखाकृती काढलेली होती. त्या सगळ्यांवर तारखेसह इतर महत्त्वाची माहिती लिहिलेली असे. प्रत्येकाची एक स्वतंत्र फाइल बनवण्यात आल्यामुळे कुणाच्याही बोटांमध्ये झालेला किंचितसा फरकही निरीक्षकाच्या नजरेतून सुटत नसे. या सर्व खटाटोपामागचा हेतू एकच होता – कुष्ठरोग्याच्या हाताची बोटं खरोखरच गळून पडतात का, हे शोधून काढणं अनेक आठवडे, महिने हे निरीक्षण केल्यानंतर त्यांना ठामपणे वाटू लागलं, की कुष्ठरोग्याच्या हाताची बोटं गळून पडत नाहीत व तशी शक्यताही नसते.

हा त्यांचा निष्कर्ष ही एक फार मोठी देणगी त्यांनी कुष्ठरोग्यांना दिली, असंच म्हणावं लागेल, कारण त्यामुळे कुष्ठरोगाबद्दलचे अनेक गैरसमज दूर होऊ शकले असते.

१५

नवचैतन्याची जणू एक पहाटच वेल्लोरमधल्या नवजीवनधामात उजाडली. नव्या हुरूपानं, नव्या उमेदीनं डॉ. ब्रँडनी स्वत:ला पुनर्वसनाच्या कामात झोकून दिलं. पुन्हा एकदा त्यांना पूर्वी शिकलेल्या सुतारकामाचा, तेथील अनुभवाचा उपयोग झाला. त्यांनी या तरुणांच्या हातातील कौशल्य, कामाचा वेग वाढवण्याच्या दृष्टीने विचार करायला सुरुवात केली. अभ्यासपूर्ण दृष्टीचा वापर करून त्यांनी एक तरुण पाच मिनिटांत किती खिळे ठोकू शकतो, याची नोंद केली. त्यांच्या लक्षात आलं की बोटांमध्ये संवेदना नसल्यामुळे या तरुणांना खिळे उचलायलाच खूप वेळ

लागत असे. न बघता खिळा उचलायचा प्रयत्न केल्यास खिळ्याच्या टोकदारपणामुळे बोटांना जखम होण्याची शक्यता असे. त्यांनी त्या तरुणांना सांगितलं, "खिळे बोटांनी न उचलता पकडीने (pliers) उचला." या साध्या तंत्रामुळे कामाचा वेग अन् बोटांची सुरक्षितता दोन्ही वाढली. या एका अनुभवावरून त्यांनी अनुमान काढलं की, सुरक्षितपणे काम करायचं असेल तर प्रत्येक वेळी हात कामापासून दूर आणि अवजारांवर ठेवले पाहिजेत. पकडीत खिळे धरल्यामुळे बोटं हातोडीमुळे जखमी होईनाशी झाली. मनाची उमेद वाढल्यामुळे डॉ. ब्रँडनी अवजारांवर अनेक प्रयोग केले. प्रत्येक अवजाराची मूठ कुष्ठरोग्याच्या हातात सहज मावेल अशा आकाराची बनवली.

एका शोधातून दुसरा शोध अशी शोधमालिकाच जणू आता सुरू झाली. नवनवे विचार सुचू लागले. कार्यशाळेतलं काम सोपं कसं होईल, याचा विचार त्यांच्या मनात सतत घोळू लागला. इतकंच काय, आता ते हातावरील शस्त्रक्रियेपूर्वी रुग्ण नंतर कोणतं काम करणार आहे, याचा विचार करून त्याप्रमाणे वेगवेगळी तंत्र वापरायला लागले. सुतारकाम करणाऱ्या रुग्णांच्या हातातील सर्व बोटांचे सांधे समान प्रमाणात वाकतील इकडे त्यांनी खास भर दिला.

चांगुलपणा, सेवावृत्ती हे गुण वेल्लोरच्या वातावरणात कायमच फोफावत असत. डॉ. ब्रँडनाही सहकाऱ्यांच्या रूपानं ह्या गोष्टीची सतत जाणीव होत असे. आता आणखी एका सेवाव्रतीची त्यांच्या टीममध्ये भर पडली. तिचं नाव होतं मनो फ्रिसची – अर्नेस्ट फ्रिसची (Earnest Fritschi) या शल्यविशारदाची पत्नी. नवजीवनधामाची पहिली संचालक म्हणून मनो काम करू लागली. तिचे वडील भारतीय मिशनरी होते. मनो प्रशिक्षित समाजकार्यकर्ती होती. नवजीवनधामाची धुरा खांद्यावर बाळगताना तिनं केवळ व्यावसायिक कौशल्यच वापरलं नाही, तर मैत्रीपूर्ण वातावरणही तिथे निर्माण केलं.

तिच्यानंतर आलेल्या चंद्रा मॅन्युएलनंही जीव तोडून काम केलं. नऊ वर्षं त्यांनी कुष्ठरोग्यांची निरपेक्षपणे सेवा केली. १९५१ साली रूथ थॉमस आल्या. तिच्या येण्यामागे नक्की दैवी हात असावा, असंच सर्वांना वाटलं.

रूथ थॉमस एक प्रशिक्षित फिजिओथेरपिस्ट होत्या. नवजीवनधामातील पुनर्वसित कुष्ठरोग्यांसाठी प्रशिक्षित फिजिओथेरपिस्टची गरज असल्यामुळे डॉ. ब्रँडनी अनेक मिशनरी संस्थांना त्याविषयी पत्रं लिहिली होती. रूथ थॉमसना त्याविषयी कळलं तेव्हा त्या हाँगकाँगमध्ये होत्या. कम्युनिस्ट सरकार आल्यानंतर त्यांना चीनमधली नोकरी सोडावी लागली होती. मूळच्या वेल्श असलेल्या रूथनी मायदेशी जायचं ठरवलं होतं. वेल्लोरविषयी त्यांना समजलं तेव्हा त्यांनी मायदेशी जाण्याऐवजी वेल्लोरला यायचा निर्णय घेतला. कोलंबोला त्या जहाजातून उतरल्या व तेथून मद्रासमार्गे वेल्लोरला आल्या. इथे येताच त्यांनी तनमनधनानं स्वत:ला कुष्ठरोग्यांच्या

सेवेसाठी वाहून घेतलं. व्यायामाचे नवनवीन प्रकार शोधून काढले. शांत, निगर्वी आणि काहीशा लाजाळू स्वभावाच्या रूथना कुणी महत्त्व दिलं, त्यांचं कौतुक केलं की त्यांचा चेहरा संकोचानं लाल व्हायचा. स्वत:च्या काही उत्साही कुष्ठरोग्यांनाच त्यांनी दोन वर्षांचं प्रशिक्षण दिलं. कॉलेजचं शिक्षण नसतानाही त्यांच्या या विद्यार्थ्यांनी हाताची रचना, स्नायू, नसा याबद्दल पुष्कळ ज्ञान संपादन केलं.

अर्थात, सगळंच काम काही आदर्श पद्धतीनं व्हायचं नाही. कामामध्ये अडसर आणणारेही निघायचे. कधीकधी कुष्ठरोग्यांच्या अज्ञानामुळे, तर कधी त्यांच्या आडमुठ्या स्वभावामुळे हवी तितकी प्रगती दिसायची नाही. त्यामुळे रुग्णांवर अगदी बारीक नजर ठेवायला लागायची. काही हटवादी स्वभावाचे रुग्ण हातांना झालेल्या जखमा डॉक्टरांपासून लपवून ठेवत आणि तसंच काम रेटत. एकदा एका तरुणाच्या बोटावर डॉक्टरांना खोलवर जखम झालेली दिसली, दुखऱ्या बोटानं काम केल्याचा तो परिणाम होता. डॉक्टरांनी काळजीच्या सुरात विचारलं, ''काय काम करत होतास तू?''

''काही नाही, नुसती जमीन खणत होतो.''

''तुझी कुदळ दाखव बरं मला.'' त्यानं दाखवलेल्या कुदळीचा दांडा गुळगुळीत लाकडाचा होता. पण तेवढ्यावर डॉक्टरांचं समाधान झालं नाही. ते अवजारांच्या खोलीत गेले. तिथे एक कुदळ पडली होती. तिच्या दांड्याला मोठी भेग पडली होती म्हणून त्याठिकाणी एक तार बांधलेली होती. तारेची दोन्ही टोकं वळवलेली होती अन् तिच्या एका टोकावर रक्ताचे डाग होते. जमीन खोदत असताना ते तीक्ष्ण टोक सतत त्याच्या बोटात घुसत होतं, त्यामुळे जखम चरत गेली होती. त्या मुलाला वाटलं होतं, डॉक्टरसाहेब काही अवजारांच्या खोलीत जाऊन तपासणी करणार नाहीत. अर्थात अशा घटना तुरळक घडत. बहुतांशी मुलांना हातांच्या काळजीचं महत्त्व पटलेलं असल्यामुळे ती स्वत:च काळजीपूर्वक काम करू लागली. पण त्यांच्यावर देखरेख ठेवण्याचं काम डॉ. ब्रँडनी व त्यांच्या सहकाऱ्यांनी पूर्वीच्याच तळमळीनं केलं. ह्या सगळ्यांचं फळ त्यांना अनेक वर्षांनी मिळालं. त्यावर्षी वेल्लोरमध्ये जागतिक कुष्ठरोगनिवारण व पुनर्वसन परिषद भरली. रुग्णांच्या हातांचे फोटो, त्यांच्या हातांच्या रेखाकृती पाहून जगभरचे डॉक्टर थक्क झाले होते!

'व्यक्ती तितक्या प्रकृती' या म्हणीचा डॉ. ब्रँडनाही अनुभव आला. त्यांना सहकार्य करणारे रुग्ण भेटले, तसेच त्यांच्यावर कुभांड रचणारेही. काही रुग्ण आनंद द्यायचे तर काही जण डोकेदुखी निर्माण करायचे. खरं तर, त्यांच्यापैकी बहुतेक सगळे जण बुद्धिमान होते. योग्य प्रकारे बुद्धीचा वापर केला असता, तर ती वरदान ठरली असती. पण नाठाळपणा, व्रात्यपणा करणं त्यांना मनापासून आवडायचं की काय कोण जाणे! काही मुलं मुद्दाम हातांवर जखमा करून घ्यायची, आपला शूरपणा सिद्ध करण्यासाठी जळते निखारे उचलायची अन् जखमांविषयी

विचारलं की बेफिकीरपणे म्हणायची, ''लागलं असेल नाहीतर भाजलं असेल!''

त्यांचा व्रात्यपणा पाहून डॉक्टरांना कधी गंमत वाटायची; पण बऱ्याचदा दुःख व्हायचं. कारण या व्रात्यपणामुळे त्यांची प्रगती खुंटायची. कधीकधी ही मुलं पश्चात्तापही व्यक्त करायची. ह्या सर्व मुलांवर डॉ. ब्रँडनी सारखंच प्रेम केलं.

वेंकटेशन हा एक गुणी मुलगा होता. हाताची बोटं झडायला सुरुवात होते त्या काळात तो नवजीवनधामात आला. योग्य ते उपचार आणि प्रशिक्षणानंतर त्या गुणी मुलानं प्लॅस्टिक वस्तू बनवण्याच्या उद्योगात खूप यश मिळवलं. तो इतक्या तन्मयतेनं काम करायचा की सगळेजण त्याला नेहमी वाखाणायचे. नियमही तो तितक्याच तत्परतेनं पाळायचा, त्यामुळे त्याच्या हातावर कधी फोड आले नाहीत की त्याची बोटंही आखूड झाली नाहीत. सगळ्यांना समाधान देऊन त्यानं नवजीवनधाम सोडलं अन् आयुष्याला नव्यानं सुरुवात केली.

काही गणंगही या सेवाव्रतींना भेटायचे. त्यांची सत्वपरीक्षा घ्यायचे. काहीजण मिशनरी वृत्तीनं आपलं व्रत चालू ठेवायचे, तर काहींना आपला राग आवरायचा नाही. नन्नूनं अशीच सगळ्यांची परीक्षा घेतली. त्यात उत्तीर्ण झाले फक्त डॉ. ब्रँड!

नन्नूनं नवजीवनधामातील डॉक्टरांवर त्याच्यावर ख्रिश्चन धर्म लादण्याचा आरोप केला. वास्तविक पहाता नवीन धर्माची शिकवण फक्त आपल्या वागणुकीतून द्यायची, उपदेशातून नाही, हा कटाक्ष सर्वच ख्रिश्चन मिशनरी पाळत असत. पण नन्नूनं मनो फ्रिसचींवर तसा आरोप केला, एवढंच नव्हे तर 'आपल्याला उपाशी ठेवलं,' 'डॉ. ब्रँडनी गोळ्या घालून मारू अशी धमकी दिली,' असे आरोपही ठेवले, त्यानं तशा अर्थाची तक्रार कोर्टात नोंदवली. आपल्याला न्याय मिळावा, असा अर्जही केला. अर्थात त्याचा काही उपयोग झाला नाही. काही दिवसांनी तो नवजीवनधामातून निघून गेला. तेव्हा सगळ्यांनी सुटकेचा निःश्वास टाकला.

पण हे समाधान फारच थोडा काळ टिकलं. पुन्हा एकदा हातांवर जखमा घेऊन स्वारी हजर झाली. त्यावेळी डॉ. गुस्तांनी त्याच्यावर बहिष्कार टाकला. ''ह्याच्या वाऱ्याला मीच काय, माझ्या टीममधला कुणीही उभा रहाणार नाही!'' त्यांनी आपला शब्द खरा केला. त्या स्वतः, हॉस्पिटलचे निवासी शल्यविशारद, फिजिओथेरपिस्ट इतर रुग्णांवर उपचार करत पण नन्नूच्या खाटेपाशी येताच तोंड फिरवून चालू लागत.

अपवाद होता फक्त डॉ. ब्रँडचा! त्यांनी आपल्या कामावरील निष्ठा सोडली नाही. डॉ. ब्रँडनी त्याच्या हातावरच्या पट्ट्या सोडल्या, जखमा धुतल्या, औषध लावलं अन् पुन्हा पट्ट्या बांधल्या. या दोन महिन्यांतही नन्नूचं धुमसणं कमी झालं नव्हतं, पण त्यांनी देखील आपला धर्म सोडला नाही!

''नशीबवान आहे नन्नू!'' कुणीतरी रुग्ण एकदा उद्गारला होता, ''डॉक्टरसाहेबांनी

स्वत: त्याची एवढी सेवा करावी, ह्याचा अर्थ गेल्या जन्मी त्यानं फारच मोठं पुण्य गाठीशी बांधलं असणार!''

१६

१९५१ साली डॉ. ब्रँडना मायदेशी जाण्यासाठी सुट्टी घेता येणार होती, पण त्यांना काम सोडून जावंसं वाटत नव्हतं. नुकतंच कुठे नवजीवनधाम आकार घेत होतं, संशोधनकार्यही दिवसेंदिवस उत्तेजक वाटत होतं, कारण अनेक पुरावे हाती येत होते. ज्यावरून त्यांच्या अनुमानाला – कुष्ठरोगामुळे नव्हे तर असंवेदनक्षमतेमुळे होणाऱ्या जखमांमुळे हातापायाच्या बोटांची लांबी कमी होते – पुष्टी मिळत होती.

अर्थात, अजून त्यांचा हा दावा पूर्णपणे सिद्ध झालेला नव्हता, तरी ते स्वत: व त्यांचे सहकारी डोळ्यांत तेल घालून कुष्ठरोग्यांच्या हातावरील प्रत्येक जखम, प्रत्येक भाजल्याची खूण, व्रण, ओरखडा किंवा लहानसा फोड या सगळ्यांची बारकाईने नोंद ठेवत होते. त्यामुळेच नवे पुरावे कधीकधी अनपेक्षितपणे पुढे येत होते.

एकदा त्यांच्या लक्षात आलं, की काही मुलांच्या बोटांवरच्या पहिल्या तीन सांध्यांवर भाजल्याचे फोड दिसू लागले होते. नक्की कारण लक्षात येत नव्हतं. बहुतेक वेळा हे फोड सकाळच्या तपासणीत दिसायचे; पण आदल्या दिवशीच्या संध्याकाळच्या तपासणीत ते आढळलेले नसायचे. ह्याचा अर्थ फोड रात्रीत केव्हातरी आले असणार असा होता. मुलांना आता हातांच्या सुरक्षिततेचं महत्त्व कळलेलं असल्यामुळे त्यांनी स्वत:च या गोष्टींचा छडा लावायचं ठरवलं, तेव्हा एका चाणाक्ष मुलानं सांगितलं, ''डॉक्टर साहेब, रात्री झोपण्यापूर्वी आम्ही कंदिलाची वात बारीक करून तो विझवतो, तेव्हा गरम काचेचा बोटांना स्पर्श होत असला पाहिजे.''

कधीकधी खूप गोंधळात टाकणारे प्रसंग अनुभवाला येत. एकदा एका मुलाची तर्जनी एका रात्रीत इंचभर कमी झालेली दिसली. डॉक्टरांच्या प्रश्नाला तो उत्तर देऊ शकला नाही; पण तपासाअंती कळलं की रात्री उंदरानं येऊन त्याचं अर्धं बोट कुरतडलं होतं अन् बिचाऱ्याला ते जाणवलंही नव्हतं! या अडचणींचं निराकरण वसतिगृहात मांजर पाळून करण्यात आलं. इतकचं नव्हे, तर घरी परत जाणाऱ्या प्रत्येक रुग्णाला एक मांजराचं पिल्लूही भेट म्हणून द्यायला सुरुवात झाली!

कधीकधी रुग्णांच्या चुकीच्या व्यवसाय निवडीमुळेही त्याच्यावर आपत्ती कोसळली आणि डॉ. ब्रँडना अशा उदाहरणांमुळे त्यांचा निष्कर्ष खरा असल्याचा पुरावा मिळत

असे. असाच एक कुष्ठरोगी होता. त्याचं नाव होतं थंगावेळू. नुकतीच ज्याची बोटं आकसू लागली आहेत अशा अवस्थेला तो रुग्ण होता. त्याच्यावर डॉ. ब्रँडच्या डॉक्टर चमूनं सर्व चाचण्या केल्या, हाताचे नकाशे काढले, फोटो काढले. त्याला मग सुतारकामाचं शिक्षण द्यायला सुरुवात केली गेली. दोन वर्षांमध्ये त्याच्या बोटांना कसलीही इजा न झाल्यामुळे त्याचे हात सुस्थितीत राहिले. बोटांच्या हालचालींमध्ये लक्षणीय सुधारणा दिसू लागली. थंगावेळू एका शेतकरी कुटुंबातला मुलगा होता. आता तो तक्रार करू लागला, "सुतारकाम शिकून काय फायदा? आमच्या घरी आम्ही शेती व्यवसाय करतो."

"असं म्हणतोस?" डॉ. ब्रँडनी त्याला धीर दिला, "आपण तुला शेती करण्याचे धडे देऊ; पण लक्षात ठेव हं, त्यामध्ये धोका आहे."

"मी तयार आहे धोका पत्करायला," तरुण थंगावेळूनं उत्तर दिलं.

डॉ. ब्रँडनी एक बैलगाडी मिळवली, नांगर मिळवला, तीन महिने थंगावेळूनं नवजीवधामाच्या शेतावर काम केलं. त्यानंतर आजूबाजूच्या शेतकऱ्यांकडे थोडंफार काम केलं. पुरेशी काळजी घेऊनही आता असं लक्षात आलं की, त्याच्या हाताच्या बोटांची टोकं टणक होऊ लागली. मग त्याचे कुटुंबीय म्हणाले, "आम्ही घेऊन जातो त्याला घरी." थंगावेळू घरी परत गेला. गावातल्या एका बांधकाम कंपनीत तो चुना मळण्याच्या कामावर लागला. त्याचे हात चुन्याची घाणी फिरवू लागले, विहिरीतून मोटेच्या साहाय्यानं पाणी काढू लागले. काही महिने गेले अन् थंगावेळू तपासणीसाठी वेल्लोरला आला. त्याच्या हाताची एकूण एक बोटं झिजून लहान झाली होती.

सगळे पुरावे आता याच निष्कर्षाकडे बोट दाखवत होते, ही डॉक्टरांना समाधान देणारी बाब होती. त्याहून मोठं समाधान त्यांना मिळत होतं ते कुष्ठरोग्यांच्या मनोवृत्तीमुळे. आता बरेच तरुण या कामात रस घेऊ लागले. नामो त्यांच्यापैकीच एक होता. त्याची कहाणी खरोखरच उद्बोधक वाटावी अशी होती.

त्याचं नाव होतं नामशिवायन, पण सगळेजण त्याला नामो म्हणायचे. नामो खरंच फार हुशार होता. इंटरसायन्सपर्यंत शिक्षण घेतलेला नामो इलेक्ट्रिकल इंजिनिअर व्हायची स्वप्नं पहात होता. १९४६ साली विशेष प्राविण्यासह तो ही परीक्षा पास झाला. एक दिवस त्याच्या खुब्यावर त्याला एक जखम दिसली. एका डॉक्टरांनी योग्य निदान केलं, रोगाचं नाव ऐकताच नामोवर आकाश कोसळलं. हातापायाची बोटं झडलेले, जखमांनी भरलेले, भीक मागणारे कुष्ठरोगी त्यानं पाहिलेले होते. ते दृश्य त्याच्या डोळ्यांसमोर उभं राहिलं अन् त्याच्या सगळ्या स्वप्नांचा चुराडा झाला. आईने त्याला गावातल्या एका वैद्याकडे पाठवलं. त्याच्या कडक औषधांनी नामोच्या चेहऱ्यावर मोठे चट्टे उठले. बिचाऱ्यानं पाच महिने

स्वत:ला खोलीत कोंडून घेतलं. आता त्याचे हात आखडल्यासारखे झाले. बधिरतेमुळे (paralysis) त्याला लिहिता येईनासं झालं तेव्हा नामो वेडापिसा झाला. एक दिवस आईनं दुधाचा ग्लास त्याच्या खोलीत आणून ठेवला अन् ती निघून गेली. नामोनं पूर्वी कधीतरी रसायनशास्त्राच्या प्रयोगासाठी आणून ठेवलेलं आर्सेनिक हे विष दुधात मिसळलं अन् ग्लास तोंडापाशी नेला. एवढ्यात त्याला कॉलेजच्या प्राचार्यांचे शब्द आठवले, 'आत्महत्या करणं हे भ्याडपणाचं लक्षण आहे.' त्याक्षणी त्यानं ग्लास खाली ठेवला अन् निर्धार केला, उर्वरित आयुष्य कुष्ठरोग्यांच्या सेवेसाठी द्यायचं. अनेक अपमान, अवहेलना पचवल्यानंतर नामो डॉ. ब्रँडकडे आला, तेव्हा त्याच्या चेहऱ्यावर मोठे व्रण होते, हाताचे पंजे कडक झाले होते. आपले थरथरणारे हात त्यांच्यासमोर धरून नामो त्यांना म्हणाला, "मला इतरांची सेवा करायचीय."

नवजीवधाममधल्या पहिल्या तुकडीत नामोही होता. सुरुवातीला तो एकटाच राहायचा. कुणाशी बोलायचा नाही की कुणामध्ये मिसळायचा नाही. लोकांच्या निष्ठूरपणानं जणू त्याच्या अंत:करणातला ओलावाच नष्ट झाला होता अन् एक दिवस अकल्पितपणे डॉ. ब्रँडना त्याच्या तुटकपणाचं, माणूसघाणेपणाचं रहस्य उलगडलं. त्यांना या उपेक्षितांच्या एकाकीपणाची जाणीव होती. त्यामुळं त्यांचं मन रिझवण्यासाठी त्यांनी एक अभिनव उपाय शोधून काढला होता. एक टेपरेकॉर्डर त्यांनी नवजीवनधाममध्ये आणून ठेवला. प्रत्येकाला टेपरेकॉर्डरसमोर उभं राहून गाणं म्हणण्याची परवानगी त्यांनी दिली होती. आपलाच आवाज ऐकायला मिळाला की सगळे खूष व्हायचे. वातावतण हलकंफुलकं, खेळीमेळीचं व्हायचं. एक दिवस नामो उठला अन् म्हणाला, "मला काही बोलायचंय."

हातात मायक्रोफोन धरून नामोनं बोलायला सुरुवात केली. त्याच्या आवाजात गंभीरपणा होता. आनंदाचं वातावरण एकदम झाकोळल्यासारखं झालं. "मी या जगात आलो ते माझ्या मर्जीविना, मोठा झालो तसा एखाद्या निर्जीव चेंडूप्रमाणे इकडून तिकडे फेकला गेलो. अजूनही मला कळत नाही माझं काय होणार आहे, मी कुठे जाणार आहे." त्याच्या मनातली सगळी खळबळ या शब्दांमधून व्यक्त होत होती.

ह्याच नामोमध्ये हळूहळू बदल होत गेला. नवजीवनधामातले लोक प्रेमानं वागत, तिरस्काराचा लवलेशही तिथे दिसत नसे. त्याच्या प्रकृतीत सुधारणा व्हावी यासाठी प्रत्येकजण मनापासून प्रयत्न करत होता. त्याच्या जखमांवर आपलेपणानं मलमपट्टी करत होता. या सगळ्या गोष्टींचा नामोवर परिणाम झाला. त्याच्या हेही लक्षात आलं, की कुणीही तिथल्या निवासकांवर धर्म बदलण्याची सक्ती करत नव्हतं.त्यामुळे नामोनंही नवा धर्म स्वखुषीनं स्वीकारला. त्याचं नवं नाव पॉल असं ठेवण्यात आलं. ज्या नामोच्या मनात समाजाविषयी तिरस्कार होता, तो नामो आता प्रेमाच्या, त्यागाच्या भावनेनं प्रेरित होऊन सेवाव्रती बनला. त्याच्यात इतका बदल

झाला की डॉ. ब्रँडना स्वत:च्या डोळ्यांवर विश्वास ठेवणं कठीण गेलं. कधीकधी आपल्या शांत वृत्तीनं त्यानं डॉक्टरांना चकित केलं, मागे सारलं. बालसुंदरमवर त्यानं इतक्या शांतपणे, निष्ठापूर्वक उपाय केले की डॉ. ब्रँड थक्क झाले.

नऊ वर्षांच्या बालसुंदरमचे – बाळाचे – हात तो हॉस्पिटलमध्ये येण्यापूर्वीच वाकडे झाले होते. एक बोट भाजल्यामुळे पार गेलं होतं अन् इतर बोटंही थोडी थोटी झाली होती. एका हातात थोडी हालचाल होती तर दुसरा हात लाकडासारखा कडक झाला होता.

डॉ. ब्रँड नामोला म्हणाले, "ह्या हातात काही दम नाही. आपण त्याच्या बोटांचे सांधे अशाप्रकारे वळवू की त्यामुळे त्याला हाताचा थोडासा उपयोग करता येईल. त्यामध्ये हालचाल निर्माण करणं शक्यच नाही."

"डॉक्टर, तुम्ही मला तीन महिन्यांची मुदत द्या. मी प्रयत्न करून पाहतो," नामो म्हणाला.

"ठीक आहे." त्यांनी अनुमती दिली. बाळाला नवजीवनधाममध्ये प्रवेश मिळाला. तीन महिने नामोनं त्याच्या उजव्या हातावर वेगवेगळे उपाय केले, मालिश केलं, तेलानं हात चोळले, हातावर गरम पाण्यानं शेक दिले, व्यायाम करवून घेतले. तीन महिन्यांनी बोटात थोडी हालचाल आढळल्यानंतर डॉ. ब्रँडना आश्चर्य वाटलं.

"आणखी तीन महिने मी ह्याच्या हातावर मालिश करू का?" नामोनं विचारलं

"जरूर; पण हातात सुधारणा होणार असेल तरच."

हा बाळा दीड वर्ष नवजीवनधामात राहिला. त्यानंतर नामो त्याला डॉ. ब्रँडकडे घेऊन आला तेव्हा बाळाला आपल्या हाताची बोटं पूर्णपणे उघडता-मिटता येत होती. त्यानंतर डॉ. ब्रँडनी शस्त्रक्रियेने त्याच्या मुठीतली ताकद वाढवली. मनोमन त्यांनी कबुली दिली, बाळाच्या बाबतीत खरं अवघड काम नामोनचं केलं होतं. त्यानं बाळाच्या हातात जो बदल घडवला होता, तो खऱ्या अर्थानं चमत्कार होता. त्याच्या तुलनेत त्यांचं स्वत:चं काम तासा-दीड तासाचंच होतं!

याच नामोला काही दिवसांनी रूथ थॉमसनी आपल्या हाताखाली घेतलं व त्याला फिजिओथेरपीचे पाठ द्यायला सुरुवात केली. हळूहळू त्याचं कौशल्य वाढत गेलं. त्यानंतर डॉ. ब्रँडनी त्याच्या हातावर पाच-सहा शस्त्रक्रिया केल्या व त्याला चिंगलपुटच्या कुष्ठरोगधामात फिजिओथेरपिस्टची नोकरी मिळवून देण्यात ते यशस्वी ठरले. घरातला मोठा मुलगा या नात्यानं त्यानं दूरच्या नात्यातल्या एका हुशार मुलीच्या शिक्षणाची जबाबदारी उचलली. वेल्लोरच्या नर्सिंग स्कूलमधून परिचारिकेचं शिक्षण घेतल्यानंतर तिनं नामोशी लग्नही केलं.

ज्या तरुणाचं आयुष्य कडवटपणानं भरलेलं होतं, त्याच्या आयुष्यात सुखाची

पहाट उगवली अन् समाजकार्य करण्याचं समाधानही त्याला मिळालं, ते केवळ डॉ. ब्रँडच्या अथक प्रयत्नांमुळे!

कचऱ्याप्रमाणे गावाबाहेर फेकून दिलेल्या कुष्ठरोग्यांचं आयुष्य सार्थकी लावण्याचं कार्य डॉ. ब्रँड करत होते. नामो किंवा कृष्णमूर्तीसारख्या अनेक तरुणांना डॉक्टरांनी पुनर्जन्मच दिला. सदागोपनही त्यांच्यासारखाच होता. त्यालाही डॉक्टरांच्या ज्ञानामुळे व कौशल्यामुळे आयुष्य नव्यानं सुरू करण्याची संधी मिळाली. त्याची कथा फारच हृदयस्पर्शी होती.

त्या प्रसंगाची सुरुवात डॉ. मार्गरिटमुळे झाली. रोजच्याप्रमाणे कॉलेजमधलं काम संपवून मार्गरिट घरी जायला निघाली, तेव्हा संध्याकाळ झाली होती. फेब्रुवारीतले दिवस असल्याने अंधार पडू लागला होता. त्यांच्या घरापासून काही अंतरावर तिला एक तरुण दिसला. चांगल्या रूपाची देणगी लाभलेल्या या माणसाच्या चेहऱ्यावर बुध्दीचं तेजही तिला दिसलं. पण कुष्ठरोगामुळे त्याची दयनीय अवस्था झाली होती. हातांचे खुंट झाले होते, बोटं निम्मी अधिक झडलेली होती, तांबरलेल्या डोळ्यांवर पापुद्रा आल्यासारखा झाला होता. दृष्टी बरीचशी गेली असावी. पायांमध्ये अर्धवट फाटलेले कापडी बूट होते. पण जखमांमुळे त्याला धड चालताही येत नव्हतं.

"मला डॉ. ब्रँडना भेटायचंय," सौजन्यपूर्ण शब्दात स्वत:ची ओळख करून देत तो म्हणाला, "मद्रासच्या डॉ. जगदीशननी पत्र दिलंय मला,"

"अरेरे, पण डॉ. ब्रँड सध्या वेल्लोरमध्ये नाहीत. कामासाठी बाहेर गेलेत. दोनएक दिवसांनी परत येतील."

"डॉ. ब्रँड नाहीत?" त्याच्या आवाजात मार्गरिटला भयंकर निराशा जाणवली.

"उद्यापरवा येतील परत. तू एक-दोन दिवस रहा कुठेतरी अन् मग ये डॉक्टरांना भेटायला."

"ठीक आहे, आभार." असं म्हणून तो मागे वळला. परत जाताना त्याची पावलं विलक्षण जड झाली आहेत, असं मार्गरिटला जाणवलं. तिनं त्याच्या पावलांकडे निरखून पाहिलं अन् तिच्या मनावर जणू ओरखडा उठला. त्याच्या पावलांच्या जखमा इतक्या चिघळल्या होत्या की रस्त्यावर त्यामुळे ओलसर ठसे उमटले होते.

"थांब जरा," ती त्याला म्हणाली. "तुला राहायला जागा मिळेल ना?" तिनं साशंकतेनं विचारलं. ज्या पद्धतीनं तो खांदे पाडून चालत होता त्यावरून तिला जाणवलं, हा तरुण फार निराश झालाय.

त्यानं नकारार्थी मान हलवली. कसा कोण जाणे, पण त्याला खरं सांगण्याचा धीर आला. "मी हॉस्पिटलमध्ये गेलो होतो. तिथून मला बाहेरचा रस्ता दाखवला

गेला. इथे येण्यासाठी मी बसमध्ये चढणार होतो, तेव्हा ड्रायव्हरने मला खाली उतरायला सांगितलं; पण मी करेन काहीतरी व्यवस्था.'' तो खालमानेनंच म्हणाला.

त्याच्या शब्दांनी मार्गरिटच्या मनात खळबळ उडाली, पोटात कळवळल्यासारखं झालं. कानामध्ये वेगवेगळ्या आवाजांचा गलका उडाला. त्या तरुणाच्या निराश शब्दांमधून व्यक्त झालेली अगतिकता, पतीनं नेहमी दिलेली सक्त सूचना, 'मुलांना कधीही कुष्ठरोग्यांजवळ जाऊ द्यायचं नाही. त्यांना संसर्गाची सगळ्यात जास्त भीती असते.' अन् सकाळच्या प्रार्थनेतले शब्द. कोणता आवाज ऐकावा, ह्याविषयी निर्णय घेणं तिला कठीण वाटू लागलं. शेवटी तिनं मोठ्या प्रयत्नानं मनातल्या भीतीवर ताबा मिळवला अन् धीरानं ती त्याला म्हणाली, ''माझ्या बरोबर चल अन् माझ्याकडेच रहा डॉक्टर येईपर्यंत.''

त्याचे डोळे तत्क्षणी आशेनं चमकू लागले. त्याचा आपल्या कानांवर विश्वास बसेना. मग त्यानं तिचे आभार मानले अन् हळूहळू तो तिच्यामागून चालू लागला. बंगल्याचं फाटक उघडून तिनं प्रवेश केला अन् मुलं बाहेर दिसली नाहीत तेव्हा सुटकेचा नि:श्वास टाकला. त्यांच्या हसण्याखिदळण्याच्या आवाजावरून ती घरातच आहेत, हे तिच्या लक्षात आलं. मागे वळून ती त्या तरुणाला म्हणाली, ''तुला आमच्या घराच्या व्हरांड्यातच राहावं लागेल हं. घरात लहान मुलं आहेत तेव्हा आत येता येणार नाही.''

''चालेल मला,'' त्या दोन शब्दामधूनही त्याच्या मनातली कृतज्ञता तिला जाणवली. सतत झिडकारल्या गेलेल्या कुत्र्यानं गोड शब्द ऐकताच शेपूट हलवावी तसं वाटलं तिला त्याच्याकडे पाहून!

डॉक्टरांना परत यायला अपेक्षेपेक्षा अधिक वेळ लागला. ते तीन दिवस सदागोपन त्यांच्या घराच्या व्हरांड्यात राहिला. मार्गरिटनं त्याला एक चटई, उशी अन् पांघरूण दिलं आणि त्याच्या जेवणाची व्यवस्थाही केली. सकाळ-संध्याकाळ ती त्याची प्रेमानं विचारपूस करायची. मग एका रात्री उशिराच डॉ. ब्रँड परतले. आल्या आल्या मार्गरिटनं त्यांना वरती खोलीत नेलं अन् सगळी हकिकत सांगितली.

त्यांचा प्रथम आपल्या कानावर विश्वासच बसेना. घरात चार लहान मुलं असताना आपल्या पत्नीनं असा वेडेपणा करावा? तोही ती स्वत: डॉक्टर असताना! ''किती मोठा धोका तू पत्करलास, याची तुला काही जाणीव आहे की नाही? काय गरज होती हे सगळं करायची?'' त्यांनी वैतागून विचारलं.

''पॉल, माझं म्हणणं ऐक,'' हे म्हणताना तिच्या डोळ्यांत पाणी उभं राहिलं, त्यामुळे तिचे डोळे चमकू लागले. ''त्या दिवशी सकाळीच मी बायबलमधला एक उतारा वाचला होता, 'मी एक नवखा, अनोळखी माणूस होतो तरी तू मला आपल्या घरात प्रवेश दिलास,' या माणसाला पाहिलं अन् मला ते शब्द आठवले,

मी कसं नाही म्हणणार होते त्याला?''

आता अवाक होण्याची पाळी त्यांच्यावर आली होती. त्यांनी एक दीर्घ उसासा टाकला. त्यावेळी ते खूप थकले होते, थोडं बरंही वाटत नव्हतं; पण सकाळपर्यंत थांबावं असं त्यांना वाटेना. ते जिना उतरून खाली आले अन् त्यांनी व्हरांड्यात बसलेल्या सदागोपनची प्रेमानं चौकशी केली. त्याच्या हातापायांची तपासणीही केली.

त्या दिवशी कित्येक महिन्यांनंतर पहिल्यांदाच, सदागोपनला स्वस्थ झोप लागली असावी.

कुष्ठरोगाविषयी डॉ. ब्रँडना तसंच वेल्लोरमधील इतर डॉक्टरांना पुष्कळ माहिती होती. थोड्याशा संपर्कानं कुष्ठरोग होत नाही. मोठ्या माणसांना लागण होण्याची भीती फारच कमी असते. हे ज्ञान असूनही मनाच्या आत खोलवर कुठेतरी भीती असणारच. डॉ. कॉकरेननी असा निष्कर्ष काढला होता की, कुणीही माणूस कुष्ठरोगापासून सुरक्षित आहे किंवा नाही याबद्दल निश्चित सांगता येणार नाही. त्यांनी आपल्या सहकाऱ्यांना हेही सांगितलं होतं, की व्यवस्थित काळजी घेतली तर रोग होण्याची शक्यता जवळजवळ नसते, तरीही प्रत्येकाच्याच मनात ही भीती दडलेली असायची. डॉ. ब्रँडही त्याला अपवाद नव्हते!

डॉ. ब्रँडच्या हाताला शस्त्रक्रियेदरम्यान एखाद्या शस्त्रानं चुकून जखम झाली तर डॉ. गुस्ता बुल्टजेन्स त्यांना लगेच औषध लावायला सांगायच्या. अशा वेळी शांतपणे ते म्हणायचे, ''आपल्या संशोधनात अशीही भर पडेल. माझ्या हातावर चट्टा उठला तर एक निदान काढता येईल की हा रोग संसर्गजन्य आहे.''

चेष्टेचा भाग वेगळा, पण त्यांनी खरोखरच आपल्या दोन्ही हातांचे नकाशे काढून ठेवले होते. एखादवेळी बोटाला टोचल्यासारखं वाटलं तर ते नकाशावरील बोटावर खुण करून ठेवायचे – तारीख, रोग्याचं नाव, त्याच्या रोगाचा प्रकार वगैरे नोंदही करायचे. काही दिवसांनी त्यांच्या लक्षात आलं की नकाशावर गोंधळात टाकण्याएवढ्या नोंदी झाल्या आहेत. शेवटी त्यांनी तो प्रकार थांबवला, पण सहकाऱ्यांच्या बाबतीत मात्र ते काटेकोरपणे लक्ष देत राहिले.

रूथ थॉमस अनेक वेळा बेफिकीरपणासाठी त्यांची बोलणी खायच्या. रुग्णांची संख्या वाढू लागली, तसा दिवसाचा बराचसा वेळ त्या हॉस्पिटलमध्येच घालवू लागल्या. एक कुष्ठरोगी अतिशय संसर्गकारक (lepromatous) होता. त्याचे हातपाय इतके मऊ झालेले होते की, त्यांच्यावर मलमपट्ट्या करणं किंवा आधारासाठी फळ्या बांधणही शक्य नव्हतं. अशा या रुग्णाजवळ बसून रूथ तासन्तास त्याच्या हातांना हळुवारपणे मालिश करत राहायच्या. डॉ. ब्रँडच्या सांगण्याला, समजवण्याला

त्यांनी एकदाही दाद दिली नाही. त्याचे हात कडक होण्यापासून त्यांनीच वाचवले. काही दिवसांनी त्यांच्या अथक प्रयत्नांना यश आलं अन् त्याची बोटं एखाद्या निरोगी माणसाच्या बोटाइतकी व्यवस्थित वाकू लागली.

जसा काळ गेला तसं या डॉक्टरांचं, त्यांच्या सहकाऱ्यांचं अन् हॉस्पिटलमधील इतर कर्मचाऱ्यांचंही रोगाबद्दलचं ज्ञान वाढलं. त्यांच्या मनातली भीती कमी झाली इतकंच नव्हे तर वैद्यकीय विद्यार्थ्यांमधली भीती व गैरसमजही हळूहळू दूर होत गेले. काही दिवसांनी विद्यार्थी ख्रिश्चन चळवळीच्या (Student Christian Movement) एका गटानं ठरवलं की आपण या कुष्ठरोग्यांसाठी एक प्रार्थनालय बांधायचं. आपली दोन आठवड्यांची सुट्टी या कामासाठी खर्च करून विद्यार्थ्यांनी हे काम पूर्ण केलं. त्यांच्या उत्साहात प्राचार्य डॉ. लॅझॅरसही सामील झाल्या. लहान चणीची ही बाई मुलांच्या बरोबरीनं पँट-शर्ट चढवून गवंडीकाम करायला उभी राहिली, तेव्हा जणू त्यांनी शारीरिक श्रमाला, सुशिक्षितांच्या नजरेत तुच्छ लेखलेल्या कामालाच श्रम-प्रतिष्ठा मिळवून दिली!

कुष्ठरोगाविषयीचे गैरसमज दूर करण्यात ह्याच विद्यार्थी ख्रिश्चन चळवळीनं आणखी एक फार महत्त्वाचं पाऊल उचललं. त्यापूर्वी दरवर्षी ते काठपाडी येथे वार्षिक सुट्टीचा कार्यक्रम ठेवत असत. यावर्षी त्यांनी नवजीवनधाममधील प्रार्थनास्थळामध्ये आपला कार्यक्रम करायचं ठरवलं. विद्यार्थ्यांमधली कुष्ठरोगाविषयीची भीती, त्याबद्दलचे पूर्वग्रह दूर झाल्याचं ते फार मोठं द्योतक होतं. ह्या गोष्टीचं डॉ. ब्रँडना अतिशय समाधान वाटलं.

तरीही अजून खूप मोठं अंतर पार करायचंय ह्याची जाणीव, खंत त्यांना होतीच!

या सुरुवातीच्या काळात त्यांना अनेक निराशाजनक प्रसंगांना तोंड द्यावं लागलं. त्यातलं महत्त्वाचं कारण होतं, पैशाची अन् साधनांची कमतरता. त्यामुळे अनेक रुग्णांवर शस्त्रक्रिया न करण्याचा निर्णय त्यांना घ्यावा लागायचा. किंवा फार विचारपूर्वक त्यांना कुष्ठरोग्यांची निवड करावी लागत असे. याबाबत लावायचे निकष ते बुद्धीला अनुसरूनच घेत. तरुण कुष्ठरोग्यांना म्हणूनच ते प्राधान्य देत असत. कारण त्यांच्या पुढं त्यांचं सगळं आयुष्य पडलेलं असे, याउलट वयोवृद्ध, विकलांग रुग्णांवर शस्त्रक्रिया करणं म्हणजे पैशाचा अपव्यय, असंच त्यांना वाटे. जॉननं त्यांना एकदा मोठ्या संकटात टाकलं. मध्यमवयीन जॉनचे हात तर संवेदनाशून्य झालेले होतेच; पण त्याची दृष्टीही गेल्यात जमा होती. अशा रुग्णावर शस्त्रक्रिया करायची म्हणजे हॉस्पिटलमधली एक खाट उगीच अडवून ठेवायची, असं त्यांचं प्रामाणिक मत होतं. पण जॉन त्यांच्या मागेच लागला, ''डॉक्टरसाहेब, मलासुध्दा इतरांची सेवा करावी असं वाटतं. त्यासाठी तुम्ही माझे हात सरळ करा.''

“सेवा? तू कशी काय सेवा करणार?” डॉ. ब्रँडनी आश्चर्यानं विचारलं.

“डॉक्टरसाहेब, मी त्यांच्या जीवनात संगीत आणू शकेन, असं मला वाटतं.”

“ते कसं काय?”

“पूर्वी मी पेटी वाजवायचो. माझी बोटं सरळ केलीत तर मी पुन्हा पेटी वाजवू शकेन.” जॉन उत्साहानं म्हणाला.

“पण तुला तर दिसतही नाही, शिवाय बोटांमध्ये संवेदनाही नाही...” त्याला निराश करणं डॉ. ब्रँडना फार जड गेलं.

“डॉक्टरसाहेब, तुम्ही मला फक्त एक संधी द्या,” त्यानं दोन्ही हात जोडून विनंती केली तेव्हा त्याचं मन मोडणं डॉ. ब्रँडना शक्य झालं नाही. पण विशेष आशा न बाळगता त्यांनी त्याच्या हातावर शस्त्रक्रिया करून त्याची बोटं सरळ केली.

“आता मला एक पेटी द्या.”

त्याच्यासमोर एक जुनी पेटी ठेवण्यात आली. डॉक्टरांनी त्याला बसायला एक स्टूल दिलं. जॉननं स्वरपट्ट्यांवर आपली संवेदनारहित बोटं ठेवली. त्या दाबल्या तेव्हा एक बेसूर आवाज निघाला. डॉक्टरांनी मनातल्या मनात कपाळाला हात लावला. ‘भग्न स्वप्नांसारखं आहे हे सगळं!’ त्यांच्या मनात उदास विचार आला. ‘जॉननं आपल्या चेहऱ्यावरील कीव टिपली नाही, हे त्याच्या दृष्टिहीन डोळ्यांचं एकमेक भाग्य,’ असा विचार त्यांच्या मनात येतोय, तेवढ्यात त्यांच्या कानावर वेगळेच सूर पडले. हे सूर मंजूळ होते. त्यांच्या पाठोपाठ मग सुरेल सुरांच्या लडीच्या लडी त्यांच्या कानावर पडल्या. जॉनच्या दृष्टिहीन चेहऱ्यावर जे अपूर्व समाधान पसरलं, ते पाहून डॉक्टरांच्या डोळ्यांत अश्रू उभे राहिले.

सुखाचा तो एक अपूर्व सोहळा होता. या सोहळ्याला पुढे अधिक चांगलं फळ आलं. दिचपल्ली या गावातील कुष्ठरोगधामात जॉन दर रविवारी प्रार्थनेच्या वेळी पेटी वाजवू लागला, तसंच इतर दिवशीही तो कुष्ठरोग्यांचं मनोरंजन करू लागला.

जॉनच्या आयुष्याचं सार्थक झालं. तरीही अनेकांना निराश मन:स्थितीत माघारी जावं लागतंय, ही खंत डॉक्टरांच्या मनाला कुरतडतच राहायची.

एकीकडे बरे झालेले रुग्ण साफल्याची भावना देत होते अन् दुसरीकडे हॉस्पिटलचे पदाधिकारीही हळूहळू का होईना त्यांची विचारसरणी स्वीकारत होते. डॉ. कॉकरेनना मात्र अजूनही त्यांच्या अनुमानाबद्दल शंभर टक्के खात्री वाटत नव्हती.

कधीकधी कुष्ठरोगतज्ज्ञांना वाटायचं की डॉ. ब्रँड आपलं मत जरा जास्तच हेकटपणे मांडतात. (‘कुष्ठरोगानं नव्हे, तर संवेदनशून्यतेमुळे होणाऱ्या अपघातांमुळे बोटं आक्रसतात, लहान होतात. ती गळून पडत नाहीत!’ हा दावा ते हिरीरीनं मांडत

असत.) कदाचित डॉक्टरांना स्वत:ला देखील या गोष्टीची जाणीव होत असेल, पण ते आपल्या मुद्याला चिकटून रहात, कारण त्यात त्यांच्या रुग्णांचं भलं होतं. ते तितक्याच ठामपणे रुग्णांनाही सांगत, ''हे पहा, तुमच्या हातांची बोटं लहान होताहेत, ते तुम्ही थांबवू शकता. तुम्हीच त्यांची काळजी घेतली पाहिजे.''

त्यामुळे कोणताही निष्कर्ष काढण्याआधी डॉ. ब्रँड व त्यांचे सहकारी डोळ्यांत तेल घालून सर्व नोंदी करीत. तो प्रसिद्ध करण्यापूर्वी शंभर वेळा तपासून पाहात, पण प्रत्यक्ष रुग्णांबरोबर काम करताना ते मनापासून उत्साहानं नवीन जीवनक्रमाचा पुरस्कार करत, पूर्णपणे निराश झालेल्या रुग्णांच्या मनात आशेचं बीज पेरत व ते अंकुरावं, वाढावं म्हणून अगत्यानं प्रयत्नही करत.

एक दिवस अचानक त्यांना त्यांच्या तपश्चर्येचं फळ मिळालं. एक 'सोनियाचा दिवस' उगवला. अमेरिकेतील न्यूयॉर्कस्थित रॉकफेलर फौंडेशनकडून त्यांच्या कार्यासंबंधी विचारणा करण्यात आली. या महाकाय संस्थेची जगभर कार्यालयं होती. अतुलनीय कामगिरी करणाऱ्या लोकांना उत्तेजन देण्यात दक्ष असलेल्या या संस्थेनं, डॉ. ब्रँडना मोठा निधी देऊ केला.

या संस्थेचे प्रतिनिधी, डिक अँडरसन, डॉ. ब्रँडना म्हणाले, ''तुम्ही जगभर हिंडून तुमच्या कार्यासाठी आवश्यक असेल ती सर्व मदत – शल्यविशारद, रोग चिकित्सातज्ज्ञ, कुष्ठरोगतज्ज्ञ – मिळवा, जेवढा वेळ लागेल तेवढा घ्या. पैशाची चिंता नको. आम्ही सर्व खर्च करू.''

डॉ. ब्रँडना आश्चर्य वाटल्यावाचून राहिलं नाही. त्यांच्या बरोबर काम करणारे सहकारी अजूनही निर्विवादपणे त्यांचं कार्य, त्याबद्दलचं यश स्वीकारत नव्हते. कधीकधी त्यांचे पाय मागे खेचत होते. अन् त्याच वेळी रॉकफेलर फौंडेशनसारखी जगद्विख्यात संस्था त्यांचा फक्त गौरवच करत नव्हती, तर मदतीचा हातही पुढे करत होती. डॉक्टरांच्या मते, तो हात विधात्याचा होता...

ही मदत मिळण्याचा योगही चांगला होता. कारण त्याच सुमारास त्यांच्या मनात सुट्टीसाठी मायदेशी जाण्याचा विचार घोळत होता. त्यांनी उत्साहानं मनाशी पुढील कार्यक्रमाचे आडाखे बांधायला सुरुवात केली. प्रथम इंग्लंडला जायचं, नंतर अमेरिका आणि त्यानंतर जमलं तर इतर देशांना भेटी द्यायच्या. त्यादृष्टीनं त्यांनी आपल्या हॉस्पिटलमधील मेंदूतज्ज्ञ, मेंदूरचनातज्ज्ञ (neuropathologist), शल्यविशारद, कुष्ठरोगतज्ज्ञ ह्यांच्या सल्ल्यानं जगभरातील तज्ज्ञ मंडळींच्या नावांची यादी केली. त्यापैकी काही आपल्याला या कामात मदत करतील, ह्याची त्यांना खात्री होती.

१९५२ साली डॉ. ब्रँडनी या प्रवासाला प्रस्थान ठेवलं, तेव्हा त्यांचं मन ज्ञानसंपादनाच्या संधीच्या विचारानंदेखील उत्तेजित झालं होतं!

सुट्टीवर जायच्या विचारानं मार्गारेटच्या मनात मात्र शंकांचं मोहोळ उठलं. दोन

ते आठ वर्षांच्या चार मुलांना घेऊन बोटीनं प्रवास करण्याचं दिव्य तर होतंच, शिवाय तिथल्या देखण्या, नीटनेटक्या घरात आपली व्रात्य मुलं धुडगूस घालणार, ह्या विचारानंही तिच्या पोटात गोळा उठला. वेल्लोरमध्ये मुलांना दंगा करायला पूर्ण स्वातंत्र्य होतं, घरात गालिचे नसल्यामुळे स्वच्छतेतला काटेकोरपणा कमी होता. पण तिनंही तयारीत उत्साह दाखवला. कारण इंग्लंडमधल्या वास्तव्यानंतर तिला आता दक्षिण आफ्रिकेत स्थायिक झालेल्या आई-वडिलांनाही भेटायला मिळणार होतं.

"आम्ही तिथे झाडांवर चढू शकू ना, झाडं असतील ना तिथे?" जीननं काळजीच्या सुरात विचारलं.

"झाडं नसली तर भिंती असतीलच," ख्रिस्तोफरने तिची समजूत काढली.

मार्गरेटला एकदम आठवण झाली, इंग्लडला जायचं तर धाकट्या दोघी मुलींचे, मेरी आणि एस्टेलचे जन्मदाखले हवेत. तिनं घाईघाईनं अर्ज-विनंत्यांचं सत्र सुरू केलं. शेवटी एकदाची प्रमाणपत्रं मिळाली; पण ती वाचून पाहताच तिचं मन झाकोळलं. कारण त्यावर मुलींची नावंच नव्हती.

"तुम्ही जन्माची नोंद केलीत तेव्हा मुली किती दिवसांच्या होत्या?" सरकारी कर्मचाऱ्यानं विचारलं.

"१० दिवसांच्या." मार्गरेटनं उत्तर दिलं.

"तरीच. आता लक्षात आलं. अहो, हॉस्पिटलमध्ये ठेवलेली नावं आई-वडील नंतर बदलतातच, म्हणून त्यांनी ती नाव लिहिली नसणार," त्यानं खुलासा केला.

मार्गरेटनं त्याला शांतपणे आणि व्यवस्थितपणे समजावून सांगण्याचा प्रयत्न केला की, भारतीय पद्धत आणि ब्रिटिश पद्धतीत फरक असतो. त्यात पुन्हा एकदा योग्य ते फेरबदल करून तिला ते दाखले दिले. त्यात वेगळीच चूक होती. तिचं नाव मार्गरेट एलिझाबेथ बेरी असं लिहिलं होतं. परत एकदा तिनं ऑफिसमध्ये जाऊन सांगितलं, "अहो हे माझं लग्नाआधीचं नाव होतं. लग्नानंतर नाव मार्गरेट ब्रँड आहे."

"असं म्हणता? मी आत्ता चूक दुरुस्त करतो." त्या अधिकाऱ्याने तिला दिलासा दिला.

पुन्हा एकदा कागदपत्रं मार्गरेटच्या हातात पडली. त्यातली माहिती वाचून तिनं कपाळाला हात लावला. कारण त्यात लिहिलं होतं –

आई – मार्गरेट एलिझाबेथ बेरी, कुमारिका.

पुन्हा एकदा तिनं ऑफिसच्या चकरा मारायला सुरुवात केली!

मद्रासपासून मुंबईपर्यंतचा प्रवास आगगाडीनं करून हे षट्कोनी कुटुंब जहाजा-मार्गे इंग्लंडला निघालं, तोपर्यंत तयारीच्या दगदगीनं मार्गरेट पार थकून गेली होती.

प्रवासात काही काळजीचे क्षण वाट्याला आलेच. एडन बंदरात बोट उभी असताना व्रात्य मेरी बेपत्ता झाली. इकडे तिकडे शोधूनही तिचा पत्ता लागेना. मार्गरिटच्या तोंडाचं पाणी पळालं. शेवटी तिच्या बेपत्ता झाल्याची बातमी ध्वनिक्षेपकातून संपूर्ण बोटीत सांगण्यात आली. "कुणी तरी पळवलं आपल्या पोरीला," ती घाबरून पॉलला म्हणाली.

पॉलनं मात्र मनाचा शांतपणा सोडला नाही. अगदी अविचलपणे ते म्हणाले, "आपल्याला जे जे करणं शक्य होतं ते ते आपण केलंय. आता शांतपणे जेवून घेऊ या."

कप्तान जहाजाचा नांगर उचलणार, इतक्यात एक बाई धावत धावत आली. तिनं मेरीचा हात पकडला होता. खेळण्याच्या नादात पोरगी दुसऱ्याच कुठल्यातरी केबिनमध्ये शिरली होती अन् थकून भागून एका बंकरवर झोपून गेली होती.

एवढी एक घटना सोडली तर संपूण प्रवास निर्धोकपणे पार पडला.

बराच लांबचा बोटीचा प्रवास करून ब्रँड कुटुंब इंग्लंडला पोहोचलं. कस्टम अधिकाऱ्यांनी सामान तपासताना एका पिशवीकडे बोट दाखवून विचारलं, "ह्यात काय आहे?" बघण्यासाठी म्हणून त्यानं पिशवी उचलली. तेवढ्यात मार्गरिट म्हणाली, "काही नाही, मुलांची खेळणी आहेत. भारतातल्या कुष्ठरोग्यांनी बनवलेली."

त्या अधिकाऱ्यानं तत्क्षणी ती पिशवी खाली टाकली. जणू त्याच्या हाताला विजेचा धक्का बसला होता. "ठीक आहे, निघा तुम्ही." त्यानंतर त्यानं त्यांच्या एकाही पेटीला हात लावला नाही.

मार्गरिटच्या मनात आलं, 'पौर्वात्य लोक आपल्यापेक्षाही अज्ञानी आहेत असं आम्ही समजतो. तो समज किती खोटा आहे, हे आज समजलं. अडाणीपणा,अपसमज ही कुणा एका देशाची मक्तेदारी नाही हेच खरं!'

१७

'इतिहासाची पुनरावृत्ती होते' ही डॉ. ब्रँडची आवडती म्हण. अनेक वेळा त्यांना तिचा प्रत्यय आला होता. आता इंग्लंडच्या भेटीत मार्गरिटला अन् पॉलच्या मावश्यांनाही ती म्हण खरी असल्याचं पटलं.

एका भल्या सकाळी दारावरची घंटा वाजली. मावशीनं दार उघडलं तर दारात नेहमी दूध आणून देणारा माणूस होता. घाबऱ्या घाबऱ्या त्यानं विचारलं, "नक्की

ठाऊक नाही, पण मला कळलं की ही मुलगी तुमच्याच घरातली असावी, हो ना?'' असं म्हणून त्यानं घरासमोरच्या दिव्याच्या खांबाकडे बोट दाखवलं. होपमावशीच्या काळजाचा ठोकाच चुकला. तीस वर्षांपूर्वी तिच्या लाडक्या भाच्यानं – पॉलनं जो प्रताप केला होता, तोच आज त्याच्या मुलीनं – जीननं केला होता. दिव्याच्या खांबावर चढून तिनं जमिनीला समांतर अशा आडव्या दांड्यावर स्वत:ला उलटं लटकवलं होतं. दोन्ही गुडघ्याच्या खोबणीत दांडा पकडून बाईसाहेब दहा फूट उंचीवरून, खाली येणाऱ्या-जाणाऱ्यांना 'टाटा' करीत होत्या!

मार्गरेटच्या कल्पनेपेक्षाही वास्तव तिला अधिकच जड गेलं. या घरातल्या काचेच्या नाजूक वस्तू, शोभेच्या वस्तू, किमती गालिचे ह्या सगळ्यांपासून मुलांना दूर ठेवायचं म्हणजे एक भलामोठा उद्योग होता. इथे मुलांना धावायला, खेळायला मोकळी जागा नव्हती, घरात पाळीव प्राणीही नव्हते. त्यामुळे थोड्याच दिवसांत मुलं कंटाळली. मावश्यांना त्यांच्या भाच्यांनी, पॉल व कॉनीनं असाच त्रास दिला होता; पण तो त्रास त्या इतक्या वर्षांनंतर विसरल्या होत्या. तरीही नातवंडांचा व्रात्यपणा त्यांनी सोशिकपणे पचवला. त्यांना खेळण्यासाठी एक खोली रिकामी करून दिली.

इंग्लंडमध्ये आल्याआल्या डॉ. ब्रँडनी स्वत:ला आपल्या संशोधनकार्यात झोकून दिलं. इथल्या प्रख्यात शल्यविशारदांना भेटायचं, त्यांच्याकडून हाताच्या शस्त्रक्रियांमधली नवी तंत्रं शिकून घ्यायची, तसंच कुष्ठरोग्यांच्या हातांवर त्वचारोपण करता आलं तर बोटांवर कुष्ठरोगाच्या खुणाही रहाणार नाहीत, त्यादृष्टीनं त्वचारोपण तज्ज्ञांना भेटायचं हे त्यांच्या भेटीचे मुख्य उद्देश होते. त्या दृष्टीनं त्यांनी सर आर्चिबाल्ड मॅकइंडो (Sir Archibald McIndo) यांची भेट घेतली. युध्दानंतर विमानदलातील अनेक सैनिकांच्या भाजलेल्या हातांवर त्यांनी यशस्वीपणे शस्त्रक्रिया केल्या होत्या. त्यांना डॉ. ब्रँडनी स्वत: केलेल्या शस्त्रक्रियांचे फोटो दाखवले. त्यांना स्वत:ला या शस्त्रक्रियांचे परिणाम एवढेसे समाधानकारक वाटले नव्हते.

"मला नाही तसं वाटत," डॉ. मॅकइंडोंनी उदार मनाने पण प्रामाणिकपणे आपलं मत सांगितलं. "माझ्या मते तुम्ही शक्य ते सर्व उपाय केले आहेत. मी तर म्हणेन, तुम्हीच इथल्या प्लॅस्टिक सर्जनसमोर आपली तंत्रं समजावून सांगण्यासाठी एखादं भाषण द्यावं."

डॉ. ब्रँड या विनंतीमुळे चकितच झाले. पण त्यांनी डॉ. मॅकइंडोंची विनंती मान्यही केली. विशेष कौतुकाची गोष्ट म्हणजे, या भाषणानं सर मॅकइंडो इतके प्रभावित झाले की, त्यांनी डॉ. ब्रँडची पाठ तर थोपटलीच, पण फार मोठे कौतुकोद्गारही काढले. ते म्हणाले, "काय गंमत आहे पहा, तुम्ही इथे नवीन तंत्रं शिकायला आलात अन् आम्हालाच कितीतरी नवीन तंत्रं शिकवलीत. माझ्या मते

प्रत्येक सर्जननं तुमचं हे भाषण ऐकायलाच हवं.''

त्यांतर त्यांनी डॉ. ब्रँडना एक विनंती केली. ती विनंती एक फार मोठा बहुमान ठरणार आहे आणि त्याच्या 'अनुपम्य सुखसोहळ्याचे' मानकरी आपण ठरणार आहोत, ह्याची डॉ. ब्रँडनी स्वप्नातही कल्पना केली नसती!

''तुमचं हे भाषण मी हंटेरियन लेक्चरसाठी सादर केलं तर तुमची हरकत नाही ना?'' सर मॅकइंडोंचे शब्द कानावर पडले तेव्हा आपण स्वप्नात तर नाही ना, असं डॉ. ब्रँडना वाटलं. डॉ. जॉन हंटर हे इंग्लंडमधील शल्यविद्येचे जनक समजले जात. त्यांच्या नावानं एक सन्माननीय प्राध्यापकपद इंग्लंडच्या शल्यविद्याकॉलेजनं (Royal College of Surgeons) निर्माण केले होतं. त्याला 'हंटेरियन प्रोफेसरशिप' असं नाव दिलेलं होतं. दरवर्षी एका शल्यविशारदला हा बहुमान मिळत असे. डॉ. ब्रँडना या सन्मानामुळे एक फार मोठी संधी मिळणार होती. कुष्ठरोग्यांच्या पुनर्वसनाचा प्रश्न जगभरातील शल्यविशारदांपुढे मांडण्याचं एक आव्हान त्यांना स्वीकारता येणार होतं. या सुवर्णसंधीचा लाभ घेण्याचं त्यांनी ठरवलं. लंडनमध्ये परतताच त्यांनी आपल्या भाषणात योग्य ती भर घातली आणि प्राध्यापकपदासाठी ते सादर केलं व त्यांची निवडही झाली.

२४ ऑक्टोबर १९५२ रोजी हा सन्मान्य बहुमान डॉ. ब्रँडना देण्यात आला. हा सोहळा देखणा तर होताच, पण त्याचं एक जगावेगळं वैशिष्ट्य होतं. त्या संपूर्ण कार्यक्रमात डॉ. पॉल ब्रँडच्या भाषणाव्यतिरिक्त एक शब्दही कुणीही उच्चारला नाही. तो संपूर्ण सोहळा जणू त्यांचाच होता.

भाषणसमारंभापूर्वी डॉ. ब्रँड रॉयल कॉलेजचे अध्यक्ष, सर जेम्स पेटरसन रॉस (Sir James Paterson Ross) यांना औपचारिकरित्या भेटले. त्यांच्या बरोबर चहा घेतला. या समारंभासाठी खास बनवलेली चांदीची टी-सर्व्हिस वापरण्यात येत असे. त्यानंतर त्यांना सन्मानपूर्वक समारंभाचा लाल रंगाचा पोशाख चढवण्यात आला. त्यावेळी कॉलेजच्या समितीमध्ये पॉलचे लाडके प्राध्यापक, पिल्चर हेही उपस्थित होते. यानंतर कॉलेजच्या सभागृहाकडे मिरवणूक निघाली. अग्रभागी एका छोट्याशा तबकात संस्थेचा सुवर्णदंड घेऊन एक अधिकारी निघाला व त्यापाठोपाठ सर्व सभासद व सर्वांत शेवटी डॉ. ब्रँड होते. सभासद स्थानापन्न होताच अध्यक्षांनी डॉ. ब्रँडना खुणेनंच भाषण सुरू करायला सांगितलं. त्यांच्या व्याख्यानाचा विषय होता – शस्त्रक्रियेद्वारे कुष्ठरोग्यांच्या हाताची पुनर्निर्मिती रचना (Reconstruction of the Hand in Leprosy).

एकाग्र चित्तानं सर्व उपस्थितांनी हे बहुतांशी तांत्रिक व्याख्यान ऐकलं. ते संपताच डॉ. ब्रँडनी प्रथेनुसार अध्यक्षांपुढे मान झुकवून भाषण संपल्याची खूण केली. अध्यक्षांनीही त्याच प्रकारे प्रतिसाद दिल्यानंतर सुवर्णदंडधारी अधिकारी उठून

हात विधात्याचे । १४५

उभा राहिला. समारंभ संपल्याची ती खूण होती. मिरवणूक सभागृहाबाहेर पडली. ह्या वेळी मात्र अग्रभागी डॉ. ब्रँड, नंतर अध्यक्ष व शेवटी समितीचे सभासद असा क्रम होता. त्यानंतर एका छोट्याशा समारंभात त्यांना १९५२ सालचे हंटेरियन प्राध्यापक म्हणून गौरवण्यात आलं व डॉ. ब्रँड घरी परतले.

बरोब्बर बारा वर्षांनी पुन्हा एकदा डॉ. ब्रँडना हा बहुमान मिळाला. त्यावेळी व्याख्यानाचा विषय होता, कुष्ठरोग्यांच्या पावलांची पुनर्रचना.

दोन वेळा हा बहुमान मिळवणारे डॉ. पॉल ब्रँड एकमेवाद्वितीय ठरले!

इंग्लंडमध्ये आपल्या मायदेशी इतका मोठा बहुमान मिळाल्याने डॉ. ब्रँडना आनंद झाला, पण संपूर्ण समाधान वाटलं नाही. कारण ज्ञानसंपादनाचा त्यांचा हेतू सफल झाला नव्हता. अनेक शल्यविशारदांना त्यांनी स्वत: केलेल्या कामाच्या शवविच्छेदनातून मिळवलेल्या पुराव्यांच्या स्लाइड्स दाखवल्या, कुष्ठरोग्यांच्या नसांवर आलेल्या सुजेचा उल्लेख केला व त्यामागचं कारण जाणण्यासाठी प्रश्न विचारले; पण एकाही शल्यविशारदाला समाधानकारक उत्तर देता आलं नाही. आपल्या सहकाऱ्यांनी जे निष्कर्ष काढले होते तेही डॉ. ब्रँडनी या तज्ज्ञांना सांगितले. पण कुणीही छातीठोपणे सांगू शकलं नाही, ते निष्कर्ष बरोबर होते की चूक!

त्यानंतर त्यांनी आपला मोर्चा हस्तशल्यविशारदांकडे वळवला. त्यांच्याकडून काही नवी तंत्रं शिकता आली तर पाहावीत हा त्यांचा हेतू होता. या भेटीतून त्यांना पुष्कळ समाधान मिळालं, कारण त्यांच्याकडून ज्ञान तर मिळालंच; पण उत्तेजनही मिळालं. कुष्ठरोग्यांच्या हातांवरील शस्त्रक्रियांबाबत मात्र हे तज्ज्ञ डॉ. ब्रँडना विशेष मदत करू शकले नाहीत.

डॉ. ब्रँडनी अमेरिकेतील बॉस्टन येथे फ्लिन (Flynn), मारव्हल (Msrvel), बार (Barr) आणि डेनी-ब्राऊन (Denny Brown) यांच्यासारख्या थोर शल्यविशारदांच्या हाताखाली काम करून ज्ञान संपादन केलं. त्यानंतर शिकागो येथील सुप्रसिद्ध पॅसव्हंट हँड हॉस्पिटल (Pasavant) मध्ये कॉंत (Koch) आणि मेसन यांच्याकडून काही पाठ गिरवले. तेथून ते सॅनफ्रान्सिस्को या ठिकाणी २ आठवडे बनेल (Bunnell) – विश्वविख्यात हस्तशल्यविशारद आणि हॉवर्ड व न्यू ऑरलिन्सलाही गेले. तेथील रॉयार्जन (Riorden) हे कुष्ठरोग्यांवर, खास करून त्यांच्या हातांवर पुनर्निर्माण शस्त्रक्रिया करणारे शल्यविशारद होते. ह्यांच्या हाताखाली प्रशिक्षण घेतलेले रॉयार्जन आठवड्यातून एक दिवस लुइझियाना राज्यातील कारव्हिल येथील कुष्ठरोगधामाला भेट देत असत. त्यांनी डॉ. ब्रँड वेल्लोर येथे वापरत असलेली शस्त्रक्रिया तंत्रं शिकून घेतली. दोघांनाही हा अनुभव फलदायी वाटला.

"तुम्हाला सांगू, या तुमच्या स्लाइड्स माझ्या मांजरांच्या स्लाइड्ससारख्या दिसतायत मला." डॉ. डेरेक डेनी ब्राऊन (Dr. Derek Denny Browne) डॉ. ब्रँडना

म्हणाले, तेव्हा काही क्षण ब्रँडना बोलायचं सुचेना. बऱ्याच शोधानंतर हवी असलेली वस्तू सापडावी, तसा अनुभव त्यांनी त्या क्षणी घेतला. आपल्या प्रश्नाचं उत्तर हा माणूस देऊ शकेल, अशी आशा त्यांच्या मनात पालवली.

डॉ. ब्राऊन हे हार्वर्ड विद्यापीठातले सुप्रसिद्ध मेंदूतज्ज्ञ होते. त्यांना डॉ. ब्रँडनी स्वत: तयार केलेल्या स्लाइड्स दाखवून विचारलं होतं, "या ठिकाणी नसांना सूज का येते ह्याचं उत्तर आजपर्यंत मला सापडलं नाही अन् कुणीही मला समाधानकारक स्पष्टीकरण दिलेलं नाही."

डॉ. ब्राऊननी त्यानंतर त्यांचं मांजराच्या व सशांच्या नसांवरलं संशोधन त्यांना विषद करून सांगितलं. त्यांनी सूक्ष्मदर्शकाखाली केलेल्या तपासणीबद्दल ते सविस्तर बोलले. स्वत:कडच्या काही स्लाइड्स त्यांनी दाखवल्या व दोन्हींची तुलना करत ते डॉ. ब्रँडना म्हणाले, "हे बघा, यामध्येपण तुम्ही म्हणता तशी सूज दिसते. या आवरणाखाली सूज दिसतेय. तिच्यामुळे नसेवर दाब पडतो व रक्तपुरवठा कमी होतो."

डॉ. ब्रँडना हे विवरण म्हणजे त्यांच्या मनातल्या समस्यांवरचं पहिलं महत्त्वाचं उत्तर (breakthrough) वाटलं. बधिरता, अपंगत्व (paralysis) येण्याचं खरं कारण स्नायूंना आवश्यक असणारा रक्तपुरवठा काही कारणानं कमी होणं हे होतं तर! हे नवीन ज्ञान तसं पाहिलं तर फार मर्यादित होतं, पण त्यांची ही अमेरिका भेट ज्ञान व अनुभव या दोन्ही बाबतीत फार महत्त्वाची ठरली, अनुभवसंपन्न करणारी ठरली. लुइझियाना राज्यातील कार्व्हिल येथील कुष्ठरोगसंशोधन केंद्रात त्यांनी शस्त्रक्रिया व पुनर्वसनाचं प्रात्यक्षिक दाखवलं तर न्यूयॉर्कमध्ये त्यांनी एका दूरदर्शन कार्यक्रमात भाग घेतला. त्यामध्ये त्यांनी स्वत:च्या पुनर्वसनविषयक कार्यासंबधीची चित्रं तसंच नवजीवनधामातील कुष्ठरोग्यांनी बनवलेल्या खेळण्यांची चित्रंही दाखवली.

याच ठिकाणी अमेरिकन कुष्ठरोग मिशननं आयोजित केलेल्या भाषणानं त्यांनी आपल्या या सफरीची सांगता केली. मनावर तृप्तीची साय चढावी तसं त्यांना वाटलं, पण त्यांच्या या समाधानाला एक गालबोट लागलं.

या सभेतच आपलं अंग तापलंय, अशी जाणीव डॉ. ब्रँडना झाली. न्यूयॉर्कमध्ये त्यांनी एका कमी दराच्या हॉटेलमध्ये एक खोली घेतलेली होती. वास्तविक पाहाता रॉकफेलर फाऊंडेशननं त्यांच्या रहाण्याजेवणाच्या खर्चासाठी चांगली तजवीज केली होती. पण तिथेही डॉ. ब्रँडनी काटकसरीचं धोरण अवलंबून सामान्यशा हॉटेलमध्ये राहायचं ठरवलं. भाषण संपल्यानंतर भुयारी रेल्वेनं हॉटेलपर्यंत पोहोचण्यापूर्वीच त्यांना तापानं इतकं घेरलं, की ते गाडीत चक्कर येऊ खाली पडले. 'दारूच्या नशेत आहे' असा समज करून घेतल्यामुळे सहप्रवाशांपैकी कुणीही त्यांना मदत केली नाही. कसेबसे ते हॉटेलपर्यंत पोहोचले; पण त्यांच्या

खोलीत फोनची व्यवस्था नव्हती. 'उगीच कुणा शल्यविशारदाला आपल्या आजारपणाविषयी सांगून त्रास का द्या?' या विचारानं त्यांनी कुणालाही फोन केले नाहीत. शिवाय खोलीत पोहोचेपर्यंत त्यांच्या डोळ्यांवर झापड व शरीरावर ग्लानी आली.

दुसऱ्या दिवशी त्यांनी हॉटेलमधल्या नोकराला संत्र्याचा रस, दूध आणि ॲस्पिरिनच्या गोळ्या आणायला सांगितल्या. पुढचे सहा दिवस त्यांनी अशाच प्रकारे काढले. पण नोकराशिवाय दुसऱ्या कुणालाही त्यांनी स्वत:च्या आजारपणाची कुणकुणही लागू दिली नाही. सातव्या दिवशी अगदी अनपेक्षितपणे डॉ. युजिन केलर्सबर्गर (Dr. Eugene Kellersberger) त्यांच्या खोलीत हजर झाले. त्यांच्या हातात खाद्यपदार्थांच्या पिशव्या अन् चेहऱ्यावर स्मित होतं!

त्यांना पाहिल्यावर डॉ. ब्रँडना वाटलं, समोर देवदूतच उभा आहे! त्यांनी क्षीण आवाजात विचारलं, "तुम्हाला कसं कळलं मी इथे आहे?"

त्यादिवशी भाषण संपण्यापूर्वीच डॉ. युजिनना डॉ. ब्रँडच्या तब्येतीबद्दल काळजी वाटू लागली होती. त्यांनी डॉ. ब्रँडचा ठावठिकाणा शोधून काढण्यासाठी जमेल तिथे चौकशी केली. रॉकफेलर फौंडेशनमध्ये फोन केला तेव्हा डॉ. ब्रँड, डॉ. लिट्लर (Dr. Littler) यांना भेटणार होते, एवढंच समजलं. डॉ. लिट्लरना, डॉ. ब्रँडनी ठरवलेली भेट का घेतली नव्हती, ह्याचं आश्चर्य वाटलं होतं. त्यानंतर मात्र डॉ. केलर्सबर्गनी न्यूयॉर्कमधल्या होत्या नव्हत्या त्या सगळ्या हॉटेल्समध्ये डॉ. ब्रँडची चौकशी केली. अखेर त्यांना डॉ. ब्रँडचा पत्ता लागला. तोपर्यंत त्यांची तब्येत हळूहळू सुधारू लागली होती. आपल्याबद्दल कळकळ दाखवणाऱ्या डॉक्टर केलर्सबर्गरबद्दल त्यांना अपार कृतज्ञता वाटली.

तेथून निघाल्यानंतर सॅन फ्रॅन्सिस्कोतील बनेल (Bunnell) या विश्वविख्यात हस्त शल्यविदांकडून, तसंच हॉवर्ड या आणखी एका तज्ज्ञाकडून त्यांनी ज्ञान संपादन केलं. त्यानंतरही त्यांनी लॉस एंजेलिस व न्यू ऑर्लिन्समधील हॉस्पिटलना भेटी दिल्या. बनेल ह्यांच्या हाताखाली शिकलेले डॉ. रायॉर्डन (Riorden) आठवड्यातून एकदा लुइझियानातील कारव्हिल कुष्ठरोगधामात जात असत. एकमेकांना ज्ञान देण्यात दोघांनाही आनंद व समाधान लाभलं.

१८

परतीच्या प्रवासाला त्यांनी सुरुवात केली, तेव्हा डॉ. ब्रँडचं मन बऱ्याच अंशी समाधानी होतं. इंग्लंड-अमेरिकेतील नामवंत डॉक्टरांकडून त्यांना बरंच काही शिकायला मिळालं होतं. त्यांच्या कामाची प्रशंसा झाली होती. अन् हंटेरियन प्रोफेसरशिपसारखा बहुमानही अनपेक्षितपणे मिळाला होता.

बोटीनं केलेल्या या प्रवासात त्यांना शारीरिक थकवा मात्र खूप जाणवायचा. न्यूयॉर्कमधल्या आठवडाभराच्या आजारपणामुळे त्यांची तब्येत बरीच खालावली होती. इंग्लंडला पोहोचल्यावर काही दिवस मावशीच्या घरी विश्रांती घ्यायची, मग दक्षिण आफ्रिकेत मार्गरेटच्या आईवडिलांकडे काही दिवस घालवायचे अन् भारतात परतायचं असा त्यांचा विचार होता.

प्लिमथ ते लंडन हा आगगाडीचा प्रवास जणू संपतच नाही, अशी भावना त्यांच्या मनात तरळली. घरी पोहोचताच त्यांनी स्वत:ला खुर्चीत झोकून दिलं, पायातले बूट काढले अन् त्याक्षणी त्यांच्या छातीत धस्स झालं. मोजे काढत असताना आपल्या एका टाचेत संवेदना नाही, याची त्यांना जाणीव झाली.

विलक्षण थकवा आलेला असूनही त्यांनी खुर्चीतून उठण्याचा प्रयत्न केला. जवळच्या टेबलावरची एक टाचणी उचलली अन् तिचं तीक्ष्ण टोक टाचेत घुसवलं. वेदनेचा लवलेशही त्यांना जाणवला नाही. तेव्हा त्यांनी पुन्हा एकदा अधिक जोरानं स्वत:च्या टाचेला टोचलं. तोच बधिरतेचा अनुभव आला. तिसऱ्यांदा त्यांनी खूप जोरात टाचणी त्वचेत घुसवली, तेव्हा रक्ताचा थेंब बाहेर आला, पण वेदना झालीच नाही. सुन्न मनानं ते तसेच बसून राहिले. पुन्हापुन्हा रुमालानं, हातांच्या बोटांनी त्यांनी टाचेवर दाब दिला, पण टाच बधिरच राहिली... हताश मनानं ते कसेबसे खुर्चीवरून उठले अन् त्यांनी स्वत:ला पलंगावर झोकून दिलं.

शेवटी या रोगानं आपला बळी घेतलाच. इतके दिवस आपल्याला पूर्णपणे ठाऊक होतं की या रोगाची लागण आपल्याला होऊ शकते. डॉ. कॉकरेन अनेक वेळा म्हणाले होते, "एखादा माणूस पूर्णपणे सुरक्षित असतो, तर एखाद्याला रोगबाधा होऊ शकते, नक्की काही सांगता येत नाही." त्यांना आठवलं, ते शस्त्रक्रिया करताना, रुग्णांना तपासताना, आवश्यक ती सर्व खबरदारी घेत असत. पण मनाच्या तळाशी अंधूकशी भीती कायमच असावी. म्हणूनच तर त्यांनी हातांचे नकाशे काढले होते. सुरुवातीला रोज संध्याकाळी ते आपलं सर्व शरीर नीट निरखून पाहायचे, कुठे चट्टा उठलेला नाही ना हे पहाण्यासाठी. हळूहळू भीती कमी झाली तसं रोजचं निरीक्षणही थांबलं. अलीकडे मन बरंच निर्धास्त झालेलं असताना

अचानक... त्यांचा विश्वासच बसेना.

"बाळ, जेवायला येतोस ना?" मावशीनं दाराबाहेरून विचारलं तेव्हा पटकन त्यांनी, "नको मावशी, भूक नाही मला," असं उत्तर दिलं.

"चहा-कॉफी आणू का? बरं वाटेल." मावशीनं पुन्हा एकदा प्रेमळपणानं विचारलं. "नको मावशी, प्रवासाचा शीण आलाय. रात्रीची झोप झाली की सकाळी बरं वाटेल मला." आवाजात उसना उत्साह आणत त्यांनी उत्तर दिलं. आत्ता याक्षणी तरी त्यांना कुणालाच भेटावं वाटत नव्हतं.

"ठीक आहे, झोप तर मग." मावशी हळूहळू पावलं टाकत निघून गेली अन् त्यांचं मन निराशेच्या गर्तेत खोलखोल कोसळू लागलं. फार रात्र झाली नव्हती त्यामुळे आजूबाजूला होत असलेले अनेक आवाज – मुलांच्या खिदळण्याचे, बोलण्याचे, गाड्यांचे – त्यांच्या कानावर आदळत होते; पण त्यांचं मन जणू बधिर झालं होतं, डोळ्यांसमोर विद्रूप झालेल्या त्यांच्या रुग्णांचे चेहरे उभे राहात होते. त्यांनी सांगितलेल्या करुण कहाण्या – अवहेलनेच्या, अपमानाच्या, झिडकारल्या गेलेल्यांच्या त्यांना परत परत आठवत होत्या. आता आपल्यालाही त्याच अनुभवाला सामोरं जायचंय हा विचार त्यांच्या मनात उमटला. 'आपण आता एकटे पडणार, बहिष्कृत केले जाणार, आपल्या आत्तापर्यंतच्या सर्व कामाला आता पूर्णविराम मिळणार...' मनातल्या काळ्याकुट्ट विचारांवर कसं नियंत्रण ठेवावं ते त्यांना कळेना. ती रात्र त्यांच्या आत्तापर्यंतच्या आयुष्यातली सर्वांत वाईट रात्र होती. यापुढे अशा अनेक रात्री त्यांच्या वाटेला येणार होत्या. एकटेपणाच्या विचारानं त्यांचं शरीर थरारलं, मग विचार आला, 'आपण एकटे कसे असू? जगभरात लाखो लोक या रोगानं पछाडले आहेत, आपण त्यांच्यातलेच एक.'

त्यांना कृष्णमूर्ती आठवला, आत्महत्येचा प्रयत्न करणारा नामो आठवला. 'समाजाला आपण नको झाले आहोत' या विचारानं तो हताश झाला असणार.. खरंच, नाकारलेपणाची भावना किती वाईट असते, दु:ख देणारी असते!

काही वेळानं ते भानावर आले अन् स्वत:शीच बोलू लागले, 'वस्तुस्थिती कितीही वाईट असली तरी ती स्वीकारायला लागणारच. स्वत:ची कीव करण्यानं प्रश्न सुटणार नाहीत. उद्या सगळ्यांना ही गोष्ट समजणारच. त्यापूर्वीच काहीतरी निर्णय घ्यायला हवा. महत्त्वाची गोष्ट म्हणजे आता आपल्या कुटुंबाबरोबर राहता येणार नाही. भारतात परत जावं, रोग्यांमधलाच एक होऊन त्यांची सेवा करावी, की इथे इंग्लंडमध्येच राहावं? इथे लोकांना समजेपर्यंत कदाचित काही वर्षं निघून जातील; पण जेव्हा त्यांना कळेल तेव्हा काय? एकच हल्लकल्लोळ माजेल. 'हा रोग संसर्गजन्य नाही' असं आपण ठासून सांगायचो. आपल्यालाच हा रोग झालाय हे कळलं तर या कामासाठी कुणी पुढे येणार नाही... मनातला क्षोभ वाढला तशा

स्वत:ला नकळत त्यांनी हातांच्या मुठी आवळल्या, बोटांची नखं तळव्यांमधे खुपसली, तशी त्यांना वेदना जाणवली. तो क्षण सुखाचा वाटला. हातात संवेदना आहे तर.... काही काळानंतर हातही बधिर होतील, मग विद्रूप होतील... हे सगळं कदाचित आपण थांबवू शकू; पण का सरळ कुठेतरी निघून जावं? परतीच्या सगळ्या वाटा बंद करून? सगळेच प्रश्न सुटतील... छे, असा भ्याडपणा दाखवणं योग्य नव्हे. आपण इतके दिवस जगाला जे सांगितलं, ते आपणच खोटं ठरवायचं?

उलटसुलट विचारांच्या भोवऱ्यात त्यांचं मन गरगरत राहिलं. कधी स्वत:ची कीव करत, तर कधी निर्भर्त्सना करत ते जागे राहिले. मनाशी निरनिराळ्या योजना आखत... काही वेळानं मन थकलं, शरीर थकलेलं होतंच, ते निद्रेच्या कुशीत शिरलं...

बऱ्याच वेळानं त्यांना जाग आली, पहाट होत असल्याची जाणीव झाली. स्वस्थ झोप अशी लागलीच नव्हती. पण खूप वेळ आपण या पलंगावर पडून आहोत, असा भासही झाला. उठू नये असं वाटत होतं तरी निर्धार करून ते उभे राहिले. आरशासमोर उभं राहून त्यांनी आपला चेहरा निरखला. अजून त्यांचे केस पूर्वीसारखेच तपकिरी होते, वार्धक्याची निशाणी कुठेच दिसत नव्हती. त्यांना रात्रीची आठवण झाली, पायातल्या बधिरतेची आठवण झाली. मनातल्या भीतीवर ताबा मिळवत त्यांनी टेबलावरची टाचणी उचलली अन् शक्य तितक्या स्थिरपणे पँट घोट्यापासून वर करून एका ठिकाणी टाचणी घुसवली.

दुसऱ्याच क्षणी त्याच्या तोंडून किंकाळी बाहेर पडली. पायातली कळ थेट मस्तकात गेली होती. त्या वेदनेचा अर्थ त्यांना समजला तेव्हा आनंदानं जोरात ओरडावं, असं त्यांना वाटलं. खात्री करून घेण्यासाठी त्यांनी तीनचार जागी तोच प्रयोग केला अन् प्रत्येक वेळी जीवघेणी कळ उठली.

एकदम ते आपल्या गुडघ्यावर बसले, त्यांनी डोळे मिटून घेतले अन् देवाचे आभार मानले. त्यानंतर त्यांनी खिडकी उघडली. एप्रिल महिन्यातल्या थंड वाऱ्याचा सपकारा तोंडावर बसला तसं त्यांना प्रसन्न वाटलं. मनावरची उदासी, मरगळ, शरीरातला थकवा कमी झाल्यासारखा वाटला.

शांतपणे जेव्हा त्यांनी आपल्या टाचेतील बधिरपणाचा विचार केला तेव्हा त्यांच्या स्वत:च्या मूर्खपणाचं नवल वाटलं. इतकी साधी गोष्ट आपल्या ध्यानात आली नाही, ह्याचं आश्चर्यही वाटलं. झालं होतं एवढंच की, फ्लूच्या तापानं त्यांना खूप अशक्तपणा आला होता. बोटीतल्या दीर्घ प्रवासानंतर त्यांनी बराच वेळ ट्रेनमध्ये बसून काढला होता, साहाजिकच पायांतील नस बधिर झाली होती.

स्वत:च्या मूर्खपणाचं त्यांना हसू आलं, तरी देखील त्या अनुभवामुळे त्यांना बरंच काही शिकायला मिळालं. सर्वांत महत्त्वाची गोष्ट म्हणजे कुष्ठरोग्यांच्या

मन:स्थितीची खऱ्या अर्थानं कल्पना आली. करुणा वाटणं, कणव दाखवणं अन् प्रत्यक्ष अनुभव घेणं यामधला फरक त्यांना त्यादिवशी समजला. शिवाय पुस्तकी ज्ञानाचा, अनुभवानं मिळालेल्या ज्ञानाचा अन् प्रत्यक्ष भीतीचा काही संबंध नसतो, हे ज्ञानही त्यांना स्वानुभवामुळेच मिळालं.

पुढे अनेक वेळा कुष्ठरोग्यांबरोबर काम करणाऱ्या समाजसेवकांनी डॉ. ब्रँडना सांगितलं की अशाच प्रकारचा अनुभव त्यांनाही अनेक वेळा आला होता.

त्यादिवशीच्या अनुभवाबद्दल डॉ. ब्रँडनी कुणाजवळ वाच्यता केली नाही. पण त्यांचा कुष्ठरोग्यांकडे पाहण्याचा दृष्टिकोन खूपच बदलला. ते अधिक संवेदनशील झाले. त्यांच्या मनातील दयाबुद्धीला आता स्वानुभवातून जन्मलेल्या करुणेची किनार लाभली. खोल परिणाम करणारा तो एक धार्मिक अनुभव वाटला त्यांना! मनोमन त्यांनी परमेश्वराचे आभार मानले.

पायाला टाचणी टोचल्यावर प्रथम जाणवलेली बधिरता व दुसरे दिवशी उठलेली कळ, या गोष्टींवर त्यांनी नंतर पुष्कळ विचारमंथन केलं. कुष्ठरोग्यांच्या बाबतीत त्यांनी हे आधीच सिद्ध केलं होतं की, त्यांच्या हातापायांना होणाऱ्या जखमा, अपघात, त्यामुळे बोटांचं झडणं ह्या सगळ्यांचं मूळ कारण या अवयवातील बधिरता असते. त्यादृष्टीने पहाता प्रत्येक सजीवाला होणारी शारीरिक वेदना ही एक धोक्याची सूचना देणारी घंटा असते. ज्यामुळे तो स्वत:ला होणाऱ्या गंभीर शारीरिक अपायांपासून वाचवू शकतो. वेदना या विषयावर त्यांनी पुढे पुष्कळ अभ्यास केला, विचार केला. त्याचा परिपाक एका महत्त्वाच्या व्याख्यानात झाला. ख्रिश्चन मेडिकल फेलोशिप या संस्थेने आयोजित केलेल्या परिषदेत डॉ. ब्रँडनी एका धक्कादायक शोधाचा उल्लेख केला. ''ज्या प्राण्यांनी आपली शारीरिक संवेदनक्षमता गमावलेली असते असे प्राणी कित्येक वेळा स्वत:च्याच बधिर अवयवाचे लचके तोडतात!'' ते पुढे म्हणाले, ''सजीवांच्या जगतात शारीरिक वेदनेला फार महत्त्वाचं स्थान आहे. एखाद्या अवयवातली संवेदना संपली की जणू तो अवयव त्या शरीराचा हिस्साच राहात नाही. अशा वेळी भूक लागल्यावर हे प्राणी आपलाच पाय खा, असा प्रकार सुरू करतात. ही गोष्ट ऐकायला देखील फार भयंकर वाटते. तात्पर्य, वेदनेमुळेच आपलं अस्तित्व टिकून असतं.''

या भाषणात त्यांनी अनेक तांत्रिक गोष्टींचं – पेशी, मज्जापेशी, संवेदनक्षमता विवरण केलं, तरी श्रोत्यांच्या मनावर ठसा उमटला तो त्यातील वैचारिक बैठकीचा. त्यामागच्या धार्मिक अधिष्ठानाचा. एक उदाहरण देऊन ते म्हणाले, ''ज्याप्रमाणे माणसाच्या शरीरातल्या कोट्यवधी पेशींचं एकमेकांशी गहन नातं आहे, त्याप्रमाणेच प्रत्येक माणसाचं समाजातील इतर मानवांशी घट्ट नातं असतं. त्या सगळ्यांनी एकमेकांशी प्रेमाचे संबंध ठेवले तरच समाजरूपी शरीराचं स्वास्थ्य टिकून राहील.

मानवी शरीरात ज्याप्रमाणे एका अवयवातील वेदना दुसऱ्या अवयवापर्यंत पोहोचते, त्याप्रमाणे समाजात एका माणसाचं दु:ख दुसऱ्या माणसाला समजलं, जाणवलं तर संपूर्ण समाजात स्वास्थ्य निर्माण होईल. मला वाटतं, आपण सगळे स्वार्थी, आत्मकेंद्रित झालो असल्यामुळेच जगात इतकं दु:ख आहे. शरीरातील एखादी पेशी किंवा काही पेशींचा समूह अनिर्बंधपणे वाढू लागला तर त्याला आपण दुर्धर रोग – कॅन्सर समजतो. परमेश्वराचं आपल्याला हेच सांगणं आहे. पेशीइतक्या छोट्या उदाहरणातून आपल्याला हेच शिकायचं आहे – संपूर्ण समाजाचं आपण काही देणं लागतो, ते ऋण आपल्याला सेवेतून फेडायचं आहे.''

याच वार्षिक सुट्टीच्या दरम्यान ब्रँड पती-पत्नींनी एक महत्त्वाची गोष्ट केली. त्यांनी मिशन ऑफ लेपर्स बरोबर अधिकृतपणे संबंध जोडले. या निर्णयाचा त्यांना पुढे बराच मोठा लाभ होणार होता. कारण त्यामुळे डॉ. ब्रँडच्या कुष्ठरोगविषयक कार्याला आर्थिक पाठिंबा तर मिळालाच; पण आस्थिशल्यविशारदाच्या प्राध्यापकपदासाठी अर्थसाहाय्यही मिळालं.

द. आफ्रिकेतील जोहान्सबर्ग येथील डॉ. पेन (Penn) या सुप्रसिद्ध प्लॅस्टिक शल्यविशारदानं कुष्ठरोग्याच्या झिजून लहान झालेल्या नाकांवर यशस्वी शस्त्रक्रिया केलेल्या होत्या. स्वत: डॉ. ब्रँडनी कुष्ठरोग्यांच्या नाकावर शस्त्रक्रिया करण्याचे प्रयोग केले होते; पण त्यांना डॉ. पेनची पद्धत आवडली. त्यांनी हे नवं तंत्र वापरून पाहायचा निश्चय केला.

बऱ्याच प्रमाणात समाधान अन् थोडी निराशा पदरी बांधून वर्षभरानंतर डॉ. ब्रँड वेल्लोरला परतले तेव्हा त्यांनी मनाशी निश्चय केला, 'यापुढची वाटचाल आपल्याच पायावर करायची आहे!'

११

एक वर्षाची सुट्टी संपवून डॉ. ब्रँड वेल्लोरमध्ये कामावर रुजू झाले. पुढची पाच वर्षं त्यांना खूप धावपळीची जाणार होती. पुन्हा एकदा त्यांनी स्वत:ला संशोधनकार्यात झोकून दिलं. नवनवीन तंत्रं सोधून काढली, शस्त्रक्रियांमध्ये त्यांचा वापर केला. मार्गरेटनंही नेत्रविभागात काही नव्या गोष्टी घडवण्याचा प्रयत्न केला. कुटुंबामध्ये आणखी दोन अपत्यांची भर पडली.

मुलांचं धडपडण्याचं, धोकादायक खेळ खेळण्याचं प्रमाण वर्षागणिक वाढतच

होतं. कुणाला जीवघेणे अपघात झाले नाहीत, हेदेखील एक मोठं आश्चर्यच होतं; पण त्याचं श्रेय डॉ. ब्रँड आपल्या नशिबाला देतात, ''आमच्या मुलांचं रक्षण करायला देवदेवतांची पूर्ण फौज कायम सिद्ध असणार!'' मार्गरेटनंदेखील एकदा अत्यंत कृतज्ञतापूर्वक असे उद्‌गार काढले.

आता त्यांना राहायला नवीन घर मिळालं. हे घर म्हणजे एका बंगल्याचा वरचा मजला होता. तळमजल्यावर कॉलेजचे प्राचार्य व त्यांची पत्नी राहात असत. खिडकीतून बाहेरील बाजूला असलेल्या काँक्रीटच्या फळीवर उतरणं, तिथून जवळच असलेल्या चिंचेच्या झाडावर चढणं, वगैरे उद्योगांत मुलं तरबेज झाली. सुदैवाने मोठे अपघात झाले नाहीत. हळूहळू कॉलेजच्या आवारात राहाणाऱ्या इतर डॉक्टरांची मुलंही डॉ. ब्रँडच्या घरीच खेळू लागली. ख्रिस कधीकधी वसतिगृहात राहणाऱ्या विद्यार्थ्यांच्याही खोड्या काढत असे, तरी तो त्यांचा लाडकाही होता. त्यामुळे अनेक वेळा ते त्याला आपल्याबरोबर सहलीला घेऊन जात असत. नऊ वर्षांचा झाल्यावर त्याची रवानगी उटीच्या ब्रिटिश निवासी शाळेत झाली.

दिवसाचे बारा-चौदा तास हॉस्पिटल व नवजीवनधाम इथे घालवणारे डॉ. ब्रँड आपल्या मुलांसाठीही पुरेसा वेळ देऊ शकायचे. एकदा त्यांनी घरामागच्या चिंचेच्या झाडावर मुलांसाठी लाकडी घर तयार केलं. एका वेळी दहा-बारा मुलं तिथं आरामात खेळू शकतील एवढं मोठं ते घर म्हणजे त्यांच्या सुतारकामातील कौशल्याचा उत्कृष्ट नमुना होतं.

मुलांच्या दंगामस्तीला, धडपडण्याला भरपूर उत्तेजन देणारे डॉ. ब्रँड त्यांच्या वागण्याबाबत फार दक्ष असत. मुलांनी खोटं बोललेलं त्यांना अजिबात खपत नसे. एकदा सहा वर्षांची जीन खोटं बोलतेय असं त्यांच्या ध्यानी आलं, तेव्हा त्यांनी एक सबंध दुपार तिच्याबरोबर घालवली. तिला नाना प्रश्न विचारून सत्य जाणून घ्यायचा प्रयत्न केला. तिनं खरं बोलावं यासाठी प्रयत्न केले; पण ती बधत नाहीये हे लक्षात येताच त्यांनी तिला दम भरला– ''जोपर्यंत तू खरं काय घडलं ते सांगत नाहीस तोपर्यंत तू एकटीनं बसायचंस, कुणाशीही बोलायचं नाही.'' बऱ्याच वेळानंतर तिनं आपली चूक कबूल केली.

स्वत:च्या मुलांबाबत सोशिकपणा दाखवणारे डॉ. ब्रँड आपल्या सहकाऱ्यांबाबतही वडीलधाऱ्याला साजेशी सोशिकता दाखवत. तत्त्वांची पायमल्ली किंवा हलगर्जीपणा मात्र त्यांना मुळीच आवडत नसे. अशा वेळी मोजक्या शब्दात ते आपली नाराजी व्यक्त करत असत; पण ती वेळ फारच क्वचित येत असे. एकदा एका सहकाऱ्यांनं नोंद करताना रोग्याच्या उजव्या हातावर शस्त्रक्रिया केलेली असताना, डाव्या हातावर शस्त्रक्रिया केली असं लिहिलं, तेव्हा डॉ. ब्रँड रागावून त्याला म्हणाले होते, ''ही चुकीची नोंद म्हणजे निष्काळजीपणा आहे, पुन्हा असं व्हायला नको.''

हा सहकारी मेलविल फरनेस स्वत: एक कुष्ठरोगी होता. डॉ. कॉकरेननी त्याच्यावर उपाय केले होते. १९५३ मध्ये ते चिंगलपुटला आले होते. वयाच्या सोळाव्या वर्षी मेलविनला कुष्ठरोगाची लागण झाली; पण त्यांनी कॉलेजशिक्षण पुरं केलं. रोगानं गंभीर रूप धारण केलं तेव्हा ते चिंगलपुटला आले. त्याच सुमारास शोधून काढलेल्या सल्फोन या औषधामुळे ते निर्धोक (negative) बनले होते. ल्यूसी नावाच्या गुणी मुलीबरोबर त्यांनी लग्न केलं होतं. पाच वर्षं सैदेपेट या गावी डॉ. कॉकरेनच्या दवाखान्यात त्यांनी काम केलं होतं. अलीकडेच गुस्ता बुल्टजेन्सच्या जागी ते डॉ. ब्रँडना मदत करण्यासाठी आले होते. वेल्लोरला आल्यानंतर त्यांनी रूथ थॉमसकडे फिजिओथेअरपीचे पाठ घेतले अन् हातांवरच्या उपायांबाबत इतकं ज्ञान संपादन केलं, की अनेक वेळा डॉ. ब्रँड शस्त्रक्रिया करण्यापूर्वी मेलविलचा सल्ला घेत.

चंद्रा मॅन्युएलदेखील अशीच जीव लावून काम करायची. डॉ. ब्रँड सुट्टीवर इंग्लंडला गेले तेव्हा तिला थोडा त्रास झाला. 'एका स्त्रीनं आम्हाला आज्ञा द्याव्यात, हे आम्ही खपवून घेणार नाही.' अशा प्रकारची वृत्ती नवजीवनधामातील कुष्ठरोग्यांनी दाखवायला सुरुवात केली. डॉ. ब्रँडचं नाव पुढं करून ते तिच्या आज्ञा डावलत. अनेक वेळा असा अनुभव आल्यानंतर वैतागून तिनं त्यांना ही गोष्ट कळवली तेव्हा एका शब्दानंही त्यांनी तिला दोष दिला नाही. 'शांतपणे काम करत राहा, विरोध निवळेल', असा प्रेमळ सल्ला दिला. तिनंही मग अंतर्मुख होऊन आत्मपरीक्षण केलं. साधकबाधक विचार केल्यानंतर तिनं आपलं वागणं बदललं. त्यांच्याबरोबर सहलीला जाणं, कामात भाग घेणं यासारख्या गोष्टींनी परस्परांमधला दुरावा कमी केला. डॉ. ब्रँड परत आले तोपर्यंत वातावरण बरंच निवळलं होतं.

डॉ. ब्रँड परत आल्यानंतर मात्र खऱ्या अर्थानं नवजीवनधामात चैतन्य अवतरलं. त्यांच्यावर भक्तीसदृश प्रेम करणाऱ्या कुष्ठरोग्यांना डॉक्टरांच्या सूचना म्हणजे ईश्वरी आज्ञाच वाटायच्या. खरं पाहिलं तर आठवड्यातला फक्त एक दिवस ते या ठिकाणी काम करत. इतर दिवशी संध्याकाळी वेळ मिळाला तरच येत. अनेक वेळा सांगितल्यामुळे इथले कुष्ठरोगी आता आपल्या हातापायांची व्यवस्थित काळजी घेत. त्यामुळे अपघातांचं प्रमाण तर कमी झालंच होतं, शिवाय कामाचा दर्जा, तसंच खेळण्यांचा दर्जाही सुधारला होता.

डॉ. ब्रँडना हा वेळ फार आवडायचा. हॉस्पिटलमधून घरी जाऊन ते कपडे बदलायचे. जुनासा रंगीत शर्ट व हाफ पॅन्ट चढवून ते नवजीवनधामात येत तेव्हा त्यांच्या वागण्याबोलण्यात औपचारिकपणाचा लवलेशही नसे. कुष्ठरोग्यांबरोबर हात चालवताना, थट्टा-विनोद करताना त्यांचं संशोधकाचं मनही तितक्याच सूक्ष्मपणे कार्यरत असायचं. कारण अजूनही कुष्ठरोग्यांच्या बोटांवर घाला घालणाऱ्या शत्रूचा

नायनाट व्हायचाच होता.

एकीकडे जीव तोडून ते व त्यांचे सहकारी नवजीवनधामात अनेक प्रयोग करत होते, तर दुसरीकडे डॉ. ब्रँड हॉस्पिटलमधील व्यवस्थापकांना आणि विरोध करणाऱ्या डॉक्टरमंडळींना सोशिकपणे तोंडही देत होते. त्यांच्या सुदैवाने त्यांना लाभलेले कार्यकर्ते त्यांच्याच तोलामोलाचे होते. रूथ थॉमस, चंद्रा मॅन्युएल, नामो, फरनेस, आणि डॉ. अर्नेस्ट फ्रिसची त्यांच्या कामाचं मोल खऱ्या अर्थानं जाणत होते. म्हणूनच त्यांच्या तोंडून एकदा प्रशंसोद्‌गार निघाले होते, "किती गुणी माणसं कुष्ठरोगाकडे आकर्षित होताहेत!"

पण जनसामान्यांचं काय? त्यांचा विरोध, त्यांचे पूर्वग्रह अजून निवळले नव्हतेच. याचं दृश्य रूप म्हणजे कुष्ठरोग्यांना हॉस्पिटलमध्ये मिळणारी वागणूक! त्यांच्या तपासणीसाठी असलेली खोली हॉस्पिटलच्या आवारात एका दूरच्या कोपऱ्यात होती. आपला नंबर येण्याची वाट पाहात ती माणसं एखाद्या झाडाखाली उघड्यावरच बसून राहायची. हॉस्पिटलमध्येही त्यांच्यासाठी अगदी कमी खाटा होत्या. कारण टाटा वॉर्ड अजून तयार झालेला नव्हता. रोग्यांची संख्या आणि उपलब्ध असलेली जागा यांचा ताळमेळ बसवणं हे एक मोठं आव्हान नेहमीच डॉ. ब्रँडना सतावत असे. असाच एकदा त्यांनी एक अभिनव तोडगा या समस्येवर काढला. "आपण इथेच कुष्ठरोग्यांवर शस्त्रक्रिया केल्या तर?" त्यांनी डॉ. फ्रिसचींना विचारलं.

"इथे?" डॉ. फ्रिसचींनी एकाच शब्दात विचारलं; पण त्यांचा अविर्भाव अगदी उघड होता. 'या इथे झोपडीवजा इमारतीत? काहीही सोय नसताना? कुठे ती हॉस्पिटलमधील चकचकीत, स्वच्छ, सुसज्ज खोली अन् कुठे ही खोली!' पण हे शब्द त्यांच्या ओठाबाहेर पडले नाहीत, कारण आतापर्यंत त्यांना डॉ. ब्रँडच्या स्वभावाची कल्पना आलेली होती.

"पण सर, इथे कसं काय जमणार?" त्यांनी चाचरत विचारलं

"ते तुम्ही माझ्यावर सोपवा." निर्धास्तपणे डॉ. ब्रँड म्हणाले.

कमीतकमी खर्चात, कमीतकमी सुविधा वापरून आपण इथेच रुग्णांवर शस्त्रक्रिया करायचा, या निश्चयानं भारल्यासारखे होऊन डॉ. ब्रँड कामाला लागले.

सगळ्यात आधी त्यांनी शस्त्रक्रिया टेबलावर लावतात तशा प्रकारचा, सावली पडणार नाही असा एक दिवा मिळवला. उत्तर प्रदेशातल्या एका कल्पक मिशनरी डॉक्टरनं साध्या ॲल्युमिनियमच्या पत्र्याला खोलगट आकार देऊन, त्याला पुरेसं पॉलिश देऊन तो बनवलेला होता. त्यामध्ये दोनशे वॅटचा बल्ब लावून, पुलीच्या साहाय्याने खाली-वर करण्याची सोय करून तो शस्त्रक्रिया टेबलावर लावला गेला. त्याची किंमत होती फक्त तीस रुपये. तर नेहमी वापरण्यात येणाऱ्या दिव्याची

किंमत तीन हजार रुपये होती. नंतर नवजीवनधामात बनवलेलं एक लाकडी टेबल योग्य प्रकारे सज्ज करण्यात आलं. डॉ. ब्रँडनी खिडक्यांना डासप्रतिबंधक जाळ्याही बसवून घेतल्या आणि मग ते विजयी मुद्रेनं डॉ. फ्रिसचींना म्हणाले. ''पुढची जबाबदारी तुमची!''

''ठीक आहे, मी आहे तयार!'' तितक्याच उत्साहानं डॉ. फ्रिसची तयार झाले.

रुग्ण आपल्या पायांनी चालत खोलीत आला, टेबलावर आडवा झाला. इतर सहकारी चंद्रा मॅन्युअल, मनो फ्रिसचीही सज्ज झाले. नेहमीप्रमाणे भूल देणारा डॉक्टर नव्हता म्हणून शिरेतून फक्त इंजेक्शन देण्यात आलं. शस्त्रक्रियेनंतरही रुग्ण शेजारच्या खोलीत चालतच गेला. एक आव्हान पेलण्यात डॉ. ब्रँड व त्यांचे सहकारी यशस्वी झाले होते!

त्यानंतर अशा अनेक शस्त्रक्रिया नवजीवनधामात करण्यात आल्या. तीस रुपयांच्या दिव्यानं दहा वर्षं उत्तम काम केलं. पहिली शस्त्रक्रिया करण्यात आली तो दिवस होता तीस जानेवारी १९५४. सहा वर्षांपूर्वी याच दिवशी एका दुर्दैवी घटनेनं देशाला पोरकं केलं होतं!

दुःखद योगायोग असा होता की वेल्लोरच्या दृष्टीनंही हा दिवस काळाकुट्ट ठरला. त्यादिवशी सहलीला गेलेल्या बारा तरुण डॉक्टरांच्या बसला मोठा अपघात होऊन बसचा चुराडा झाला. बहुतेकांना जखमी अवस्थेत हॉस्पिटलमध्ये आणण्यात आलं अन् हॉस्पिटलमध्येही भयानक शोककळा पसरली. डॉ. ब्रँड नवजीवनधामात होते. बातमी कळताच धावतच ते हॉस्पिटलमध्ये आले. ज्या तरुणतरुणींना त्यांनी गेली काही वर्षं शिकवलं होतं, त्यांना रक्तबंबाळ स्थितीत पाहून डॉक्टर मनातून हादरले. तरी शक्य तितक्या शांत चित्तानं त्यांनी त्यांच्यावर उपचारही केले.

बहुतेक पदव्युत्तर वैद्यकीय विद्यार्थिनी थोड्या दिवसांनी हिंडूफिरू लागल्या; पण मेरी वर्गीज मात्र फारच गंभीर जखमी झाली होती. तिच्या चेहऱ्यावर मोठ्या जखमा होत्या. एका गालाच्या हाडाचा पार चुराडा झाला होता. कॉलरबोनही (clavicle) तुटलं होतं. दुर्दैवाची बाब अशी की तिच्या अपघाताचं गांभीर्य डॉक्टरांना कळायलाच खूप उशीर लागला, कारण बरेच दिवस ती बेशुद्धावस्थेत होती. नंतर लक्षात आलं की तिचं कमरेखालील शरीर पूर्णपणे लुळं पडलं होतं. अस्थिशल्यविशारद असलेल्या डॉ. ब्रँडनी तिच्या पाठीच्या कण्यावर दोन शस्त्रक्रिया (fusion operations) केल्या. शिवाय तिच्या वेदना कमी व्हाव्यात व शरीराला बसणारे झटके थांबावेत यासाठी त्यांनी आणखी एक कार्डेक्टमी (cordectomy) ही शस्त्रक्रियाही केली. या सगळ्यामुळे महिनोन्महिने मेरीला हॉस्पिटलमधल्या बिछान्यावर पडून रहावं लागलं.

आपलं सर्व ज्ञान, कौशल्य, अनुभव व्यर्थ आहे, आपण मेरीला पुन्हा तिच्या पायावर उभी करू शकत नाही, या विचारानं डॉ. ब्रँड अनेक वेळा वैफल्यग्रस्त होत.

तिच्यावर सर्व ते उपाय करूनही यश मिळत नाही, हे जेव्हा त्यांना जाणवलं, तेव्हा तिच्या पुनर्वसनाचा विचार त्यांच्या मनात डोकावला. स्त्रीरोग व प्रसूती शास्त्रात पदव्युत्तर शिक्षण घेतलेल्या या तरुणीला वैफल्याच्या भावनेने घेरू नये यासाठी ते तासन्तास तिच्याजवळ बसून गप्पा मारत. वैद्यक शास्त्रातील नवीन घडामोडींची, शोधांची, तंत्रांची माहिती ते तिला देत. हे सगळं करत असताना मेरीच्या अतुलनीय धैर्यामुळे व श्रध्देमुळे जणू त्यांनाच आत्मिक बळ मिळालं अन् एक दिवस त्यांनी तिच्याजवळ विषय काढला.

"भविष्यात काय करायचं, कोणत्या क्षेत्रात वैद्यकीय काम करायचं, याविषयी तू आता विचार करायला हवास."

"म्हणजे? मला काम करता येईल?" मेरीनं आश्चर्य विचारलं, तिच्या स्वरात आशा आणि उत्कंठा ह्यांचं गडद मिश्रण होतं.

"का नाही?" अगदी सहज वाटावं अशा पद्धतीनं ते म्हणाले. मग त्यांनी तिच्याबरोबर विविध पर्यायांविषयी चर्चा केली. तिचं व्यावसायिक शिक्षण तिच्या शारीरिक अवस्थेमुळे तिला वापरता येणार नव्हतं. कारण प्रसूतीच्या वेळी डॉक्टरला रुग्णाजवळ उभं राहावं लागतं, पण इतर पर्याय– जंतुशास्त्र (bacteriology) रोगचिकित्साशास्त्र (pathalogy) होते.

"म्हणजे आता मला प्रत्यक्ष रुग्णांवर इलाज करता येणार नाहीत," मेरीच्या उद्‌गारात त्यांना निराशा जाणवली.

"का नाही? जरूर करता येतील. कुष्ठरोग्यांवर शस्त्रक्रिया करायला आवडतील तुला?" डॉ. ब्रँडनी आणखी एक पर्याय सुचवला.

"मला जमेल?" पुन्हा एकदा तिच्या स्वरात शंका डोकावली.

"अवश्य, कारण या शस्त्रक्रिया खुर्चीवर बसून करायच्या असतात. तुला नक्की जमेल हे काम." डॉक्टरांनी तिला धीर दिला.

त्या दिवशी अनेक दिवसांनंतर मेरीच्या चेहऱ्यावर त्यांना आनंद दिसला. लवकरच ती चाकाच्या खुर्चीत बसून कुष्ठरोग्यांच्या दवाखान्यात जाऊ लागली. त्यांची तपासणी करून त्यांना औषधं लिहून देऊ लागली.

आपल्याहून कितीतरी पटीनं अपंग असलेली एक डॉक्टर आपल्यावर इलाज करतेय, हे पाहून कुष्ठरोग्यांचा आत्मविश्वास वाढू लागला. मेरीनं त्यांना नवसंजीवनी दिली.

एक महिनाभर मेरीनं कुष्ठरोगाच्या दवाखान्यात काम केल्यानंतर डॉ. ब्रँडनी तिला सुचवलं, "माझ्या शस्त्रक्रिया विभागात काम करायला आवडेल तुला? विद्यार्थी असताना तुझं कौशल्य मी जाणलं होतं."

"शस्त्रक्रिया?" मेरी उद्‌गारली. "डॉक्टर, तुम्ही विसरलात का? अहो, मी

एक अर्धांगवायू झालेली रुग्ण आहे. माझं कमरेखालचं अंग लुळं झालंय.''

''मग, काय झालं? आपण थोडीच पायांनी शस्त्रक्रिया करतो? आणि मी करतो त्या शस्त्रक्रिया तर आम्ही खुर्चीत बसूनच करतो.''

एक दिवस मेरीनं डॉ. फ्रिसचींना शस्त्रक्रियेत मदत केली. हळूहळू ती स्वत:ही शस्त्रक्रिया करायला शिकली व स्वतंत्रपणे करूही लागली. इतकी मोठी शस्त्रक्रिया करणारी ती जगातील एकमेव अपंग डॉक्टर असावी. काही वर्षांनंतर डॉ. फ्रिसचींची कारीगिरी येथील नव्या कुष्ठरोग केंद्रात संचालक म्हणून नेमणूक झाली, तेव्हा मेरीनं त्यांच्या पदासाठी अर्ज दाखल केला व तिची नेमणूकही करण्यात आली.

डॉ. ब्रँडची जीवनविषयक विचारधारा-तत्वज्ञान, मेरीनं आपल्या उदाहरणानं सिद्ध करून दाखवली. ते नेहमी म्हणत, ''माणसाच्या बाबतीत सर्वांत महत्त्वाची गोष्ट म्हणजे त्याचं मनोबल – त्याचं आत्मिक सामर्थ्य, त्याची जगण्याची तीव्र इच्छा, त्याचा आत्मसन्मान. त्याच्यावर आघात झाला तर माणूस साफ कोसळतो, त्याचं पुनर्वसन करणं अशक्य होतं. कुणीही डॉक्टरनं रुग्णाच्या शरीरावर उपाय करताना हे लक्षात ठेवलं पाहिजे. त्यांनी हेही विसरता कामा नये की, आपण मोठे डॉक्टर असलो तरी आपल्यातला माणूस, आपल्यातल्या तंत्रज्ञापेक्षा मोठा आहे. आपण जर रुग्णाला सहानुभूती, प्रेम देण्यात अपयशी ठरलो, तर आपण डॉक्टर म्हणूनही अपयशी ठरू..... आपल्याला उपाय करायचेत ते फक्त शरीरावर नव्हेत, तर त्याच्या संपूर्ण व्यक्तिमत्त्वावर, त्याच्या अस्तित्वावर, त्याच्या मनातल्या आशेवर, श्रध्देवर!''

संपूर्ण आयुष्य हे तत्वज्ञान आपल्या कृतीतून शिकवणाऱ्या डॉ. ब्रँडना मेरीच्या पुनर्वसनानं जे समाधान लाभलं त्याला तोड नव्हती!

२०

टाटा मेमोरियल वॉर्ड बांधून तयार झाला अन् वेल्लोरच्या ख्रिश्चन मेडिकल कॉलेजनं एक नवा इतिहास घडवला. सतरा खाटांच्या या विभागात फक्त कुष्ठरोग्यांची सोय करण्यात येणार होती. जगातलं हे पहिलं हॉस्पिटल होतं, जिथे कुष्ठरोग्यांना इतर रुग्णांप्रमाणे प्रवेश मिळणार होता. सुदैवानं या घटनेमुळे समाजातही एक लक्षणीय बदल घडून आला. सगळ्या डॉक्टरांच्या मनातली भीती – कुष्ठरोग्यांमुळे इतर रुग्ण पळ काढतील – खोटी ठरली. कुष्ठरोगाबद्दलची महत्त्वाची भीती – संसर्गजन्यता – अनाठायी आहे, हे लोकांना पटलं. अर्थात त्यासाठी डॉक्टर

मंडळींना खास प्रयत्न करावे लागले. रुग्णांबरोबर बोलावं लागलं, पण त्यामध्ये ते यशस्वी ठरले.

या नव्या घटनेनं नवीन समस्याही निर्माण झाल्या. आता पुष्कळ मोठ्या संख्येने कुष्ठरोगी उपचारासाठी येऊ लागले. कुष्ठरोग्यांच्या वाकड्या झालेल्या ताठर बोटांवर इथे शस्त्रक्रिया केल्या जातात, ही बातमी वाऱ्यासारखी पसरली. खेदाची बाब म्हणजे बहुतेक कुष्ठरोगी गरीब, असहाय होते, भिकारी म्हणून जगत होते. त्या सगळ्यांवर उपचार करणं कठीणच नव्हे तर अशक्यही होतं; पण तरी ते बिचारे तासन्तास हॉस्पिटलच्या आवारात बसून राहात, झाडाखाली झोपत, भिक्षापात्र समोर ठेवून पदपथावर बसत अन् येणाऱ्याजाणाऱ्यांसमोर दीनवाणेपणाने हात पसरत. हॉस्पिटलच्या लौकिकाच्या दृष्टीनं हे दृश्य फार घातक होतं. अनेक वेळा त्यामुळे डॉ. ब्रँड अन् त्यांच्या सहकाऱ्यांना इतर मंडळींचा रोष पत्करावा लागला. ह्यावेळी त्यांच्या समस्येवर श्री. जगदीशननी तोडगा सुचवला.

''आपण 'हिंदू कुष्ठ निवारण संघा'ची मदत घेतली तर?'' त्यांनी विचारलं. या संघटनेच्या अध्यक्ष (Chairman) होत्या, राजकुमारी अमृत कौर, देशाच्या आरोग्यमंत्री.

ह्या संस्थेनं हॉस्पिटलसमोरची एक इमारत विकत घेतली व डॉ. ब्रँडना एक रुपया भाडेपट्टीवर दिली. त्यामुळे कुष्ठरोग्यांचा प्रश्न सुलभ रीतीने सुटला. इथे राहाणाऱ्या कुष्ठरोग्यांकडून नाममात्र भाडं घेतलं जाई. त्यांच्यातल्याच एकाकडे या इमारतीची व्यवस्था सोपवण्यात आली. हळूहळू हे कुष्ठरोगी छोटीमोठी कामं करून पैसे कमवू लागले. एका वेळी वीस-तीस रुग्ण इथे राहू शकायचे, अर्थात तात्पुरत्या काळासाठी.

एक प्रश्न सुटला म्हणून डॉ. ब्रँडनी निःश्वास टाकला, तोच आणखी एक आव्हान समोर उभं राहिलं. जनतेच्या क्षोभाच्या रूपात. कुष्ठरोग्यांसाठी मिळवलेली ही इमारत भर बाजारपेठेत होती. त्यामुळे तो भाग कायम गजबजलेला असायचा. अशा ठिकाणी कुष्ठरोग्यांनी राहायचं, ही कल्पना सर्वसामान्यांच्या पचनी पडणं कठीणच होतं. त्यामुळे गावातील काही लोकांनी नगरपालिकेवरही दबाव आणला; पण डॉ. ब्रँडनी त्यांची समजूत काढली व वातावरण निवळलं.

नेहमीच्या कामाव्यतिरिक्त नवजीवनधामाचीही जबाबदारी असल्यामुळे डॉ. ब्रँडना इथे यायला फारच कमी वेळ मिळायचा; पण जेव्हा रिकामा वेळ मिळे तेव्हा ते इथे येत, कारण हा प्रकल्प म्हणजे त्यांच्या तत्वप्रणालीचा – मनुष्यप्राण्याच्या, विशेषतः रुग्णांच्या आत्मसन्मानाचं महत्त्व जाणणं आवश्यक आहे – एक हृद्य आविष्कार होता केवळ कर्तव्यभावनेनं ते इथे येत नसत, तर इथे घालवलेला क्षणन्क्षण त्यांना आनंदाचा वाटत असे. इथे राहाणाऱ्या कुष्ठरोग्यांना त्यांच्या

रोगाव्यतिरिक्त अनेक समस्या होत्या. दारिद्र्य तर होतंच, पण नाकारलेपणाची भावना, त्यातून आलेलं भयानक वैफल्य ही महत्त्वाची समस्या होती. कित्येकांचे चेहरे विद्रूप झालेले होते, नाकं झडलेली होती, भुवयांचे केस गळून पडलेले होते, अनेकांनी तर त्यांची दृष्टीही गमावलेली होती. या अशा कळाहीन चेहऱ्यांवरही डॉक्टरांच्या येण्यामुळे आनंदाची भावना स्पष्ट उमटत असे. त्यांची मनं प्रेमाने भरून येत. या प्रेमापोटी कधीकधी ते चाचरतच डॉक्टरांना कपभर चहा घेण्याची विनंती करायचे. 'अवश्य' म्हणून डॉक्टरही तितक्याच प्रेमानं प्रतिसाद द्यायचे. त्यांना ठाऊक होतं, हे रुग्ण माझं निरीक्षण करताहेत. मी दाखवतो तो उत्साह, ते प्रेम मनापासून आहे की वरवरचं आहे, खोटं आहे, हे पडताळून पहात आहेत.

याच ठिकाणी एका नाताळ समारंभात डॉ. ब्रँडनी एक प्रवचन दिलं. उस्फूर्तपणे दिलेलं ते प्रवचन त्यांचं सर्वांत आवडतं अन् त्यांच्या प्रवचनांपैकी सर्वोत्तम असं होतं.

नाताळच्या आधीचा दिवस होता. इथे राहाणाऱ्या कुष्ठरोग्यांनी एक मेळावा आयोजित केला होता. संध्याकाळची वेळ होती. इमारतीच्या मोकळ्या अंगणात पुष्कळ कुष्ठरोगी जमलेले होते. जमिनीवर अंथरलेल्या चटयांवरच सगळे बसलेले होते. दिवसभराच्या कामानंतर डॉ. ब्रँड थकल्या शरीरानं तिथे आले, तेव्हा त्यांना अगदी शांतपणे थोडा वेळ बसावं, प्रार्थना ऐकावी अन् घरी जावं असं वाटत होतं. या ठिकाणी आल्यावर त्यांना नेहमीच असं वाटत असे की या कुष्ठरोग्यांकडून – जे अत्यंत धीरानं आणि परस्परसहकार्याच्या भावनेनं जगत होते – आपल्याला एक नवी शक्ती, मनोधैर्य मिळतं. त्यांच्या अवतीभवती बसलेल्या कुष्ठरोग्यांच्या शरीरांना विविध प्रकारचे वास – घामाचे, मसाल्याचे, निर्जंतुक जखमपट्ट्यांचे अन् दारिद्र्याचेही – येत होते.

कुणाच्या लक्षात येणार नाही, अशा ठिकाणी ते मागच्या बाजूला बसले; पण त्यांच्या पुढच्या बाजूला बसलेल्या रुग्णाचं त्यांच्याकडे लक्ष गेलं अन् वातावरण एकदम भारल्यासारखं झालं. कुणीतरी त्यांच्या गळ्यात एक भलामोठा सुगंधी फुलांचा हार घातला. पांढऱ्या-तांबड्या फुलांचा, जरी कलाबतू असलेला तो महागडा हार या माणसांनी पै पैसा एकत्र करून आणला होता.

"हा तुमच्या ख्रिस्ताच्या मेळ्यासाठी," एका हिंदू रुग्णानं उत्साहाच्या स्वरात म्हटलं.

"डॉक्टरसाहेब," दुसरा एक जण म्हणाला, "आज तुम्ही चार शब्द बोला ना, आमच्यासाठी."

त्यांच्या प्रेमाच्या आकस्मिक आविष्कारानं डॉ. ब्रँड प्रभावित झाले. त्यांचा गळा दाटून आला. काही बोलावं लागेल, याची त्यांना जराही कल्पना नव्हती.

त्यामुळे त्यांनी मनाशी काही विचारही केला नव्हता. पण या लोकांचं मनही त्यांना मोडावंसं वाटेना. ते उठून उभे राहिले व चालत त्यांच्या समोर गेले.

''मला तुमच्या भाषेत चांगलं बोलता येणार नाही. मी इंग्रजीत बोलेन.''

''चालेल.'' सगळ्यांनी एकसुरात म्हटले. मग त्यांच्या पाठोपाठ पलानीनं– त्यांच्या एका साहाय्यकानं तामीळमध्ये व दुसऱ्या एकाने हिंदीमध्ये डॉक्टरांचे विचार सांगायला सुरुवात केली. धीरगंभीर आवाजात डॉ. ब्रँड बोलू लागले–

''मी एक डॉक्टर आहे. हातांवर शस्त्रक्रिया करणं हे माझं महत्त्वाचं काम आहे. त्यामुळे सगळ्यात प्रथम माझं लक्ष हातांकडे जातं. जसं एखाद्या चित्रकाराचं लक्ष वस्तूच्या आकाराकडे, रंगाकडे जातं... एखाद्या माणसाचा हात बघून मी त्या माणसाविषयी बरंच काही सांगू शकतो. एखाद्या भविष्य सांगणाऱ्या हस्तसामुद्रिकाप्रमाणे, पण दोघांमध्ये एक फरक आहे. ज्योतिषी हातावरच्या रेषा पाहून भविष्य सांगतो, तर मी त्याचा भूतकाळ सांगू शकतो. त्यानं आत्तापर्यंत काय काम केलंय हे मला त्याच्या हाताच्या तळव्यांकडे पाहून समजतं. उदाहरणार्थ, एखादा माणूस सुतारकाम करत असेल तर त्याच्या हातांवर घट्टे पडलेले असतात, त्याची नखं वेडीवाकडी तुटलेली असतात. येशू ख्रिस्तदेखील सुतारकाम करायचा. मी त्याचे हात कधी पाहिले नाहीत, पाहू शकणारही नाही; पण तुमच्यासारखेच त्याचेही हात सोलले गेले असणार.''

विचारांच्या तंद्रीत डॉक्टर क्षण दोन क्षण बोलायचे थांबले. समोर बसलेले श्रोते एकाग्रचित्त झाले होते. डॉक्टरांनी त्या संतमहात्म्याला, त्याच्या हातांना, आपल्या हातांच्या रांगेत बसवलं, या विचारानं ते भारले गेले होते.

आपल्याकडे मान वर करून बघणाऱ्या त्या उत्सुकतापूर्ण चेहऱ्यांवरून नजर फिरवताना त्यांच्या मनात विचार आला, 'त्या येशूनं ह्यांना काय संदेश दिला असता? तो देखील अशाच पटांगणासारख्या उघड्या जागेत, आकाशाच्या छताखाली, ह्यांच्यासारखाच लोकांनी घेरलेला असायचा. आपली शक्ती तो त्यांना देऊ करायचा, हात लांब करून...'

''ख्रिस्ताचे हात मला बघायला मिळाले असते तर किती बरं झालं असतं. मी त्या हातांचा अभ्यास केला असता; पण ते तर शक्य नाही. पण तो कशा प्रकारचा माणूस होता हे मला ठाऊक आहे. त्या ज्ञानाच्या आधारावर मी त्यांच्या हाताचं चित्र डोळ्यांसमोर उभं करू शकतो. त्या हातांना कल्पनेनं स्पर्श करू शकतो, त्यांच्यामध्ये झालेल्या बदलांची कल्पना करू शकतो. त्यासाठी आपण त्याच्या जीवनकथेचा मागोवा घेऊ अन् त्याच्या हातांकडे पाहू.''

त्यांनी साध्यासोप्या शब्दात येशू ख्रिस्ताच्या बालपणाविषयी कुष्ठरोग्यांना माहिती दिली. कारण त्यांच्या समोर बसलेल्यांपैकी बहुतेक जण हिंदू होते. त्यांना

ख्रिस्ताविषयी विशेष माहिती असण्याची शक्यता नव्हती. डॉक्टरांनी तान्ह्या येशूबद्दल सांगायला सुरुवात केली. त्याचे हात लहान होते, असहाय होते. छोट्याछोट्या वस्तू – अगदी उजेडाचा कवडसाही पकडायचा ते प्रयत्न करायचे; पण त्यांच्या बोटांची स्वतंत्र हालचाल सुद्धा होत नसल्यामुळे त्याला काहीही हातात धरता येत नसणार... या कुष्ठरोग्यांना ती स्थिती माहीतच होती, त्यांचे कौशल्यपूर्ण हातही आता ती शक्ती गमावून बसले होते. ज्या परमेश्वरानं, विधात्यानं मर्त्य मानवासाठी आपल्या हातातलं कौशल्य त्यागायचा विचार केला, त्या सर्व शक्तिमान निर्मात्याच्या चांगुलपणाची, थोरवीची कल्पना यांना येऊ शकेल का?

"मग बाळ येशू मोठा होऊ लागला, हातात वस्तू, कधी कधी रंगवायला कुंचा, ब्रश तर कधी बोरू (stylus) हातात धरून हिब्रू भाषेतली मुळाक्षरं गिरवू लागला. त्याचेही हात एका माणसाचेच हात होते. त्यालाही अनेक गोष्टी करायला शिकावं लागलं, त्यासाठी इतरांप्रमाणे कष्ट घ्यावे लागले, कारण इतर मुलांप्रमाणेच ख्रिस्तालाही ज्ञान आणि शहाणपण संपादन करावं लागलं – चुकतमाकत, कधी वेडवाकडं – कारण जे त्याला शिकवलं गेलं तेच तो शिकू शकला."

पण सुतारकाम करणाऱ्या येशूचे हात कसे होते? डॉ. ब्रँडना स्वत:ला तो अनुभव होता. कारण त्यांनीही बांधकाम क्षेत्रात, दगड फोडण्याच्या क्षेत्रात काम केलं होतं. चांगला सुतार होण्यासाठी हातांवर अनेक आघात सोसावे लागतात, कधी अंगठ्यावर हातोडीचा घाव बसतो, तर कधी करवत हातातून निसटते आणि हात कापतो. शिकत असताना अशा चुका तर घडतच असतात.

"ख्रिस्त सुद्धा आपल्यासारखाच होता. तो शारीरिक दृष्ट्या परिपूर्ण होता असं समजणं चुकीचं आहे. त्याचं परिपूर्णत्व आत्म्याचं होतं. कारण त्याच्या मनात पापाचा लवलेश नव्हता आणि त्याच्या बुद्धीला शिस्त होती. तरी देखील त्याच्याही हातून चुका होत असणार, त्याच्याही हातांवर हातोडीचे घाव पडले असणार, त्याचीही बोटं रक्तबंबाळ झाली असणार–

"आणि मग तो वैद्य झाला. लोकांवर उपाय करून त्यांना व्याधिमुक्त करू लागला. कसे असतील या वैद्य येशूचे हात? प्रवचनकाराचे हात? त्या हातांमध्ये करुणा, संवेदनशीलता एकवटलेली असणार. इतकी करुणा की, त्याच्या स्पर्शामध्ये लोकांना दैवी तत्त्वाचा साक्षात्कार झाला असणार, जसं एखाद्या डॉक्टरला रुग्णाच्या पोटाला किंवा छातीला स्पर्श करताच त्याच्या रोगाची कल्पना येते. कारण त्यानं हे ज्ञान संपादन केलेलं असतं. त्याप्रमाणेच ख्रिस्त लोकांना स्पर्श करायचा, तेव्हा त्याला त्याच्या शरीरात, मनात असलेल्या पापाची, अपराधीपणाची, रागाची जाणीव यायची आणि तो त्यांना स्वत:ची श्रद्धा, धैर्य आणि प्रेम देऊ करायचा."

व्याख्यान देत असताना डॉ. ब्रँडचे हात हलत होते. शब्दानुसार त्यांच्या

बोटांच्या हालचाली होत होत्या. भारावलेल्या अवस्थेत ते बोलत तेव्हा नेहमीच त्यांचे हातही वेगानं हालचाल करत. त्यांच्या समोर बसलेले पागोटेधारी कुष्ठरोगी, त्यांचं भाषण समजत असल्याचं दाखवत होते, माना हलवून, त्यांना डॉ. ब्रँडचे शब्द मनापासून पटत होते. कारण त्यांनीही अशाच दयाळू, प्रेमळ हातांचा स्पर्श अनुभवलेला होता. खरं तर सगळे जण आता डॉ. ब्रँडच्या हातांकडेच बघत होते....

"आणि मग तो दिवस उगवला, जेव्हा त्याला क्रुसावर चढवण्यात आलं, स्वत:च्या हातांनी त्याला तो क्रूस वाहून न्यावा लागला. त्यावर त्याला बांधण्यात आलं अन् मग त्याच्या हातापायांवर खिळे ठोकून त्याला मारण्यात आलं. हातांच्या मऊ, मांसल तळव्यांमध्ये खिळे ठोकून त्यांना रक्तबंबाळ करणं, या विचारानंही कुणाच्याही मनाचा भीतीनं थरकापच उडेल. त्या देवदूतानं हा त्रास सहन केला. इतर मानवांसाठी, मनुष्यमात्रांच्या प्रेमाखातर त्यानं केवढा मोठा त्याग केला. तो मृत्यूला सामोरा गेला.

"मी त्याच्या हातातील वेदनांची कल्पना करू शकतो. कारण हातांमध्ये, अस्थिरज्जू, रक्तवाहिन्या, नसांचं आणि स्नायूंचं गुंतागुंतीचं जाळं असतं. दुसऱ्यावर उपचार करणाऱ्या त्या हातांवर खिळे ठोकून ते निरुपयोगी बनवण्यात आले. हे सगळं येशूनं सहन केलं. केवढा मोठा त्याग त्यानं केला. जणू त्या क्षणी त्यानं स्वत:ला विरूप झालेल्या, अपंगांच्या पंक्तींत बसवलं. गरिबांचं दारिद्र्य त्यानं सहन केलं. थकल्याभागलेल्यांचा शीण अनुभवला आणि ज्यांच्या हातांमधलं, मुठी वळल्या आहेत अशा हातांचं अपंगत्वही."

एक प्रदीर्घ सामूहिक सुस्कारा डॉक्टर ब्रँडच्या कानावर पडला अन् ते भानावर आले. क्षणभर त्यांना वाटलं, या प्रदीर्घ सुस्काऱ्यानं या पटांगणातली हवा शुद्ध झालीय, वाऱ्याच्या झोतानं व्हावी तशी.

"मग तिसऱ्या दिवशी त्याचं पुनरुत्थान झालं. देवदेवतांनी त्याला नेण्यापूर्वी येशूनं आपल्या शिष्यांना जवळ बोलावलं. तो त्यांना म्हणाला, 'या माझ्या हातांकडे पहा'. ख्रिस्तानं थॉमसला पुढे बोलावलं अन् त्याचे हात आपल्या तळव्यांमध्ये घेतले. तिथे खिळ्यांच्या खुणा अजूनही तशाच होत्या. स्वर्गामध्ये प्रवेश करतानाही त्यानं या खुणा हातांवर का बरं बाळगल्या असतील, याचा मी अनेक वेळा विचार करतो तेव्हा मला एकचं उत्तर सुचतं, 'त्याला या जगात भरलेल्या अपरंपार दु:खाची आठवण आपल्या हातांवरल्या जखमांद्वारे ताजी ठेवायची असेल...' त्याला कायम आपल्यातलाच एक होऊन रहायचं होतं."

डॉ. ब्रँडनी आपलं भाषण थांबवलं अन् ते भानावर आले. त्यांनी समोर पाहिलं तेव्हा शेकडो हात त्यांना पुन्हा एकदा दिसले. त्या थोट्या झिजलेल्या हातांनी

डॉक्टरांना नमस्कार केला. त्यांना जणू ख्रिस्ताच्या रूपाचं, त्या दयाघनाचं दर्शन घडलं होतं.

२१

'कुष्ठरोग्यांनाही पोटापाण्याचा उद्योग मिळायला हवा. तरच त्यांचा आत्मसन्मान टिकून राहील. त्यांची जगण्याची इच्छा वाढीला लागेल.' हे डॉ. ब्रँडचं आवडतं तत्वज्ञान होतं. अनेक वेळा आपल्या सहकाऱ्यांजवळ डॉक्टर त्याविषयी तळमळीनं बोलत असत. त्यामुळे ही मंडळीदेखील रुग्णांना स्वावलंबी होण्यासाठी सर्वतोपरी मदत करत असत. अशाच एका रुग्णाचं नाव होतं आदिकेशवेलू.

आदिकेशवेलू आंध्रातला होता. तंत्रविद्यालयातून शिक्षण घेतलेल्या या तरुणाला त्याची मातृभाषा तेलगूव्यतिरिक्त तामीळ व हिंदीदेखील चांगल्या लिहिता-बोलता येत. डॉ. जगदीशनची शिफारस घेऊन तो वेल्लोरला आला, तेव्हा कुष्ठरोगामुळे त्याच्या हातांची अवस्था इतकी वाईट झाली होती, की त्याला चहाचा कपसुद्धा उचलणं शक्य नव्हतं. नोकरी नाही, जवळ पैसा नाही अशा स्थितीत तो वेल्लोरला आला तेव्हा निराशेने त्याला पुरतं ग्रासलं होतं. डॉ. ब्रँड त्या वेळी सुट्टीवर होते; पण त्यांच्या टीमनं आदीवर उपचार सुरू केले. डॉ. गॉसनी प्रथम डायमिनो सल्फोनच्या साहाय्यानं त्याचा रोग नियंत्रणाखाली आणला. रूथ थॉमस व तिच्या फिजिओंनी त्याच्या बोटांना मालिश व व्यायाम सुरू केला. महिनोन्‌महिने हे उपचार चालू होते. बोलण्यावागण्यातून आदीची निराशा, दु:ख बाहेर पडायचं. रूथनं एकदा त्याला विचारलं तेव्हा तिला त्याच्या काळजीचं कारण समजलं. तिनं त्याची तामीळ भाषेची शिकवणी सुरू केली. त्यामुळे त्याला थोडे पैसे मिळू लागले.

"इथे रहाण्याच्या खर्चासाठी आदीला बायकोचे दागिने विकावे लागतात," रूथनं डॉ. ब्रँडना सांगितलं.

"छे छे, हे बरोबर नाही. आपण करू काहीतरी," डॉ. ब्रँड रूथला म्हणाले.

"मला तामीळ शिकवशील का रे?" त्यांनी आदीला विचारलं.

"का नाही डॉक्टरसाहेब. जरूर शिकवेन मी. मला तुम्ही पैसे पण देऊ नका." कृतज्ञतेच्या भावनेनं आदी म्हणाला.

"तसं नको रे. तुलाही इथे राहाण्यासाठी खर्च येतोच ना? मी फी देईन." डॉ. ब्रँडनी प्रेमळपणे सांगितलं.

हॉस्पिटलमधल्या खाटेवर पडल्यापडल्या आदी त्यांना तामीळचे धडे देऊ लागला. तो बरा झाल्यावर डॉक्टरांनी त्याला हॉस्पिटलमधल्या कर्मचाऱ्यांना – डॉक्टरांना, फिजिओजना – तामीळ शिकवायची नोकरी मिळवून दिली. जवळजवळ बारा वर्षं आदीनं तामीळच नव्हे, तर हिंदी, तेलगू व संस्कृतही शिकवलं, एवढंच नव्हे तर सुलभ तामीळ या पुस्तकाच्या त्यानं स्वत:च काही स्टेन्सिल्सही तयार केल्या व त्या विकून त्याला बऱ्यापैकी फायदाही झाला. आपली पत्नी वनजा आणि दोन मुलांचा सांभाळ करणं, सन्मानानं जगणं आदीला या नोकरीमुळे शक्य झालं.

लक्ष्मणन मात्र दुर्दैवी ठरला. शिकल्यासवरलेल्या या तरुणावर भीक मागून जगायची वेळ आली होती. डॉ. ब्रँडनी त्याच्या ताठर हातांवर शस्त्रक्रिया केल्यानंतर ते त्याला म्हणाले, "आता कुठलंही साधंसं काम तुला करता येईल."

आपल्या हातांना निरखत लक्ष्मणननं जे उत्तर दिलं त्यानं डॉ. ब्रँडना अंतर्मुख केलं. तो म्हणाला, "डॉक्टरसाहेब, हे असे हात घेऊन मी माझ्या घरी नाही जाऊ शकणार. माझी बायकोमुलं, शेजारीपाजारी कुणीच माझा स्वीकार करणार नाहीत. कारण अजून माझ्या हातांवर कुष्ठरोगाच्या खुणा स्पष्ट दिसताहेत." थोडं थांबून तो पुढे म्हणाला, "डॉक्टरसाहेब, पिंजऱ्यात कोंडलेल्या प्राण्याची तुम्हाला कल्पना करता येणार नाही. त्यांचं आयुष्य किती एकाकीपणाचं असतं हे फक्त तोच जाणतो. तुम्ही पिंजऱ्याच्या फक्त काही सळ्या तोडल्यात, पण मी अजून पिंजऱ्यातच आहे. डॉक्टरसाहेब, तुम्ही माझी ही उरलेली दोन बोटं पण सरळ करा ना!"

त्याची केविलवाणी विनंती ऐकून डॉ. ब्रँड विचारात पडले. ती दोन बोटं इतकी आत वळलेली होती, की त्यांना सरळ करण्यात मोठा धोका होता. कदाचित तसं करताना बोटांमधल्या रक्तवाहिन्यांना खूप ताणावं लागलं असतं अन् त्यामुळे त्या तुटल्याही असत्या. त्यासाठी मोठ्या प्रमाणात त्वचारोपणाची गरज पडली असती. लक्ष्मणन्‌नं मात्र विनंत्या करणं चालूच ठेवलं. तेव्हा त्यांनी एक प्रयत्न करायचं ठरवलं. दुर्दैवानं बोटं जास्त ताणल्यामुळे अन् मोठ्या प्रमाणावर त्वचारोपण केल्यामुळे बोटं कुजायला सुरवात झाली. शेवटी ती कापून टाकणं भाग पडलं.

"तुम्ही सगळे प्रयत्न केलेत; पण मीच दुर्दैवी." असं म्हणून त्यानं हेही दुर्दैव धीरानं सोसलं. पण त्याचं धैर्य, सोशिकपणा वरवरचा होता, असं लक्षात आलं. घरी परतल्यावर आठवड्याभराच्या आत त्यानं विहिरीत उडी मारून स्वत:च्या दुर्दैवी जिण्याचा अंत केला.

लक्ष्मणन्‌चा दु:खद अंत डॉ. ब्रँडना विलक्षण चटका लावून गेला. सर्वसामान्याप्रमाणं आपण दिसावं, इतरांनी आपला स्वीकार करावा, ही कुष्ठरोग्यांची तीव्र इच्छा असायची, हे त्यांना लक्ष्मणन्‌च्या उदाहरणावरून पुन्हा एकदा जाणवलं, त्यांच्या हृदयाला भिडलं. अर्थात नुसती हळहळ व्यक्त करून, दु:खी होऊन गप्प

बसणाऱ्यांतले ते नव्हते – त्यांनी लक्ष्मणन्‌च्या कहाणीवरून एक धडा घेतला अन् त्या दृष्टीनं नवीन प्रयोग करायचं ठरवलं. आता त्यांनी कुष्ठरोग्यांच्या चेहऱ्यावर शस्त्रक्रिया करायचा निर्णय घेतला. जोहान्सबर्गमध्ये कुष्ठरोग्यांच्या नाकावरील शस्त्रक्रियेचं वेगळं तंत्र ते शिकून आलेलेच होते. तेच तंत्र त्यांनी वेल्लोरमध्ये वापरायचं ठरवलं. ज्यांची नाकं जवळजवळ पूर्णपणे झडून गेली होती, अशा रुग्णांवर त्यांनी हे तंत्र वापरलं. पूर्वीचं नाक कापून त्यांनी कपाळावरील त्वचेचा उपयोग केला. ही शस्त्रक्रिया फारशी यशस्वी झाली नाही. ह्याचं कारण भारतीय लोकांच्या त्वचेचा तपकिरी रंग. (या प्रकारची शस्त्रक्रिया भारतात फार पूर्वी सुश्रुत या वैद्यराजानं वापरली होती. तिला हिंदू नासिकाशस्त्रक्रिया (Rhinoplasty) असं म्हटलं जातं. हजारो वर्षांनंतरही ह्या शस्त्रक्रियेच्या तंत्रात फारसा बदल झालेला नाही.) त्यामुळे कपाळावर जी त्वचा नंतर लावली जात असे, ती मूळ त्वचेपेक्षा अधिक गडद रंगाची दिसे व तो फरक सहज लक्षात येण्यासारखा असतो.

काही वर्षांनंतर डॉ. विल्यम व्हाइट हे एक शल्यविशारद अमेरिकेतील पिट्सबर्गमधून वेल्लोरला आले. ही त्यांची पहिली वेल्लोरभेट नव्हती. १९५१ साली ते उत्तर भारतातील एका मित्राला भेटण्यासाठी भारतात आले होते. त्या वेळीसुद्धा ते वेल्लोरला येऊन डॉक्टर डॉ. ब्रँडना भेटले होते. त्यांच्याबरोबर त्यांनी कुष्ठरोगकामात खूप रस घेतला होता, नवीन शस्त्रक्रियांचं आयोजन करण्यात दिवस-रात्री घालवल्या होत्या. या दुसऱ्या भेटीत त्यांनी हॅरॉल्ड गिलीज (त्वचारोपणतंत्राचे जनक) च्या नव्या तंत्राविषयी डॉ. ब्रँडबरोबर चर्चा केली. स्वत: डॉ. व्हाइट ह्यांनी हे तंत्र सिफिलीस या गुप्तरोगामुळे ज्यांची नाकं झडली आहेत, अशा रोग्यांवर वापरलेलं होतं. त्या वेळी एक महत्त्वाची गोष्ट त्यांच्या लक्षात आली होती की, रोग्याच्या नाकातील नरम हाडावर रोगाच्या जंतूंनी हल्ला केला नव्हता. रोगजंतूंमुळे नाकाच्या आतल्या त्वचेवर (lining) परिणाम होऊन नाक झडायला सुरुवात होते. त्यांच्या मते हाच नियम कुष्ठरोग्यांनाही लागू पडू शकेल.

त्यांचं हे अनुमान ऐकून डॉ. ब्रँडना खूप आनंद झाला. कारण त्यांचं स्वत:चं व त्यांच्या सहकाऱ्यांचं मतदेखील तसंच होतं. आत्तापर्यंतच्या निरीक्षणावरून त्यांच्या असंही लक्षात आलं होतं की, शरीराच्या निरनिराळ्या भागांमध्ये कुष्ठरोगाचा प्रसार वेगवेगळ्या प्रमाणात होतो, तसंच कुष्ठरोगाचे जंतू शरीरातील तुलनेने थंड भागात अधिक मोठ्या प्रमाणात वाढतात. नाकावाटे हवा आत घेतल्यानंतर, ती गरम करण्यासाठी ह्याच भागातील उष्णता वापरल्यामुळे, आतील आवरण थंड होतं. हे आवरण नाकाच्या हाडाला चिकटलेलं असल्यामुळे तिथे जखमा (ulceration) होतात. परिणामी प्रथम कूर्चा (cartilage) व नंतर संपूर्ण नाकच झिजून आत खेचलं जातं.

शस्त्रक्रियेमध्ये डॉ. ब्रँडनी, डॉ.व्हाइट यांच्या तंत्राचा वापर केला. नाकापर्यंत आतल्या बाजूने शस्त्र घालण्यासाठी त्यांनी रुग्णाचा वरचा ओठ व समोरचे वरील दात यामधून मार्ग काढला. शस्त्रानं नाक सरळ चेहऱ्यापासून वर उचललं व आतील आवरण पूर्णपणे विभागलं. यावेळी एक आश्चर्यकारक गोष्ट त्यांच्या ध्यानी आली तेव्हा ते एकदम ओरडलेच, "अरे, बघा तर गंमत! ह्या त्वचेपासून नाकच काय, हत्तीची सोंडदेखील बनवता येईल!" खरी गोष्ट अशी होती, की या तंत्रामुळे संपूर्ण नाक पुढे खेचता येतं व जरूर असेल तितकी नाकाची त्वचा ताणतादेखील येते!

त्यानंतर त्यांनी आतल्या बाजूला जाळीदार कापड (gauze) बसवलं. त्यामुळे नवीन नाकाचा आकार झिजलेल्या नाकाच्या जवळजवळ दुप्पट झाला. साहजिकच नाक पूर्वीसारखंच दिसू लागलं. त्यानंतरच्या टप्प्यात त्यांनी नाकाची प्रतिकृती बनवली व तिच्यावर मांडीवरील त्वचेचं रोपण केलं. ही प्रतिकृती नवीन नाकाच्या आतल्या बाजूला आतील आवरण म्हणून बसवली. शिवाय नाकाचं हाड म्हणून एक हाडही आत बसवलं. झालं! कुष्ठरोगाचा लवलेशही या नाकामध्ये राहिला नाही!

ह्या घटनेचा उत्तरार्धही महत्त्वाचा आहे. डॉ. ब्रँडच्या कामाची कीर्ती ऐकून सर हॅरॉल्ड गिलीज वेल्लोरला आले. वयोवृद्ध असूनही त्यांनी डॉ. ब्रँड व त्यांच्या सहकाऱ्यांबरोबर काम केलं. त्यांचा उत्साह व शिकण्याची हौस तरुणांना लाजवेल अशीच होती. खूप वर्षांपूर्वी या शल्यतपस्वीनं द. अमेरिकेत एका कुष्ठरोग्याच्या नाकावर ही शस्त्रक्रिया केली होती.

थोर मनाच्या डॉ. ब्रँडनी आपल्या पहिल्या यशस्वी नासिका शस्त्रक्रियेचा बहुमान सर गिलीजच्या नावावर नोंदवला, हे नमूद करायला हवं!

झडलेल्या नाकाइतकीच आणखी एक गोष्ट कुष्ठरोग्यांना डाचतेच. ती म्हणजे झडलेल्या भुवया. रोगाचा परिणाम म्हणून भुवयांचे केस झडतात. पण रोग बरा झाला तरी परत केस उगवत नाहीत. त्यामुळे समाज त्यांच्यावरचा बहिष्कार उठवतच नाही. त्यामुळे डॉ. ब्रँडनी आपलं लक्ष आता भुवयांकडे वळवलं. त्यांनी अभ्यास सुरू केला, अन् त्यांना समजलं की अमेरिकेतल्या नाविकदलातील एका शल्यविशारदनं कोरियाच्या युद्धात ज्या सैनिकांच्या भुवया जळून गेल्या होत्या, त्यांच्यावर यशस्वी शस्त्रक्रिया केल्या होत्या. त्यांनी डोक्याच्या त्वचेचा (scalp) एक हिस्सा काढला होता व त्यांचं भुवईच्या बाजूला असलेल्या रक्तवाहिन्यांवर आरोपण केलं. या प्रकारच्या शस्त्रक्रियेचा उगम हॉलंडमधे झाला होता, असंही त्यांनी समजलं.

हे तंत्र कल्पनेपेक्षाही अधिक यशस्वी ठरलं. गंमत म्हणजे पहिल्या रुग्णाच्या भुवयांचे केस आता खूपच वाढू लागले. जणू काही ते डोक्यावरचे केस होते; पण

पङ्या भुवयांना कापून व्यवस्थित आकार द्यायलाच तयार नव्हता. त्याच्या पाठोपाठ अनेक रुग्णांनी या शस्त्रक्रियेचा आग्रह धरला. या 'झुबकेदार' भुवया हा हॉस्पिटलमध्ये एक विनोदाचा विषय ठरला. किती वेगळ्या प्रकारे त्यांच्या चेहऱ्यावर आनंदाचं हसू उमटलं!

विनोदाच्या भाग सोडला, तरी डॉ. ब्रॅंडना ह्या कुष्ठरोग्यांच्या मनातलं दुःख, अंतरीची खंत जाणवल्याशिवाय राहिली नाही. सर्वसामान्य माणसाला आकर्षक, सुंदर दिसावं अशी इच्छा असते; पण कुष्ठरोग्याला मात्र चारचौघांसारखं दिसावं, असं फार तीव्रतेनं वाटतं. कारण सगळ्यात आधी लक्ष जातं ते चेहऱ्याकडेच! या दुर्दैवी जिवांच्या शारीरिक तसंच मानसिक, भावनिक पुनर्वसनालाही तितकंच महत्त्व द्यायला हवं, असं डॉ. ब्रॅंडनी मनाशी ठरवलं.

या कामी त्यांना मुंबईच्या डॉ. आंटिया या शल्यविशारदाची पुष्कळ मदत झाली. कारण ते सर हॅरॉल्ड गिलीजच्या हाताखाली शिकले होते. त्यांनीच सर गिलीजना पहिल्या नासिकाशस्त्रक्रियेत मदत केली होती. कुष्ठरोग्यांच्या चेहऱ्यासाठी आवश्यक असलेल्या त्वचारोपणाच्या शस्त्रक्रियाही त्यांनी शोधून काढलेल्या होत्या.

नेहमीच्या शस्त्रक्रियांच्या तंत्रांमध्येही डॉक्टर ब्रॅंड सतत सुधारणा करत असत. अस्थिरज्जूरोपण (Tendon Transplant) ही शस्त्रक्रिया आता ते नव्या व अधिक परिणामकारक पद्धतीनं करू लागले. त्यामुळे डॉ. जगदीशनच्या फार वर्षांपासून कडक झालेल्या हातांमध्ये ते संवेदना निर्माण करू शकले. त्यांचा एक हात दहा वर्षं तर दुसरा जवळ जवळ वीस वर्षं बधिर झाला होता. नव्या हातांकडे पाहून ते अत्यानंदानं ओरडले होते, " I have a pair of `brand new' hands!" ("मला आता दोन नवे, कोरे करकरीत हात मिळाले आहेत." ब्रॅंड या शब्दावरली कोटी डॉ. ब्रॅंडनाही खूप आवडली.)

एकदा डॉ. मेरी वर्गीजनं एक नवं तंत्र सुचवलं. त्यामुळे हातावर द्यावयाचा छेद बराच छोटा झाला असता. मोठ्या मनानं डॉ. ब्रॅंड अशा सुधारणा स्वीकारत. एवढंच नव्हे, तर त्यांना पुरेशी प्रसिद्धी व श्रेयही देत.

अर्नेस्ट फ्रिसची हे डॉ. ब्रॅंडचे साहाय्यक, जात्याच कल्पक बुद्धीचे होते. तसंच खूप खोल विचार करण्याची शक्तीही त्यांना लाभलेली होती. ते अनेक वेळा शस्त्रक्रियातंत्रात सुधारणा सुचवत असत. डॉ. ब्रॅंड मोठ्या मनानं त्या स्वीकारत तर असतच; पण त्यांना पुरेशी प्रसिद्धीही देत.

एकदा ते फ्रिसचींना म्हणाले, "ही शस्त्रक्रिया तुम्ही करा." ती केस बरीच गुंतागुंतीची होती. "माझ्यापेक्षा तुम्हाला अधिक अनुभव आहे." डॉ. ब्रॅंड पुढे म्हणाले. एका विभागप्रमुखानं आपल्या साहाय्यकाला – ज्याला त्यांनीच प्रशिक्षण दिलं होतं – अशी संधी द्यावी याहून मनाचा मोठेपणा आणखी वेगळा असतो का?

पुष्कळ वेळा त्यांच्या हाताखाली काम करणाऱ्या कर्मचाऱ्यांना डॉ. ब्रँडच्या वयामुळे, कर्तृत्वामुळे मानसिक दडपण येत असे. शिवाय डॉ. ब्रँड अतिशय जलदपणे शस्त्रक्रिया करत. साहजिकच उपकरणं हातात देणाऱ्या परिचारिकांकडून त्यांची कार्यक्षमतेविषयी अपेक्षा असे. पण ते सगळ्यांना सांभाळूनही घेत असत.

१९५३ साली नव्यानं त्यांच्या हाताखाली काम करण्याचा योग ॲलिस जेन डेव्हिड या नर्सला आला. त्यांना नेहमी मदत करणारी नर्स रजेवर असल्यामुळे ॲलिसवर ही जबाबदारी पडली. त्या दिवशीच्या गुंतागुंतीच्या शस्त्रक्रियेत तिनं छान मदत केली, ते डॉक्टरांच्या नजरेतून सुटलं नाही.

"आज त्या पोरगेल्या नर्सनं मला मदत केली, तिचं नाव काय?"

"ॲलिस जेन डेव्हिड, सर." देखरेख करणाऱ्या मिस हचिसननं उत्तर दिलं.

"अरे व्वा! मोठी हुशार दिसतेय पोरगी. पहिल्यांदाच मला सुईमध्ये इतक्या वेगानं धागा ओवणारी नर्स भेटली. एरवी मला अधूनमधून थांबावं लागतं टाके घालताना. आता तिलाच ठेवत जा माझ्याबरोबर!" डॉ. ब्रँड कौतुकानं उद्‌गारले.

पुढली तीन वर्षं ॲलिसनं डॉ. ब्रँडना साथ दिली. नंतर पुढील शिक्षणासाठी ती ऑस्ट्रेलियाला गेली. या तीन वर्षांत तिनं एकदाही त्यांचा पारा चढलेला पाहिला नाही. एखादेवेळी घाईगडबडीत तिनं वेगळं उपकरण पुढे केलं, तर ते शांतपणे हाती घेत व काम पुढे चालू ठेवत. एखादवेळी त्यांच्याच मनावर दडपण आलेलं असलं तर ते तिला 'सिस्टर' म्हणून संबोधत, एरवी नावानंच हाक मारत.

या तीन वर्षांच्या तपश्चर्येचं फळ तिला केव्हा अन् कसं मिळालं असेल? तब्बल दहा वर्षांनी! ॲलिस कॅनडातील मॉन्ट्रियलमध्ये एकदा एक शल्यविशारदाला मदत करत होती, त्यावेळी ते कौतुकानं म्हणाले, "ज्या नर्सनं डॉ. ब्रँडना मदत केलीय अशी नर्स आम्हाला लाभली, हा खरं तर आमचाच गौरव आहे!"

डॉ. ब्रँडचं नवजीवनधाम व्यवस्थित काम करत होतं. इथे राहाणारे कुष्ठरोगी आता बऱ्याच प्रमाणात स्वावलंबी झाल्यामुळे त्यांची मानसिकताही बदलत होती. समाजाचा बदलता दृष्टिकोनही डॉक्टरांचं मनोधैर्य वाढवण्यास मदत करत होता. याच सुमारास, १९५३ मध्ये कारीगिरीतील प्रकल्पही सुरू झाला. नवजीवनधामच्या तुलनेत हा बराच मोठा प्रकल्प होता. इथे एक हॉस्पिटल, एक संशोधनशाळा, डॉक्टरांसाठी निवासस्थानं आणि रुग्णांसाठी कुटिरं होती.

काही काळानंतर रुग्णांनी स्वावलंबी व्हावं, अर्थार्जन करावं, यासाठी इथे अनेक छोटेमोठे उद्योग – चपलाबूट बनवण्याची, कृत्रिम अवयव बनवण्याची कार्यशाळा, बांबूपासून टोपल्या, टेबललॅम्प्स बनवणं – सुरू करण्यात आले.

कारीगिरीमुळे डॉ. ब्रँड व त्यांच्या सहकाऱ्यांनाही बऱ्याच संधी उपलब्ध झाल्या. कुष्ठरोगसमितीचे सभासद असल्यामुळे त्यांचा कारीगिरीबरोबरचा संबंध अधिक

घनिष्ट झाला. आता डॉक्टरांच्या कुष्ठरोगाविषयक कार्याची, संशोधनाची दखल बऱ्याच ठिकाणी घेतली जाऊ लागली. १९५४ साली त्यांनी उत्तर भारतातील पुरुलिया गावच्या कुष्ठरोगी निवासाला भेट दिली. त्यानंतर त्यांनी कलकत्त्याच्या उष्ण कटिबंधातील वैद्यकशाळेत काही व्याख्यानं दिली.

याच सुमारास देशाबाहेरही त्यांची कीर्ती पसरली, त्याचं उदाहरण म्हणजे नायजेरियन सरकारचं निमंत्रण – त्यांनी व्याख्यानं तसंच प्रात्यक्षिकं दाखवावीत, अशी विनंती त्यांना करण्यात आली. आश्चर्य, आनंद आणि काही प्रमाणात साशंकता अशा संमिश्र भावना मनाशी बाळगत डॉ. ब्रँडनी या दौऱ्यासाठी प्रस्थान ठेवलं. योगायोगाचा भाग असा की, त्यांना आलेले अनुभवही संमिश्र स्वरूपाचेच होते!

सहारा वाळवंटाशेजारच्या कानो या गावी त्यांचं पहिलं व्याख्यानसत्र ठेवलेलं होतं. हे कुष्ठरोगकेंद्र डॉ. जॉन ड्रेसबाख चालवत होते. या सत्रासाठी त्यांनी नायजेरियातील सर्व सरकारी व मिशन हॉस्पिटलमधील डॉक्टरांना बोलावलं होतं. पहिल्या भाषणाच्या वेळी सभागृह अगदी ओसांडून वहावं इतकं गच्च भरलं होतं. साहजिकच डॉ. ब्रँड मनोमन खूष झाले. 'सुरुवात तर चांगली झाली' ते स्वत:शीच म्हणाले.

अन् दुसरेच दिवशी त्यांच्या भ्रमाचा भोपळा फुटावा, अशी परिस्थिती दिसली. सभागृहात फक्त दोन मिशनरी स्त्रिया! डॉ. ब्रँड भलतेच चरकले. पहिलं भाषण म्हणजे फुसका बार होता की काय, अशी भीती त्यांना वाटली. सुदैवानं ती खोटी ठरली. त्यांना कळलं की श्रोत्यांच्या अनुपस्थितीचं कारण, आदल्या रात्रीच्या जेवणातील बदकाच्या अंड्यांची करी हे होतं! तिच्यामुळे काही जणांची पोटं इतकी बिघडली, की त्या संपूर्ण सत्रकाळात ते बिचारे झोपून राहिले!

कानोमधलं वास्तव्य त्यांना स्वत:ला फार समाधानकारक वाटलं. कारण अतिशय प्रतिकूल भौगोलिक परिस्थितीतही डॉ. ड्रेसबाख व त्यांचे सहकारी इथे काम करत होते. या छोट्या गावातल्या झोपड्या कुष्ठरोग्यांनी स्वत: बनवल्या होत्या. त्याही शेतातील टाकाऊ माल, मक्याची धाटं आणि माती वापरून! अत्यंत कमी आर्थिक पाठबळ असूनही, नायजेरियातील कुणी डॉक्टर किंवा परिचारिका उपलब्ध नसूनही, हे केन्द्र उत्तम सेवा सुविधा पुरवत असे. डॉ. ड्रेसबाखनी कुष्ठरोग्यांसाठी खास बूट बनविण्यात बरीच प्रगती केली होती. आपापसातील वैचारिक देवाणघेवाणीत ते दोघंही पुष्कळ गोष्टी शिकले. डॉ. ब्रँडना बराच मोकळा वेळ मिळायचा. त्याचा उपयोग त्यांनी लाकूड व प्लॅस्टिकच्या साहाय्यानं बूट बनविण्यासाठी केला.

नायजेरियाच्या या दौऱ्यातला एक आनंदायी भाग म्हणजे त्यांची कॉनी व

डेव्हिड विल्यमहर्स्टबरोबरची भेट. गिंडिरी इथे दोघंही सुदान युनायटेड मिशनच्या एका मोठ्या प्रशिक्षण संस्थेत कार्य करत होते. डेव्हिड तेथील वॉर्डन (प्रमुख अधिकारी) असल्यामुळे त्यांच्यावर प्रशिक्षणार्थी तसंच शिक्षकांची जबाबदारी होती. तर कॉनी शिकवण्याचं, लिखाणाचं अन् मुलांच्या पुस्तकाला साजेशी चित्रं काढण्याचं काम करत असे. शिवाय स्वत:ची चार मुलं सांभाळण्याची जबाबदारीही तिच्यावर होतीच. आता मोठ्या दोघा मुलांना ते इंग्लंडमधील वसतिगृहात ठेवणार होते. कॉनी पूर्वीसारखीच शांत, समाधानी होती. तिच्या बाह्य रूपात काही विशेष फरक पडला नव्हता. केसही पूर्वीसारखेच होते, त्यामध्ये रुपेरी छटा उमटली नव्हती की अंगावर मूठभर मांसही चढलं नव्हतं. या कुटुंबाबरोबर पॉलनं नदीवरल्या सहलीची मजा लुटली. घरगुती गप्पा केल्या. दोघंही भावंडं एकाच जागतिक मिशनरी संस्थेत काम करत असल्यामुळे दोघांमध्ये आता एक नवा भ्रातृभावाचा बंध निर्माण झाला होता. ते जिथे राहत होते. त्या भागात कुष्ठरोगाचं प्रमाण बरंच जास्त होतं आणि त्यांच्या टीमपैकी एका डॉक्टरनं डॉ. ब्रँडकडून प्रशिक्षण घेतलं होतं.

या दौऱ्यातील परतीच्या प्रवासात त्यांनी द आफ्रिका, केनियासारख्या इतर देशातील कुष्ठरोगकेंद्रांना भेटी दिल्या. सर्वच प्रकारची प्रतिकूलता – भौगोलिक, आर्थिक, सांस्कृतिक – असूनही हे देश झगडत होते. यावेळी डॉ. ब्रँडना प्रकर्षानं जाणवला तो भारत व आफ्रिकेतील महत्त्वाचा फरक! भारताच्या तुलनेत हे देश फारच मागासलेले – विशेषत: सांस्कृतिकरित्या – होते. भारताला हजारो वर्षांच्या सांस्कृतिक परंपरेचा वारसा होता.

अपवाद म्हणता येईल असा अपमानास्पद अनुभवही त्यांना याच दौऱ्यात आला. एक कुष्ठरोगतज्ज्ञाला डॉ. ब्रँड काही सल्ला देत होते. तेव्हा अतिशय थंड नजरेनं त्यानं डॉक्टरांकडे पाहिलं अन् प्रश्न केला, "कुष्ठरोगावर किती वर्षं काम करताहात तुम्ही?"

"आठेक वर्षं." डॉ. ब्रँडनी उत्तर दिलं.

भुवया उंचावून, अतिशय कुत्सितपणे ते सद्गृहस्थ म्हणाले, "आठ वर्षांच्या अनुभवावरून तुम्ही मला शिकवण्याचं धाडस करता, इथे जन्मभर मी हेच काम करत आलोय!" हा हल्ला अनपेक्षित तर होताच, पण तो परतवणं म्हणजे वेळेचा अपव्यय, हे समंजस डॉ. ब्रँडनी जाणलं. त्यांनी मौन स्वीकारणंच पसंत केलं! तरीही नेटानं; पण सौम्य शब्दात डॉ. ब्रँड त्यांना म्हणाले, "हे पहा डॉक्टर, तुम्ही माझी एक सूचना मान्य कराल का? आपण ह्या फोडातून थोडा द्रव काढून त्याची तपासणी केली, मांस चिकित्सा केली आणि तळहातावरील काही मांसपेशी काढून त्याची सूक्ष्मदर्शकाखाली तपासणी केली, तर आपल्याला कदाचित कुष्ठरोगामुळे त्यांच्यावर सूज आलेली समजू शकेल, नाही का?"

"त्यामुळे काय विशेष साध्य होणार आहे? मला तर हे सगळं हास्यास्पद वाटतं." इति आफ्रिकेतील डॉक्टर.

त्या गृहस्थांचा तर्कवाद ऐकून डॉ. ब्रँड अवाक झाले. हा एक विख्यात डॉक्टर, शास्त्रज्ञ जणू असं म्हणत होता, काही कुष्ठरोग्यांच्या हातापायांवर फोड येतात ह्याचाच अर्थ कुष्ठरोगामुळे फोड येतात!' याहून भंपक तर्कसंगती असू शकेल का?

परतीच्या विमानप्रवासात त्यांनी एक निश्चय केला, यापुढे वेल्लोरमधल्या तुटपुंज्या साधन सामुग्रीविषयी किंवा इतर अडचणींच्या बाबतीत तक्रार करायची नाही, कारण आफ्रिकेतील देशांच्या तुलनेत वेल्लोरनं गगनभरारी मारलेली होती!

२२

सदागोपन अधूनमधून हॉस्पिटलमध्ये यायचा. त्याचे हात आता पुष्कळ चांगल्या स्थितीत होते. पण पाय मात्र औषधोपचारांना म्हणावा तितका प्रतिसाद देत नव्हते. डॉ. ब्रँड त्याच्यावर अनेक औषधं, बँडेजेस अन् बुटांचा प्रयोग करून पहात असत. तोही कृतज्ञतेच्या भावनेतून त्यांना सर्व प्रयोग मनापासून करू देत असे. डॉ. ब्रँड त्याला 'गिनीपिग' म्हणत, ते प्रेमाच्या भावनेमुळे!

असाच एकदा त्यांनी त्याच्या पायावर चढवलेला नवा बूट काढला अन् खाली वाकून त्याच्या तळव्यांचं निरीक्षण केलं. त्यांचं मन निराशेनं झाकोळलं; पण वरकरणी धीरानं ते म्हणाले, "हा बूट विशेष उपयोगी ठरेल असं वाटत नाहीये मला; पण हरकत नाही, आपण पुन्हा प्रयत्न करू."

सदागोपन्‌नंही मंद स्मितानं प्रत्युत्तर दिलं, "होय डॉक्टरसाहेब, माझी तयारी आहे. मला ठाऊक आहे, आज ना उद्या तुम्हाला यश मिळेलच."

नायजेरियातून परत आल्यानंतर डॉक्टरांचा उत्साह दुणावला होता. डॉ. ड्रेसबाख बरोबर केलेल्या चर्चांमधून त्यांना कुष्ठरोग्यांनी घालावयाच्या बुटांचं महत्त्व पटलं होतं. त्यांच्या हेही लक्षात आलं होतं की, हातांच्या तुलनेत कुष्ठरोग्यांच्या पायांची समस्या फार गंभीर स्वरूपाची आहे. हातांप्रमाणेच पायातील बधिरतेमुळेच अपघात किंवा जखमा होत असल्या तरी, चालण्यामुळे, उठण्या-बसण्यामुळे तळव्यांवरचा भार अधिक वाटतो हे जसं खरं होतं, तसंच खडबडीत रस्त्यांवर चालल्यामुळे, अनवधानानं अणुकुचीदार दगडावर पाय ठेवल्यामुळे पायांना जखमा होत. कुष्ठरोग्यांनी जमिनीवर उकिडवं बसल्यामुळे देखील त्यांच्या तळव्यांवर अधिक दाब पडतो,

तिथला रक्तपुरवठा थांबतो, हे लक्षात येताच त्यांनी हॉस्पिटलच्या इमारतीत रुग्णांसाठी ठिकठिकाणी बाकांची सोय केली.

डॉ. ब्रँडनी अनेक वेळा कुष्ठरोग्यांना समजावलं, ''तुम्ही चालत असता तेव्हा तुमच्या तळव्यांवर जखमा होत नाहीत. कारण प्रत्येक वेळी तुम्हा तुम्ही जमिनीवरून पाऊल उचलता तेव्हा त्याला तात्पुरता का होईना; पण रक्तपुरवठा होतो.''

आपलं हे अनुमान चुकीचं आहे, हे लवकरच त्यांना कळून चुकलं. कारण पावलांवरच्या फारच थोड्या जखमा रक्तपुरवठा खंडित झाल्यामुळे होतात, हे त्यांच्या लक्षात आलं.

मग त्यांनी असा निष्कर्ष काढला की जखमांवर बांधावयाच्या पट्ट्यांमुळे काही वेळा जखमा चिघळत असतील. इंग्लंडसारख्या देशातून आल्यानंतरच्या सुरुवातीच्या काळात तर त्यांना, चिंगलपुट येथील अस्वच्छ वातावरणात गरगरल्यासारखं झालं. त्यांनी स्वच्छता पाळण्याचे काटेकोर नियम लागू केले. निर्जंतुक कापूस, उकळून निर्जंतुक केलेली साधनं वापरण्याविषयी कटाक्षानं नजर ठेवली; पण लवकच त्यांच्या हे लक्षात आलं की, अस्वच्छतेपेक्षा तळव्यांवर पडणारा दाब हेच जखमांमागचं प्रमुख कारण होतं.

त्यानंतर त्यांनी रुग्ण वापरत असलेल्या पादत्राणांची तपासणी केली. त्यांच्या असं लक्षात आलं की, कित्येक बुटांमधून, चपलांमधून खिळे बाहेर डोकावत होते. त्यामुळेही रुग्णांच्या पावलांची स्थिती गंभार झालेली होती. असे बूट किंवा चपला वापरणाऱ्या रुग्णांवर औषधोपचाराचा काहीही उपयोग होत नव्हता. म्हणून त्यांनी यावरही कडक देखरेख ठेवण्याचे आदेश दिले.

काही दिवसांनी त्यांना आपल्या तर्कातला (अतिरिक्त दाब पडल्यामुळे स्नायूंना होणारा रक्तपुरवठा खंडित होतो व त्यामुळे बधिरता येऊन जखमा, व्रण होतात.) फोलपणा लक्षात आला. एका जागी मुळीच हालचाल न करता रुग्ण सलग पाच तास उभा राहिला, तरच पायांवर व्रण निर्माण होणं शक्य होतं.

त्यानंतर त्यांनी असाही निष्कर्ष काढला की जखमांवर बांधल्या जाणाऱ्या कापडी पट्ट्यांमुळेदेखील फरक पडू शकतो. इंग्लंडमधील निर्जंतुक हॉस्पिटलमधल्या अनुभवानंतर त्यांना पहिला धक्का बसला. तो चिंगलपुट्च्या अवैज्ञानिक दृष्टिकोनामुळे. अस्वच्छतेच्या जखमा अधिक चिघळू शकतात. हे ह्यांनी कर्मचाऱ्यांना समजावलं आणि शिस्तही लावली.

रुग्णांना सतत होणाऱ्या जखमांवर त्यांनी बारीक नजर ठेवली, तेव्हा आणखी एक गोष्ट त्यांच्या ध्यानी आली. ज्या विभागात रुग्णांच्या जखमांवर इलाज केले जायचे. त्या विभागाच्या बाहेर रुग्ण पायातले जोडे काढून ठेवायचे. किती तरी जोडे जीर्ण झालेले असायचे. त्यातले अणुकुचीदार खिळे बाहेर डोकावत असायचे.

एकदा असाच एक चपलांचा जोड त्यांनी पाहिला. त्यांनी चपलांच्या मालकाला शोधून काढलं अन् त्यांच्या लक्षात आलं की सतत खिळा टोचल्यामुळेच त्याच्या पायावर जखमा चिघळत होत्या. त्यानंतर त्यांनी नवा नियम केला – रुग्णांनी मलमपट्टी केली जात असे, त्या ठिकाणीच जोडे काढावेत. त्यामुळे जोड्यांचंही निरिक्षण होत असे.

कुष्ठरोग्यांच्या पायांसाठी खास पद्धतीचे बूट तयार करण्याच्या कामात त्यांच्या बहुतेक सर्व सहकाऱ्यांनी आपल्या आपल्या विचारांद्वारे सहकार्य केलं. एकदा डॉ. मेरी वर्गीजनं सांगितलं, "साचा केलेला बूट जोपर्यंत पायाला व्यवस्थित बसतो, तोपर्यंतच ठीक असतो. समजा बुटाचा पट्टा वापरल्यामुळे सैल झाला किंवा रुग्णानं बुटांमध्ये पाय हलवला, तर साच्यामधले उंचवटे त्याला त्रासदायक ठरू शकतात. माझ्या मते बुटांचा मऊपणा सगळ्यात महत्त्वाचा!"

हे व असे सर्व उपाय त्यांनी खूप विचार करून शोधून काढले; पण त्यांचा खरा प्रयत्न बुटांसंदर्भातच चालू राहिला. अनेक वर्षं अथक प्रयत्न केल्यानंतर त्यांना कुष्ठरोग्यांना परवडतील असे बूट निर्माण करता आले. हे करत असताना त्यांनी अनेक वस्तू वापरल्या, शेकडो प्रयोग केले अन् आपल्या सहकाऱ्यांचं मतही विचारात घेतलं. कधी स्पंज तर कधी रबर, कधी लाकूड तर कधी पॉलिएथिलिन (polyethylene) सारखं कृत्रिम साधनही त्यांनी वापरलं. कलकत्त्याच्या बाटा कंपनीनं, तसंच मद्रासच्या मद्रास रबर कंपनीनं त्यांना सर्व प्रकारचं सहकार्य केलं. याच दरम्यान त्यांना एक अवलिया भेटला. त्यानं जे बहुमोल सहकार्य केलं ते ऐकून लोक थक्क व्हायचे. एकूणच हा अवलिया जगावेगळा होता यात शंका नाही. त्याची पहिली भेट तर डॉ. ब्रँड कधीच विसरले नाहीत.

त्यादिवशी मेरी, डॉ. ब्रँडची मुलगी, धावतधावत त्यांच्याकडे आली व म्हणाली, "डॅडी, आपल्याकडे रॉबिन्सन क्रूसो आलेत."

डॉ. ब्रँडनी पाहिलं तर लांबलचक दाढी असलेला एक तरुण झाडाखाली बसला होता. मळकट रंगाचा चुरगळलेला शर्ट अन् चामड्याची हाफ पँट घातलेल्या त्या तरुणाजवळ एक छोटी पेटीही होती.

"मी जॉन गर्लिंग (John Girling)," त्यानं बोलायला सुरवात केली अन् त्याच्या जगावेगळ्या कहाणीनं डॉ. ब्रँड स्तंभित झाले.

जॉन एका प्रख्यात स्कॉटिश शाळेत शिक्षण घेतलेला तरुण होता. इथे विद्यार्थ्यांचं चारित्र्य आणि बुद्धी खऱ्या अर्थाने विकसित करण्यावर भर दिला जायचा. मुलानं शिक्षण संपल्यावर काहीतरी व्यवसाय करावा अशी त्याच्या वडिलांची इच्छा होती. पण जॉनला ती कल्पना पसंत नव्हती. या लक्ष्मीपुत्रानं वडिलांचा आशीर्वाद घेतला अन् स्वारी जगप्रवासाला निघाली. उद्देश होता,

'आयुष्य सार्थकी लागेल असं काम करायचं!' संपूर्ण युरोप, तुर्कस्तान, इराण, पाकिस्तान अशी मजल दरमजल करत जॉन भारतात पोहोचला. प्रथम त्यानं नागपूरला वास्तव्य केलं अन् तिथेच पहिल्यांदा त्यानं कुष्ठरोगी पाहिले. माणसाचं इतक्या दयनीय अवस्थेला पोहोचलेलं रूप पाहून तो इतका हेलावून गेला की, तत्क्षणी त्यानं स्वत:ला कुष्ठरोग्यांच्या सेवेला वाहून घेण्याचा निश्चय केला. त्यानं एक कुष्ठरोग हॉस्पिटल शोधून काढलं आणि कामाला सुरुवात केली. तिथं या धनिकपुत्रानं फक्त झाडलोटच केली नाही, तर कुष्ठरोग्यांचे संडासही साफ केले.

काही दिवस गेले. मग त्याला वाटलं, 'हे खरं नाही. अशा प्रकारची सेवा करून फायदा नाही. या माणसांना त्यांचं आयुष्य पहिल्यासारखं जगायला मिळेल असं काही तरी केलं पाहिजे.'

''तर मग तू वेल्लोरलाच जा. तिथे तुला डॉ. ब्रँड भेटतील, तेच तुला योग्य ते काम सांगतील,'' कुणीतरी सल्ला दिला.

अशा पद्धतीनं जॉन गार्लिंग वेल्लोरला आला. त्या वेळी तो वीसेक वर्षांचा तरुण होता. ज्या वयातल्या तरुणांसमोर सोनेरी स्वप्नं असतात, काहीतरी सिद्ध करून दाखवायची महत्त्वाकांक्षा असते, त्या वयात हा माणूस वाट तुडवत डॉ. ब्रँडना भेटायला आला. त्याच्या खिशात चार दमड्यांशिवाय काही नव्हतं अन् अंगावरल्या कपड्यांव्यतिरिक्त फक्त एकच जोड होता!

''मला पैसे नकोत, फक्त कुष्ठरोग्यांची सेवा करायचीय.'' त्यानं डॉ. ब्रँडना आपला मनोदय सांगितला.

'एखादा वेडपट पोरगा असणार,' असं मनाशी म्हणत त्यांनी जॉनला विचारलं, ''काय काम शिकलायस तू?''

''काही नाही, शाळेतली परीक्षा पण मी पास झालेलो नाही; पण माझे हात दणकट आहेत अन् मी कल्पक आहे असं मला वाटतं.'' किंचित हसत त्यानं उत्तर दिलं.

''माफ कर,'' त्याला झटकून टाकण्याच्या इराद्यानं डॉक्टर म्हणाले, ''इथे भारतात प्रशिक्षण नसलेल्या लोकांना फक्त हमाली करण्याचा पगार मिळतो. महिना शंभर रुपये पगारावर काम करावं लागेल.''

''चालेल, माझी तयारी आहे.''

''ठीक आहे, बुटांच्या कारखान्यात लावून घेऊ तुला आपण.'' डॉ. ब्रँडनी विषय संपवण्याच्या दृष्टीनं म्हटलं.

कारीगिरीत जॉन मांडी घालून जमिनीवर बसला अन् त्यानं बूट बनवायला सुरुवात केली. रोजच्या कामाच्या धावपळीत डॉ. ब्रँड त्याला विसरूनही गेले. एकदा कामाच्या निमित्तानं ते कारखान्यात गेले तेव्हा जॉननं तयार केलेले बूट त्यांनी

पाहिले. ते खरोखरच सुबक व दर्जेदार होते. त्यांनी जॉनची परीक्षा घेण्याच्या हेतूनं काही हुशारीचे प्रश्न विचारले अन् त्याची पारख केली. काही दिवसांतच जॉन या कार्यशाळेचा प्रमुख म्हणून काम करू लागला.

त्याच सुमारास डॉ. ब्रँडच्या असं लक्षात आलं की कारीगिरीतील रबराच्या कारखान्यात तयार होणारं रबर निकृष्ट दर्जाचं होतं. त्यामध्ये अनेक छिद्रं दिसत होती. "मी बघू का काय समस्या आहे ती?" जॉननं कुतूहल दाखवलं

"अवश्य. जरूर प्रयत्न कर." डॉ. ब्रँडनी त्याला उत्तेजन दिलं.

दोन आठवड्यांच्या आत रबराचा दर्जा सुधारला असल्याचं त्यांना समजलं. तेव्हा आनंदानं डॉ. ब्रँड त्याला म्हणाले, "आता आपण तुझा पगार वाढवू." तेव्हा जॉननं उत्तर दिलं, "छे छे, आणखी जास्ती पैसे कशाला? मला शंभर रुपयेसुद्धा लागत नाहीत."

सोन्याचा चमचा तोंडात धरून जन्माला आलेला हा तरुण वेल्लोरमध्ये इतर लोक खायचे तेच जेवण जेवायचा, नोकरांसाठी असलेल्या खोलीत रहायचा अन् त्यांच्यासारखेच कपडे लुंगी अन् शर्ट वापरायचा. स्वारी हे सगळं आनंदानं करत होती हे विशेष!

पण ते विशेष नव्हतंच! वेल्लोरच्या मातीचाच तो गुण असावा – गुणी, सेवाव्रतींना आपल्याकडे खेचण्याचा!

हाच जॉन कालांतरानं बूट बनवण्याच्या कामात अगदी तरबेज झाला. तो डॉ. ब्रँडना त्याविषयीच्या संशोधनातही मदत करायचा. पायाचा भार पेलणाऱ्या नव्या प्रकारच्या चकत्या (pressure discs) शोधून काढायच्या कामातला खरा भार त्यानंच उचलला. इतकंच नव्हे, तर या सर्व संशोधनावर आधारित लेखांचं संकलन जेव्हा पुस्तकरूपानं प्रसिद्ध झालं, तेव्हा त्याचा लेखक जॉन गर्लिंग हाच होता. काही दिवसांनी एक डॅनिश तज्ज्ञ युनायटेड नेशन्सतर्फे स्प्लिंट कार्यशाळेचा अभ्यास करण्यासाठी वेल्लोर येथे आला, तेव्हा त्यानंदेखील डॉ. ब्रँडना सांगितलं, "तुमची ही कार्यशाळा यशस्वीपणे चालवायची असेल तर फक्त एकच माणूस योग्य आहे, तो म्हणजे जॉन गर्लिंग."

ह्याच जॉनला पुढे डेन्मार्कला बूट बनवण्याच्या अधिक चांगल्या पद्धती शिकण्यासाठी व नंतर लंडनला कृत्रिम अवयव बनवण्याचं शिक्षण घेण्यासाठी पाठवण्यात आलं. स्वारीनं डॅनिश मुलीशी लग्न केलं व १९६४ मध्ये तो वेल्लोरला परत आला. त्यानं वेल्लोरमध्ये अतिशय मोलाची कामगिरी केली. आत्मिक समाधान या मूल्यावरच त्यानं समाधान मानलं.

असेच आणखी कितीतरी लोक केवळ सेवाभावी वृत्तीमुळे वेल्लोरला आले, त्यापैकी एक होते डॉ. रॉबर्ट्सन – सगळेजण प्रेमानं त्यांना अंकल रॉबी असं

संबोधायचे. न्यूझीलंड सरकारच्या सर्व कृत्रिम अवयव कारखान्यांचे प्रमुख म्हणून त्यांनी अनेक वर्षं काम केलेलं होतं. तिथून निवृत्त झाल्यानंतर ते वेल्लोरला आले. वयापरत्वे त्यांचे हात कापायचे, आवाजातही कंप निर्माण झालेला होता, पण होती नव्हती ती सर्व शक्ती त्यांना सत्कारणी लावायची होती.

''तुम्ही मला सांगाल ते काम करेन मी.'' त्यांनी डॉ. ब्रँडना आश्वासन दिलं. ''मला वेतनाची अपेक्षा नाही. आयुष्य सार्थकी लागावं एवढीच इच्छा आहे.''

डॉ. ब्रँडनी त्यांना कुष्ठरोग्यांच्या पावलांची समस्या सांगितली अन् डॉ. रॉबर्ट्सन कामाला लागले. ज्या अग्रगण्य डॉक्टरनं कायम अत्याधुनिक हॉस्पिटलमध्ये चकचकीत उपकरणांच्या साहाय्यानं काम केलेलं होतं, तो कर्मतपस्वी कारीगिरीतल्या झोपडीवजा कार्यशाळेत कुष्ठरोग्यांच्या झिजेमुळे होणाऱ्या जखमांचं (trophic ulcers) निरीक्षण करू लागला, त्यांचा अभ्यास करू लागला. त्यांनी चामडं बनवणाऱ्या अनेक व्यापाऱ्यांच्या भेटी घेतल्या. योग्य अशा चामड्याची निवड केल्यानंतर बूट बनवण्यास सुरुवात केली. अनेक प्रयोगांनंतर त्यांना योग्य असे बूट बनविणं जमलं. या बुटांमुळे डॉ. जगदीशनना खूप आराम मिळाला. अर्थात, वेल्लोरमधल्या खडबडीत रस्त्यांवर किंवा भातशेतीसारख्या ओलसर मातीत, त्यांचा फारसा उपयोग होऊ शकला नाही.

नवनवीन प्रयोग करणं, नवनवीन साधनं वापरून अधिकाधिक आरामदायी बूट बनवणं, ह्या गोष्टींचा डॉ. ब्रँडना जणू ध्यासच लागला. अशीच एक कल्पना त्यांना सुचली, ती वापरून त्यांनी 'रॉकर शूज' बनवले. यामागचं शास्त्रीय तत्त्व होतं कुष्ठरोग्याच्या चवड्यावर व टाचांवर सतत भार पडू न देणं, म्हणजेच बूट घातलेला पाय सतत सीसॉ या खेळाप्रमाणे हलता ठेवायला हवा. यासाठी डॉक्टरांनी बुटाच्या तळव्यात दोन टणक सळ्या घातल्या व त्यांचा मध्यबिंदू तळव्याच्या मध्यभागी ठेवला. ह्या बुटांचा पहिला प्रयोगही सदागोपनच्या पायांवर करण्यात आला. शांतपणे त्यानं हे बूट वापरले अन् काय आश्चर्य! त्या बुटामुळे त्याच्या पायावरल्या जखमा जणू जादूची कांडी फिरावी त्याप्रमाणे नाहीशा झाल्या. कित्येक वर्षं त्याच्या पावलांवर एकही झीज, जखम झाली नाही.

अर्थात, जो नियम इतर संशोधनांना लागू पडतो, तोच या रॉकर शूजनाही लागू पडला. सर्व अडचणींवर उपाय असे हे 'रामबाण' ठरले नाहीत. काही रुग्णांना वेगळाच त्रास जाणवू लागला. त्यांचे पाय मुरगळू लागले. त्यामागचं कारण असं होतं, की जर त्यांचा पाय एखाद्या दगडावर पडल्यामुळे मुरगळला, तरी वेदना निर्माण न झाल्यामुळे ते तसेच पायावर भार टाकून चालत. त्यामुळे कधीकधी घोट्याजवळची अस्थिबंधनं तुटत, तर कधीकधी पायाचं हाडही मोडे. यावर उपाय म्हणजे घोट्यालाही आधार मिळेल असे उंच बूट बनवणं. पण खर्चाच्या दृष्टीनं ते

परवडण्यासारखं नव्हतं.

तात्पर्य – संशोधन चालूच ठेवावं लागणार होतं. समस्येचं निकारण करण्यासाठी संशोधनाला पर्याय नव्हता. परंतु हार मानणं हे डॉ. ब्रँडच्या रक्तातच नव्हतं!

सतत एखाद्या गोष्टीचा पाठपुरावा केला, त्याबद्दल ध्यास घेतला तर नवनवीन कल्पना सुचत रहातात, हे सर्वश्रुतच आहे. डॉ. ब्रँडमधला संशोधक तर चोवीस तास जागा असावा. एकदा असाच एक नवा विचार त्यांना सुचला. ज्यांच्या पायावर नुकतीच जखमांना सुरुवात झालीय, अशा कुष्ठरोग्यांवरच लक्ष केंद्रित करायला हवं. ज्यांना व्रणांची सवय झालीय असे रुग्ण मनापासून प्रतिसाद देत नसत. या उलट ज्यांच्या पायांवर अजिबात व्रण नव्हते, असे रुग्ण बधिरतेमुळे पावलांवर जखमा होतात, ह्या गोष्टीवर विश्वास ठेवत नाहीत. ज्याच्या पावलावर पहिली जखम झालीय अशा रुग्णाला बुटाचं किंवा साध्या चपलेचं महत्त्व पटवलं, तरी त्याचे पाय चांगल्या स्थितीत राहू शकतील. आसपासच्या खेड्यातले कुष्ठरोगी आपले पाय चांगल्या स्थितीत ठेवू शकले तर हॉस्पिटलवरचा शस्त्रक्रियांचा भारही कमी होईल. जॉन गर्लिंगसारख्यांनी उत्तम चपलाबूट बनवले तर जगभरातल्या कुष्ठरोग्यांचे पाय वाचवता येतील, असा आशावाद डॉक्टरांच्या मनात जागा झाला. अडचण एकच होती. रुग्णांनी बूट घालण्याची खबरदारी घ्यायला हवी!

मनुष्यस्वभावातला आडमुठेपणा हाच मोठा अडसर असतो हे करुणीनाशननं आपल्या उदाहरणानं सिद्ध केलं

एवलिन ब्रँड – 'गावआजी' – जिथे रहायची, ज्या लोकांमध्ये काम करायची, तिथे तिला कधीकधी कुष्ठरोगी दिसायचे, काही तिच्याकडे उपचारासाठी यायचे. वर्षातून तीनचार वेळा म्हातारी त्यांना घेऊन वेल्लोरला येत असे अन् चिवट वृत्तीनं त्यांना हॉस्पिटलमध्ये भरतीही करून घेत असे. डॉ. ब्रँड हॉस्पिटलमध्ये नसले तरी तिला फरक पडत नसे. ते असले अन् त्यांनी नेहमीची अडचण – खाटा रिकाम्या नसण्याचा – पुढे केली की ती बाबापुता करून त्यांचं मन वळवत असे, ''नाही नको म्हणूस बाळा, कशी तरी सोय कर बाबा.''

लहान चणीच्या, गबाळ्या वेषातील या बाईचा सगळ्यात मोठा गुण कोणता असेल तर तो तिचा खंबीरपणा. एकदा रेल्वेच्या गच्च भरलेल्या डब्यातून ती एका कुष्ठरोग्यासह वेल्लोरला जात होती. लोकांच्या तक्रारीमुळे गार्डनं तिला त्याच्यासह उतरायला सांगितलं अन् वाईट शब्दात त्या कुष्ठरोग्याचा अपमानही केला. तेव्हा तिनं ठणकावून सांगितलं, ''माझ्या रुग्णाला हात तर लावून बघ. मी त्याला माझ्या मुलाकडे, डॉ. ब्रँडकडे वेल्लोरला घेऊन चाललेय. डॉ. पॉल ब्रँड! नाव ऐकलयंस ना?''

वेल्लोरला पोहोचल्यावर तिने डॉ. ब्रँडला सांगितलं, "बाळा, ह्या पोराकडे बघ रे जरा. बिचाऱ्याला काही कामधंदा करता येत नाही. त्यामुळे तो भिकारी बनलाय. दोन्ही हातपाय अपंग झालेत. दोन्ही पायांवर जखमाही आहेत.

करुणीनाशन इतर कुष्ठरोग्यांसारखा होता. दोन्ही हात वाकडे झालेले, पायांवर जखमा, अशा स्थितीत तो वेल्लोरला आला. वर्षभराच्या वास्तव्यात त्याचे हात सरळ झाले. पावलांवरल्या जखमा भरून आल्या, त्याची जगण्याची उमेदही पुन्हा एकदा पालवली. डॉ. ब्रँडनी त्याला समजावलं, "हातापायांची नीट काळजी घे. अंकल रॉबींना भेट. ते तुला सगळं सांगतील."

अंकल रॉबींनी त्याच्यासाठी खास बूट बनवले. "हे नेहमी घालायला हवेत. म्हणजे पावलांवर सगळीकडे सारखा भार पडेल. साधे बूट वापरलेस किंवा अनवाणी चाललास, तर पुन्हा व्रण होतील." त्यांनी करुणीनाशनला समजावलं.

करुणीनाशन आजीकडे परतला. तिनं नवीन कपडे देऊन त्याची गावी पाठवणी केली. तिथे त्यानं दिवसा शेतीकाम व रात्री शाळेत शिकवणं सुरू केलं. तो रविवारी आजीबरोबर चर्चलाही जाऊ लागला.

एकदा डॉ. ब्रँड आईला भेटायला गेले. तिथून वाकडी वाट करून ते करुणीनाशनच्या गावी गेले अन् त्याला पाहताच त्यांना धक्का बसला. पुन्हा त्याचे पाय जखमांनी भरलेले!

"हे रे काय? बूट नाही वापरत तू? हरवले?" त्यांनी विचारलं.

"छे छे हरवतील कसे? या, मी दाखवतो तुम्हाला," करुणीनाशन अभिमानानं उद्‌गारला.

डॉ. ब्रँडनी पाहिलं, एका फळीवर कागदात गुंडाळून त्यानं बूट अगदी व्यवस्थित ठेवले होते. "दर रविवारी चर्चला जाताना न विसरता घालतो मी!" त्यानं हसून सांगितलं!

२३

एकच स्वप्न उरात बाळगून आलेल्या ब्रँड पतीपत्नींनी सेवाधर्म मनापासून पाळला. डॉ. ब्रँडनी स्वत:ला पूर्णपणे वाहून घेतलं होतंच. मार्गरिटही तिच्या परीनं कुष्ठरोग्यांची सेवा करत होती. तिची कामगिरी डॉ. ब्रँडच्या कामाइतकी नेत्रदीपक नसली तरी महत्त्वाची होतीच. हजारो कुष्ठरोग्यांच्या डोळ्यांवर तिनं नवे नवे उपाय केले व त्यांना अंधत्वापासून वाचवलं.

सुट्टीसाठी ब्रँड कुटुंब व डॉ. वेब्ज यांचं कुटुंब कोट्टागिरी या थंड हवेच्या ठिकणी जात असे. १९५४ च्या सुट्टीतच मार्गरेटनं पाचव्या अपत्याला – पॅट्रिशियाला जन्म दिला. काही दिवसांपुरतं तिला दवाखान्यातलं काम थांबवावं लागणार होतं. पण अशी वेळ आली की मुलीच्या जन्मानंतर तिसऱ्या दिवशीच मार्गरेटला पुन्हा कामावर हजर राहावं लागलं. एक दिवस सकाळी एक नर्स तिच्या खोलीत शिरली, तेव्हा तिच्या चेहऱ्यावर काळजी व मनातला गोंधळ स्पष्ट दिसत होता. "डॉक्टर, कठीण परिस्थिती आलीय. एक रुग्ण डोळ्याला भयंकर आजार झाल्यामुळे आलाय. बुबुळाला आजार झाल्यामुळे त्याला खूप वेदना होताहेत. दुसऱ्या दोघी डॉक्टर्स आजारी आहेत. एकीला मलेरिया झालाय अन् दुसरीला कावीळ. आता काय करायचं? त्याला परत तरी कसं पाठवायचं?"

"चल, मी येते," असं म्हणत मार्गरेट बिछान्यावरून उठली व दवाखान्यात गेली. रुग्णाचा डोळा पहाताच तिच्या लक्षात आलं की तातडीनं शस्त्रक्रिया करणं जरुरीचं आहे. तेव्हा तिनं वेळ न घालवता शस्त्रक्रिया करूनही टाकली. यादरम्यान प्रसूतीविभागातली नर्स मार्गरेटची चौकशी करायला आली, तर पेशंट गायब! संपूर्ण हॉस्पिटलमध्ये शोधल्यानंतर तिला समजलं, डॉक्टर शस्त्रक्रिया करीत आहेत!

याच सुमारास मार्गरेटनं कुष्ठरोग्यांच्या नेत्रसमस्यांकडे विशेष लक्ष द्यायला सुरुवात केली. डॉ. अर्नेस्ट फ्रिसचींनी तिला कारीगिरी येथे पाचारण केलं. खरं म्हणजे, तोपर्यंत कुष्ठरोग्यांच्या या समस्येकडे कुणीच गंभीरपणे पाहिलेलं नव्हतं. ते म्हणाले, "तू इथेच त्यांच्यावर उपाय कर."

त्यानुसार तिथल्या हॉस्पिटलमध्ये नेत्रतपासणीसाठी एक तात्पुरती खोली तयार करण्यात आली. सर्व भिंतींना काळा रंग लावण्यात आला व खिडक्यांना जाड कापडाचे पडदे लावण्यात आले. यापूर्वी शेल हॉस्पिटलमध्ये काम केलेलं असल्यामुळे डोळ्यांचे साधे आजार व त्यावरील उपायांची तिला माहिती होती. शिवाय नेत्रशिबिरात तिनं शेकडो मोतीबिंदू शस्त्रक्रियाही केल्या होत्या. पण कुष्ठरोग्यांसंबंधात विशेष ज्ञान किंवा अनुभव नव्हता. हॉस्पिटलमध्ये साधनसामुग्रीची वानवाच होती. एकच गोष्ट उदंड होती – रुग्णांबद्दलची तळमळ, म्हणूनच अडचणींचा बाऊ वाटत नव्हता.

मार्गरेटनं कामाला सुरुवात केली अन् तिला अनेक धक्कादायक शोध लागले. त्यातला पहिला होता – भारतातील वीस लाख कुष्ठरोग्यांपैकी चाळीस टक्के कुष्ठरोगी संसर्गकारक असू शकतात. त्यांचा आजार गंभीर स्वरूपाचा असतो. अशांपैकी नव्वद टक्के रुग्णांना डोळ्यांचे आजार होतात. त्यामुळे काही ठार आंधळे होतात! संवेदना गमवून बसलेल्या माणसाची दृष्टी – महत्त्वाचं ज्ञानेंद्रिय – गेली तर त्यांची अवस्था किती भयानक होईल, याची सर्वसामान्य माणसाला

कल्पनादेखील करता येणार नाही. मग उरते ती फक्त श्रवणशक्ती – बाहेरच्या जगाशी संपर्क ठेवण्याचं एकमेव इंद्रिय! अन् ही स्थिती फक्त वृध्दांचीच होत नाही, तर तरुण वयातही कितीतरी कुष्ठरोगी आपली दृष्टी गमावून बसतात. आयुष्य म्हणजे निव्वळ वनवास, शिक्षा एवढाच अर्थ उरतो!

स्वत:ला या कामात झोकून दिल्यानंतरच मार्गरेटला त्याची व्याप्ती कळून चुकली. त्यामुळे तिनं रुग्णांवर उपचार करीत असतानाच त्यांच्या समस्यांचा अभ्यासही सुरू केला. एक महत्त्वाची गोष्ट तिच्या ध्यानी आली. कुष्ठरोग्यांच्या डोळ्यांची समस्या ही एक प्रकारच्या पक्षाघातामुळे होते. डोळ्यांच्या पापणीवर कुष्ठरोगाचे जंतू हल्ला करतात व कालांतराने पापणीच्या मज्जातंतूवर परिणाम होतो. पापणीची उघडझाप बंद होते. (निरोगी माणूस त्याच्या नकळत अनेक वेळा पापणीची उघडझाप करीत असतो, जेणेकरून डोळे ओलसर राहातात.) पापणी बंद न करता आल्यामुळे डोळे कोरडे पडू लागतात, कारण डोळ्यांतील अश्रू डोळ्यांच्या पृष्ठभागावर पसरवले जात नाहीत. कोरड्या झालेल्या डोळ्यांना फार लवकर इजा होऊ शकते. साध्या शर्टच्या बाहीनं डोळा पुसला तरी त्यावर ओरखडा उठू शकतो. परिणामी अनैसर्गिकपणे रक्तवाहिन्या वर येतात व डोळ्याला गंभीर संसर्ग होण्याची भीती वाढते. योग्य इलाजांच्या अभावी व्रण खोल चरत जातो व रुग्ण दृष्टी गमावून बसतो.

बराच विचार केल्यानंतर मार्गरेटच्या लक्षात आलं की शस्त्रक्रिया करून या समस्येचं निराकरण होऊ शकतं. तिला एक सोपी शस्त्रक्रिया सुचली. डोळ्यांच्या दोन्ही पापण्या (खालची व वरची) डोळ्यांच्या दोन्ही टोकांना थोडे टाके घालून अर्धवट बंद केल्या तर रुग्णाची दृष्टी कायम रहाते. पण हा कायमस्वरुपी उपाय होऊ शकत नव्हता. कारण त्यामुळे डोळ्यात आधीच तयार झालेला व्रणतंतू ताणला जाऊ शकतो. परिणामी डोळे विचित्र, वटारल्यासारखे दिसतात. रुग्णांनी ही शस्त्रक्रिया नाकारली. कारण त्यांच्या चेहऱ्यावर एक विचित्र भाव दिसू लागला. आपणही सर्वसामान्यांप्रमाणे दिसावं ही त्यांची इच्छा अपुरीच रहात होती.

आव्हान आणि ते पार पाडण्याची दुर्दम्य इच्छा, या गुणांची मार्गरेटमधेदेखील कमतरता नव्हती. त्यामुळे तिचे प्रयत्न चालूच राहिले.

त्यानंतरचा तिचा प्रयोग त्यामानानं अधिक यशस्वी ठरला. ह्या प्रकारची शस्त्रक्रिया सर्वसाधारणपणे त्वचारोपणतज्ज्ञ करतात. पण मार्गरेटनं तिचा वापर कुष्ठरोग्यांवर केला. या शस्त्रक्रियेला कानशिलाच्या त्वचेची रोपण क्रिया (temporal transplant) असं म्हणतात. यामध्ये ज्या स्नायूंचा वापर केला जातो, ते त्यांच्या मूळ स्थानापासून अलग केले जातात आणि त्यांना वळवून पापण्यांमधून जाणाऱ्या स्नायूला जोडतात. ह्याचा परिणाम म्हणून त्या व्यक्तीचा डोळे बंद करण्याचा व चावण्याचा स्नायू एकच असतो. थोडक्यात तोंडाची उघडमीट केली की डोळे

उघडता मिटता येतात. हा प्रकार थोडा विचित्र दिसतो – जेव्हा ती व्यक्ती काहीतरी खात असते, तेव्हा तोंडाच्या हालचालीबरोबर डोळ्यांची उघडझापही होत राहते व डोळे मिचकावल्यासारखे वाटतात; पण त्याचा तिला फायदा नक्कीच होतो. कारण त्यामुळे डोळे ओलसर रहातात. शिवाय त्या माणसाचे डोळे सर्वसामान्यांच्या डोळ्यांसारखेच दिसतात. एकच खबरदारी कुष्ठरोग्याला घ्यावी लागते– अधूनमधून त्याला जबड्याची हालचाल करावी लागते.

कुष्ठरोग्यांच्या डोळ्यांवर उपाय करत असताना एक धक्कादायक सत्य मार्गरिटसमोर आलं. मोतीबिंदू होऊन दृष्टी कमी होत जाणं हा सर्वसामान्यपणे वयस्क मंडळींमध्ये आढळणारा नेत्रदोष तरुण कुष्ठरोग्यांमध्येही दिसतो. अशा रुग्णांना दृष्टी परत देण्यासाठी तिनं अनेकांवर शस्त्रक्रिया केल्या. तेव्हा आणखी एक गोष्ट तिच्या लक्षात आली – संसर्गकारक कुष्ठरोग्यांमध्ये एक विशिष्ट प्रकारचा मोतीबिंदू आढळतो. डोळ्यांतील पापण्यांवर पुन्हापुन्हा रोगजंतू आघात करतात व त्यामुळे मोतीबिंदू होतो. मोतीबिंदू काढण्याची शस्त्रक्रिया केल्यानंतर तीन महिन्यांनी पुन्हा बुबुळाचा विकार उद्भवतो व त्यानंतर मात्र दृष्टी कायमची जाते. ह्या शोधामुळे मार्गरिट भयंकर अस्वस्थ झाली. आतापर्यंत शेकडो कुष्ठरोग्यांवर तिनं मोतीबिंदूंसाठी शस्त्रक्रिया केल्या होत्या. त्यापैकी किती जणांनी दृष्टी गमावली होती, देवच जाणे! यानंतर तिनं एक खबरदारी घेतली– ज्या रुग्णांना मोतीबिंदू शस्त्रक्रियेपूर्वी किमान वर्षभर बुबुळाचा विकार झालेला नव्हता, अशाच संसर्गकारक रुग्णांवर शस्त्रक्रिया करायच्या व शस्त्रक्रियेनंतरही त्यांची वेळोवेळी तपासणी करायची!

असाच एक अनुभव एका मलेशियन डॉक्टरांसंदर्भात तिला आठवतो.

कुष्ठरोग्यांची तळमळीनं सेवा करणाऱ्या या डॉक्टरनं आपण दहा हजारांहून जास्ती मोतीबिंदू शस्त्रक्रिया केल्याचं सांगितलं.

"अरे व्वा! फारच छान." मार्गरिटनं त्याची प्रशंसा केली अन् विचारलं, "मग नंतर किती वेळा तपासलंत तुम्ही त्यांना?"

"नाही बुवा," त्यांनं प्रांजळ कबुली दिली, "पुन्हा कधी भेटलोच नाही मी त्यांना."

मार्गरिटनं मात्र एक धडा घेतला. अशा रुग्णांना वारंवार तपासणीसाठी बोलवायचं, तपासणीचं महत्त्व त्यांच्या मनावर बिंबवायचं.

पुढे एका जागतिक कुष्ठरोग परिषदेत तिनं सांगितलं, "शस्त्रक्रियेनंतर काही समस्या निर्माण होऊन रुग्ण आपल्याकडे येतील अशी आपण वाट पाहू नये. त्याआधी आपणच त्यांच्याकडे जायला हवं."

हा निष्कर्ष काढणं जितकं सोपं होतं, तितका तो अमलात आणणं सोपं नव्हतं. त्यासाठी मनुष्यबळाची, तसंच उपकरणांचीही आवश्यकता होती. सुदैवानं भारतीय

वैद्यकीय संशोधन संस्थेनं (Indian Council For Medical Research) हा प्रश्न सोडवला. त्यांनी पूर्णवेळ पगारी साहाय्यकासाठी आर्थिक मदत केली व कुष्ठरोगसंस्थेनं (Mission for Lepers) डोळ्यांच्या तपासणीसाठी सूक्ष्मदर्शक यंत्र विकत घेतलं.

नव्या उभारीनं मार्गरेटनं हे आव्हान देखील स्वीकारलं!

२४

बरेच दिवस डॉ. ब्रँडच्या मनात एक कल्पना घोळत होती; पण त्यासाठी त्यांना योग्य ती दिशा सापडत नव्हती. एक दिवस मात्र आपल्या कल्पनेला मूर्त स्वरूप येईल, अशी खूण त्यांना सापडली. एका दुकानातल्या काचेच्या कपाटात त्यांना मातीची सुबक, देखणी भांडी दिसली. त्यांनी दुकानात प्रवेश केला. जो माणूस ती भांडी बनवायचा, त्याचंच दुकान होतं ते. त्याच्याशी बोलत असताना त्यांना समजलं की ती भांडी तो दुकानाखाली असलेल्या तळघरातच बनवत असे. त्यांनी त्या माणसाला विचारलं, ''मला एखादं भांडं बनवून दाखवाल तुम्ही?''

त्यानं क्षणभर डॉ. ब्रँडकडे टक लावून पाहिलं. आत्तापर्यंत अशी चौकशी, असं कुतूहल कुणीच दाखवलं नव्हतं. तो आनंदाच्या स्वरात म्हणाला, ''का नाही? तुम्ही पहिलेच सद्‌गृहस्थ आहात ज्यानं माझ्या कामात असा रस दाखवला. चला, लगेच करू या सुरुवात कामाला.'' तो डॉ. ब्रँडना तळघरात घेऊन गेला. तिथे एक कुंभाराचं चाक होतं, ज्याच्यावर तो भांडी बनवत असे. आजूबाजूला काही भांडी सुकत ठेवली होती, तर तयार भांडी भिंतीवरच्या फळ्यांवर मांडून ठेवली होती.

त्यानं थोडी माती घेतली, तिच्यात पाणी घालून ती मळली, तिचा गोळा बनवला अन् मग चाकाला गती देऊन तो त्या गोळ्याला आकार देऊ लागला. अतिशय तन्मयतेने त्याला काम करताना पाहून त्यांना कौतुक वाटलं. थोड्याच वेळात त्या गोळ्यानं एक विशिष्ट आकार धारण केला. डॉक्टर अधूनमधून त्याला प्रश्न विचारायचे त्याची तो उत्तरंही द्यायचा. दुसरीकडे त्याचे हात भांडं घडवण्याचं काम करतच होते...

थोड्या वेळानं त्यानं ते त्याला भांडं अलगदपणे जमिनीवर ठेवलं अन् डॉक्टरांकडे पाहिलं. त्याच्या चेहऱ्यावर समाधान दिसत होतं

''मी बघू का प्रयत्न करून? म्हणजे मला अजिबातच अनुभव नाही, पण करून पहावं असं वाटतंय.''

''माझी हरकत नाही,'' त्यानं डॉक्टरांच्या हातात मातीचा गोळा ठेवला.

चाकामध्ये तो कसा धरायचा ते सांगितलं अन् हसून म्हणाला, "चला, आता करा प्रयत्न."

डॉक्टरांनी बनवलेलं भांडं अर्थातच ओबडधोबड होतं. त्याचा आकारही विशेष चांगला नव्हता, पण आपल्या कामगिरीचा त्यांना अभिमान वाटला. "आता हे आपण भट्टीत भाजू या, म्हणजे तुम्हाला घरी नेता येईल." त्या कुंभारानं म्हटलं.

थोड्या वेळानं घरी जाताना डॉक्टरांच्या हातात त्यांनी तयार केलेलं भांडं होतं आणि मनात व्याख्यानाचा विषय आकार घेत होता.

कुष्ठरोग मिशनमध्ये डॉ. ब्रँड एक भाषण देणार होते. त्याचा विषय आधीच ठरलेला होता, कुंभारानं बिघडवलेलं भांडं!

डॉक्टरांनी भाषणात आपला कुंभाराच्या तळघरातला अनुभव सांगितला. तिथे पाहिलेली कच्ची माती, तिच्यापासून बनवलेला गोळा, तिला चाकावर दिलेला आकार अन् मग भट्टीत ते भांडं भाजून पक्कं करण्याची क्रिया, याविषयी ते सविस्तर बोलले अन् मग त्यांनी आपल्या वैद्यकीय कामाची व कुंभाराच्या कामाची तुलना केली, दोन्हीमधलं साम्य दाखवलं.

त्यांनतर त्यांनी स्वत: बनवलेलं भांडं दोन्ही हातात धरलं, हात वर नेले, क्षणार्धात खाली आणले व ते भांडं टेबलावर आपटलं. फट् असा आवाज झाला अन् भांड्याची दोन शकलं झाली. स्वत: कष्ट घेऊन बनवलेल्या भांड्याचे तुकडे पाहून डॉ. ब्रँड स्वत:च क्षणभर हेलावले. त्यांच्या तोंडून शब्द फुटेना. श्रोतेदेखील त्यांच्या या कृतीनं अवाक झाले, चाट पडले...

थोड्या वेळानं त्यानी बोलायला सुरुवात केली, "हे भांडं का फुटलं? कारण ते मातीचं आहे ही गोष्ट मी विसरलो. नीट काळजी घेतली असती तर हे भांडं फुटलं नसतं. त्याचे तुकडे पाहून मला दु:ख होतंय, तुम्हालाही वाईट वाटलं असेल ना? हे माझं दु:ख कशाप्रकारचं आहे माहीत आहे? एखादा सुंदर हात किंवा पाय कुष्ठरोगानं विद्रूप झालेला मी पाहतो, तेव्हा मला अगदी असंच दु:ख होतं. विधात्यानं बनवलेलं जिवंत शिल्प – माणूस जेव्हा एका रोगामुळे विद्रूप होतो, त्याचं आयुष्य उद्ध्वस्त होतं तेव्हा मला असंच अतीव दु:ख होतं..."

क्षणभर थांबून डॉक्टरांनी समोर बसलेल्या श्रोत्यांच्या चेहऱ्यांकडे पाहिलं. त्यांच्या चेहऱ्यावरही दु:खाचे भाव स्पष्ट उमटले होते. ते पाहून डॉक्टर स्वत:शी म्हणाले, 'हाच परिणाम हवा होता मला!'

गेल्या काही वर्षांत कुष्ठरोग्यांच्या हातांवर, वाकड्या, ताठर झालेल्या बोटांवर शस्त्रक्रिया करून त्यांनी या उद्ध्वस्त लोकांना नवजीवन दिलं होतं. हे करीत असताना त्यांना कमालीचं आंतरिक समाधान मिळालेलं होतं...

रॉबर्ट जेम्स हा एक व्हायोलिन वाजवणारा कलाकार होता. कुष्ठरोग झाल्यानंतर

त्याच्या बोटांतली संवेदना गेली अन् जणू त्याच्या अंगातल्या कलेवरच रोगानं हल्ला चढवला. त्याच्या आयुष्यातला रस गोठून गेल्यासारखा झाला. शस्त्रक्रियेनंतर त्याला पुन्हा व्हायोलिन वाजवणं शक्य झालं. त्यानंतर रॉबर्ट वेल्लोरच्या कर्मचाऱ्यांमध्ये काम करू लागला. काही वर्षांनंतर त्यानं आणखी एक मोठं काम केलं. डॉक्टर मंडळींबरोबर तो रस्त्याकडेला भरणाऱ्या साप्ताहिक दवाखान्यात जाऊन रोग्यांसमोर व्हायोलिन वाजवू लागला. स्वत:च्या उदाहरणानं त्यानं अनेकांच्या मनात नवी आशा पालवली!

सदागोपनला स्वावलंबी बनवण्याचंच नव्हे, तर त्याला सुखी, समाधानी वैवाहिक जीवनाचं वरदान त्याच्या हातांवरल्या शस्त्रक्रियेमुळेच लाभलं. टंकलेखन करू शकणारा सदागोपन पुढे नोंदणीकार (record keeper) म्हणून काम करू लागला. अर्थार्जनामुळेच त्याचं लग्न होऊ शकलं. एका निरोगी मुलाला त्यानं जन्म दिला.

कलकत्त्याच्या एका वकिलाची कहाणी थोडी वेगळी होती. आर्थिक सुस्थितीमुळे त्याला स्वत:च्या कुष्ठरोगावर औषधोपचार करवून घेणं शक्य होतं. कारण पैसेवाल्या रुग्णांवर उपचार करायला डॉक्टर, विशेषत: कुष्ठरोगतज्ज्ञ तयार असतात. काही दिवस वकिली थांबवून त्यानं रोगावर नियंत्रण आणण्यासाठी शक्य ते उपाय केले; पण रोगाच्या खुणा – विशेषत: हाताची बोटं ताठर होणं – वाढत चालल्या अन् उघड दिसू लागल्या. त्याच्या व्यवसायबंधूंना हा कुष्ठरोगी आपल्यामध्ये नकोसा झाला. अशा माणसानं कोर्टात केस उभी करायची, लढवायची ही गोष्ट त्यांना लांच्छनास्पद वाटली. त्यांनी त्याच्याविरुद्ध खटला भरला. लवकरच ती केस सुनावणीला निघणार होती. त्यानं डॉ. ब्रँडचं नाव ऐकलेलं होतं, म्हणून त्यांना आपली समस्या कळवली अन् डॉक्टरांनीही त्याला तार करून लगेच बोलावून घेतलं.

त्याची अडचण ओळखून डॉक्टरांनी एक निर्णय घेतला. नियमाला काट मारून त्यांनी एकाच दिवशी त्याच्या दोन्ही हातांवर शस्त्रक्रिया केल्या. त्यांच्या प्रयत्नांना यश आलं. ठरल्या दिवशी सुनावणीला तो कलकत्त्याला हजर राहू शकला. त्यानं आपले दोन्ही हात न्यायाधीशांसमोर धरले, बोटं वाकवून दाखवली अन् प्रश्न केला, ''काय व्यंग दिसतंय या हातात तुम्हाला?''

साहजिकच त्याच्यावरला खटला काढून टाकण्यात आला. एक जीवनपुष्प कोमेजण्यापासून वाचवण्याचं समाधान डॉ. ब्रँडना मिळालं. पण तरीही एक मोठी खंत होतीच. अजूनही जगभरातल्या अनेक देशांमध्ये एक कोटी कुष्ठरोगी होतेच. त्यांच्यापैकी कित्येक जण अपंग झालेले होते. निरनिराळ्या देशात स्वयंसेवी संस्था या दु:खितांसाठी काम करत होत्या, डॉक्टर्स संशोधन करत होते, समाजप्रबोधन

करत होते, निधी गोळा करत होते. पण खेदाची गोष्ट अशी होती की फारच थोडे कुष्ठरोगतज्ज्ञ डॉ. ब्रँडची मतं स्वीकारत होते. फारच थोडे डॉक्टर मान्य करत होते की या रुग्णांचं पुनर्वसनही उपचारांइतकंच महत्त्वाचं आहे.

कोणत्या पद्धतीनं जगापुढे ही समस्या प्रभावीपणे मांडता येईल या प्रश्नाचा त्यांनी सातत्यानं पाठपुरावा केला अन् एक दिवस त्यांना एक छान कल्पना सुचली. कुष्ठरोग्यांच्या समस्यांबद्दल व त्यांच्या शारीरिक, मानसिक व आत्मिक पुनर्वसनाबद्दल नुसतं सांगून नाही तर प्रत्यक्ष चित्रातून, चित्रपटातून त्यांना दाखवून द्यायचं, या हेतूनं त्यांनी वाटचाल केली. या कामी त्यांना मुंबईतील एक चित्रपट निर्माता– कार्ल मार्कोनी व त्याच्या पत्नीनं, पॅक्सीनं साहाय्य केलं.

चित्रपटाची सुरुवात एका भारतीय नर्तकाच्या मोहक हालचालींनी – विशेषत: हाताच्या मुद्रांनी – होते. ते हात हळूहळू अस्पष्ट, धूसर होतात अन् त्या जागी दिसू लागतात कुष्ठरोग्याचे हात, बोटं झिजलेले हात! एका तरुण कुष्ठरोग्याला जेव्हा नवजीवनधामात आणलं जातं, तेव्हा त्याला तिथे एक मित्र मिळतो. त्याला शस्त्रक्रियेमुळे नव्या हातांचंच नव्हे तर अनेक कौशल्यांचंही वरदान मिळालेलं असतं. आता हा मित्र आपल्या गावी जाणार असतो. मित्रामधले शारीरिक तसेच मानसिक बदल पाहून नव्याने तिथे आलेला तरुणही शस्त्रक्रियेला तयार होतो.

या चित्रपटाची मूळ कल्पना डॉ. ब्रँडची असली तरी पटकथा मात्र मार्कोनीच्या पत्नीनं लिहिली होती.

ऐन उन्हाळ्यात या चित्रपटाचं चित्रीकरण करण्यात आलं. पण डॉ. ब्रँडना तितकीच उत्तम साथ त्यांच्या सहकाऱ्यांनी व इतर कर्मचाऱ्यांनी दिली. त्यामुळे एक उत्कृष्ट व प्रभावी चित्रपट तयार होऊ शकला. या चित्रपटाचं शीर्षकही अतिशय समर्पक होतं – उन्नत हात (Lifted Hands)

"समजा, आपण एखादी शस्त्रक्रिया दाखवली तर?" डॉ. ब्रँडनी मार्कोनीला विचारलं.

त्यानं थोडा विचार केला अन् मग म्हणाला, "चालेल, पण मी त्याबाबतीत दर्दी नाही. आत्तापर्यंत कधी शस्त्रक्रियेचं चित्रिकरण केलेलं नाही मी. तेव्हा तुम्ही मला फक्त कच्ची फिल्म आणून द्या. पुढचं सगळं मी बघतो. या भागाच्या चित्रिकरणासाठी मला काही मोबदलाही नको."

डॉ. ब्रँड नेहमी जी मुक्त मज्जारज्जू रोपण शस्त्रक्रिया (Tendon free graft) करायचे, तिचंच चित्रीकरण करण्यात आलं. पुढे १९५७ च्या सुट्टीवर जेव्हा ते इंग्लंडला गेले, तेव्हा तिथे या चित्रफितीचा त्यांना खूप फायदा झाला. आपली कल्पना बऱ्याच जणांना आवडली याचं समाधान त्यांना लाभलं. त्यामध्ये प्रख्यात औषधी कंपनी सिबाचा मोठा हातभार लागला.

एका व्याख्यानामध्ये डॉ. ब्रँडनी ही चित्रफीत दाखवली, ती पहाताच सिबा कंपनीचा एक प्रतिनिधी त्यांच्याकडे आला अन् त्यानं या चित्रफितीची मागणी केली.

"पण माझ्याकडे फक्त एकच प्रत आहे अन् तीसुद्धा खाजगीत दाखवण्यासाठी तयार केलीय," डॉ. ब्रँडनी आपली अडचण सांगितली; पण त्या प्रतिनिधीनं आपला आग्रह कायम ठेवला. सिबा कंपनीनं या चित्रफितीवर आवश्यक ते संस्कार केले. तिला एक ध्वनिफीत जोडली, तिच्या चार भाषांमध्ये सत्तावन्न प्रती काढल्या अन् वेगवेगळ्या परिषदांमध्ये दाखवल्या. कौतुकाची गोष्ट म्हणजे, तिला अनेक आंतरराष्ट्रीय सन्मान मिळाले. कार्ल मार्कोनीच्या दृष्टीनं तो छायाचित्रकारितेतला विक्रम ठरला अन् डॉ. ब्रँडच्या दृष्टीनं समाजप्रबोधनातला एक मोठा टप्पा!

या संपूर्ण सुट्टीत डॉ. ब्रँडनी भाषणांचा सपाटा लावला. काही उत्तुंग आनंदाचे क्षणही त्यांच्या वाटेला आले. लंडनच्या सुप्रसिद्ध रॉयल अल्बर्ट हॉलमध्ये एक जगप्रसिद्ध मदतमैफिल भरणार होती. डॉ. ब्रँडनी या मैफिलीत वेल्लोरच्या हॉस्पिटलसाठी आर्थिक मदतीचं आवाहन केलं. त्यांना भाषणासाठी फक्त सहा मिनिटांचा अवधी मिळाला. दोन मिनिटांनी हातातील भाषणाकडे पाठ फिरवून त्यांनी बोलणं चालू ठेवलं तेव्हा संयोजक अस्वस्थ झाले; पण त्यांची भीती खोटी ठरली. बरोब्बर सहाव्या मिनिटाला डॉ. ब्रँडनी भाषण संपवलं!

उत्तुंग आनंदाचे, तसेच काळजाला हात घालणाऱ्या वैयक्तिक दु:खाचे प्रसंगही त्यांना या सुट्टीत अनुभवावे लागले. त्यांची मोठी दोन मुलं, ख्रिस्तोफर अन् जीन आता पुढील शिक्षणासाठी इंग्लंडमध्येच रहाणार होती. मनावर ताबा मिळवण्याचा प्रयत्न केला तरी त्यांना स्वत:चा भूतकाळ परत परत आठवत राहिला. याहूनही लहान वयात त्यांची व कॉनीची आईवडिलांपासून याच कारणासाठी ताटातूट झाली होती. वडील तर कायमचेच दुरावले होते!

अनपेक्षितपणे एका थरकाप उडवणाऱ्या प्रसंगालाही ब्रँड पती-पत्नींना सामोरं जावं लागलं. भारतात परतल्यानंतर त्यांना मुंबईत वास्तव्य असलेल्या मार्कोनी पती-पत्नींची भेट घ्यायची होती, म्हणून त्यांनी मार्गरेट व धाकट्या मुलांनाही बरोबर नेलं. मार्कोनीच्या घरापुढील बागेतून ते घराच्या दिशेने चालू लागले. तेव्हा समोरच त्यांना मार्कोनींची पाळीव बिबळ्याची मादी, गिगी दिसली. चित्रपटाच्या निमित्तानं मार्कोनी पती-पत्नी वेल्लोरला आले होते. तेव्हा ही बिबळ्यांची मादी बाल्यावस्थेत होती. आता ९ महिन्यांनंतर ती पूर्ण वाढ झालेली मादी होती. तिला साखळीच्या साहाय्यानं एका खांबाला बांधून ठेवण्यात आलं होत. पूर्ण वाढ झालेली गिगी पाहूनच मार्गरेटचं मन धास्तावलं. धाकट्या पॉलिनचा हात धरून ती वाटेत थबकलीच. मेरी आणि एस्टेल देखील तिच्या मागेच उभ्या राहिल्या. इतर

पाळीव प्राण्यांप्रमाणे गिगीदेखील अगदी गरीब वाटत होती. इतक्यात पॅट्रिशिया सगळ्यांची नजर चुकवून वडिलांजवळ गेली. डॉ. ब्रँड दारावरची घंटा वाजवत होते. पुढच्या क्षणी त्यांच्या लक्षात आलं की इतकी माणसं पाहून गिगी थोडीशी घाबरलीय; पण त्यांनी काही करण्यापूर्वीच गिगीनं पॅट्रिशियावर झेप घेतली आणि तिला खाली पाडून तिच्या मानेवर आपले दात रोवले.

तो प्रसंग इतका भीतिदायक होता की डॉ. ब्रँड भांबावून गेले आणि त्यामुळेच त्यांच्या हातून एक चूक घडली. त्यांनी गिगीच्या गळ्याभोवतीची साखळी पकडून तिला मागे खेचायचा प्रयत्न केला. त्यामुळे चिडलेल्या गिगीनं आपले दात पॅट्रिशियाच्या गळ्यावर अधिकच रूतवले. सुदैवानं याच वेळी कार्लो जिन्यावरून खाली उतरत होता. तो धावतच पुढे आला. त्यानं ओरडून डॉ. ब्रँडला सांगितलं, "कृपा करून साखळी ओढू नका," उरलेलं अंतर त्यानं दोन ढांगांमध्ये संपवलं अन् गिगीच्या नाकावर जोराचा ठसा लगावला. तरीही तिनं पॅट्रिशियाच्या गळ्यावरली पकड सैल केली नाही. तेव्हा मार्कोनीनं गिगीचे गाल आत दाबले. तेव्हाच तिनं आपले दात बाजूला केले व डॉ. ब्रँडनी पॅट्रिशियाची सुटका केली. घाबरलेली मार्गरेट पॅट्रिशियाजवळ पोहोचली तेव्हा तिच्या मानेवरून रक्त ओघळत होतं; पण डॉ. ब्रँडनी विलक्षण धैर्य दाखवत मार्गरेटला दूर केलं व पॅट्रिशियाला धीर देत शांतपणे तिच्या मानेवरलं रक्त पुसून काढलं आणि तिला म्हणाले, "चल, पॅट्रिशिया, आता घरात जाऊन आपण औषध लावू. आज गिगीनं जरा जास्तच खोडकरपणा केला ना?"

वडिलांचा शांतपणा पाहून पॅट्रिशियाही शांत झाली व पुढेही तिच्या मनात भीतीचा लवलेशही उरला नाही.

ज्या खंबीरपणानं डॉ. ब्रँडनी मुलांचा निरोप घेतला व ते वेल्लोरला परत आले, तोच खंबीरपणा त्यांना फार लवकर पुन्हा एकदा दाखवावा लागला! एक दिवस ते वर्गात व्याख्यान देत होते, तेव्हा एक हवाईपत्र त्यांच्या हातात पडलं. ते वाचताना 'आपल्या काळजाचा ठोका चुकतोय,' अशी भावना त्यांच्या मनात निर्माण झाली. बातमी होती जीनबद्दल – शाळेतील डॉक्टरांनी पाठवलेली. पडल्यामुळे तिचा हात कोपराच्या सांध्यात मोडला होता. डॉक्टरांनी शस्त्रक्रियेबद्दल सविस्तर लिहिलं होतं. प्रख्यात अस्थितज्ज्ञांनी तिच्या हातावर शस्त्रक्रिया केली होती, त्यामुळे चिंतेचं कारण नव्हतं.

विलक्षण संयमानं डॉ. ब्रँडनी आपल्या मनावर ताबा मिळवला. एवढंच नाही तर लगेचच या घटनेचा त्यांनी आपल्या भाषणात उल्लेख करून विद्यार्थ्यांना विचारलं, "अशा प्रकारच्या उदाहरणात तुम्ही काय इलाज कराल? तुम्ही रुग्णाचं

कोपर सरळ ठेवाल?''

''नाही.'' एकमुखानं विद्यार्थी म्हणाले. कारण थोड्या दिवसांपूर्वीच डॉ. ब्रँडनीच हा विषय शिकवलेला होता.

''का बरं?'' डॉ. ब्रँडनी विचारलं.

''कारण त्यामुळे कोपर ताठ होण्याची शक्यता असते.''

जीनला योग्य ती उपाययोजना मिळतेय ना याबद्दल ब्रँड पतीपत्नी काळजी करत असले, तरी इंग्लंडला प्रत्यक्ष जाणं दोघांनाही शक्य नव्हतं. एक मोठा दिलासा होता, तो म्हणजे तिच्या हातावर इंग्लंडमधील विख्यात अस्थिशल्यचिकित्सकांनी शस्त्रक्रिया केली होती, तरीही हात पूर्ण बरा होईपर्यंत मनावर चिंतेचं सावट राहाणारच होतं!

कौटुंबिक समस्या असल्या तरी व्यवसायिक काम निष्ठेनं करायचा मनोधर्म असल्यामुळे, त्यानंतर एका आठवड्याच्या आतच त्यांना टोकियोतील जागतिक परिषदेला जावं लागलं. या ठिकाणीही डॉ. ब्रँडनी 'उन्नत हात' ही चित्रफीत दाखवली. तिच्या माध्यमातून वेल्लोरमधल्या कुष्ठरोगनिवारणाची तसंच कुष्ठरोगी पुनर्वसनाची माहिती दिली. जगभरातल्या त्रेचाळीस देशांमधून दोनशे सदस्य परिषदेला आले होते. 'संसर्गजन्य कुष्ठरोगावर मात करणं, रोग्याला त्यापासून मुक्त करणं म्हणजे कुष्ठरोगाच्या जंतूंवर मात करणं, ही गोष्ट खरी असली तरी; त्याचे हातपाय पांगळेच रहाणार असतील तर तो त्या रुग्णाचा माणूस म्हणून पराभवच आहे,' असं सांगून त्यांनी पुनर्वसनाच्या समस्येचं महत्त्व सांगितलं. ''आता आपल्यापुढे जे आव्हान आहे ते या अपंगत्वावर उपाय शोधणं, ते थांबवणं.'' या चित्रफितीला प्रचंड प्रतिसाद मिळाला. त्यातला काही दीर्घकालीन मदतीच्या स्वरूपात होता!

याच परिषदेत त्यांना एक चांगला मित्र व पाठीराखा मिळाला. त्याचं नाव होतं डॉ. जेम्स डाऊल (Dr. James Doull). ते एका नावाजलेल्या कुष्ठरोग प्रतिष्ठानाचे वैद्यकीय संचालक होते. डॉ. ब्रँड करत असलेलं काम त्यांनी डोळ्यांखाली घातलं, त्याविषयी आवश्यक ती माहिती मिळवली अन् मगच आपला पाठिंबा दिला. कुष्ठरोगामुळे इतक्या मोठ्या प्रमाणात विरूपता येऊ शकतात, ह्याचं त्यांना आश्चर्य वाटलं. त्यांनी स्वत:च्या प्रतिष्ठानातर्फे मोठा निधी उपलब्ध करून दिला. इतकंच नव्हे, तर तितकाच निधी जागतिक आरोग्य संघटना व जागतिक अपंग पुनर्वसन संस्थेकडूनही देववला. तात्पर्य, एकदा का त्यांच्या मनानं डॉ. ब्रँडच्या कामाचं महत्त्व जाणलं, त्यांनी त्यांच्या कामासाठी भरघोस मदत दिली. अशा प्रकारचे अनेक मित्र डॉ. ब्रँडना लाभले अन् या सगळ्यांचं श्रेय त्यांनी विधात्याच्या दयाबुद्धीला अर्पण केलं.

टोकियोनंतर त्यांनी हाँगकाँगमधील कुष्ठरोग मिशनला भेट दिली. या संस्थेचं

नावंही किती समर्पक होतं – आनंददायी उपचारांचं बेट (Island of Happy Healing) या ठिकाणी कुष्ठरोग्यांच्या हातांचे क्ष-किरण फोटो त्यांनी अभ्यासले. त्यांच्या अभ्यासावरून काढलेले निष्कर्ष व वेल्लोरमधील अस्थिशल्यविशारदांनी काढलेले निष्कर्ष मिळतेजुळते होते. कुष्ठरोगाचे जंतू एक टक्का कुष्ठरोग्यांच्या हाडांपर्यंत पोहोचून त्यांना इजा करतात.

हाँगकाँगभेटीमध्ये अनपेक्षितपणे डॉ. ब्रँडना एक फार मोठा लाभ झाला. त्यांची भेट डॉ. हॉवर्ड रस्कबरोबर झाली. या अमेरिकन डॉक्टरनं अपंग पुनर्वसनकार्यामध्ये फार मोलाची कामगिरी केली होती. त्यांच्याशी बोलत असताना डॉ. ब्रँडनी, डॉ. मेरी वर्गीजचा उल्लेख केला. वेल्लोरमध्ये एखादं पुनर्वसन केंद्र सुरू करण्याची शक्यताही बोलून दाखवली.

हाँगकाँगमध्ये असतानाच डॉ. ब्रँडना जीनच्या प्रकृतीविषयी समजलं. शाळेचे डॉक्टर ड्रेनन जीनला भेटून आल्यानंतर काही दिवसांनी त्यांनाच मृत्यूनं गाठलं. शस्त्रक्रियेनंतर जीनच्या हातावरचे टाके काढण्यात आले तेव्हा तिला जाणवलं की आपल्या हातात व बोटांमध्ये संवेदना नाही. आता डॉ. सॉमरवेलनी पत्रात भीती व्यक्त केली होती की, कदाचित तिचा संपूर्ण हात संवेदनाहीन होईल. ही बातमी वाचताना आपल्या डोक्यावर आकाशाची कुऱ्हाड कोसळतेय असं त्यांना वाटलं. इतकं तीव्र दुःख त्यांना आपला स्वतःचा पाय बधिर झाल्याचं जाणवलं, तेव्हाही झालं नव्हतं. आई-वडील हजारो मैल दूर असताना त्या कोवळ्या पोरीनं हा आघात कसा पचवला असेल, या विचारानं त्यांची मती गुंग झाली. मार्गरिटला ही बातमी कळवावी असं त्यांना वाटलंच नाही. टोकियो परिषदेत मिळालेलं यश, हाँगकाँगमध्ये झालेली डॉ. हॉवर्ड रस्कबरोबरची भेट या सगळ्या आनंदावर विरजण पडल्यासारखं झालं...

'हा ख्रिसमस दुःखाचं सावट घेऊन येणार' हा विचार मनात बाळगत डॉ. ब्रँड वेल्लोरला परतले, तेव्हा आणखी एक पत्र आलं. सुदैवानं जीनच्या लंडनमधील पालकांनी, एडमन्ड्स पतीपत्नींनी कॅनडातून परत येताच सर्व सूत्रं आपल्या हातात घेतली होती व योग्य ते निर्णय घेऊन जीनचा हात वाचवला होता.

या घटनेची परिणती जीनच्या हातावर शस्त्रक्रियेचे दोन मोठे व्रण राहाण्यात झाली. पण या घटनेमुळेच तिच्या मनातला आई-वडिलांबद्दलचा आदरही दुणावला. धाडसीपणाचं बाळकडू त्यांनी तिला दिलं होतं, म्हणूनच ती मनानं खचली नाही, ही गोष्ट तिला प्रथमच जाणवली.

२५

डॉ. ब्रँडनी लावलेला कुष्ठरोगनिवारणाच्या कार्याचा वृक्ष दिसामासानं वाढत होता. कुष्ठरोग्यांच्या पुनर्वसनाच्या कार्याचं महत्त्व आता जगभरातल्या डॉक्टरांना पटत होतं. अनेक देशांमधून पुनर्निर्माण शस्त्रक्रियांविषयाची तंत्रं शिकण्यासाठी शल्यविशारद वेल्लोरमध्ये येऊ लागले. त्यांच्या रहाण्याची व्यवस्था करण्यात आली. दक्षिण अमेरिकेतील देश, युरोपमधील स्पेन, इजिप्त, फ्रान्ससारखे देश तसंच फिलिपाइन्स, थायलंड, जपान, कोरियासारख्या आशियाई देशांतूनही शल्यविशारदांचा ओघ चालूच राहिला. (कधीकधी गमतीनं डॉ. ब्रँड म्हणायचे, ''या सगळ्यांना प्रशिक्षण द्यायची माझी तयारी आहे. अट एकच आहे, कुठेही, कशाही अवस्थेत झाडाखाली, झोपडीत, उघड्यावर एखाद्या तंबूत रहायची तयारी हवी!'') ते स्वत:ही ठिकठिकाणी जातच होते. भाषेची अडचण, सांस्कृतिक फरक या सगळ्यांवर मात करत हा ज्ञानयज्ञ धगधगतच राहिला. ह्या सगळ्या अनुभवांमुळे त्यांचं स्वत:चं भावनिक विश्वही समृद्ध होत गेलं. दैनंदिन जीवनातही काही गमतीशीर अनुभव त्यांचं मन चक्रावून टाकत, त्यांना विचार करायला प्रवृत्त करत.

एक दिवस डॉ. ब्रँड आपल्या शस्त्रक्रिया वॉर्डात इतर काही शल्यविशारदांबरोबर फेरी मारत होते. त्यांच्या काही रेसिडेंटपैकी एकानं रुग्णाच्या तपासणीला सुरुवात केली. त्यावेळी काहीतरी विलक्षण अनुभव डॉ. ब्रँडना आला. ते त्या रेसिडेंटच्या चेहऱ्याकडे एकटक पाहू लागले. कारण एक नाजूक प्रश्न रुग्णाला विचारत असताना, त्यानं एक भुवई उचलली, मान कलती केली आणि टक लावून रुग्णाकडे बघत असताना त्याच्या चेहऱ्यावर पुसटसं स्मित उमटलं.

''तुझ्या चेहऱ्यावरचा हा भाव तू कुणाकडून उचललास?'' त्यांनी रेसिडेंटला विचारलं. ''अगदी असाच भाव लंडनमध्ये मी माझ्या एका ज्येष्ठ प्राध्यापकांच्या चेहऱ्यावर पाहिला होता.''

बरोबर असलेले निवासी शल्यविशारद हसू लागले, ''सर, असा भाव आम्ही तुमच्याच चेहऱ्यावर पाहायचो.''

ते शब्द ऐकताच डॉ. ब्रँड अवाक झाले. इतक्या वर्षांपूर्वीच्या काळात त्यांनी आपल्या गुरूंकडून केवळ शल्यक्रियेचंच ज्ञान संपादन केलेलं नव्हतं, तर रुग्णाशी बोलताना वागायची पद्धत, इतकंच काय भुवया वर करणं, ओठ मुडपून हसणं, विशिष्ट पद्धतीनं उभं राहणं या सगळ्या लकबीही त्यांनी आत्मसात केल्या होत्या की काय?

"म्हणजे मी माझ्या विद्यार्थ्यांना काय काय देऊ करतोय?" गंभीरपणे ते विचार करू लागले. भुवया उंचावणं वगैरे गोष्टी विशेष महत्त्वाच्या नसतीलही; कुणी सांगावं, माझ्या गुरूजनांनी आपल्या गुरूंकडून त्या सवयी उचलल्या असतील, त्यानं त्यांच्या गुरूंकडून – कदाचित हिप्पोक्रेटसपासूनही या सगळ्याची सुरुवात झाली असेल?

या प्रसंगानं त्यांना विचार करायला उद्युक्त केलं एवढं खरं. ते स्वतःच्या कामातली वैशिष्ट्यं तपासून पाहायला लागले आणि त्यांच्या लक्षात आलं की, खरोखरच त्यांचे थोर प्राध्यापक, सर थॉमस लेविस, प्रोफेसर पिल्चर आणि इतर काही जणांच्या लकबी, सवयी त्यांनी आत्मसात केल्या होत्या. पाश्चिमात्य वैद्यकशास्त्रातील शतकानुशतकाचं ज्ञान अशा प्रकारे एका पिढीकडून दुसऱ्या पिढीकडे देण्यात आलेलं होतं. त्या आधी कदाचित मठांमध्येही धर्मगुरूंनी काही तंत्रं विकसित केली असतील, शास्त्रशुद्ध ज्ञानापेक्षा त्यांचा भर करुणा भावनेवर असेल, सेवाभावी वृत्तीनं त्यांनी रंजल्यागांजलेल्यांची सेवा केली असेल. आजचे वैद्यकीय सल्लागारही अशाच वर्षानुवर्षं चालत आलेल्या सवयी, लकबी, परंपरा पुढील पिढीला संक्रमित करतील...

पौर्वात्य देशातही त्यांची स्वतःची वैद्यकीय परंपरा होतीच. वेगवेगळ्या समस्यांना – पूर, दुष्काळ, साथीचे रोग, कुपोषण, आजार – तोंड देताना त्यांनीही काही उपाय शोधून काढले असणार. पाश्चिमात्य डॉक्टर पूर्वेकडे येतात तेव्हा त्यांना आपल्या शास्त्रीय ज्ञानाचा अभिमान असतो. अशा वेळी त्यांना वाटतं, ज्या देशात आपण जातोय, तिथे वैद्यकीय ज्ञान आणि विज्ञान यांचा अभावच असणार; पण ते अर्धवट ज्ञान असतं. ज्या काळात भारतामध्ये शस्त्रक्रिया केल्या जात, त्या काळात पश्चिमेकडील देशांत वैद्यकीय शास्त्र बाल्यावस्थेत होतं. इथे जे वैद्यकीय उपचार वेगवेगळ्या जातीजमाती उपयोगात आणतात, ते सगळेच भोंदूगिरीच्या सदरात ढकलता येणार नाहीत. भारतातील लोकांनी खूप हालअपेष्टा सहन केलेल्या आहेत; पण या लोकांमध्ये पराकोटीचं धैर्यही आहे. इथे वैद्यकशास्त्राचा वापर करताना, डॉक्टरांनी इथल्या लोकांच्या संस्कृतीचा अभ्यास करायला हवा, इथले लोक ज्या तडजोडी करतात, त्याचंही निरीक्षण करायला हवं.

इथे येणाऱ्या डॉक्टरांपैकी काही डॉक्टर्स आपलं विशेष कौशल्य वापरण्यासाठी, त्याचा इतरांना लाभ करून देण्यासाठीसुद्धा आले. अशांपैकी एक होते डॉ. ह्यू जॉन्सन (Dr. Hugh Johnson). हे अमेरिकन त्वचारोपणतज्ज्ञ फुलब्राइट अध्यापन फेलोशिप घेऊन सहा महिन्यांसाठी वेल्लोरला आले. आपलं अध्यापनाचं अन् शस्त्रक्रियांचं वेळापत्रक ते व्यवस्थित सांभाळायचे अन् तरीही आठवड्यातला एक दिवस मोटारसायकल घेऊन कारीगिरीला जात व तिथे कुष्ठरोग्यांच्या हातापायांवर

शस्त्रक्रिया करत. अमेरिकेतील सुसज्ज वातानुकुलीत शस्त्रक्रियादालनाची सवय असूनही हा गोरा कर्मयोगी कारीगिरीतल्या भट्टीसारख्या गरम खोलीत शांतचित्तानं शस्त्रक्रिया करत असे. भारतातल्या शल्यविशारदांप्रमाणे तेदेखील सैलसर पायजमा आणि बिनबाह्यांचा गंजीफ्रॉक घालूनच शस्त्रक्रिया करत. ते स्वत:देखील कुष्ठरोग्यांच्या हातांवरील शस्त्रक्रिया शिकले.

त्यांच्या त्वचारोपणकौशल्यामुळे शेकडो रुग्णांना नवा चेहरा अन् नवं आयुष्य मिळालं. त्यामध्ये एका शल्यविशारदाचाही समावेश करायला हवा. तिचं नाव होतं डॉ. मेरी वर्गीज. अपघातामुळे विद्रूप झालेल्या तिच्या चेहऱ्याला नवा आकार देऊन डॉ. जॉन्सनना अपूर्व आंतरिक समाधान मिळालं.

डॉ. मेरी वर्गीज त्या वेळी नुकतीच ऑस्ट्रेलियाहून एक वर्षाचा पुनर्वसन कार्यक्रम शिकून आली होती. कायम चाकाच्या खुर्चीत जखडलेल्या या तरुण डॉक्टरच्या जिद्दीला मात्र रोज नवे धुमारे फुटत होते. तिच्या महत्त्वाकांक्षी स्वभावाला स्वस्थ बसणं शक्य नव्हतं. केवळ कुष्ठरोग्याचंच नव्हे, तर पोलिओग्रस्तांचं, तसंच जन्मजात व्यंगामुळे अपंग असलेल्यांचंही पुनर्वसन करायची तिची इच्छा होती. न्यूयॉर्कच्या डॉ. हॉवर्ड रस्क पुनर्वसन संस्थेत जाऊन प्रशिक्षण घ्यावं ही इच्छा तिनं डॉ. ब्रँडना सांगितली, तेव्हा त्या कल्पनेनंदेखील तिचे डोळे चमकत होते.

''डॉ. हॉवर्ड रस्क? मी भेटलोय त्यांना हाँगकाँगमध्ये. तुझ्याविषयी बोललोयसुद्धा त्यांच्याशी. जरूर प्रयत्न कर.'' डॉ. ब्रँडनी उत्साहाच्या सुरात सांगितलं.

''मला मिळेल तिथं प्रवेश?'' तिनं चाचरत विचारलं.

डॉ. ब्रँड हसले तेव्हा त्यांच्या स्मितामध्ये तिला त्यांच्या अंतरीची करुणेची भावना स्पष्ट दिसली. ''मेरी,'' ते अतिशय मृदू आवाजात म्हणाले, ''तुझा विश्वास आहे ना देवावर? अग, त्याच्या मनात तुझ्या हातून हे कार्य घडावं असं असेल, तर तसंच होईल. कुणीही त्या परमेश्वरी इच्छेला डावलू शकणार नाही.''

प्रोत्साहित होऊन मेरीनं अर्ज केला अन् तिची निवडही झाली. तिच्या आनंदात सहभागी होतानाच डॉ. ब्रँड, डॉ. कारमन आणि डॉ. चंडींनी ठरवलं, की मेरी शिकून परत येईपर्यंत तिच्यासाठी वेल्लोरमध्ये एक सुसज्ज पुनर्वसन केंद्र तयार ठेवायचं आणि तिलाच त्या केंद्राचं प्रमुखपद द्यायचं! छोट्याशा निरोपाच्या भाषणात डॉ. ब्रँडनी तिच्या मनोधैर्याचं कौतुक केलं आणि परदेशगमनासाठी तिला शुभेच्छाही दिल्या.

मेरी वर्गीज न्यूयॉर्कला पुनर्वसन कार्यक्रम शिकायला गेली; पण एवढा एकच बदल डॉ. ब्रँडच्या चमूत घडला नाही. डॉ. गॉस (Dr. Gass) सुट्टीवर गेले, तर डॉ. फ्रिसची मद्रासला अस्थिशल्यशास्त्रातली पदविका प्राप्त करण्यासाठी गेले व पुढे इंग्लंडला पदवीसाठी गेले. कारीगिरीतील अधीक्षकाचं पद, डॉ. ब्रँडच्या सुरुवातीच्या

काळातल्या एका विद्यार्थ्याला, डॉ. कमलम् जॉबला देण्यात आलं. त्यानं रोगचिकित्सा शास्त्रात नैपुण्य संपादन केलेलं होतं. लाजाळू स्वभावाच्या या डॉक्टरने हे पद स्वीकारण्यास काकू केलं; पण जेव्हा त्याच्या विभागातील सर्व सहकाऱ्यांनी त्याच्यावर विश्वास दाखवला, तेव्हा तो तयार झाला. डॉ. शकुंतला करातनं, डॉ. पॉल ब्रँडचीच विद्यार्थिनी, अर्नेस्ट फ्रिसचींची शल्यविशारदाची जागा भरली. तिनं प्रशिक्षणार्थींना प्रशिक्षण देण्याची जबाबदारी घेतली. डॉ. सेल्व पंडियननं हस्तशस्त्रक्रिया आणि अस्थिशास्त्रविभागाची जबाबदारी उचलली, तर सूझी कोशीनं नवजीवनधामाच्या व्यवस्थापकपदाची धुरा उचलली.

कुष्ठरोग्यांसाठी योग्य प्रकारचे बूट तयार करण्याचं संशोधन डॉ. ब्रँडनी चालूच ठेवलं होतं. त्या कामी त्यांना डेव्हिड वॉर्ड या उत्साही प्रशिक्षित व्यायामशिक्षकाची चांगलीच मदत झाली. वर्षानुवर्षं ह्या दोघांनी तऱ्हेतऱ्हेच्या साधनांचा अभ्यास केला. किती जाडीचं चामडं वापरायला हवं, किती दाब सहन करता येईल वगैरे गोष्टींबद्दल संशोधन केलं. जमिनीवर रुग्ण पाय ठेवतो तेव्हा त्याच्या पायाचा जमिनीवरला दाब मोजणं शक्य असतं; पण जमिनीत आणि बुटात फरक असतो. बुटामध्ये एखादी यंत्रणा ठेवली तर बुटाचा आकार बदलून जाई. या अडचणींमुळे असा बूट बनवणं गरजेचं होतं की, ज्यासाठी वापरलं जाणारं साधन फार जाड नसेल, बुटाच्या तळव्यावर पडणारा दाबही ते अचूकपणे मोजू शकेल आणि तरीही बुटाचा आकार बिघडणार नाही. असं 'बहुगुणी' साधन त्यांना शोधून काढायचं होतं.

शेवटी त्यांच्या १९५८ च्या सुट्टीत डॉ. ब्रँड इंग्लंडला गेलेले असताना त्यांना ब्रिटिश बूट आणि शू संशोधन संस्थेनं सांगितलं, की अमेरिकेतील फ्रँकलिन संस्था (फिलाडेल्फिया) तुम्हाला मदत करू शकेल. त्यांना असंही सांगण्यात आलं की संस्थेनं फक्त एक मिलीमीटर जाडीचं एक उपकरण बनवलं होतं, जे पायाचा जमिनीवर पडणारा दाब मोजू शकत होतं. वेळ न दवडता डॉ. ब्रँडनी या संस्थेला पत्र लिहिलं. ती उपकरणं – पातळ चकत्या – मिळाल्यावर त्यांच्या असं लक्षात आलं की त्यावर आकडे घालणं आवश्यक होतं आणि चकत्यांमधून खेळवला जाणारा विजेचा प्रवाह मोठा करून मगच तो मोजता व नोंदता येणार होता. हे काम करणं डॉ. ब्रँडना शक्य नव्हतं. तेवढ्यात जॉन बॉमन हा डॉक्टर वेस्टर्न रिझर्व युनिव्हर्सिटीतून वेल्लोरला आला. ह्या चकत्या जॉननं एका विशिष्ट इलेक्ट्रॉनिक साधनाद्वारे बुटांना जोडल्या. त्यामुळे भाराची नोंद ठेवणं शक्य झालं. त्यामुळे नवे अधिक सोयिस्कर बूट बनवणं शक्य झालं. रुग्णाच्या तळव्याला या चकत्या जोडल्यानंतर डॉक्टरांना प्रत्येक पावलावर पडणारा भार मोजणं शक्य झालं. त्यामुळे नवे अधिक सोयिस्कर बूट बनवणं शक्य झालं. जॉन बॉमन आणि जॉन गर्लिंग ह्या दोघांनी हा प्रयोग यशस्वी केला. डॉ. ब्रँडचा मोठेपणा असा की, मूळ

कल्पना त्यांची असूनही एका ब्रिटिश जर्नलमध्ये छापलेल्या 'अस्थी आणि सांध्यांवरील शस्त्रक्रिया' या लेखात बॉमन आणि गर्लिंगच्या नावांचा उल्लेख डॉ. ब्रँडच्या नावाच्या बरोबरीनं, नव्हे, स्वत:च्या नावापूर्वी केला.

नेहमीच्या शस्त्रक्रियांची जबाबदारी, कॉलेजमधलं अध्यापनाचं काम, कुष्ठरोगी पुनर्वसनाचं काम या सगळ्यांमधून डॉ. ब्रँड वेळ काढत अन् नवीन बुटांच्या निर्मितीसाठी प्रयत्न करत. देशोदेशीच्या डॉक्टर्स, इंजिनिअर्सकडून माहिती मिळवत त्यांच्या ज्ञानाचा उपयोग करून घेत. कुष्ठरोग्यांसाठी सुयोग्य बूट बनवायचा ध्यासच त्यांच्या मनाला लागला होता.

त्यांच्या उत्साहाला, कामाला एका दु:खद घटनेनं गालबोट लागलं. ती घटना होती डॉ. आयडांचा मृत्यू. या घटनेचे पडसाद संपूर्ण वेल्लोरमध्ये उमटले.

१९६० च्या मे महिन्यात एका रणरणत्या दुपारी डॉ. आयडांच्या मृत्यूची बातमी वेल्लोरला पोहोचली. त्यावेळी बरेचसे डॉक्टर्स सुट्टीसाठी म्हणून थंड हवेच्या ठिकाणी गेलेले होते, तरी हॉस्पिटलमधली रुग्णांची गर्दी यत्किंचितही कमी झालेली नव्हती. डॉ. आयडा कोडाइकॅनल या थंड हवेच्या ठिकाणी राहायच्या. नव्वदीच्या घरात असलेल्या या वृद्धेची हालचाल आता बरीचशी मंदावली होती. त्या खूप अशक्तही झाल्या होत्या. तसा त्यांचा मृत्यू फारसा अनपेक्षितही नव्हता; पण ही बातमी ऐकताच संपूर्ण वेल्लोरमध्ये – हॉस्पिटलमध्ये, कॉलेजमध्ये तसंच गावातही – एक विलक्षण शोककळा पसरली. प्रेमळ आईच्या मृत्यूचं वृत्त समजताच तिच्या मुलांनी एका छत्राखाली जमावं, त्याप्रमाणे सगळीजणं एकत्र आली.

डॉ. आयडा कित्येक वर्षांपूर्वीच वेल्लोरच्या हॉस्पिटलमधून निवृत्त झाल्या होत्या, तरीही सगळ्यांना जोडणारा प्रेमाचा धागा म्हणून त्यांचं स्थान जनमानसात अढळ होतं. दोन लाख वस्तीच्या त्या गावातल्या अनेकांनी त्यांना पाहिलेलं नव्हतं की त्यांच्याकडून इलाजही करून घेतलेले नव्हते. पण त्यांचं नाव मात्र सगळ्यांनीच ऐकलेलं होतं.

या थोर स्त्रीला श्रद्धांजली वाहण्यासाठी सगळ्यांनी आपले नित्याचे व्यवहार उस्फूर्तपणे थांबवले, दुकानं बंद केली, बाजार ओस पडला. डॉ. ब्रँड मुख्य इमारतीकडे निघाले तेव्हा लोकांच्या झुंडीच्या झुंडी हॉस्पिटलच्या दिशेनं जाताना त्यांना दिसल्या. वाटेत एक मैदान होतं. तिथं काही शाळकरी मुलं फुटबॉल खेळत होती. गर्दीतनं कुणीतरी धावत मैदानावर गेलं अन् एका मुलाच्या कानात ही बातमी सांगितली. दुसऱ्याच क्षणी खेळ थांबला. न बोलता, सावकाशपणे चालत मुलं निघून गेली.

त्या रात्री कोडाइकनालच्या डॉ. आयडांच्या बंगल्यातून त्यांची महानिर्वाणयात्रा

सुरू झाली. त्यावेळी वेल्लोरमध्ये त्यांच्या प्रेमाच्या छायेत वाढलेले हात त्यांच्या अखेरच्या यात्रेसाठी फुलांनी एक गाडी सजवत होते. अथांग जनसमुदाय त्यांच्या अंत्यदर्शनासाठी येणार हे त्यांना माहीत होतं; पण वेल्लोरमधलं एकही चर्च वा सार्वजनिक सभागृह या सर्वांना सामावून घेईल इतकं मोठं नव्हतं. त्यामुळे दोनतीन ठिकाणी त्यांच्या पार्थिवासमोर प्रार्थना म्हटल्या गेल्या. भारतीय प्रथेप्रमाणे त्यांचं शव वेल्लोरमधील डॉक्टरांनी उचलून खांद्यावर धरलं, तेव्हा डॉ. आयडांच्या चेहऱ्यावर तेच नेहमीचे शांत प्रेमळ भाव होते. जणू काही त्या गाढ निद्रावस्थेत होत्या.

चर्चसमोरील रस्त्यावरून अंत्ययात्रा दोन मैलांवरील दफनभूमीत गेली. जनांच्या प्रवाहात हॉस्पिटलमधले डॉक्टर्स, तंत्रज्ञ, परिचारिका तर होत्याच, पण वेल्लोरमधील असंख्य नागरीक – गरीब तसेच श्रीमंतही – होते. सर्व थरातल्या, पेशातल्या, धर्मातल्या लोकांनी या महान डॉक्टरला श्रद्धांजली वाहिली. वेल्लोरच्या आसपासच्या गावांतूनही मोठ्या संख्येनं लोक आले. त्यामध्ये भिकारी होते. तसेच झाडूवाले कामगारही होते. डोळ्यांतून अश्रुधारा वाहात आहेत, हात नमस्कारासाठी जोडलेले आहेत, अशा अवस्थेत सगळे जण त्यांच्या डॉक्टरअम्माला शेवटचा निरोप देण्यासाठी उभे होते, तेव्हा सगळ्यांनाच तिनं केलेली साठहून अधिक वर्षांची त्यांची प्रेमळ सेवाच आठवत असणार! डॉ. ब्रँडनी तो सोहळा आपल्या डोळ्यांमध्ये साठवून ठेवला, मनामध्ये भरून ठेवला. त्यांच्या मनातील दु:खावर, व्याकूळतेवर एक समाधानाचा कळस चढला. या थोर स्त्रीनं जिथे आपला देह झिजवला त्याठिकाणी तिच्यावर अखेरची माती लोटायचा प्रसंग हा दु:खाचा नव्हताच. तिच्या दृष्टीनं तो अंतिम विजयाचा क्षण होता.

मनोमन तिला वंदन करताना डॉ. ब्रँड स्वत:शी म्हणाले, 'काय विलक्षण आयुष्य जगली ही स्त्री! किती वंदनीय जीवन! किती थोर अखेर!'

पण ती या जीवनाची अखेर नव्हतीच. आत्ता तर कुठे सुरुवात होती. तिनं सुरू केलेला सेवायज्ञ अखंडपणे चालूच रहाणार होता. म्हणूनच डॉ. आयडांच्या देहावर फुलं वाहिल्यानंतर, शेवटची मूठमाती दिल्यानंतर सगळेजण त्याच त्यागभावनेनं प्रेरित होऊन पुन्हा हॉस्पिटलमध्ये परतले, पुन्हा निष्ठेनं कामाला लागले. आयुष्यभर डॉ. आयडांनी स्वत:च्या दोन हातांनी जे काम सुरू केलं होतं, त्या दोन कुशल हातांना जणू हजारो हात फुटले होते. एका प्रेमळ हृदयाचं स्पंदन आता हजारो हृदयांमध्ये परिवर्तित झालं होतं.

२६

डॉ. आयडा गेल्या त्याच वर्षी डॉ. ब्रँडच्या आयुष्यात एका नवीन पर्वाला सुरुवात झाली. जसजसा त्यांच्या कामाचा आवाका वाढला, तसतशी त्यांची कीर्ती दिगंतात पसरू लागली. भाषणं देण्यासाठी, सल्ला देण्यासाठी त्यांना देशविदेशातून आमंत्रणं येऊ लागली. विधात्यानं जे वस्त्र विणायला इथे वेल्लोरमध्ये सुरुवात केली होती, त्याचे उभे-आडवे धागे सातासमुद्रापार गेले. पायावर चक्र पडलेलं असावं त्याप्रमाणे ते प्रवास करू लागले. त्यामुळेच त्यांचं घरी परत येणं, काही दिवस घरी रहाणं ही घरातल्यांना एक आनंदाची पर्वणी असायची. एकदा त्यांच्या घरातलं उत्साहाचं वातावरण पाहून त्यांच्या एका मुलीला कुणीतरी विचारलं, ''कुणी पाहुणे आलेत का तुमच्याकडे?''

''नाही!'' मुलीनं उत्तर दिलं अन् मग काहीतरी आठवल्यासारखं करून ती म्हणाली, ''पाहुणे नाहीत ग, सध्या माझे बाबा घरी आहेत!''

त्यावर्षी जुलैमध्ये तीन आठवड्यांसाठी ते जिनिव्हाला गेले. तिथे कुष्ठरोग, पुनर्निर्माण शस्त्रक्रिया आणि पुनर्वसन यावर ते काही पत्रकं तयार करणार होते. या पत्रकाचा उपयोग राष्ट्रसंघातील आरोग्यकार्यक्रमात जगभर केला जाणार होता.

खूप दिवसांनी इंग्लंडमध्ये शिकत असलेल्या ख्रिस्तोफर आणि जीनला त्यांना भेटायचं होतंच. त्यामुळे मार्गरिटही त्यांच्या बरोबर गेली. व्हिक्टोरिया स्टेशनवर डॉ. ब्रँड आणि मार्गरिटचे डोळे मुलांना शोधण्यासाठी भिरभिरू लागले. तिच्या नजरेसमोर अजूनही दोन वर्षांपूर्वीचे ख्रिस्तोफर आणि जीन तरळत होते. मुलं कुठंच दिसत नाहीत हे कळल्यावर ती कावरीबावरी झाली. इतक्यात एक काहीसा जाड आवाज तिच्या कानांवर पडला, ''माफ करा, आपण पूर्वी कधीतरी भेटलोय का एकमेकांना?''

अवाक होऊन मार्गरिट बघतच राहिली. कारण आवाजाचा मालक समोर उभा होता. तो उंच, रुबाबदार तरुण होता आणि तारुण्याच्या उंबरठ्यावर असल्यामुळे त्याचा आवाज फुटल्यासारखा झालेला होता. डॉ. ब्रँडनी तर फार वेगळीच प्रतिक्रीया व्यक्त केली. त्यांनी हातातली बॅग प्लॅटफॉर्मवर ठेवली व त्यावर उभं राहून ते ख्रिस्तोफरबरोबर बोलू लागले.

जीनमध्ये झालेले बदल त्यामानानं अधिक खोलवरचे होते. तिचा मोडलेला हात आता पुष्कळच पूर्ववत झालाय हे पाहून तिच्या आई-वडिलांनी सुटकेचा निःश्वास टाकला. गेल्या काही महिन्यांतल्या आपत्तीमुळे बिचारीला आई-वडिलांच्या मायेच्या स्पर्शाविना, आधाराविना जगायची सवय झाली होती; पण त्याची बोच

तिला जाणवत असावी. त्याचाच परिणाम तिच्या काहीशा तुटक वागण्यातून दृग्गोचर होत होता. मार्गरिटला हे तुटकपणाचं कवच भेदणं सुरुवातीला जड गेलं. तिला मिठीत घेत असताना पोर आपल्या मायेच्या स्पर्शानंदेखील फुलतखुलत नाहीये, हे तिला जाणवलं; पण तिच्यातल्या आईचाही नाईलाज होता. समाजसेवेचं कंकण हाती बांधलं होतं ना!

ह्या दुराव्याची भरपाई करण्यासाठी डॉ. ब्रँडनी एक गाडी भाड्यानं घेतली आणि दोन्ही मुलांसह हे पती-पत्नी युरोपच्या सहलीला गेले. स्वित्झर्लंडमधील पर्वतराजीमध्ये एक आठवडा घालवल्यानंतर ते जिनिव्हाला आले. तिथे डॉ. ब्रँड आपल्या युनायटेड नेशन्सच्या कामात गुरफटले गेले.

त्यानंतर डॉ. ब्रँड अमेरिकेला गेले ते मेरीच्या खास आमंत्रणाचा मान राखण्यासाठी. डॉ. मेरी वर्गीज त्यावेळी न्यूयॉर्कमध्ये अपंग पुनर्वसनाचा अभ्यासक्रम करत होती. न्यूयॉर्कमध्ये त्याच वेळी आंतरराष्ट्रीय अपंग कल्याण समितीची आठवी परिषद भरणार होती.

वॉलडॉर्फ ॲस्टोरिया हॉटेलमध्ये त्यांच्या स्वागतासाठी मेरी स्वत: हजर होती. तिच्या चेहऱ्यावर आनंदाचं हसू होतं अन् आत्मविश्वासाचं तेजही! चाकांच्या खुर्चीत बसलेल्या मेरीच्या चेहऱ्यावर त्यांना एक वेगळाच शांतपणा दिसला.

''मेरी! तू एकटीच कशी? कोण घेऊन आलं तुला?'' तिला पाहताच ते आनंदानं उद्गारले.

''कुणीच नाही.'' शांतपणे पण आत्मविश्वासपूर्वक तिनं उत्तर दिलं. ''मी एकटीच आले. हॉस्पिटलमध्ये कोणाला वेळ नव्हता. मग मीच बाहेर गेले, टॅक्सी केली अन् आले इथे!''

तिचं हे उत्तर ऐकून डॉ. ब्रँड स्वत:शीच म्हणाले, 'याला म्हणतात मानवी धैर्य! परमेश्वरावर श्रद्धा असेल अन् इतर माणसांविषयी कळवळा असेल तर माणूस किती उंच भरारी मारू शकतो याचं हे जिवंत उदाहरण आहे!'

''कमाल आहे, आता बहुतेक सांगणार असशील की तुला एम्पायर स्टेट इमारतही स्वत:च चढून जायचीय!'' डॉक्टर कौतुकाच्या स्वरात पण गमतीनं म्हणाले.

''केव्हाच जाऊन आले मी तिथे. काल तर मी एकटी राष्ट्रसंघाच्या इमारतीतदेखील जाऊन आले,'' पूर्ण आत्मविश्वासानं तिनं उत्तर दिलं.

आता मात्र अवाक होऊन ते तिच्याकडे पहातच राहिले. तिचे डोळे आत्मविश्वासानं विलक्षण चमकत होते, मग मिस्कीलपणे त्यांच्यावर आपली नजर रोखत तिनं विचारलं, ''तुम्ही यायलाच हवं असं मी लिहिलं, त्याचं कारण तुम्हाला समजलं असेल ना?''

या मुलीच्या धैर्याबद्दल तिला साक्षात दंडवत घालायला हवा, असं त्यांना त्याक्षणी वाटलं, पण त्याऐवजी त्यांनी काहीशा नाटकीपणानं खांदे उडवले. अर्थातच त्यांना तिच्या निमंत्रणाचं प्रयोजन ठाऊक होतं. कारण त्यांना या परिषदेत एक मोठा बहुमान मिळणार होता. वैद्यकीय क्षेत्रातला एक फार मोठा बहुमान – अल्बर्ट लास्कर पुरस्कार – त्यांना यावर्षी दिला जाणार होता. डॉ. ब्रँडना वैयक्तिक बहुमानाचं कौतुक नव्हतं. खरं तर तिटकाराच होता; पण या बहुमानामुळे एक मोठा फायदा होणार होता. ते करत असलेल्या कुष्ठरोगी पुनर्वसनाला जागतिक मान्यता मिळणार होती, त्यांच्या कार्याची महती जगाला कळणार होती.

अल्बर्ट लास्करनं स्वत:च्या वैयक्तिक संपत्तीतून हा पुरस्कार देण्यास सुरुवात केली होती. जाहिरात क्षेत्रात उदंड कीर्ती व संपत्ती मिळवलेल्या या दानशूर माणसानं निर्माण केलेल्या विश्वस्त विधीतून हा समारंभ तीन वर्षांतून एकदाच आयोजित केला जात असे. त्यामुळे यंदाच्या सोहळ्यात त्यांच्याबरोबर आणखी दोघांना हा बहुमान मिळणार होता. ते होते नॉर्वेचे आरोग्यमंत्री व मेरी श्वाइट्झर या अमेरिकन सरकारच्या आरोग्य, शिक्षण व कल्याण खात्याच्या संचालक. त्यांनी पुढे डॉ. ब्रँडना भरीव मदत केली. एका दिमाखदार भव्य भोजनप्रसंगी हा सन्मान तिघांना देण्यात आला. एका उंच जागी ठेवलेल्या टेबलावर त्यांची बसण्याची व्यवस्था केली होती. ज्या योगे ते इतर निमंत्रितांना दिसू शकतील. चांदीच्या एका मूर्तीवर खालील शब्द कोरलेले होते–

१९६० सालचे अल्बर्ट लास्कर ॲवॉर्ड

(आतरराष्ट्रीय अपंग कल्याण समिती)

पॉल वि. ब्रँड एम.बी., एफ.आर.सी.एस.

यांना पुनर्वसन या कार्यातील उत्कृष्ट सेवेसाठी देण्यात येत आहे.

याहूनही अधिक महत्त्वाची घटना घडली ती त्याच वर्षी सप्टेंबर महिन्यात. डॉ. हॉवर्ड रस्क यांच्या आग्रही प्रतिपादनामुळे जगभरातील सर्व कुष्ठरोग व पुनर्वसनाचं कार्य करणाऱ्या संस्थांचं संलग्नीकरण करण्यात आलं. या निर्णयाचा परिपाक म्हणून वेल्लोर व कारीगिरी येथील केंद्रं ही पुनर्वसनकामासाठी नमुना उदाहरण म्हणून ठरवली गेली व त्याआधारे जगभर अशी केंद्रं स्थापन करण्यात यावीत अशी व्यवस्थाही करण्यात आली.

अल्बर्ट लास्कर पुरस्कार हा जर मानाचा तुरा होता असं मानलं, तर ही नवी घटना हे त्यांच्या श्रमाचं साफल्य देणारी देणगी होती असं डॉ. ब्रँडना वाटलं. अर्थात त्यांच्या स्वभावधर्मानुसार त्यांनी याही घटना ईश्वरार्पण केल्या!

२७

देशोदेशीची भाषणांची आमंत्रणं स्वीकारल्यामुळे डॉ. ब्रँडसाठी विमानप्रवास ही नित्याची बाब झाली. एकदा लॉस एंजेलिसमध्ये त्यांना प्लॅस्टिक आणि पुनर्निर्माण शल्यक्रियांच्या सभेत भाषणासाठी निमंत्रण मिळालं. त्यांच्याशिवाय आणखी दोन शल्यविशारदही भाषण करणार होते. त्यापैकी एक शल्यविशारद डॉ. मॅकइंडो अचानकपणे हृदयक्रिया बंद पडून वारले. तर दुसरे शल्यविशारदसुद्धा मरण पावल्याची बातमी त्यांना डेनव्हर ते लॉस एंजेलिस या विमानप्रवासात समजली. इजा-बिजा-तिजा होणार बहुतेक! डॉ. ब्रँड स्वत:शीच उद्गारले अन् काय योगायोग! विमान रॉकी पर्वतावरून उडत असताना हवेच्या दाबामुळे जोराचा हिसका बसून भयानक वेगानं खाली आलं. 'खेळ खल्लास' असा विचार डॉ. ब्रँडच्या मनात उमटला खरा, पण त्यामुळे त्यांना ना अस्वस्थपणा वाटला ना मृत्यूचं भय!

'दीर्घायुष्य म्हणजेच सार्थक,' असं त्यांना कधीच वाटलं नव्हतं. आयुष्य किती जगतो त्यापेक्षा ते कसं जगतो, हे त्यांच्या दृष्टीनं अधिक महत्त्वाचं होतं. एकदा एका डॉक्टराबरोबर गप्पा मारत असताना ते गृहस्थ म्हणाले होते, "मी लोणी खात नाही, हृदयविकार होईल या भीतीनं!" त्यावर डॉ. ब्रँड पटकन म्हणाले होते, "मृत्यू यायचा असेल तर हृदयक्रिया बंद पडल्यामुळे यावा, अशी माझी तरी इच्छा असेल!" आत्ता या क्षणी त्यांना वाटलं, विमान अपघातातला मृत्यूही काही वाईट नाही. एका क्षणात खेळ खलास, ना त्रास, ना वेदना. त्यांनी खरोखरच आपल्या एकदोघा डॉक्टर मित्रांना सांगून ठेवलं होतं, "मला एखादा दुर्धर आजार झाला किंवा वयापरत्वे अंथरुणावर खिळून रहावं लागलं, तर कृपा करून माझ्या नाकातोंडात नळ्या खुपसून मला कृत्रिम उपायांनी जगवू नका." याचमुळे असेल; पण ते हृदयाच्या कृत्रिम झडपा, कृत्रिम मूत्रपिंड वगैरे उपायांच्या काहीसे विरुद्धच होते. हे सर्व उपाय केवळ आणखी एक थकलेलं शरीर आणखी काही काळ जगवण्याचे होते. त्यांना वाटायचं, तनमनधनानं आपलं आयुष्य दुसऱ्याच्या सेवेसाठी देता येणं हेच आयुष्याचं खरं सार्थक!

थोड्या वेळानं विमान पूर्वस्थितीला आलं, प्रवास सुरळीतपणे चालू राहिला तेव्हा अर्थातच त्यांना खूप हायसं वाटलं. 'आयुष्यात अजून पुष्कळ काही करायचं राहिलं आहे,' हा विचारही मन:पटलावर उमटलाच.

त्यांच्या भाषणामध्ये त्यांनी काही चित्रफिती दाखवल्या, काही स्लाइड्सही दाखवल्या अन् अपेक्षेप्रमाणेच हे भाषण सर्वांना अतिशय आवडलं. इतकं प्रभावी

झालं त्यांचं भाषण, की त्यानंतर सर्वानुमते घेतला गेलेला निर्णय त्यांनाही अनपेक्षित वाटला.

भाषणानंतर डॉ. विल्यम व्हाइट यांच्या नेतृत्वाखाली काही त्वचारोपणतज्ज्ञ एकत्र आले. आपण या कामात काय योगदान करू शकतो याची सर्वांनी मिळून चर्चा केली व त्यानुसार एक कार्यक्रम आखला. त्यांनी वेल्लोर क्लब नावाची संघटना स्थापन केली व ठरवलं की, प्रत्येक शल्यविशारदानं तीन महिने आपल्या नेहमीच्या कामातून सुट्टी घ्यायची व तो काळ वेल्लोरमध्ये काम करण्यासाठी द्यायचा. त्यादरम्यान कॉलेजमध्ये अध्यापन करायचं व हॉस्पिटलमध्ये शस्त्रक्रिया करायच्या. विशेष महत्त्वाची बाब म्हणजे, वेल्लोरला जाण्यायेण्याचा, तसंच तिथल्या राहाण्याखाण्याचा सगळा खर्च प्रत्येकजण आपापल्या खिशातूनच करणार होता. प्रत्येकालाच जणू या कार्यामध्ये एक ठोस वाटा उचलायचा होता. कालंतरानं मात्र अमेरिकेतील आरोग्य, शिक्षण व कल्याणविभागानं हा खर्च करायची तयारी दाखवली.

त्याहूनही महत्त्वाची व कौतुकाची गोष्ट म्हणजे, पूर्वनियोजित दोन वर्षांचा कार्यक्रम संपला तरी कुणालाही हा कार्यक्रम पूर्णपणे थांबवावा असं वाटलं नाही. म्हणून त्याचा कालावधी आणखी वाढवण्यात आला. जानेवारी १९६४ पर्यंत हा कार्यक्रम चालूच राहिला. आपल्या ज्ञानाचा फायदा या डॉक्टरांनी भारतातील नागरिकांना करून दिला. अर्थात, येथील वैविध्यपूर्ण अनुभवांचा फायदा त्या डॉक्टरांनादेखील झालाच.

कॅलिफोर्नियातून वेल्लोरला परत जाण्याआधीच डॉ. ब्रँडना एक वाईट बातमी समजली. ज्या गांधी स्मारक कुष्ठरोगसमितीनं आत्तापर्यंत नवजीवनधामाला अर्थसाहाय्य केलेलं होतं, ती समिती वर्षाअखेर आपला पाठिंबा काढून घेणार होती. डॉ. ब्रँडना या बातमीमुळे अतिशय दुःख झालं. कारण त्यामुळे एका विधायक कार्याला कदाचित खीळ बसली असती.

पण तसं व्हायचं नव्हतं. यावेळीही त्यांना असा विलक्षण अनुभव आला, की त्यांना स्वतःच मेरीजवळ काढलेल्या उद्गारांची आठवण झाली. तिला ते म्हणाले होते, 'तुला प्रामाणिकपणे काही चांगलं कार्य करावंसं वाटतंय ना, मग प्रत्यक्ष परमेश्वरच तुला मदत देईल.'

दोनच दिवसांनी ते पॅसडेना या गावी एका चर्चमध्ये भाषण देणार होते. याच गावातून आलेल्या मदर ईटन या वृद्ध स्त्री रुग्णानं त्यांच्या नवजीवनधामाच्या प्रकल्पासाठी मदतीची पहिली ओंजळ दिली होती. इथले काही दयाळू नागरिक एवलिन ब्रँडच्या कामालाही अर्थसाहाय्य देत होते. भाषणानंतर ही मंडळी डॉ. ब्रँडना म्हणाली, ''मदर ईटनच्या स्मरणार्थ आम्हाला काही मदत द्यायचीय.''

डॉ. ब्रँड त्यांना म्हणाले, "आमच्या नवजीवनधामाला तुम्ही मदत करू शकाल का? आमचं अर्थसाहाय्य काढून घेण्यात आलंय." त्यांच्या शब्दांमधून त्यांच्या मनातलं दुःख स्पष्ट होत होतं.

डॉ. ब्रँड भारतात पोहोचण्याआधीच या संस्थेचे संचालक डॉ. हॉवर्ड लेविस (Howard Lewis) यांचं पत्र वेल्लोरला येऊन पोहोचलं. त्यांनी लिहिलं होतं, "आमची संस्था एक जानेवारीपासून आपल्या प्रकल्पाला अर्थसाहाय्य करेल."

ज्या वृद्ध स्त्रीनं आपल्या आयुष्यभराच्या पुंजीतून, छोट्याशा झोपड्यांचा संच उभारून या कामाला सुरुवात केली होती, तिच्या स्मरणार्थ एक विदेशी संस्थेनं अर्थसाहाय्य देऊ करून तिचा पुर्नजन्म घडवला होता. येणाऱ्या निधीतून वीस रुग्णांचा खर्च, एक छोटं हॉस्पिटल, दोन हस्तकला शिक्षकांचा पगार व एका स्वयंपाक्याचाही पगार दिला जाणार होता. विशेष म्हणजे या नव्या अनुदानामुळे नवजीनवधामाला एक दिवसही अर्थसाहाय्याशिवाय काढावा लागला नाही.

अक्षरशः देव पावला होता!

या प्रदीर्घ अमेरिका दौऱ्यानंतर डॉ. ब्रँड युरोपला आले, तेव्हा तिथेही त्यांना एक विशाल अंतःकरणाचा मित्र मिळाला. 'वेल्लोरमित्र' या इंग्लंडमधल्या संस्थेच्या उत्साही सचिव, ज्युलिया शार्प ह्यांनी डॉ. ब्रँडसाठी स्टॉकहोम भेटीचा कार्यक्रम आखला. तिथे त्यांना श्रीयुत ओलॅफ स्ट्रॉह (Olaf Stroh) भेटले. त्यांनी स्वीडिश रेड क्रॉसला पटवलं की, त्यांनी ख्रिश्चन मेडिकल कॉलेजला तीन लाख स्वीडिश क्रोनची देणगी द्यावी. त्यांनीच नंतर एक अभिनव कल्पना सुचवली – तिचं नाव 'स्वीडिश रेड क्रॉस प्रकल्प' असं ठरवण्यात आलं. या प्रकल्पांतर्गत दोन लाख वस्तीच्या एका तालुक्यात कुष्ठरोगाचं नियंत्रण करण्यात आलं. शिवाय रुग्णांचं त्यांच्या घरीच पुनर्वसन करण्याच्या दृष्टीनं, तसंच इतर अपंगांसाठीही उद्योगधंदे सुरू करण्यात आले. पुढे ह्याच धर्तीवर इथियोपियामध्येही एक प्रकल्प सुरू करण्यात आला.

या दौऱ्यातील मनाला सर्वांत समाधान देणारी घटना डॉ. ब्रँड पती-पत्नींच्या कुटुंबात घडली. ते दोघं इंग्लंडला परत आल्यानंतर डॉ. ब्रँडनी सेंट जॉन्स वुड येथील त्यांच्या जुन्या चर्चमध्ये प्रवचन दिलं व ह्यानंतर जीनवर बाप्तिस्माचा विधी करण्यात आला. त्यानंतर पुन्हा एकदा मुलांना मागे ठेवून हे सेवाव्रती पती-पत्नी वेल्लोरला परतले. त्यावेळी मनात थोडी साशंकता होतीच; पण आता मन थोडंसं स्थिरावलेलं होतं. त्यांच्या तरुण मुलांना अजून स्वतंत्रपणे गगनभरारी मारण्याइतकं बळ लाभलेलं नसलं, तरी ती आता पंख फडफडवण्याइतपत स्वयंनिर्भर झाली आहेत, इतपत विश्वास त्यांना वाटला.

या प्रदीर्घ दौऱ्यामुळे त्यांना वेल्लोरमधील एका मोठ्या समारंभाला मुकावं लागलं. संस्थेला ६० वर्षं झाली असल्यामुळे जो सोहळा संपन्न झाला, त्याला भारताचे राष्ट्रपती डॉ. राजेंद्र प्रसाद उपस्थित राहिले. या भव्यदिव्य सोहळ्यादरम्यान दोन नव्या इमारतींचा कोनशिला समारंभ झाला. त्यापैकी एक होती परिचारिकांसाठी वसतिगृह. एखाद्या प्रचंड वटवृक्षाप्रमाणे वेल्लोरमधील ख्रिश्चन मेडिकल कॉलेज आणि हॉस्पिटल ही संस्था आपली पाळंमुळं सतत पसरवत होती, विस्तार पावत होती. ही दिसामासंनी वाढणारी संस्था म्हणजेच तिच्या संस्थापकांना, डॉ. आयडा स्कडर यांना वाहिलेली जिवंत श्रद्धांजली होती. इथे कार्यरत असणाऱ्या एकूण ७३५ डॉक्टर्स, परिचारिका, औषधशास्त्र, रोगचिकित्सा शास्त्र, क्ष-किरणविभाग, सार्वजनिक आरोग्य आणि इतर वैद्यकीय संशोधन प्रयोगशाळांमधून ७९५ विद्यार्थी शिक्षण घेत होते. हे सर्व विद्यार्थी समाजातल्या बुद्धिमंतांपैकी होते. ११०० अर्जदारांमधून केवळ ५० जणांची निवड होत असे. इथल्या पदवीधरांना देशभरातल्या मोठ्या हॉस्पिटलमध्ये मागणी असे. नुकत्याच संपलेल्या वर्षभरात, उपचार केलेल्या रुग्णांच्या संख्येनं पूर्वीचे उच्चांक मोडले होते. एकूण १६ हजार रुग्णांनी हॉस्पिटलमध्ये राहून उपचार घेतले होते, तर २ लाख ५० हजारांनी बाह्यरुग्ण विभागातून उपचार घेतले होते. रस्त्याकडेच्या उपचार केंद्रातून आणि नेत्र शिबिरातून ७८ हजार कुष्ठरोग्यांवर उपचार करण्यात आले होते, तर ५५ हजार रुग्णांवर सार्वजनिक सेवाविभागातून. परिचारिका सेवा उपलब्ध झालेली होती. एका स्त्रीनं ६० वर्षांपूर्वी एक बीज पेरलं ते होतं १० फूट रुंद आणि १२ फूट लांबीच्या खोलीतलं छोटसं उपचार केंद्र– त्याचा आता हा महाकाय, प्रचंड मोठा वृक्ष झाला होता!

पण ह्या हीरकमहोत्सवाचे सगळेच समारंभ त्यांच्या अनुपस्थितीत झाले नाहीत. त्यांच्या पुनरागमनाप्रीत्यर्थ एक प्रचंड मोठा मेजवानी समारंभ, संस्थेच्या सभागृहात आयोजित केला गेला. हा समारंभ डॉ. ब्रँडना मिळालेल्या लास्कर पुरस्काराच्या कौतुकाखातर आखण्यात आला होता. ठिकठिकाणच्या उपचार केंद्रांमधले – कारीगिरी, नवजीवनधाम, कवनूरमधील कुष्ठरोगी ग्रामीण स्वास्थ्य केंद्र – रुग्ण या समारंभासाठी हजर राहिले. विद्यार्थी आणि कर्मचाऱ्यांनी एक मनोरंजनात्मक कार्यक्रम ठेवला. कुष्ठरोग्यांनीही एक कार्यक्रम तयार केला. डॉ. पॉल ब्रँड ह्यांच्या वैयक्तिक आयुष्यातील काही प्रसंग नाट्यरूपानं सादर केले गेले, त्यांच्यावर हारतुऱ्यांचा वर्षाव झाला, भारतीय प्रथेनुसार भव्यदिव्य शब्दांत त्यांचं कौतुक करण्यात आलं. या सर्व कौतुक सौहळ्यादरम्यान ही 'उत्सवमूर्ती' पहिल्या रांगेत दोन्ही हातांमध्ये आपला चेहरा झाकून बसली होती.

कौतुकाच्या वर्षावानं चिंब होत, अचंबित होत, अधिकच नतमस्तक होत...

या सगळ्यांवरचा कळसाध्याय म्हणावा अशी एक महत्त्वाची घटना वर्षाअखेरीस

नोव्हेंबर १९६० मध्ये घडली. पहिल्यांदाच वेल्लोर इथे एक जागतिक वैज्ञानिक परिषद भरवण्यात आली. अर्थात तिचा संबंध कुष्ठरोगी पुनर्वसनाशी होता. अनेक जागतिक संघटनांच्या प्रोत्साहनामुळे व वेल्लोरच्या ख्रिश्चन मेडिकल कॉलेजच्या सहभागामुळे ही परिषद शक्य झाली. अशी परिषद घेतली जावी, हाच डॉ. ब्रँड व त्यांचे एकनिष्ठ सहकारी ह्यांच्या दृष्टीने मोठा विजय होता. गेली कित्येक वर्षं हात उंचावून, घसा खरवडून ते सगळ्यांना सांगत होते, 'कुष्ठरोग्यांनाही सर्वसामान्यांप्रमाणे जीवन जगण्याची संधी मिळाली पाहिजे.' पण कुणीही त्यांना मनापासून साथ देत नव्हतं. लोक नाना शंकाकुशंका काढत, आविश्वास दाखवत. या परिषदेच्या माध्यमातून डॉ. ब्रँड त्यांना दाखवणार होते, की जगातले डॉक्टर्स, समाजसेवा क्षेत्रातील लोक त्यांचं मत मान्य करत होते.

या परिषदेसाठी कुष्ठरोगतज्ज्ञ, शल्यविशारद आणि कुष्ठरोग्यांवर शस्त्रक्रिया करणारे शल्यविशारद हजर राहिले. शल्यविशारदांपैकी कित्येकांनी अजूनपर्यंत एकही कुष्ठरोगी पाहिलेला नव्हता, तर कित्येक कुष्ठरोगतज्ज्ञांना 'पुनर्निर्माण शस्त्रक्रिया' ही कल्पनादेखील नवीन होती. सगळ्यांसाठीच हा एक आगळावेगळा अनुभव होता.

या परिषदेचं सगळ्यात मोठं वैशिष्ट्य म्हणजे, कुष्ठरोग्यांविषयी सादर केलेली माहिती. कुष्ठरोग्यांच्या हातांचे काढलेले फोटो, क्ष-किरण चित्रं व सोबत हातांमधे शस्त्रक्रियेपूर्वी, शस्त्रक्रियेनंतर व फिजिओथेरपीच्या दरम्यान होत गेलेले बदल, याविषयी प्रत्येक कुष्ठरोग्याचे जवळजवळ ३६/३६ फोटो होते. इंग्लंड व अमेरिकेसारख्या प्रगत देशातून आलेल्या शल्यविशारदांना, डॉ. ब्रँड व त्यांच्या सहकाऱ्यांची कर्तव्यनिष्ठता हा एक अद्‌भुत चमत्कार वाटला, तर त्यात नवल नव्हतं!

याशिवाय परिषदेत एक दालन केवळ तऱ्हेतऱ्हेच्या बुटांसाठी होतं. पायाच्या एखाद्या विशिष्ट समस्येसाठी तीन वेगवेगळ्या केंद्रांत तयार केलेले बूट ठेवलेले दिसले. या सर्व बुटांमधलं एक वैशिष्ट्य समान होतं– त्या सगळ्यांचा तळ कडक (rigid) होता. आतला तळवा मऊ होता व सर्व बुटांना झुलता तळवा (Rocker bottom) होता!

डॉ. पॉल ब्रँड यांच्या दृष्टीनं या परिषदेतील सर्वांत उचित चर्चा झाली ती म्हणजे व्यंगाची वर्गवारी (Classification of deforomities) या विषयावर. कुणीतरी प्रश्न विचारला, "कुष्ठरोग्यांपैकी कितीजण या रोगामुळे असमर्थ (Disabled) होतात?"

डॉ. ब्रँडनी एक ठरावीक टक्केवारीचा आकडा सांगितला.

"फारच मोठा आकडा सांगताय तुम्ही," एक कुष्ठरोगतज्ज्ञानं हरकत घेतली.

आमच्या आकडेवारीनुसार फक्त २५ टक्के रुग्ण असमर्थ होतात.''

''आमच्या इथे जर एखाद्या कुष्ठरोग्याचे हातपाय बधिर (असंवेदनशील) झाले तर आम्ही तो रुग्ण काही अंशी असमर्थ झाला आहे, असं मानतो.'' डॉ. पॉलनी स्पष्टीकरण दिलं.

तो तज्ज्ञ विरोध करू लागला, ''पण याला तुम्ही असमर्थता म्हणू शकत नाही. कारण सगळ्याच कुष्ठरोग्यांचे हातपाय बधिर झालेले असतात.''

डॉ. पॉल ब्रँडनी इंग्लंडमधील प्रमुख हस्तशल्यविशारद– गाय पलव्हरटॅफ्ट (Gay Pulvertaft) यांच्याकडे पाहिलं व त्यांना म्हणाले, ''डॉ. पलव्हरटॅफ्ट, मी तुम्हाला एक प्रश्न विचारतो. समजा, तुमच्याकडे असा एखादा कामगार आला, ज्याच्या दोन्ही हातांमधील नसा (अपघातामुळे) अशा विभागल्या गेल्या आहेत, की ज्यामुळे त्याच्या हातामधील संवेदना नष्ट झाली आहे; पण तो बोटांची मात्र हालचाल करू शकतो. तर तुम्ही त्यांची असमर्थता कशा प्रकारे ठरवाल?''

पलव्हरटॅफ्टनी उत्तर दिलं, ''इंग्लंडमध्ये आम्ही अशा माणसाला १००% असमर्थ ठरवतो.''

हस्तशल्यविशारदाचं ते मत ऐकून उपस्थित श्रोत्यांना जो धक्का बसला, त्यांची प्रतिक्रिया सर्वजण ऐकू शकतील इतकी मोठी होती. त्यांनी हे उत्तर २५% असं दिलं असतं तरी सर्वांना आश्चर्य वाटलं असतं. कारण त्यांच्या बहुतेक रुग्णांमध्ये इतपत बधिरता आलेली होतीच; पण एवढ्या कमी बधिरतेला असमर्थता म्हटलं जाऊ शकतं ह्याची त्यांना कल्पनाच नव्हती. त्यांनी असं गृहीतच धरलं होतं की, कुष्ठरोग्यांना नोकऱ्या मिळत नाहीत ह्याचं कारण समाजातील पूर्वग्रहदूषितपणा! पहिल्यांदाच त्यांना पौर्वात्य आणि पाश्चिमात्य जगतातील कल्पनांमधील फरक लक्षात आला. त्यांच्या मनाची कवाडं त्यामुळे उघडली. सर्वांनी एकमतानं मान्य केलं की हातापायांतील किंवा इतर अवयवातील बधिरता म्हणजे मोठं अपंगत्वच.

वेगवेगळ्या समस्यांवरील चर्चासत्रं, तज्ज्ञांचे अभिप्राय यामुळे डॉ. ब्रँडना समाधान वाटलंच, पण सगळ्यात मोठं आंतरिक समाधान त्यांना लाभलं ते एका महत्त्वाच्या शिफारसीमुळे – निर्णयामुळे! सर्वानुमते असं ठरलं की, कुष्ठरोगावरील संशोधन फक्त कुष्ठरोगकेंद्रापुरतं सीमित राहू नये, तसंच इतर शास्त्रज्ञांनीदेखील या रोगाविषयी संशोधन करण्यात रस घ्यावा.

थोडक्यात, अपंगत्व आणणाऱ्या इतर रोगांप्रमाणेच कुष्ठरोग हा एक रोग आहे, हे बहुतेक सदस्यांनी तत्वत: तरी मान्य केलं.

हा सुध्दा एक मोठा विजयच होता.

२८

त्या संपूर्ण वर्षभरात डॉ. ब्रँडच्या कामाची व्याप्ती इतकी वाढली, की त्यांना अनेक वेळा परदेशवाऱ्या कराव्या लागल्या. 'आपल्या कुटुंबासाठी आपण फारच थोडा वेळ काढू शकतोय' ही खंत त्यांना जाणवायची. त्यावर त्यांनी एक अभिनव तोडगा काढला. उत्साहाने ते मुलांना म्हणाले, "चला, यंदाचा नाताळ आपण ग्रॅनीबरोबर साजरा करू, कधी केली नव्हती अशी धमाल उडवू."

ग्रॅनी ब्रँड नेहमीप्रमाणेच तिच्या समाजसेवेत गुंग होती. मद्रासजवळच्या पर्वतरांगांमध्येच तिचं वास्तव्य असायचं. वेगळ्या ठिकाणी, तेही डोंगरकपारीत सण साजरा करायच्या विचारानं मुलीदेखील खूष झाल्या. कारण त्यांना बदल हवाच होता अन् साहसाचं बाळकडू तर मिळालेलंच होतं.

सगळं घर मग नाताळ सणाच्या तयारीला लागलं. ग्रॅनीचं घर दुर्गम भागात. तिथे ना कसल्या सोयी ना सुविधा, हे माहीत असल्यामुळे मार्गरेटनं ठरवलं, मद्रासमध्येच नाताळ सणासाठी खास असलेली टर्की ऑर्डर देऊन बनवून घ्यायची आणि वरती ग्रॅनीच्या घरात जेवायच्या आधी ती फक्त गरम करायची.

त्यांनी आपल्या स्वत:च्या गाडीनं सेलमपर्यंतचा दीडशे मैलांचा प्रवास केला, त्यानंतर एका उसन्या घेतलेल्या जीपमधून ते वीस मैलांवरल्या पर्वतपायथ्याशी पोहोचले. कारण त्यांची गाडी खडकाळ रस्त्यावर टिकाव धरू शकली नसती. अन् त्यानंतरची पंधरा मैलांची चढण पायी जायचं ठरवलं! ग्रॅनीनं तिची आवडती घोडी पाठवली होती अन् दोन डोल्यांची व्यवस्थाही केली होती; पण मोठ्या मुली वडिलांबरोबर पायीच निघाल्या. डोंगरावरचा गार वारा लागल्याबरोबर त्यांची मनं तरारली अन् डोळे आनंदानं चमकू लागले.

'हाशहुश्श' करत मंडळी वर पोहोचली तेव्हा त्यांच्या आनंदात भरच पडली. ग्रॅनीच्या शाळेतली सगळी मुलं व्यवस्थित रांगेत उभी होती. काही मुलांनी स्वागतपर शब्द लिहिलेला बाबूच्या काठ्यांना चिकटवलेला फलक उंच धरला होता. सर्वांनी स्वागतपर गाणी म्हटली. रंगीबेरंगी पताकांनी उत्सवाच्या वातावरणात भर घातली होती.

उत्तेजित होऊन नातींनी आजीला खास बनवून आणलेली टर्की दाखवली. तीपण खूष झाली अन् म्हणाली, "आता दुपारच्या जेवणात आपण रसम् अन् भात खाऊ नि रात्री टर्की खाऊ!" मुली मनातून निराश झाल्या, पण त्यांनी तसं दाखवलं नाही. झणझणीत रसम्‌भात मात्र त्यांनी हात राखूनच खाल्ला. कारण टर्कीसाठी

पोटात जागा ठेवायची होती ना?

डॉ. ब्रॅंडनी दुपारचा वेळ जवळपासचे रुग्ण तपासण्यात घालवला. ग्रॅनीनं अनेकांना सांगूनच ठेवलं होतं. करुणिनाशनही आपले पाय दाखवायला आला. पुन्हा 'ये रे माझ्या मागल्या' अशी स्थिती पाहून डॉक्टर वैतागले, पण ते त्याच्यावर रागावू शकले नाही, कारण यावेळी त्याच्या पायांच्या जखमा बूट झिजून फाटल्यामुळे झाल्या होत्या. त्याच दिवशी, वेळात वेळ काढून, ग्रॅनीच्या घरात जे काही साहित्य उपलब्ध होतं ते वापरून त्यांनी त्याच्यासाठी एक रॉकर बुटांचा जोड बनवून दिला. एक छोटा चाकू आणि जमीन उकरण्याचं लहानसं खुरपं वापरून आपण बूट बनवू शकलो, ह्या गोष्टीचं त्यांना कौतुक वाटलं. करुणिनाशनच्या पायावर मलमपट्टी केल्यानंतर त्यांनी त्याला नवीन बूट कसे वापरायचे वगैरे सूचनाही शांतपणे दिल्या.

खडकाळ जमिनीवर चालताना पायांची अधिक काळजी घ्यायला हवी, पाय मुडपला जाणार नाही ह्याची खबरदारी घ्यायला हवी आणि सर्वांत महत्त्वाचं म्हणजे कायम पायात बूट असायला हवेत. करुणिनाशननं समजल्याप्रमाणे जोरजोरात मान हलवली. आत्तापर्यंत तो एक योग्य विद्यार्थी बनला होता. नंतर त्यानं डॉ. ब्रॅंडना डोंगरावरच राहणाऱ्या दुसऱ्या एका माणसाकडे नेलं. त्याच्या हातावरच्या जखमा कुऱ्हाडीमुळं झाल्या होत्या. करुणिनाशननं जखमा स्वच्छ करून त्यावर योग्य ती मलमपट्टीही केलेली होती. दिवस कसा गेला ते डॉ. ब्रॅंडना समजलंच नाही.

संध्याकाळ झाली. घराघरातून तेलाचे दिवे उजळू लागले. ग्रॅनीच्या छोट्या घरातही मुलींनी दिवे लावले अन् त्या जेवणाची वाट पाहू लागल्या. रसम्‌भात केव्हाच पचून गेला होता, त्यामुळे भुकाही लागल्या होत्या. पण त्यांना आपल्या आजीच्या स्वभावाची ओळख कुठे होती?

आजीनं डोंगरात राहाणाऱ्या मुलांना रोज संध्याकाळी प्रार्थना म्हणायची सवय लावली होती. उद्या नाताळ, त्याआधी मध्यरात्री येशू ख्रिस्ताचा जन्म, तेव्हा खास प्रार्थना तर होणारच. एकेक करत मुलं, बायामाणसं जमू लागली. अंथरलेल्या चटयांवर बसू लागली. नेहमीपेक्षा अधिक उत्साहानं ग्रॅनीनं प्रार्थना म्हणायला सुरुवात केली. तिच्यामागून इतर सगळेजण भक्तिभावानं गाऊ लागले.

एकामागून एक प्रार्थना होत राहिल्या. दिव्यातली ज्योत मंद होऊ लागली पण प्रार्थनेत खंड पडला नाही. नंतर ख्रिसमसगीतांना सुरुवात झाली. प्रथम तामीळ भाषेत त्यानंतर इंग्रजीत. टाळ्यांच्या गजरात गाणी सुरूच राहिली. इकडे धाकटी पॉलीन झोपी गेली. तिच्याहून मोठी पॅट्रिशिया बसल्या जागीच पेंगुळली, तर एस्टेल जांभयांवर जांभया देत राहिली. सगळ्यात थोरल्या मुलीनं, मेरीनं कंटाळा आल्याचं बोलूनही दाखवलं. ग्रॅनीच्या घरातील मागच्या चिंचोळ्या स्वयंपाकघरात गरम करायला ठेवलेल्या टर्कीचा छान वास सुटला होता. मुलं आपापसात बोलू लागली,

“आत्ता खऱ्या अर्थानं नाताळचा सण असल्यासारखं वाटतंय.” मार्गरिटनं त्यांना दबक्या आवाजात गप्प बसायला सांगितलं; पण तिच्या डोळ्यांसमोर पुन्हा पुन्हा गरम केल्यानं वातड झालेली टर्की आल्यावाचून राहिली नाही. पॉलचंही आपल्या आईसमोर तोंड उघडण्याचं धारिष्ट्य झालं नाही.

“निदान मुलांची जेवणं तरी उरकून घेऊ या,” असं सांगण्यासाठी ते तोंड उघडणार, एवढ्यात कुणीतरी बाहेरचं दार जोरात ढकललं. सहा धडधाकट पुरुष आत शिरले. कमरेला लुंगीवजा वस्त्र नेसलेल्या त्या तरुणांची काळीभोर अंगं थंडीचे दिवस असूनही घामानं निथळत होती. त्यांनी बांबूला बांधून आणलेलं एक मुटकुळं खाली टाकलं, तेव्हा घोंगड्यात गुंडाळलेली एक स्त्री सगळ्यांना दिसली. तिचे डोळे मिटलेले होते, तोंड वासलेलं होतं अन् ओठ भेगाळलेले होते.

ग्रॅनीनं एकदाच तिच्याकडे पाहिलं अन् सगळ्यांना खंबीर आवाजात ‘मागे सरा!’ असा हुकूम सोडला. डॉ. ब्रँड पुढे होऊन त्या बाईला तपासणार, एवढ्यात ग्रॅनीनं तिची नाडी तपासली आणि एखाद्या सराईत डॉक्टरप्रमाणं निदान केलं, “टायफॉइडमुळे पाणी गेलंय अंगातलं,” तिनं कुणाला तरी पाणी आणायला सांगितलं. पण लगेच तिचा विचार बदलला, “पाणी नको, ताक देऊ. त्यानं बरं वाटेल तिला.”

कुणीतरी एका वाडग्यातून ताक आणलं अन् चमचाही दिला. त्या स्त्रीच्या शेजारी ग्रॅनीनं बैठक मारली, तिचं मस्तक आपल्या मांडीवर घेतलं अन् प्रेमळपणानं तिला अगदी थेंबथेंब करून ते ताक पाजलं. सबंध वेळ ग्रॅनी तिच्याशी तामीळ भाषेत काहीतरी बोलत होती. जवळजवळ बेशुध्दावस्थेत असलेल्या त्या स्त्रीला त्यातलं किती कळत होतं देवच जाणे; पण अतिशय शांतपणे ग्रॅनी तिला ताक पाजतच राहिली.

‘हे बहुतेक असं रात्रभर चालणार!’ डॉ. ब्रँडच्या मनात विचार आला. त्यांनी चहुबाजूला नजर टाकली. एका अंधाऱ्या कोपऱ्यात ती सहा माणसं बसून होती. दुसऱ्या बाजूला चिंताग्रस्त चेहऱ्यानं मार्गरिटही बसून राहिली होती. तिच्या चेहऱ्यावरला भाव त्यांनी जाणला, ‘टायफॉइडनं गंभीर आजारी अशी ही बाई अन् आपल्या चार लहान मुली.’ काय करावं ह्या गोंधळात ते आईला म्हणाले,

“आई आज ख्रिसमस आहे. मुली जेवायच्या थांबल्यात. आपण सगळ्यांनी पटकन जेवून घेतलं तर? तोपर्यंत कुणीतरी या बाईला ताक पाजू शकेल.”

त्यांचं वाक्य पुरं व्हायच्या आतच त्यांची म्हातारी आई जणू खवळून उठल्यासारखी त्यांना म्हणाली, “अरे, तुला असं बोलवतं तरी कसं? इथे एक बाई मरणाच्या दारात पडलीय अन् तुम्हाला टर्की खाणं सुचतंय?”

पॉलनं पुन्हा एकदा मार्गरिटकडे पाहिलं. काही न बोलता ती उठली, मुलींना

घेऊन स्वयंपाकघरात गेली अन् कंदिलाच्या मिणमिणत्या प्रकाशात तिनं मुलींना जेवायला दिलं. काट्याचमच्यांची सवय असलेल्या मुलींनी हातानीच टर्कीचे तुकडे खाल्ले अन् उठून शांतपणे झोपायला निघून गेल्या.

बराच वेळ गेला. ग्रॅनीचं त्या बाईला ताक पाजणं चालूच राहिलं. डॉ. ब्रँड धीर करून तिला म्हणाले, "आई, आता तूदेखील चार घास खाऊन घे. तोपर्यंत कुणीतरी भरवेल तिला." नाखुषीनंच ग्रॅनी उठली, घाईघाईनं जेवली अन् पुन्हा तिनं आपलं काम सुरू केलं. मग त्यांनी तिला समजावलं, "आई, घरात मुलं आहेत, हिला आपण शाळेच्या इमारतीत हलवलं तर बरं नाही का होणार?" त्याप्रमाणे व्यवस्था करण्यात आली. सकाळपर्यंत त्या स्त्रीच्या शरीरात थोडं चैतन्य आलं. एक डॉक्टर या नात्यानं डॉ. ब्रँडनी टायफॉईडवरच्या क्लोरम्फेनिकॉल किंवा तत्सम औषधांचा उपाय सुचवला असता. त्या दुर्गम प्रदेशात ती औषधं मिळणं दुरापास्तच झालं असतं. किती साध्या घरगुती उपायानं आईनं एक जीव मरणाच्या दारातून परत आणला! त्या समाधानापुढे आपल्या मुलींची निराशा म्हणजे काहीच नव्हती!

सकाळी उठल्यावर त्यांच्या एका मुलीनं आईला विचारलं, "काल आपण ख्रिसमसचा सण साजरा केला का ग?"

त्या आगळ्यावेगळ्या नाताळच्या सणाची आठवण सगळ्यांच्याच मनावर खूप काळ अगदी कोरल्यासारखी राहिली. पुढे मुलींना समज आली तेव्हा त्यांना मनोमन पटलं– आजीनं जी शिकवण आपल्या वागणुकीतून दिली, ती खऱ्या अर्थानं त्या देवपुत्राची, ख्रिस्ताचीच शिकवण होती. त्याचा प्रेमाचा संदेश तिनं न बोलताही दिला होता.

तो नाताळचा सण त्या मुली कधीच विसरल्या नाहीत!

२१

दिवसेंदिवस कामाचा व्याप वाढतच होता. परदेशातली बोलावणीही येतच होती. एकदा तर केवळ वीस मिनिटांच्या भाषणासाठी ते लॉस एंजेलिसला गेले. इतका प्रवास, शिवाय हॉस्पिटलमधली, नवजीवनधामातली जबाबदारी असूनही डॉ. ब्रँड कधी थकलेत, दमलेत, असं कुणीही पाहिलं नाही. पायाला भिंगरी लावलेली पण डोकं मात्र शांत, ह्या गोष्टींचं त्यांच्या सचिवालाही अगदी नवल वाटायचं. परदेशप्रवासासाठी त्यांना प्रथम मद्रासला जावं लागायचं. अशा वेळी ते विचारायचे, "मिसेस फरनेस, किती वाजता मला मद्रासच्या विमानतळावर पोहोचायचंय?"

तिनं वेळ सांगितली की शांत चित्तानं ते अगदी शेवटच्या क्षणापर्यंत काम करायचे, मग गाडीत बसतानाही आपल्याबरोबर ते आपल्या सचिवाला घेत, काही पत्रंबित्रं सांगायची असली तर ते काम डॉक्टर या प्रवासात करत.

कधीकधी त्यांना आगगाडीनंही प्रवास करावा लागत असे. गाड्या हमखास उशिरा येत, स्टेशनवर बराच वेळ बसून रहावं लागे. तरीही त्यांची चिडचिड होत नसे. कारण प्रवासात सुखसोयी हव्यात, हा विचारच कधी या कर्मयोग्याच्या मनाला शिवला नाही. स्वत:ची गाडी बिघडली तर डॉ. ब्रँड मिळेल ते साधन आणि अक्कलहुशारी वापरून ती चालू करत, अन् तशी वेळ अनेकदा येत असे. खरं सांगायचं तर त्या जुन्यापुराण्या गाडीचा हॉर्न सोडून इतरच सगळे भाग खूप आवाज करत. इतका, की त्यांच्या आगमनाची वर्दी दूर अंतरावरूनही मिळत असे! अशी ही गाडी ते वेल्लोरच्या गजबजलेल्या ररस्त्यांवरून अगदी कौशल्यानं चालवायचे, त्याचं त्यांच्या परदेशीमित्रांना खूप नवल वाटायचं. त्यातच गाडी वेगानं चालवायची हौस, कारण वेळ वाचवायचा असे!

एकदा एक गमतीशीर प्रसंग घडला. फिलाडेल्फियातले एक शल्यविशारद डॉ. पीटर रँडॉल त्यांच्या वेल्लोरवास्तव्यात एकदा घाईघाईनं हॉस्पिटलच्या व्याख्यानगृहात शिरले. कारण एका प्रख्यात इंग्रज शल्यविशारदाचं महत्त्वाचं भाषण होतं. 'कर्करोगाच्या गाठींमुळे होणारा अडथळा' या विषयावर. अचानक डॉ. ब्रँडना आठवलं की प्रमुख वक्त्यांना कॉलेजमधून आणायलाच ते विसरले होते. डॉ. रँडॉलना ते म्हणाले, "मी आत्ता जाऊन त्यांना घेऊन येतो. तोपर्यंत तुम्ही काहीतरी बोलून वेळ मारून न्या."

डॉ. रँडॉल थक्कच झाले. कॉलेज चारच मैलांवर होतं, पण वेल्लोरच्या गर्दीतून येताजातानाचं एकूण आठ मैल अंतर कापायचं म्हणजे चेष्टा नव्हती. अचानक काय बोलावं तेही त्यांना सुचेना. मग खेळीमेळीच्या सुरात त्यांनी श्रोत्यांबरोबर पैज लावली, "सांगा बरं, डॉ. ब्रँडना यायला किती वेळ लागेल?"

त्यांच्या गाडीची अवस्था, वेल्लोरमधले रस्ते, त्यावरची गर्दी आणि डॉ. ब्रँडचं वाहनकौशल्य, ह्या सगळ्याचा विचार करून एकेकानं आपला अंदाज व्यक्त केला. त्या सगळ्यांना डॉ. ब्रँडनी खोटं ठरवलं, कारण अपेक्षेपेक्षाही लवकरच ते पाहुण्यांसह हजर झाले. त्याहूनही मोठं आश्चर्य श्रोत्यांना वाटलं ते दुसऱ्याच गोष्टीचं! वक्तेमहाशय बोबडी न वळता भाषण देऊ शकले!

'वेष असावा बावळा, परी अंतरी नाना कळा' हे वचन शंभर टक्के लागू पडावं, अशी डॉ. ब्रँडची वेषभूषा असायची. साध्यातले साधे सुती कपडे घालण्यात त्यांच्या-सारख्या उच्चविद्याविभूषित, जगप्रसिद्ध शल्यविशारदाला कधी कमीपणा वाटला नाही. काही वेळा त्यांच्या ह्या साधेपणातूनही गमतीचे प्रसंग घडत.

भारताच्या भेटीवर आलेल्या राणी एलिझाबेथ आणि त्यांचे पतिराज, मद्रासलाही भेट देणार होते. त्यावेळी एका समारंभासाठी वेल्लोरमधल्या ब्रिटिश डॉक्टरांनाही सपत्निक हजर रहाण्यासाठी निमंत्रणं मिळाली. गंमत अशी झाली की त्यांच्यापैकी बऱ्याचजणांकडे अशा मोठ्या समारंभासाठी घालण्यायोग्य असे चांगले कपडे नव्हते. कारण भारतातल्या गरम हवामानात अशा सुटांची वगैरे गरज नसायची. ब्रिटिश स्त्रिया वेल्लोरमधल्या कार्यक्रमात बऱ्याच वेळा साड्याच नेसायच्या. या निमंत्रितांमध्ये एकच धांदल उडाली. योग्य मापाचे सूट्स व गाऊन्स मिळवण्यासाठी त्यांना खूप आटापिटा करावा लागला, उसनवारी करावी लागली. अपवाद होता ब्रँड पतीपत्नींचा. त्यांना आमंत्रण नसल्यामुळे ते दोघं अगदी शांत होते.

अचानकपणे स्वागतसमारंभाच्या दिवशी सकाळी हायकमिशनर साहेबांचा मद्रासच्या ऑफिसमधून फोन आला, "तुम्ही येणार ना?"

"नाही," सहजपणे डॉ. ब्रँड म्हणाले. "आम्हाला आमंत्रण नाहीये."

"काय? आमंत्रण नाही? अहो, तुम्हाला तर राणीसाहेबांसमोर सादर केलं जाणार आहे." ते घाबरून उद्गारले.

"ठीक आहे, येऊ आम्ही." डॉ. ब्रँडचा सूर शांतच राहिला.

आता प्रश्न असा पडला, कपडे काय घालायचे? कारण त्यांच्याजवळ जे चांगले कपडे होते, ते कुणी ना कुणी उधारउसनवार नेलेले. मित्रमंडळींनी सल्ला द्यायला सुरुवात केली. मार्गरिटनं मोठ्या मुष्कीलीनं एक फ्रॉक मिळवला, घालून पाहिला अन् तो बरोबर होतोय असं पाहून सुटकेचा निःश्वास टाकला. ती डॉक्टरांना म्हणाली, "माझी तर सोय झाली. आता तुमचं काय?" नाइलाज म्हणून डॉक्टरांनी एक विद्यार्थ्याची पँट घालायचं ठरवलं आणि दुसऱ्या एका विद्यार्थ्याकडून कोट मिळवला. ते दोघंही विद्यार्थी उंच, धिप्पाड असल्यामुळे कोटाच्या बाह्या व पँटचे पाय आखूड करावे लागले. ते काम मार्गरिटनं मद्रासला जाताना गाडीत बसून केलं.

मग प्रवास सुरू झाला. तेव्हाही विघ्नं आलीच. गाडीनं नेहमीप्रमाणे दगा दिला. तेव्हा त्यांनी एका बस ड्रायव्हरला विनवणी केली अन् त्यानं जेमतेम वेळेवर ह्यांना मद्रासला आणून सोडलं.

मद्रासमध्ये मात्र त्यांना मोठा दिलासा मिळाला. डॉ. ब्रँडचे एक मित्र डॉ. सोमशेखर ह्यांना डॉक्टरांच्या अडचणींची कल्पना असावी. त्यांनी डझनभर सूट्स मिळवून घरी तयार ठेवले होते. सुदैवानं त्यातला एक डॉ. ब्रँडना व्यवस्थित बसला अन् वेळ निभावून नेता आली.

गंमत म्हणजे या सर्व गोंधळांमध्ये डॉ. ब्रँड मात्र पूर्णपणे शांत होते.

जवळजवळ सहा जोडप्यांना राणीसाहेबांसमोर सादर केलं जाणार होतं. प्रत्यक्ष समारंभ सुरू होण्याआधी त्यांना काळजीपूर्वकपणे वागण्याबोलण्याविषयी सूचना

देण्यात आल्या, ''राणीसाहेबांचा हात धसकन पकडायचा नाही, त्यांची बोटं हळुवारपणे हातात धरायची आणि कमरेत वाकून मुजरा करायचा. समारंभाचा यजमान तुमचं नाव राणीसाहेबांना सांगेल. त्या कदाचित तुमच्याशी बोलतील, कदाचित बोलणारही नाहीत. त्या काही तरी म्हणाल्या तर उत्तर द्या; पण प्रत्येक वाक्याच्या शेवटी 'युवर मॅजेस्टी' हे शब्द बोलायला विसरू नका. त्यांनी संभाषण पुढे चालू ठेवलं तर त्या वेळी तुम्ही 'मॅडम' म्हणायला हरकत नाही आणि त्यांच्या पतिदेवांसाठी तुम्ही 'युवर हायनेस' आणि 'सर' अशी संबोधनं वापरायची,'' वगैरे वगैरे.

पहिल्या सहा जोडप्यांना हिरवळीच्या एका टोकाला, एका रांगेत उभं केलं गेलं. तिथेच राणीसाहेब प्रवेश करणार होत्या. गोंधळून गेल्यामुळे आपण नक्की काहीतरी चूक करणार, अशी भीती मार्गरेटला वाटत होती. आपल्या नवऱ्याचा कमालीचा शांतपणा पाहून तिला त्याचा हेवा वाटला. बरेच कार्यक्रम असल्यामुळे राणीसाहेबांना यायला उशीर झाला. तरी मार्गरेटच्या मनातील अस्वस्थता व भीती कमी झाली नाही. शेवटी एकदाचा ते क्षण आला. सम्राज्ञी एलिझाबेथ आल्या व ठरलेल्या जागी उभ्या राहिल्या. 'देव राणीसाहेबांचं रक्षण करो' हे गीत बँडवर वाजवायला सुरुवात झाली. पॉल आणि मार्गरेट ह्या जोडप्याचा क्रमांक दुसरा होता. दोघांपैकी पहिल्यांदा डॉ. ब्रँडची ओळख करून देण्यात आली आणि त्यापाठोपाठ लगेचच मार्गरेटनं त्यांची बोटं हलकेच धरली आणि मुजऱ्यासाठी ती कमरेत वाकली. नेमकं त्या क्षणी काय झालं कुणास ठाऊक, तिला वाटलं, आपला तोल जाऊन आपण खाली पडणार. तसं होऊ नये यासाठी तिनं राणीसाहेबांचा हात घट्ट धरला आणि असं झाल्यामुळे ती इतकी गोंधळून गेली की, 'युवर मॅजेस्टी', 'मॅडम', 'युवर हायनेस', 'सर' वगैरे सर्व संबोधनं ती पारच विसरून गेली. शिवाय शाही दांपत्य इतक्या मोकळेपणानं व अनौपचारिकपणे वागत होतं की, हे संबोधन प्रकार अगदीच नाटकी व कृत्रिम वाटले असते. तिच्या मनात विचार आला, 'असं बोलायची आपल्याला कुठे सवय असते? रोज मित्र-मैत्रिणींशी बोलताना आपण असे शब्द वापरतो का, मग एकदम ते आपल्याला कसं जमेल? जाऊ दे सगळं!'

ड्युक ऑफ एडिनबरा – राणीसाहेबांची पतिराज – डॉ. ब्रँडच्या ओळखीचे होते. दोन वर्षांपूर्वी दोघंजण एकदा कुष्ठरोगाविषयी बोलले होते.

''ओहो, आठवलं, तुम्हीच ते हस्तशल्यविशारद ना?'' ड्यूकनी डॉ. ब्रँडची चौकशी केली. ''मला सांगा, खरोखरच तुमच्या रुग्णांना आता कामं मिळू लागली आहेत का?''

त्याची उत्तम स्मृती पाहून डॉ. ब्रँड चकित झाले. दोन वर्षांपूर्वी जिथे दोघांमधलं संभाषण थांबलं होतं, तिथूनच त्यांनी ड्यूकसाहेबांबरोबर बोलायला सुरुवात केली

आणि संभाषण असं रंगलं की मार्गरिटला वाटलं, दोन जुने मित्र बऱ्याच काळानंतर भेटलेत! आपण रीतीरिवाजांबाबतीत चूक केली खरी, तरीदेखील आपण ब्रिटिश असल्याचा मला अभिमान आहे, असं तिला त्याक्षणी वाटलं.

त्यानंतरच्या उन्हाळ्यात पुन्हा एकदा पूर्ण ब्रँड कुटुंब एकत्र आलं. कारण ख्रिस्तोफर आणि जीन दीर्घ सुट्टीसाठी भारतात विमानमार्गे आले. डॉ. ब्रँड त्यांच्या स्वागतासाठी मुंबईत गेले, तर मार्गरिट धाकट्या चार मुलांना घेऊन मद्रासच्या विमानतळावर गेली. आपल्या थोरल्या भावंडांना बऱ्याच काळानंतर भेटल्यामुळे ही मुलं गोंधळल्यासारखी गप्प झाली. विमानातून एक उंच तरुण खाली उतरला अन् त्याच्यापाठोपाठ थोडीशी गुटगुटीत अंगलटीची जीन रुबाबदारपणे पावलं टाकत पुढे आली. तो सबंध दिवस चौघंजण अगदी सभ्य माणसांप्रमाणे वागली, नवख्या भावंडांपासून अंतर ठेऊनच वावरली; पण त्या रात्री 'चिप्स' आपल्या खोलीच्या खिडकीतून बाहेर पडला आणि गुपचूपपणे गच्चीत गेला, जिथे मुली झोपत असत. त्यांच्या पलंगाखाली तो शिरला. त्याला अचानकपणे पाहून त्या घाबरून किंचाळू लागल्या आणि मग हसू खिदळू लागल्या. वातावरणातला परकेपणा कुठल्याकुठे पळून गेला. पुन्हा मोकळेपणानं सगळी भावंडं वागू लागली.

'चिप्स' मधला खट्याळपणा त्यानं आपल्या वडिलांपासून घेतला होता. डॉ. ब्रँडमध्ये हा गुण भरपूर प्रमाणात होता. एका नाताळ समारंभाच्या प्रसंगी विलायती कोंबडीची खास मजवानी होती. भारतामध्ये आल्यानंतर पहिल्यांदाच ते हा पदार्थ खाणार होते. एक जिवंत टर्की घरी आणली गेली. त्यामुळे घरातले सगळेजण तिच्यावर ताव मारण्याच्या कल्पनेनं खूष होते. अपवाद होता मेरीचा. तिला मात्र या कोंबडीविषयी प्रेम वाटू लागलं होतं.

नातळच्या आधी थोडे दिवस एस्टेलनं जाहीर केलं, "उद्या टर्कीला मारण्यात येणार आहे."

"हं," मेरीनं गंभारपणे प्रतिसाद दिला.

"तू खाणार की नाही?" एस्टेलनं विचारलं.

मेरीनं तिरस्कारपूर्ण नजरेनं एस्टेलकडे पाहिलं अन् म्हणाली, "तू तुझ्या सर्वांत प्रिय मैत्रिणीला खाऊ शकशील?"

त्या दिवशीच्या खास मेजवानीसाठी पाहुणे धरून घरात जवळ जवळ १४ माणसं होती. डॉ. ब्रँडना त्या दिवशी आपल्या जागेवर बसायची जरा जास्तीच घाई झाली होती.

"चला, पळा फटाफट, आपापल्या जागांवर बसून घ्या. मुलांनो, तुम्हाला पटकन येता येत नाही का?"

आज्ञापालन करत सगळी मुलं आपापल्या जागी बसली. डॉ. ब्रँडनी बशीवरलं झाकण उचललं अन् काय झालं? एक मांजरी टुणकन उडी मारून टेबलावरून पसार झाली; पण जाण्यापूर्वी तिनं संत्र्याच्या रसाचे, पाण्याचे पेले लवंडलेच. मुलं मोठमोठ्यानं खिदळू लागली. मेरीचं हसणं वडिलांप्रमाणेच असल्यामुळे सगळ्यात मोठ्या आवाजात ती हसू लागली!

डॉ. ब्रँडच्या अशा खोड्या घरातल्यांच्या परिचयाच्या होत्या; पण कधी कधी हे अस्त्र त्यांच्यावरच उलटायचं. 'लांडगा आला रे' या गोष्टीत मुलावर जेव्हा लांडगा खरोखरच आला, तेव्हा कुणीच विश्वास ठेवला नाही, तसं डॉ. ब्रँडचंही व्हायचं.

एकदा माननीय आरोग्यमंत्री राजकुमारी अमृत कौर वेल्लोरला भेट देणार होत्या आणि नव्या इमारतीचं उद्घाटन करणार होत्या.

एक दिवस डॉ. ब्रँडनी जाहीर केलं, "राजकुमारी अमृत कौर आपल्या घरी उतरणार आहेत, बरं का?"

मार्गारेटनं त्यांच्याकडे नाराजीच्या नजरेनं पाहिलं. चेहऱ्यावर नाटकी भीती आणली. तिला वाटलं, हा आपल्या पतिदेवांचा आणखी एक खट्याळपणा! गेले काही दिवस त्यांच्याकडे अनेक पाहुणे वर्णी लावून गेले होते आणि इमारतीच्या उद्घाटनाच्या सुमारास तर बरेच पाहुणे घरी येणार, त्यामुळे पाहुण्यांसाठीच्या खोल्या आधीच भरलेल्या होत्या.

"अस्सं? अन् त्या झोपणार कुठे?"

"का? त्यात काय झालं? आपल्या बेडवर पुष्कळ जागा आहे की." डॉ. ब्रँड सहजपणे म्हणाले, "हवं तर मी दुसरीकडे झोपेन."

ज्या दिवशी प्रमुख पाहुण्या येणार होत्या, त्या दिवशी डॉ. ब्रँड खरोखरच वैतागून उद्गारले, "खरंच, कुठे बरं झोपू शकतील राजकुमारीसाहेबा?"

कारण, खरोखरच राजकुमारीसाहेबा त्यांच्याकडेच उतरणार होत्या!

३०

अडचणींवर सहज मात करणाऱ्या, सहसा शांतपणा न सोडणाऱ्या या कर्मयोग्याच्या जीवनातही कधीकधी सत्वपरीक्षेचे प्रसंग येत. असाच एक प्रसंग उद्भवला तेव्हा कडक उन्हाळ्याचे दिवस होते. डॉ. ब्रँड शस्त्रक्रिया करत असतानाच

त्यांना निरोप मिळाला, "फोन घ्या, तातडीचा आहे."

"असाल तसे निघून या." नवजीवनधामाची व्यवस्थापिका सूझी कोशी बोलत होती. "वर्कशॉपच्या शेडला आग लागलीय. पूर्णपणे भस्मसात होणार, असं वाटतंय."

फोनवर सूझी बोलत होती; पण डॉ. ब्रँडना इतरांचेही घाबरेघुबरे आवाज ऐकू येत होते. मग एक लाकडी तुळई कोसळण्याचा आवाजही आला.

"मुलं ठीक आहेत ना?" त्यांनी काळजीच्या सुरात विचारलं.

"हो, राजशेखरनं सगळ्यांना बाहेर काढलं. त्याच्याच खोलीत आग लागली."

"ठीक आहे. आता सगळ्या झोपड्यांवर पाणी मारून त्या वाचवायचा प्रयत्न करा. छप्पर पूर्णपणे ओलं होईल याची खबरदारी घ्या. मी शक्य तितक्या लवकर येतोच. आपल्या हातांची काळजी घ्यायला सांगा मुलांना."

त्यांनी फोन ठेवला, हात पुन्हा एकदा धुतले अन् शस्त्रक्रिया करायला सुरुवात केली. दुसरे कुणी डॉक्टर उपलब्ध नसल्यामुळे त्यांना शस्त्रक्रिया पुरी करणं भागच होतं. ती होताच चौदा मैलांचं अंतर कापून ते कॉलेजच्या आवारात आले. दुरूनदेखील धुराचे लोट दिसत होते. त्यांचं मन निराशेनं झाकोळलं. नवजीनवधाम आगीत भस्म झालं तर पुनर्वसनाच्या कामाला खीळ बसली असती, पण त्यांना अधिक काळजी वाटत होती ती मुलांची. आग विझवण्याच्या धडपडीत, घाबरलेल्या मुलांनी आपल्या हातांना इजा करून घेतली नाही म्हणजे मिळवली, असा विचार त्यांच्या मनात वारंवार आला.

सुदैवानं पांढरा रंग दिलेल्या बहुतेक झोपड्यांना आगीची झळ पोहोचलेली नव्हती. त्यांना हायसं वाटलं, तसंच आश्चर्यही वाटलं. बहुतेक घरांची छपरं वाळलेल्या गवताची असल्यामुळे एखादी ठिणगी पडली असती तरी सगळं छप्पर जळून खाक झालं असतं. फक्त कार्यशाळा मात्र पूर्णपणे आगीच्या भक्ष्यस्थानी पडली होती. डॉ. ब्रँड दिसताच सगळी मुलं त्यांच्याभोवती जमा झाली. धुरानं अन् काळजीनं बिचाऱ्यांचे चेहरे काळवंडलेले होते.

"माझ्या चुकीमुळे ही आग लागली." डोळ्यांत पाणी आणून राजशेखरनं कबुली दिली. झालं होतं असं की, एका खोलीत तेलाच्या भांड्यात प्लॅस्टिकचे तुकडे स्टोव्हवर गरम करून वितळवले जात. (त्यापासून नंतर सूक्ष्मदर्शक यंत्रांसाठी प्लॅस्टिकची आवरणं बनवली जात.) राजशेखरचा धक्का लागून भांडं पडलं, त्यातील तुकड्यांनी पेट घेतला. त्या खोलीत ठेवलेलं इतर सामानही ज्वालाग्राही असल्यामुळे आगीचा भडका उडाला होता. कौतुकाची बाब अशी होती, की समयसूचकता दाखवून त्यानं भराभरा सगळ्या मुलांना वर्कशॉपबाहेर काढलं. शिवाय तिथे असलेलं लेथ हे सर्वांत मौल्यवान अन् महागडं असं मशीनही

वाचवलं.

"उत्तम काम केलंस तू!" त्याचं कौतुक करत डॉ. ब्रँड म्हणाले. मग त्यांनी सगळ्या मुलांचे हातपाय काळजीपूर्वक तपासले. कुणालाच कसली इजा झालेली नव्हती. अगदी साधा फोडही कुणाच्या हातावर दिसला नाही, हे पाहून त्यांना फार समाधान वाटलं. त्यानंतर त्यांनी सर्व मुलांना, विशेषत: राजशेखरला समजावून सांगितलं, की आगीमुळे फार मोठं नुकसान झालेलंच नव्हतं. ते म्हणाले, "या ठिकाणी, नवजीवनधामामध्ये सर्वांत जास्त मौल्यवान गोष्ट कोणती असेल, तर ती इथे काम करणारी माणसं. आज पुन्हा एकदा तुम्हा सगळ्यांना नवजीवन मिळालं आहे. तुम्ही जे धैर्य अन् श्रद्धा दाखवली ती सगळ्यात महत्त्वाची वाटते मला. आज तर तुम्ही सगळ्यांनीच फार मोठं मनोधैर्य दाखवलंत. आपलं वर्कशॉप वाचवण्यासाठी खूप मेहनत घेतली अन् त्या बिकट परिस्थितीतही तुम्ही आपल्या हातांना जपलंय. याहून अधिक काय हवं? आज मला तुमचा फार अभिमान वाटतो. मला खात्री आहे की यापुढेही तुम्ही असेच शहाणपणाने वागाल. कठीण परिस्थितीला धैर्यानं तोंड देऊ शकाल."

थोडा वेळ थांबून ते म्हणाले, "विचार केलात तर तुमच्या लक्षात येईल की आज अनेक दृष्टींनी तुम्ही नशीबवान ठरला आहात. देवाची कृपा होती म्हणूनच आज जोराचा वारा वहात नव्हता. अलीकडेच पाऊस पडलेला असल्यामुळे भरपूर पाणी उपलब्ध होतं. आजच्या या प्रसंगानं तुम्हाला धोकादायक वस्तू काळजीपूर्वक वापरायचा धडाही शिकवलाय." त्यानंतर सगळ्यांना घेऊन ते प्रार्थनागृहात गेले. तिथे त्या सगळ्यांनी देवाचे आभार मानण्यासाठी एक प्रार्थनागीत म्हटलं!

संकटातही देव आपल्या पाठीशी असतो, हा पाठ त्यांनी त्या दिवशी त्या तरुणांना दिला.

त्यातल्या एका मुलानं नंतर सदागोपनला लिहिलेल्या पत्रात म्हटलं, 'त्यादिवशीचा प्रसंग आम्हाला बायबलमधील एखाद्या गोष्टीसारखा वाटला. डॉक्टरसाहेब आमच्याबरोबर प्रार्थना म्हणत होते तेव्हा वाटलं, साक्षात येशू ख्रिस्तच आमच्याबरोबर आम्हाला धीर देत आहेत.'

वरकरणी शांत भासले तरी आतून डॉ. ब्रँड खूप हादरले होते, दु:खी झाले होते. क्षणाक्षणाच्या श्रमांनी, पै पैसा घालून नवजीवनधामाची, तेथील वर्कशॉपची उभारणी करण्यात आलेली होती. त्यासाठी त्यांनी स्वत: कष्ट घेतलेले होते, प्राण ओतला होता. वर्कशॉप हा त्यांच्या अनेक प्रकल्पांपैकी सर्वांत प्रिय, जिव्हाळ्याचा होता. पुन्हा हे सगळं आपण कसं उभारणार, हा प्रश्न त्यांना सतावू लागला. तेव्हा त्यांनी आपल्या भावनेला वाट करून देण्यासाठी पॅसडेनाच्या हॉवर्ड लेविसना साद घातली. त्या थोर मनाच्या मदत करणाऱ्या समूहानं अगदी तत्परतेनं पुन्हा एकदा

आर्थिक मदत देऊ केली.

नव्यानं उभं राहिलेलं वर्कशॉप अधिक सुसज्ज तर होतंच, पण आता ते अग्निप्रतिबंधकही करण्यात आलं. पुन्हा एकदा आवश्यक ती सर्व यंत्रसामुग्री घेण्यात आली. सूक्ष्मदर्शक यंत्रांसाठीची प्लॅस्टिक आवरणं हा केवळ एक छोटा उद्योग होता. याखेरीज अनेक खेळणी व जिगसॉ पझल्सही (तुकडे जोडायची कोडीही) मुलं बनवत असत. हळूहळू या वस्तूंमध्ये इतर वस्तूंची – प्लॅस्टिकच्या बरण्या, लायसेन्स प्लेट्स, फोटोफ्रेम्सची – भर पडली होती.

नवीन वास्तूचं उद्घाटन करायसाठी त्यांना एक अतिशय योग्य व्यक्ती योगायोगाने लाभली. इंग्लंडमधील वेल्लोरमित्र संघटनेचे कार्यकर्ते जेफकोट त्या वर्षीच्या हिवाळ्यात वेल्लोरला येणार होते. ती संधी साधून या कार्यशाळेचं उद्घाटन ठरवण्यात आलं.

एका स्वप्नाचं पुनरुज्जीवन झालं होतं!

दैनंदिन कामाचा व्याप वाढू लागला. त्यामुळे नवजीवनधामाला ते पूर्वीपेक्षा कमी वेळ देऊ लागले, ह्या गोष्टींची त्यांना खंत वाटत असे. आता आणखी एक जबाबदारी येऊन पडली.

जुलै १९६१ मध्ये त्यांच्या खांद्यावर कॉलेजच्या प्राचार्यपदाची धुरा येऊन पडली. प्राचार्यपद म्हणजे व्यवस्थापकीय जबाबदारी. हे काम त्यांच्या आवडीचं नव्हतं. त्याला अनेक कारणं होती. पहिलं कारण म्हणजे त्यामुळे त्यांच्या संशोधनकार्यात अडसर आला असता. कारण हाताशी मदतनीस खूप असले तरी या पदावरच्या जबाबदाऱ्याही खूप होत्या. शिवाय एकूणच कॉलेज व हॉस्पिटलचा पसारा पुष्कळ वाढलेला होता. अर्थात त्यांच्या जन्मजात स्वभावानुसार त्यांनी या कामांतही स्वतःला झोकून दिलं, उत्साहानं जबाबदारी शिरावर घेतली व एक शिस्त लावण्याच्या हेतूनं प्रथम कॉलेज व हॉस्पिटलमधल्या सर्व घड्याळांमध्ये एकवाक्यता आणायचा प्रयत्न केला. त्यासाठी दिवसातून दोन वेळा टेलिफोनद्वारे घड्याळांच्या वेळा जुळवायचा क्रम चालू केला. जेमतेम आठ दिवस हा नियम पाळला गेला. पुन्हा ये रे माझ्या मागल्या, असं सुरू झालं. शेवटी त्यांनीही ठरवलं की, काटेकोर शिस्तीपेक्षा प्रेमळपणा, कामातील तळमळ ह्या ख्रिश्चन तत्त्वांची महती पटवली पाहिजे आणि ह्यावेळी त्यांना यश आलं.

काही व्यवस्थापकीय कामांमध्ये त्यांनी आपणहून खूप रस घेतला. त्यापैकी एक होतं बांधकामविषयक. डॉ. जॉन कारमन संचालकपदावर होते, तेव्हाही डॉ. ब्रँडनी त्यांना नवीन इमारतींच्या कामात खूप मदत केली होती. दोघंही या विषयात सारखाच रस घेत असल्यामुळे त्याना नवनवीन कल्पना सुचत असत व त्या ते

प्रत्यक्षातही आणत. याच काळात त्यांनी बैरुटला भेट दिली. रॉकफेलर विश्वस्त निधीनं त्याचा खर्च उचलला. तेथील अमेरिकन विद्यापीठांच्या इमारतींचा स्थापत्यविषयक अभ्यास हे मुख्य कारण होतं. परत आल्यानंतर परिचारिका प्रशिक्षण शाळा, पुरुष प्रशिक्षणार्थी, डॉक्टरांसाठी निवासस्थानं, ग्रामीण हॉस्पिटल, वगैरेसाठीच्या अनेक इमारती बांधण्यात त्यांनी पुढाकार घेतला.

विशेष उल्लेख करण्यासारखी गोष्ट म्हणजे, तरुणपणी बांधकामशास्त्राचा केलेला अभ्यास त्यांना या काळात उपयोगी पडला. उदा. काटपाडी येथे बांधण्यात आलेलं चेशायर होम – कुष्ठरोग्यांसाठीचं निवासस्थान – डॉ. ब्रँडनी आपल्या कल्पनेनुसार बांधून घेतलं. (दुसऱ्या जागतिक महायुध्दात चेशायर ह्या एकमेव ब्रिटिश विमान अधिकाऱ्यानं जपानवरील बॉम्बहल्ल्यात भाग घेतला. अनन्वित हानिकारक अशा या हल्ल्यामुळे त्यांचं पूर्ण आयुष्य बदललं. त्यानंतर त्यानं सगळं आयुष्य मानवसेवेला वाहिलं. इंग्लंड, तसंच भारतासारख्या अनेक देशात त्यानं अपंग आणि व्याधीग्रस्त विकलांगांसाठी निवासस्थानं बांधली. डॉ. आयडांनी त्यांना आपल्या कुष्ठरोग्यांसाठी घर बांधण्याची गळ घातली व त्यांनी ती मान्य केली.)

प्राचार्यपदाच्या कारकिर्दीत त्यांचा बांधकाम क्षेत्रातला रस अधिकच वाढला.

कधी आपल्या मुलांसाठी प्ले हाऊस बांध, तर कधी कॉलेजमधल्या विद्यार्थ्यांना दगडविटांच्या भिंती बांधायला शिकव, अशा उद्योगांमध्येही ते आनंदानं भाग घ्यायचे. अशा वेळी एखादी जुनी हाफपँट, अर्ध्या बाह्यांचा सुती शर्ट घालून ते मुलांना भिंती कशा बांधायच्या त्याचं शिक्षण द्यायचे. विद्यार्थीही ह्या कामात मनापासून भाग घ्यायचे, कारण तेवढाच त्यांनाही विरंगुळा मिळायचा.

एक दिवस एक मजेशीर घटना घडली. एका अध्यापक प्रशिक्षण कॉलेजचे प्राचार्य डॉ. ब्रँडना अचानकच भेटायला आले. २६ जानेवारीच्या प्रजासत्ताकदिन सोहळ्याच्या वेळी डॉक्टरांनी भाषण द्यावं, अशी विनंती करायला. त्यांनी कळकट मळकट अन् जुनाट कपडे घातलेला एक माणूस गुडघाभर चिखलात उभा असलेला पाहिला. बाजूला काही तरुणही उभे होते. त्यांनी विचारलं, ''हे डॉ. ब्रँड यांचं घर ना?''

''हो. बरोबर ठिकाणी आलायत तुम्ही.'' डॉ. ब्रँडनी उत्तर दिलं.

''ते घरात असतात का यावेळी?'' त्यांनी पुढचा प्रश्न विचारला.

''आहेत ना, तुमच्यासमोरच उभे आहेत.'' मिस्कीलपणे डॉ. ब्रँड म्हणाले.

तेव्हा त्या प्राचार्यमहाशयांच्या चेहऱ्यावर आश्चर्य, गोंधळ, शरमिंदेपणा यांचं असं काही मिश्रण दिसलं की ज्याचं नाव ते!

एकूणच हा माणूस हाडाचा विनम्र होता. या जगातले लौकिक मानसन्मान त्यांच्या लेखी गौण होते. त्यामुळे कधीकधी कामाच्या घाईगर्दीत ते त्याबद्दल

मार्गरेटला सांगायलाही विसरायचे.

आता, खुद्द इंग्लंडच्या राणीसाहेबांनी त्यांना एक अतिशय बहुमोल असा सन्मान देऊ केला. त्याविषयीच्या अधिकृत पत्रात म्हटलं होतं, *भारत व इंग्लंड या देशांमधले संबंध वृद्धिंगत करण्याच्या महान कामगिरीबद्दल इंग्लंडच्या राणी एलिझाबेथ, द्वितीय आपल्याला, 'कमांडर ऑफ द ब्रिटिश एम्पायर', हा बहुमान देऊ इच्छितात.*

कमांडर ऑफ द ब्रिटिश एम्पायर! इंग्लंडमधील द्वितीय क्रमांकाचा बहुमान! त्याच्या वरचा एकच – 'सर' या पदवीचा. डॉ. ब्रँडच्या जागी अन्य कुणी असता तर त्यानं ही बातमी केव्हाच आपल्या मित्रमंडळींना, नातेवाइकांना सांगितली असती. डॉ. ब्रँडनी मात्र ते पत्र वाचलं, घडी घालून पँटच्या खिशात ठेवलं, सेक्रेटरीला त्याचं उत्तर पाठवायला सांगितलं अन् नंतर त्याबद्दल ते विसरूनही गेले.

नित्याच्या सवयीनं मार्गरेटनं धोब्याला कपडे देण्याआधी पँटचे खिसे तपासले, तेव्हा तिला ह्या बातमीचा सुगावा लागला.

संध्याकाळी डॉ. ब्रँड घरी आले तेव्हा तिनं विचारलं, "हे पत्र आल्याचं तुम्हाला ठाऊक होतं?"

"हो, माहीत आहे ना!" इतक्या सहजपणे त्यांनी उत्तर दिलं, की जणू ते एखाद्या भोजनसमारंभाचं आमंत्रण होतं.

"मग उत्तर पाठवलंत?"

"हो, केव्हाच."

"काय लिहिलंत पत्रात?" तिची उत्सुकता शिगेला पोहोचली.

आता मात्र डॉ. ब्रँड हसले, "काय लिहिणार? आनंद झाला असं कळवलं. प्रत्यक्ष राणीसाहेबांना होणाऱ्या आनंदात मी कशाला हस्तक्षेप करू बुवा?"

इंग्लंडमध्ये हे सन्मान राणीसाहेबांच्या हस्ते देण्याचे प्रसंग वर्षातून चार वेळा आयोजले जात; पण त्या सबंध वर्षभरात डॉ. ब्रँड कामाच्या रेट्यामुळे एकदाही हजर राहू शकले नाहीत. त्याबाबतीत एक अट अशी असायची की, एका वर्षाच्या आत ते स्वीकारले नाहीत तर ते रद्द होत. इतर अडचणी अशा होत्या की दिल्लीहून हायकमिशनरसाहेबही त्या वर्षात मद्रासला येऊ शकले नाहीत. वर्ष संपत आलं तेव्हा पत्राद्वारे डॉ. ब्रँडनी मद्रासमध्ये असलेल्या डे. हायकमिशरना विचारलं, "तुम्हीच ही कागदपत्रं – सर्टिफिकेट व इतर वस्तू – दिल्लीहून मागवून घेतलेत, तर मी मद्रासला आपल्याला भेटून आपल्याकडून घेईन."

'ठीक आहे,' त्यांनी उत्तर पाठवलं, 'एखादे दिवशी सपत्निकच या. दुपारचं जेवण आपण एकत्र घेऊ.'

डॉ. ब्रँडनी सुटकेचा निःश्वास टाकला, कारण त्यांना औपचारिक स्वागतसमारंभ,

सोहळे, त्यातली भाषणं वगैरे गोष्टींचा मनापासून तिटकारा होता. 'हे बरं झालं. जायचं, जेवायचं अन् मानपत्र घेऊन यायचं,' असं ते स्वत:शीच म्हणाले. यामध्ये आणखीही एक सोय होती. त्यांना लुधियाना इथल्या कुष्ठरोधामाला भेट द्यायची होतीच. वाटेत दिल्लीला उतरायचं, रात्र काढायची, सकाळी विमानानं मद्रासला. मार्गरिटनं गाडी घेऊन वेल्लोरहून मद्रास विमानतळावर यायचं अन् तिथून डे. हायकमिशनरच्या निवासस्थानी जायचं, असा सगळा बेत ठरला.

ठरल्याप्रमाणे डॉ. ब्रँड दिल्लीच्या हॉटेलात रात्र काढण्यासाठी राहिले. ते हॉटेल अगदी साधंसंच होतं. सकाळी तयार होताना त्यांच्या लक्षात आलं की अंगावरला सूट बराच चुरगळलाय. त्यांनी हातानंच सुरकुत्या घालवण्याचा प्रयत्न केला अन् स्वत:शीच म्हणाले, 'बरं झालं, समारंभ अनौपचारिक आहे.'

विमान मद्रासला उतरलं तेव्हा विमानतळावर मार्गरिटऐवजी ॲलिसन वेब दिसली. अचानकपणे मार्गरिट डेंग्यूच्या तापानं आजारी पडली होती. बरोबर त्यांची मुलगी एस्टेलही होती. विमान उशिरा आल्यामुळे ते थेट डे. हायकमिशनरच्या निवासस्थानीच गेले. तिथे पोहोचण्यापूर्वीच त्यांना पुढील गोंधळाची कल्पना आली.

राजगृह मस्तपैकी सजवलेलं होतं. बाहेर दोन्ही देशांचे झेंडे वाऱ्यावर फडफडत होते अन् आवारात बऱ्याच मोठ्या गाड्या थांबलेल्या दिसत होत्या.

''आपण चुकीच्या दिवशी आलो की काय?'' गोंधळून जात त्यांनी विचारलं

''असं काय करता डॉ. ब्रँड? हा सगळा थाटमाट तुमच्या सन्मानार्थ आहे.'' ॲलिसन म्हणाली.

उन्हात चमचमणाऱ्या मोठ्या गाड्यांच्या जवळ त्यांनी आपली जुनाट गाडी उभी केली. अंगावरल्या चुरगळलेल्या कपड्यांमुळे आता त्यांना थोडं वरमल्यासारखं झालं, पण क्षणभरच. शांतपणे ते ॲलिसन व एस्टेलसह आत शिरले. निमंत्रित स्त्रियांच्या अंगावरले लखलखणारे दागिने, त्यांच्या भारी रेशमी साड्यांच्या तुलनेत आपल्या अंगावर साधा सुती ड्रेस, या विचारानं ॲलिसन मात्र खूप नर्व्हस झाली. ''मी नाही आत येत, किती बावळट दिसेन मी त्यांच्यामध्ये,'' तिनं बोलून दाखवलं तेव्हा तिला धीर देत ते म्हणाले, ''चल! आपण कशाला लाजायचं? त्यांनी त्यांच्या हौसेखातर हा समारंभ ठेवलाय, म्हणून त्यांना तो साजरा करायचाय.''

मात्र, त्यांचा हा सगळा आविर्भाव आत शिरताच गळून पडला. दिव्यांचा लखलखाट, उपस्थितांच्या अंगावरले दिमाखदार सूट्स – त्यांचे डोळे क्षणभर दिपल्यासारखे झाले. निमंत्रितांमध्ये ब्रिटिश वकिलातीतले उच्चपदस्थ अधिकारी, शिवाय मद्रासचे नगरपाल अन् शहरातले प्रमुख व्यावसायिकही होते. बारा वर्षांची एस्टेल मात्र गोंधळून गेली नाही. जणू काही आपण एखादी तरुण राजकन्या आहोत अशा आविर्भावात ती ताठ उभी राहिली. डॉ. ब्रँडना तिचा अभिमान वाटला.

त्यांच्या स्वागतासाठी जेव्हा लाल गालिचा पसरण्यात आला, तेव्हा मात्र त्यांना फार संकोचल्यासारखं झालं. डे. हायकमिशनरांनी प्रवेश करण्यापूर्वी सर्वांनी कुठे, कसं उभं रहायचं, वगैरे सूचना दिल्या गेल्या. डॉक्टरांनी आपला कोट व टाय सरळ करायचा प्रयत्न केला. मंद संगीताचे सूर कानावर आले अन् डे. हायकमिशनर लवाजम्यासह पायऱ्या उतरून हॉलमध्ये आले व स्थानापन्न झाले. अभिवादन करण्यासाठी डॉ. ब्रँड पुढे होणार एवढ्यात, ''डॉ. ब्रँड, एक मिनिट प्लीज!'' त्यांचे मित्र डॉ. सोमशेखर झटकन पुढे झाले. त्यांनी डॉ. ब्रँडच्या कोटाच्या कॉलरवरला ढेकूण चिमटीत उचलला. दिल्लीच्या हॉटेलमधून स्वारी डॉ. ब्रँडबरोबर मद्रासला आली होती.

यजमानांनी अत्यंत विनम्रपणे डॉ. ब्रँडचं स्वागत केलं. छोटंसं भाषण केलं. त्यानंतर सन्मानपत्राचं जाहीर वाचन करून ते डॉक्टरांच्या हातात ठेवलं. सन्मानांमध्ये एक छोटासा सोन्याचा क्रॉस (गळ्यात अडकवण्याच्या रिबिनसह) होता. ज्यावर किंग जॉर्ज व क्वीन मेरी यांच्या मुद्रा होत्या. त्यानंतरच्या भोजनसमारंभानं एकूण सोहळ्याची सांगता झाली.

औपचारिक स्वागतसमारंभ, लाल गालिचा, पाहुण्यांचे दिमाखदार, भारी पोषाख, साड्या व त्या पार्श्वभूमीवर उत्सवमूर्तीचा चुरगाळलेला सूट, ॲलिसनचे विस्कटलेले केस आणि साधा ड्रेस, सोन्याचा क्रॉस अन् कोटाच्या कॉलरवरला ढेकूण... विरोधाभासाची कमाल असलेला हा प्रसंग डॉ. ब्रँड अन् ॲलिसन वेबच्या आठवणीत खूप वर्षं राहिला असला तर नवल नव्हतं...

३०

१९६३ साल उजाडलं. डॉ. ब्रँडना वेल्लोरला येऊन आता सोळा-सतरा वर्षं होत आली. ह्या वर्षाची सुरुवातच एका महत्त्वपूर्ण घटनेनं झाली. अशी घटना, जी त्यांच्याबाबतीत जणू 'सोनियाचा कळस' ठरावी!

५ जानेवारी १९६३ या दिवशी भारतातील पल्यिावहिल्या शारीरिक औषध आणि पुनर्वसन संस्थेचं उद्घाटन, भारताचे त्यावेळचे राष्ट्रपती, डॉ. सर्वपल्ली राधाकृष्णन यांच्या हस्ते झालं.

हा उपक्रम इतर उपक्रमांप्रमाणेच तीन देशांच्या आर्थिक साहाय्यानं उभारला गेला.

ब्रिटिश कुष्ठरोग निवारण समिती (British Leprosy Relief Association)

च्या अर्थसहाय्यानं इमारतीच्या तळघरात एक आधुनिक स्प्लिंट विभाग (splint shop) सुरू करण्यात आला. खरं तर डॉ. ब्रँडनी हा विभाग दहा वर्षांपूर्वीच फक्त तीन कामगारांच्या साहाय्यानं सुरू केलेला होता. आता या नव्या विभागात एकूण १४ कामगार असणार होते. पहिल्या वर्षात त्यांनी २७ कृत्रिम अवयवांचं, ४३० ब्रेसेसचं आणि १५३१ शल्यविषयक (surgical) बुटांचं आणि इतर साधनांचं (Appliance) उत्पादन केलं. डॉ. ब्रँडच्या अनेक स्वप्नांमधलं हे एक महत्त्वाचं स्वप्न होतं – कुष्ठरोग्यांना स्वावलंबी बनवण्याचं! इथे राहून कुष्ठरोगी तऱ्हेतऱ्हेचे व्यवसाय करून आर्थिक स्वावलंबन मिळवणार होते, आत्मप्रतिष्ठेनं जगण्याचं त्यांचं स्वप्न पुरं करणार होते.

डॉ. ब्रँडचं कुष्ठरोगी पुनर्वसनाचं ध्येय या प्रकल्पानं बऱ्याच मोठ्या प्रमाणात पुरं झालं. एवढंच नव्हे तर, डॉ. मेरी वर्गीजचंही अपंग पुनर्वसनाचं स्वप्न यामुळे सत्यात अवतरलं. न्यूयॉर्कमधील अपंग पुनर्वसनाचा अभ्यासक्रम तिनं पुरा केला असल्यामुळे तिला हे केंद्र चालवण्यासाठी प्रथम तात्पुरतं व पदवी मिळाल्यानंतर कायमचं प्रमुखपद देण्यात आलं. एका अपंग डॉक्टरनं अपंगांच्या पुनर्वसन केंद्राची धुरा आपल्या खांद्यावर घेऊन जणू सिद्ध केलं होतं की, शारीरिक सामर्थ्यापेक्षा, क्षमतेपेक्षा, मनोधैर्य अधिक महत्त्वाचं असतं.

ह्या नव्या उपक्रमाविषयी सांगताना डॉ. कारमन म्हणाले, ''आमचा विश्वास आहे – इथे अशा सोयीसुविधा उपलब्ध करून दिल्या जातील की, ज्यायोगे शल्यविशारदांना, व्यायाम प्रशिक्षकांना आणि इतर तज्ज्ञांना प्रशिक्षण देण्यासाठी आंतरराष्ट्रीय दर्जाचं प्रशिक्षण केंद्र इथे तयार होईल. शिवाय, जगभरातील कुष्ठरोग्यांचं पुनर्वसन आणि उपचार करण्यासाठी आणि आमच्या इतर रुग्णांचंही पुनर्वसन करण्यासंबंधी उपक्रम हाती घेतले जातील.''

या इमारतीच्या दुसऱ्या मजल्यावर स्विस विभाग उघडण्यात आला. ही इमॉस स्विसे (Emmaus Swisse) या संस्थेची भेट होती. त्यांचं ब्रीदवाक्य होतं. 'गरिबांची गरिबांना भेट' ॲबे पिअरनी ही संस्था सुरू केलेली होती. आपल्यापेक्षाही गरीब असलेल्या लोकांना मदत करायची, या आंतरिक तळमळीनं या मंडळींनी कुष्ठरोग्यांना मदत करण्याचा निर्णय घेतला होता. त्यांची मनापासून इच्छा होती की त्यांचं नाव दिलेला विभाग केवळ कुष्ठरोग्यांसाठीच असावा.

''नाही,'' ठामपणे डॉ. कारमन्नी त्यांना सांगितलं, ''तसं केलं तर आमच्या मूळ उद्देशालाच चूड लावल्यासारखं होईल. आज आम्ही समाजमतात परिवर्तन घडवायचा प्रयत्न करत असताना, आमचं सर्वांत महत्त्वाचं योगदान हे असलं पाहिजे की, कुष्ठरोगाला इतर रोगांप्रमाणेच एक रोग समजून त्यावर उपाय झाले पाहिजेत. त्याला इतरांपासून वेगळी जागा दिली तर आमच्या या उद्देशाला बाधा

येईल.'' स्विस संस्थेनं मोठ्या मनानं त्यांना मान्यता दिली.

या नव्या विचारधारेला अनुसरून जी उपचार केंद्रं वेल्लोरच्या आसपासच्या खेड्यात काढण्यात आली, ती स्वीडिश रेडक्रॉसनं काढलेली होती. (१९६० मध्ये डॉ. ब्रँडनी स्वीडनला भेट दिली होती. त्यावेळी ह्या उपक्रमाची सुरुवात झाली होती. त्या केंद्राला 'त्वचारोग उपचार केंद्र' (skin clinics) असं नाव देण्यात आलं. तिथे कुष्ठरोगाबरोबरच इतर त्वचारोगांवरही इलाज केले जात. थोडक्यात सांगायचं तर कुष्ठरोग हा इतर त्वचारोगांप्रमाणेच एक रोग आहे. त्यात वेगळं भयानक असं काही नाही, असं सांगण्याचा मुख्य उद्देश होता. हळूहळू जुने कडक विधिनिषेध, पूर्वग्रह समाजमनातून काढून टाकण्याचे प्रयत्न चालू होते.

भारतातील त्यांच्या तिसऱ्या पाच वर्षांच्या कालावधीत डॉ. ब्रँडच्या मनानं घेतलं की कुष्ठरोग्यांचंच नव्हे, तर सर्व प्रकारच्या अपंगांचं स्वावलंबनाच्या दृष्टिकोनातून पुनर्वसन केलं गेलं पाहिजे. त्यांना कामधंदा मिळत नाही म्हणूनच ते नाईलाजानं भिकारी बनतात किंवा आपल्या कुटुंबावर अवलंबून राहातात. भारतातील कुटुंबपद्धतीत अशा लोकांना किंवा वृद्धांना वाऱ्यावर सोडलं जात नाही ही गोष्ट खरी असली, तरी त्यांच्या आयुष्याला काही अर्थ राहात नाही हेही एक कटू सत्य होतंच. त्यांच्या आयुष्यात नवी पहाट फुलवायचा ध्यास डॉ. ब्रँडनी घेतला.

वैद्यकीय क्षेत्रातील वाटचालींमधले नवे नवे टप्पे यशस्वीपणे पार पाडणाऱ्या डॉ. ब्रँडना अजूनही अनेक स्वप्नं पडतच होती अन् ती प्रत्यक्षात आणण्यासाठी ते रात्रीचा दिवस करायला तयार होते. आता त्यांनी असा विचार केला की आपल्या कुष्ठरोगी बांधवांसाठी आपण काहीतरी ठोस उपक्रम सुरू केला पाहिजे, ज्यामुळे समाजाला पटेल की कामाच्या बाबतीत, कार्यक्षमतेच्या बाबतीत कुष्ठरोगी हे सर्वसामान्यांपेक्षा कुठेही कमी नसतात. ह्या विचारामागे एक दुःखद पार्श्वभूमी होती. गेली कित्येक वर्षं त्यांनी पाहिलं होतं की समाजात निर्धोक कुष्ठरोग्यांनादेखील तुच्छच लेखलं जातं. त्यांना नोकरी कामधंदा मिळणं कठीण असल्यामुळे त्यांच्या आयुष्याला काही अर्थ नसायचा. नवजीवनधामासारखे प्रकल्प मर्यादित स्वरूपातच कुष्ठरोग्यांना मदत करू शकायचे.

एकदा ते डॉ. वेबना म्हणाले, ''आपण काय करायला हवंय, तर एक कारखाना काढायचा. फक्त अपंगांसाठीच. महत्त्वाची गोष्ट म्हणजे हा उद्योग इतर उद्योगांप्रमाणेच फायदेशीर असायला हवा. मग आपण इतर कारखानदारांना इथे बोलावू, त्यांना प्रत्यक्ष दाखवू, की अपंगदेखील सर्वसाधारण लोकांप्रमाणे काम करू शकतात.''

फक्त हे कसं साधायचं हा मोठा प्रश्न होता!

एखाद्या गोष्टीचा ध्यास घेतला की, मग डॉ. ब्रँड स्वस्थ बसत नसत. मनातला

हा विचार त्यांनी इतरांजवळ बोलून दाखवला. त्यामध्ये एक होते रॉबर्ट ब्रूस, मद्रासमधील इंग्लिश इलेक्ट्रिक या कारखान्याचे व्यवस्थापक. बंगलोरमधील मूरहेड या पतीपत्नींनीही ही कल्पना उचलून धरली. श्री. मूरहेड वकील होते तर त्यांची पत्नीला धर्मादाय कार्याची आवड होती. एकाच विचारानं भारले गेल्यामुळे त्यांनी एक समिती स्थापन केली आणि 'सक्षमता विश्वस्त निधी'ची (Abilities trust) निर्मिती झाली. चौघं पुरुष सदस्य झाले आणि श्रीमती एस्थर मूरहेडनी सचिवपदाची जबाबदारी घेतली. कारखाना कसा काढता येईल, याविषयी विचारविनिमय करायला त्यांनी सुरुवात केली, निरनिराळ्या इंजिनियर्सच्या गाठी घेतल्या, कोणत्या वस्तूंची निर्मिती करता येईल, याच्या शक्यतांचा विचार केला. या सगळ्यांनंतर शेवटची पायरी होती आर्थिक मदत मिळवणं. त्यादृष्टीनं त्यांनी डॉ. ब्रँडचे स्वीडिश मित्र, मि. स्ट्रोह आणि स्वीडनमधील रेडक्रॉसबरोबर बोलणी केली आणि नेहमीप्रमाणेच त्यांना चांगला प्रतिसाद मिळाला.

लवकरच हे स्वप्न सत्यात उतरायची चिन्हं दिसू लागली. कारखान्याची उभारणी झाली व अल्पावधीतच कारखान्यात निर्मिती सुरू करायचं ठरलं. पन्नासहून अधिक अपंगांची, कामासाठी निवड करण्यात आली. त्यापैकी निम्म्याहून अधिक कुष्ठरोगी होते, तर उरलेले अपघातामुळे अवयव गमावलेले किंवा पोलिओमुळे अपंग झालेले होते. टाइपरायटरसाठी लागणारे छोटे भाग बनवण्याचा हा कारखाना दुहेरी उद्दिष्ट साधू शकला. एक, अपंगांना रोजगार देणे व दोन, कारखानदारांना दाखवून देणे की अपंग व्यक्तीही उत्कृष्ट काम करू शकतात. स्वीडिश रेडक्रॉसनं आपल्या देशातील काड्यापेट्या बनवणाऱ्या कंपनीच्या (Sweedish Match Companies) सहकार्यानं भारतातील खेड्यांमध्ये काड्यापेट्या बनवण्याचा कारखाना काढला. हा ग्रामीण प्रकल्प कामगारांना घरीच काम करायला देत असे. काटपाडी येथे सक्षमता विश्वस्त संस्थेनं एका स्विस धर्मोपदेशकांच्या चर्चच्या (Evangelical church) साहाय्यानं अवजारं बनवण्याचा कारखाना काढला. थोडक्यात सांगायचं तर, वेल्लोरच्या आसपास पुनर्वसन प्रकल्पाची एक वसाहतच उभी करण्यात आली.

समितीवरल्या आपल्या एका सहकाऱ्याला डॉ. ब्रँड म्हणाले, ''वाईट नक्कीच नाही. आपल्या सक्षमता विश्वस्त मंडळानं आपलं उद्दिष्ट साध्य केलंय आणि खर्च म्हणशील तर काहीच नाही. वेगवेगळ्या संस्थांना अर्थसाहाय्यासाठी जी पत्रं पाठवली, त्यांचा टपालखर्चच काय तो आपण केला.''

हा त्यांचा विनय होता. खरी गोष्ट अशी होती की त्यांच्या शब्दालाच आता इतकं वजन, इतकी किंमत होती, की त्यांनी विनंती करायचाच अवकाश, पैशाचा ओघ वेल्लोरच्या दिशेने वाहू लागायचा!

आंतरराष्ट्रीय पातळीवर तर याहूनही महत्त्वाच्या घटना घडत होत्या. कुष्ठरोग पुनर्वसनाच्या जागतिक समितीनं असा निर्धार केला होता की खरी गरज प्रशिक्षण केंद्रं काढायची आहे अन् त्यासाठी वेल्लोर व कारीगिरीच्या धर्तीवर जगभर प्रशिक्षण संस्था काढल्या जाव्यात. त्यानुसार १९६३ मध्ये आफ्रिकेतील इथियोपिया या देशाच्या राजधानीत, आदिस अबाबा इथे एक केंद्र सुरू करण्यात आलं. १९६३ मध्ये स्टॅनले ब्राऊन यांनी या समितीसाठी आफ्रिकेचा दौरा केला आणि इथियोपियातील आदिस अबाबाला भेट दिली. संपूर्ण आफ्रिका खंडाकरिता वरील धर्तीचं केंद्र इथे काढावं, अशी शिफारस त्यांनी केली. या केंद्राच्या आसपास जवळजवळ तीन हजार कुष्ठरोगी रहात होते.

या ठिकाणी सुरुवातीला अमेरिकन कुष्ठरोग मिशन्सच्या आर्थिक मदतीनं आणि नंतर सरकारी आरोग्य खात्याच्या मदतीनं राजकुमारी झीनबेनी वॉर्क (Princess Zenebene worq) हे रुग्णालय सुरू करण्यात आलं. त्याचे संचालक डॉ. अर्नेस्ट प्राइस हे होते. आपल्या पहिल्या आफ्रिकन दौऱ्यात डॉ. ब्रँडनी त्यांच्याबरोबर काम केलं होतं. ज्या ठिकाणी कुष्ठरोगाचा प्रादुर्भाव मोठ्या प्रमाणावर होता अशा ठिकाणी हे हॉस्पिटल वसवलेलं होतं. जवळजवळ ३ हजार रुग्ण हॉस्पिटलच्या आसपास राहत असल्यामुळे, वैद्यकीय कर्मचाऱ्यांचं प्रशिक्षण, त्याचप्रमाणे कुष्ठरोग्यांचं पुनर्वसन ह्या दोन्हीचा समन्वय साधणं शक्य आहे, हे दाखवून देता आलं असतं. या कामाचा आर्थिक भार आंतरराष्ट्रीय अपंग पुनर्वसन संस्था उचलणार होती. अदिस अबाबाला भेट देऊन झाल्यानंतर डॉ. ब्रँड ह्यांचा उत्साह अनेक पटींनी वाढला आणि त्यांनी निश्चय केला की इथियोपियात केंद्र उभं करायचं व त्यासाठी निधी गोळा करायचा.

वेल्लोरमधील वास्तव्याची तिसरी टर्म संपत आली, तेव्हा डॉ. ब्रँडच्या पुढे एक प्रश्नचिन्ह उभं राहिलं. यापुढे कुठे काम करायचं? माझी सर्वांत जास्त गरज जिथे असेल तिथे, त्यांच्या मनानं उत्तर दिलं – पुन्हा एकदा त्यांच्यापुढे काही पर्याय उभे राहिले वेल्लोर, इंग्लंड की आणखी कुठे?

वेल्लोरमध्ये त्यांची जागा समर्थपणे घ्यायला आता अनेकजण तयार झाले होते. पुनर्निर्माण शल्यक्रियेत डॉ. फ्रिसची होते. पॅथॉलॉजी विभागासाठी कमलम जॉब होते-कारीगिरीसाठी अधीक्षक म्हणूनही ते काम करत होतेच.

इंग्लंडला परत जावं का? मुलांच्या भवितव्याच्या दृष्टीनं ते उत्तम ठरलं असतं....की जगभर भ्रमंती करत रहावं अन् आपल्या विशेष ज्ञानाचा फायदा करून द्यावा?

कुटुंब, शल्यक्रिया आणि कुष्ठरोग – परमेश्वराखालोखाल महत्त्वाच्या तीन

गोष्टी! त्यांच्या सुदैवानं या तिन्हींचा समन्वय साधणं त्यांना आत्तापर्यंत शक्य झालं होतं. यापुढे त्याग करायची वेळ आली तर कोणत्या गोष्टीचा करावा लागेल?

कोणताही निर्णय घेतला तरी या देशाबरोबरचे, वेल्लोरबरोबरचे धागे घट्ट जुळलेले रहाणारच होते. त्यांची चार मामे-मावस भावंडं भारतात मिशनरी म्हणून सेवा करत होती. जॉन हॅरीस हा मामेभाऊ कुष्ठरोगासंबंधात कार्यमग्न होता. काही काळ त्यानं कारीगिरीत काम केलेलं होतं. त्यांच्या दोन मामे बहिणी, मोनिका व रूथ हॅरिस, एवलिनपासून जवळ असलेल्या एका पर्वतावर वैद्यकीय केंद्र चालवत होत्या. नॅन्सी रॉबीन्स दोहनावूरमध्ये होती अन् त्यांच्या आईनं, ग्रॅनी ब्रॅंडनं तर स्वत:ला भारतातल्या लोकांसाठीच वाहून घेतलेलं होतं.

चौऱ्यांयशी वर्षांची वृध्द एवलिन अजूनही मनाशी तेच, तरुणपणातलं पतीबरोबर पाहिलेलं स्वप्न बाळगून होती. या वयातदेखील तिची जिद्द कायम होती. जोडीला चिवटपणाही होताच. वयोमानानुसार तिचे हातपाय थकले होते. हालचाल मंदावली होती. कुबड्या घेऊन चालणं तिला आवडायचं नाही, तरी तिचं रानोमाळ हिंडणं चालूच होतं. आपल्या घोडीवर बसायचं, बरोबर एखादा मुलगा घ्यायचा अन् लोकांना मदत करत हिंडायचं, एवढंच तिला ठाऊक होतं. डोंगरदऱ्यांतले आदिवासी, साधे लोक जसे रहायचे, तसंच साधं आयुष्य तीही जगायची.

कधीकधी डॉ. ब्रॅंडना तिची काळजी वाटायची. 'जवळपास दवाखाना असेल अशा ठिकाणी रहा,' असं त्यांनी तिला सांगून पाहिलं पण त्याचा काही उपयोग झाला नव्हता. शेवटी त्यांनी निष्कर्ष काढला होता, 'आईनं पूर्ण विचार केलाय. मृत्यू केव्हा, कुठेही, कशाही अवस्थेत येवो, त्यासाठी तिच्या मनाची तयारी झालीय. शेवटच्या क्षणापर्यंत ती असंच काम करत जगणार आहे, देवानं दाखवलेल्या मार्गावरून चालत रहाणार आहे. त्याच्या आज्ञेवरून ती हे काम करतेय, कुणीतरी तिची जागा घेईल तेव्हाच ती थांबेल. कौतुकाच्या, कृतज्ञतेच्या शब्दाचीही अपेक्षा न करता ती काम करणार आहे. मग तिची काळजी कशाला करायची? देवाच्या सांगण्यावरून ती काम करतेय, तेव्हा तिनं काही केलं तर ते त्याच्याच कृपेमुळे आहे, असं आपण मानलं पाहिजे!'

डॉ. ब्रॅंडनी मग आईची चिंता, काळजी करणं सोडून दिलं. आईच्या शिकवणीचा, संस्कारांचा वसा पुढे चालू ठेवणं, हेच त्यांचंही जीवनकार्य होतं!

३१

पॉल पंधरा वर्षांचा होता तेव्हा त्याच्या वडिलांचा अचानक मृत्यू झाला होता. त्या घटनेनं एखाद्या उन्मळून पडलेल्या वृक्षासारखी एव्लिनची अवस्था झाली होती. पॉल आईला त्यानंतर पहिल्यांदा भेटला तेव्हा कमालीचा हादरला होता. 'जगून काय करायचं आता?' हा एकच प्रश्न ती पुन्हा पुन्हा विचारत होती. आपल्या प्रिय व्यक्तीचा कायमचा विरह माणसाला इतका उद्ध्वस्त करू शकतो, ह्यावर पॉलचा तोपर्यंत विश्वास बसला नव्हता, कारण तसा अनुभवच त्याला कधी आलेला नव्हता. त्यानं तत्क्षणी मनाशी ठरवलं होतं, 'कुणावर इतकं प्रेम करायचं नाही.' अशाप्रकारे कोसळून जाणं त्याला मान्य नव्हतं.

परमेश्वराला जणू डॉ. ब्रँडची परीक्षा घ्यायची असावी. सुट्टीवर इंग्लंडला गेले असताना मार्गरेट गंभीर आजारी झाली. तिची काळजी घेताना, तिची सेवा करताना त्यांनी कोणतीही गोष्ट करायची बाकी म्हणून ठेवली नाही. एखाद्या परिचारिकेप्रमाणे त्यांनी तिची सेवा केली. स्वयंपाकघरात जाऊन तिच्यासाठी योग्य ते पदार्थ शिजवले आणि आकर्षक पद्धतीनं ट्रेमध्ये खाद्यपदार्थ ठेवून तिच्या खोलीत नेऊन तिला खाऊ घातले. मुलं घरातील काम करायला कंटाळा करायची तेव्हा त्यांनी गोडीगुलाबीनं सांगून त्यांना कामं करायला लावली. स्वत: कपडे, भांडी धुण्याचं काम केलं. तिला प्रसन्न वाटावं म्हणून खोलीत ताजी फुलं ठेवली. मार्गरेटचा वाढदिवस जूनमध्ये असायचा. त्यावेळी ॲलिसन वेबच्या मदतीनं त्यांनी मेजवानीचा बेत ठेवला आणि जवळजवळ तीस लोकांना निमंत्रण दिलं. सगळी जय्यत तयारी केली. फुलांपासून ते शेवटी देण्यात येणाऱ्या स्ट्रॉबेरीज आणि क्रीमपर्यंत! सगळी कामं स्वत: करायचा आग्रह धरला आणि शेवटी बश्या-पेले धुवायचं कामही त्यांनीच पार पाडलं. मार्गरेटची अंगदुखी आणि थकवा बराच काळ टिकला. भारतात असताना झालेला डेंग्यूचा तो परिणाम असावा. आजारपणात तिच्या स्नायूंची झीज होईल अशी भीती त्यांना वाटत होती; पण तसं काही झालं नाही. जूनपर्यंत तिची तब्येत युरोपमधल्या तंबूत राहावयाच्या सहलीसाठी पुरेशी सुधारली. फ्रान्सच्या दक्षिणेकडे असलेल्या एका मठातही त्यांनी काही दिवस मुक्काम केला. इथे कुष्ठरोग्यांवर उपाय केले जात.

त्यांच्याकडल्या व्हॉक्झॉल गाडीला त्यांनी भरपूर ताबडवली. गाडीत ब्रँड कुटुंबातील आठजण, शिवाय ख्रिस्तोफरच्या शाळेतले दोन मित्र होते आणि गाडीच्या मागच्या बाजूला जो ट्रेलर जोडलेला होता, त्यात तंबू आणि इतर

सामानसुमान लादलं होतं. एका कुटुंबात इतकी मुलं असू शकतात या गोष्टीचा त्या मुलांना मोठाच धक्का बसला; पण लवकरच ती दोघं सावरली आणि अगदी घरच्यासारखी मोकळेपणानं वागूही लागली. तीन आठवड्यात त्यांनी फ्रान्स आणि स्वित्झर्लंडमधली आठ शहरं पाहिली, भरपूर पोहले, आपल्या फ्रेंच भाषेच्या ज्ञानात भर टाकली. खाण्यापिण्याची चंगळ केली आणि आंतरराष्ट्रीय मैत्रीचं उदाहरण इतरांपुढे ठेवलं.

दिगंतात कीर्ती वाढू लागली तशा जबाबदाऱ्याही वाढू लागल्या. यापुढे ते इंग्लंडमधल्या कुष्ठरोगसमितीच्या अस्थिविभागाचे पूर्णवेळ संचालक म्हणून तर काम पहाणारच होते, शिवाय वेल्लोरमधील अस्थिविभागाचे प्रमुख आणि जागतिक आरोग्यसंघटनेचे प्रमुख अशा भूमिकाही त्यांना पार पाडायच्या होत्या. या वर्षभरात ते अनेक देशांना भेटी देणार असल्यामुळे मुलाबाळांपासून त्यांना जवळजवळ वर्षभर दूर रहावं लागणार होतं. त्यामुळे सुट्टी एकत्र घालवायची अन् मग दौऱ्यावर जायचं अशा निर्णय त्यांनी घेतला.

यावर्षी पहिल्यांदाच मार्गरेट त्यांच्याबरोबर दक्षिण अमेरिकेतील रियो डी जॅनेरो या गावी भरणाऱ्या आंतरराष्ट्रीय कुष्ठरोग परिषदेसाठी हजर रहाणार होती. चार वर्षांतून एकदा भरणाऱ्या या परिषदेत प्रथमच शल्यक्रिया व पुनर्वसनावर दोन चर्चासत्रं ठेवण्यात आली होती. मार्गरेटनं कुष्ठरोग्यांचे नेत्ररोग व शस्त्रक्रिया यावरील प्रबंध वाचला. डॉ. ब्रँडना आपल्या सहधर्मचारिणीचा मनापासून अभिमान व कौतुकही वाटलं.

त्यानंतर न्यूयॉर्कमधल्या भाषणांमध्येही दोघंही सहभागी होत, त्यावेळी त्यांना प्रथमच ही जाणीव झाली की, त्यांचं दोघांचं काम एकमेकांच्या कामाशी जवळून जोडलेलं आहे. एका दिवशी त्यांनी चारचार, पाचपाच सभांमध्ये भाषणं दिली. न्यूयॉर्क शहरात तर त्यांनी सहा-सात भाषणं दिली. इथे पहिल्यांदाच त्यांना जाणवलं की त्यांचे दोघांचे व्यावसायिक कामातले बंधही आता अगदी दृढ झाले आहेत. दोघंजण मंचावर एकदम उभे राहायचे, तेव्हा त्यांची भाषणं व सादरीकरण अधिक परिणामकारक होत असे. सुरुवातीला ते स्वत: हात, पाय, नाकावरील शस्त्रक्रियांबद्दल अनौपचारिक भाषणं देत आणि मग मार्गरेटकडे बघून म्हणत, "डोळ्यांविषयी काही बोलायचं तर माझ्यापेक्षा योग्य व्यक्ती इथे आहे." असं म्हणून ते मार्गरेटकडे वळत. त्यानंतरचं भाषण मार्गरेट देत असे. थोड्या वेळानं पुन्हा एकदा डॉ. ब्रँड भाषणाचं सूत्र आपल्या हाती घेत असत.

हा प्रदीर्घ दौरा खरोखरंच थकवा, कंटाळा आणणारा ठरला असता; पण तसं झालं नाही. कारण वेल्लोरमध्ये त्यांच्याबरोबर काम करून गेलेले अनेक प्लॅस्टिक सर्जन अमेरिकेत राहत असल्यामुळे त्यांच्या घरी या पती-पत्नींचं छान स्वागत

झालं. काही विद्यार्थी पदव्युत्तर शिक्षणासाठी अमेरिकेत राहत होते, त्यांच्या आकस्मिकपणे भेटी झाल्या. नोव्हेंबरमध्ये काही दिवस कॅनडातील माँट्रियलमध्ये घालवल्यानंतर मार्गरेट इंग्लंडला परतली आणि डॉ. ब्रँडचा उर्वरित दौरा पुढे चालू राहिला.

कामाबद्दल तळमळ असेल तर मानसिक उत्साह वाढतो अन् शरीरही तितक्याच समर्थपणे साथ देतं, या गोष्टीचा त्यांना पुढील चार महिन्यांत अनुभव आला. दर दोन दिवसांनी एका नव्या गावी जायचं, तिथल्या टेलिव्हिजन किंवा रेडिओवर मुलाखत द्यायची, दुपारी वैद्यकीय विद्यार्थ्यांसमोर भाषण, मग डॉक्टरांबरोबर चर्चासत्र, संध्याकाळी चर्चमध्ये प्रार्थना सभा, दुसरे दिवशी एखाद्या हॉस्पिटलला भेट, एखादी शस्त्रक्रिया, मग वेल्लोरमित्रांबरोबर जेवण, संध्याकाळी दुसऱ्या चर्चमध्ये भाषण, तिसऱ्या दिवशी सकाळी नवीन गावी पुन्हा तोच कार्यक्रम, अशा पद्धतीनं त्यांनी जवळजवळ साठ-सत्तर गावांना अथकपणे भेटी दिल्या. फक्त दोनच दिवस असे गेले, जेव्हा त्यांना भाषण द्यायचं नव्हतं किंवा शस्त्रक्रियाही करायची नव्हती!

हा खरा म्हणजे त्यांच्या अधिकृत सुट्टीचा काळ होता. या आधीच्या सुट्टीत व ह्या सुट्टीत त्यांना खूप फरक जाणवला. त्यावेळी त्यांना आपल्या कार्याचं महत्त्व पटविण्यासाठी भाषणं द्यायला लागली होती. यावेळी त्यांना सगळीकडे मानानं बोलवणं होतं! काहीकाही ठिकाणी तर त्यांना जवळजवळ संतपद मिळाल्यासारखा आदरसत्कार व्हायचा, त्यामुळे त्यांना लाजल्यासारखं होई!

बहुतेक सर्व ठिकाणी त्यांना सन्मानानं वागवण्यात आलं, त्यांच्या कामाचे गोडवे तोंड भरून गायले गेले. काही वेळा मुलाखत घेणाऱ्याच्या सुरावरून त्यांच्या असंही लक्षात यायचं– ह्या लोकांना वाटतंय, कुष्ठरोगाची समस्या आता राहिलेलीच नाही.

क्वचित काही वेळा त्यांना लोकांच्या या रोगाविषयीच्या उदासीनतेचाही अनुभव यायचा. एकदा त्यांना लॉस एंजेलिस या शहरात टीव्हीवरल्या एका मुलाखतीसाठी बोलवण्यात आलं. सर्वसाधारणपणे असे मुलाखतीचे कार्यक्रम टीव्हीवर रात्री उशिरा दाखवले जात आणि मुलाखतही जेमतेम पाच-सहा मिनिटांची असे. त्या दिवशीच्या कार्यक्रमात दोन मुलाखती घेतल्या गेल्या. डॉ. ब्रँडचा नंबर दुसरा होता. ते मंचावर आले तेव्हा मुलाखतकाराच्या तोंडावर कंटाळलेपणाचा भाव स्पष्ट दिसत होता. समोर कॉफीचा भलामोठा मग ठेवून स्वारी बसली होती. त्यानं कॉफीचा एक मोठ्ठा घुटका घेतला, डॉ. ब्रँडकडे एक ओझरता कटाक्ष टाकला, मग हातातल्या कागदाकडे पाहिलं आणि भुवया उंचावत प्रश्न विचारला, "ओह्, तर तुम्ही एक कुष्ठरोगतज्ज्ञ आहात का?"

"हो."

"बरं," पुढे काय बोलावं ते त्याला सुचेना, "म्हणजे तुम्ही कुष्ठरोग्यांवर इलाज करता का?" मग जांभई दाबण्याचा प्रयत्न करत त्यानं म्हटलं, "मला सांगा, कुष्ठरोगावर इलाज करण्यासाठी तुमच्यासारख्याची गरज कशाला लागते?"

"मला वाटतं तुम्हाला त्यांच्या परिस्थितीविषयी फारशी माहिती नसावी." मग अगदी शांतपणे साध्या शब्दात डॉ. पॉल म्हणाले, "कुष्ठरोग्यांवर इलाज केल्यानंतर ते बरे होतात. तरीही त्यांच्या काही समस्या अशा असतात, ज्या सर्वसामान्यांना ठाऊकच नसतात. त्यांच्यामध्ये अशी व्यंगं निर्माण होतात, ज्यामुळे त्यांना काही कामधंदा मिळत नाही, घरापासून, कुटुंबापासून ते दुरावले जाताा. अहो, काहींजवळ तर साधं मांजर देखील नसतं."

"काय म्हणालात तुम्ही – तुम्ही मांजराचा उल्लेख केलात का आत्ता?"

खडबडून जागं झाल्याप्रमाणे त्यानं विचारलं, "पण मला सांगा, मांजर नसणं ही भयंकर गोष्ट कशी काय बुवा?"

आता डॉ. ब्रँडनी बोलायला सुरुवात केली, खऱ्या विषयाला हात घातल्यासारखी. "त्याचं काय आहे ना, मी जर असं म्हटलं की अंध व्यक्तीला कुत्र्याची गरज असते, कारण कुत्रा जणू त्याचे डोळे असतात, तर ते सगळ्यांना पटतं. आता आमच्या कुष्ठरोग्यांच्या बाबतीत सांगतो, त्यांच्या त्वचेला बधीरपणा आलेला असतो, काही संवेदना नसते. याचाच अर्थ त्यांना कसलीही वेदना जाणवत नाही. त्यामुळे त्यांना वेगळ्या प्रकारची संरक्षक तटबंदी लागते. भारतातील खेड्यांमध्ये उंदीर मोठ्या प्रमाणावर असतात. त्यांना जेव्हा समजतं की कुष्ठरोग्यांचे हातपाय रात्री झोपलेले असताना कुरतडले, की त्याला त्याची जाणीव होणार नाही, तेव्हा ते कुष्ठरोग्यांवर हल्ला करतात. म्हणूनच अशा रुग्णांना रात्री झोपताना जवळ मांजर बाळगावं लागतं."

मुलाखतकारानं हातातला कॉफीचा कप टेबलावर ठेवला. पहिल्यांदाच त्याच्या चेहऱ्यावर उत्सुकतेची छटा उमटली, "तुम्ही सांगताय ते खरोखरच भयंकर आहे. आम्हाला याविषयी काहीच माहिती नव्हती. आम्ही त्यांच्यासाठी कदाचित काही मदत करू शकतो, नाही का?" तर अशा प्रकारे सुरू झालेली ती मुलाखत पुढे दहा मिनिटांऐवजी अर्ध्या तासाहून अधिक, तासाहून अधिक काळ चालली!

अमेरिकेतली एक भेट त्यांना अविस्मरणीय वाटली ती फार वेगळ्या कारणासाठी. डॉ. ब्रँड कॅलिफोर्नियात होते तेव्हा त्यांना डॉ. रॉबर्ट चेस हे स्टॅनफोर्ड युनिव्हर्सिटीतील शल्यक्रियाविभागाचे प्रमुख भेटले. त्यांनी तीन महिने वेल्लोरमध्ये काम केलेलं होतं. ते एक नावाजलेले प्लॅस्टिक सर्जन होते. त्यांनी विद्यापीठामधल्या चर्चप्रमुखाशी बोलून डॉ. ब्रँड ह्यांचं भाषण रविवार सकाळच्या प्रार्थनासभेत ठेवलं होतं. आसपासच्या

चर्चच्या सभासदांनाही त्यासाठी खास बोलावण्यात आलं होतं. तो दिवस होता २४ नोव्हेंबर १९६३.

त्याआधी दोनच दिवस – २२ नोव्हेंबर १९६३ ह्या दिवशी दुर्दैवानं अमेरिकेचे राष्ट्राध्यक्ष श्री. जॉन एफ. केनेडी यांची निर्घृण हत्या करण्यात आली. सगळ्या राष्ट्रावर विलक्षण दाट शोककळा पसरली. शनिवारी चर्चप्रमुखांनी डॉ. ब्रँडना फोन केला, "काय करावं? रविवारच्या प्रार्थनासभेत..." त्यांचा सूर फार चिंतेचा वाटला डॉ. ब्रँडना.

डॉ. ब्रँड तत्परतेनं म्हणाले, "नको, ते योग्य वाटत नाही. राष्ट्राध्यक्षांना आदरांजली वाहण्यासाठी शोकसभाच ठेवा."

"पण त्यासाठी वेगळी शोकसभा होणारच आहे. तेव्हा आपण तुमचं भाषणच ठेवू. त्यामध्ये तुम्ही या शोकघटनेचा उल्लेख केलात तरी पुरे."

"छे छे. तसं नकोय मला. एकतर वेल्लोरबद्दल माहिती किंवा शोकसभा असं एकच काहीतरी ठेवा." डॉ. ब्रँड नम्रपणे म्हणाले.

"मग आपण तुमचं भाषणच ठेवू. हवा तेवढा वेळ घ्या तुम्ही." चर्चप्रमुखांनी त्यांच्या परीनं तिढा सोडवला.

"ठीक आहे." डॉ. ब्रँडनीही संमती दिली.

रविवार उजाडला तोच आणखी एका धक्कादायक बातमीनं – राष्ट्राध्यक्षांचा मारेकरी ली ओसवॉल्डचा मृत्यू झाला होता. जे श्रोते डॉ. ब्रँडचं भाषण ऐकायला येणार होते त्या सर्वांनी ही बातमी टीव्हीवर ऐकली असणार. त्यांनी हत्येचा प्रसंग तर नक्कीच पाहिलेला होता. आश्चर्याची बाब अशी की लोकांची मानसिक स्थिती विलक्षण हेलावली असूनही सभागृह मात्र तुडुंब भरलेलं होतं. तीन हजारांच्या आसपास सुविद्य श्रोते – हॉस्पिटलमधले डॉक्टर्स, इतर कर्मचारी, कॉलेजचे विद्यार्थी आणि आसपासचे नागरिक – पाहून डॉ. ब्रँडना वेगळंच वाटलं. ह्या सर्व शोकाकुल लोकांना आपल्यासारख्या तिऱ्हाइतानं काय सांगायचं हेच त्यांना समजेना. वेल्लोरबद्दल माहिती देण्यासारखा तो प्रसंग निश्चितच नव्हता. त्यातच, सुरुवातीच्या भाषण सोपस्काराच्या वेळी चर्चप्रमुख म्हणाले, "डॉ. ब्रँडचं भाषण अनेक दिवसांपूर्वी आयोजलेलं होतं. ते रद्द करावं, असं मला वाटलं नाही."

त्यांच्या बोलण्याचा सूरही डॉ. ब्रँडना दिलगिरीचाच वाटला.

भाषणासाठी ते उभे राहिले. श्रोतृवृन्दावरून त्यांनी एक नजर फिरवली, अन् त्यांना वाटलं, आपणच हे भाषण रद्द करण्याचा आग्रह धरायला हवा होता. पुन्हा एकदा त्यांनी श्रोत्यांकडे पाहिलं. पोरक्या झालेल्या मुलांसारखे घायाळ, दुःखी दिसले सगळेजण! अचानक त्यांच्या मनात वेगळाच विचार आला– पाठीराखा, सांभाळकर्ता मेंढपाळ दिसेनासा झाल्यावर मेंढरांची जी केविलवाणी अवस्था होते,

तशी दिसताहेत ही सगळीजणं! कुणीतरी त्यांना दिलासा द्यायला हवाय. 'मेंढपाळ' शब्दानिशी त्यांना आठवला येशू ख्रिस्त. तोही चुकलेल्या कोकरांना मार्ग दाखवण्यासाठी पृथ्वीवर अवतरला होता. त्याच्याच विषयी बोलायचं ठरवलं त्यांनी. ते म्हणाले, "माझ्यासारख्या परक्यानं तुम्हाला इथे मार्गदर्शन करावं हे खरं तर योग्य वाटत नाही. पण मला ठाऊक आहे, आज जगभर सगळीकडे चर्चमध्ये लोक तुमच्यासारखाच शोक करत आहेत, तुमच्या दु:खात सहभागी झाले आहेत. या दु:खद घटनेनं आपल्याला एकत्र आणलं आहे. ही जी दु:खाची भावना संकटसमयी लोकांमध्ये जागृत होते, ती खऱ्या अर्थानं संवेदनशील समाजाचं वैशिष्ट्य आहे. व्यक्तीच्या बाबतीत बोलायचं झालं तर जेव्हा एखाद्याच्या हातापायाला जखम होते तेव्हा त्याची जाणीव मेंदूला होते; पण हातापायाला वेदनाच झाली नाही तर? तो अवयव मृत झाला असं आपण म्हणतो म्हणूनच वेदना महत्त्वाची. वेदनेमुळे आपले अवयव आपल्या शरीराचा भाग आहेत हे आपल्याला जाणवतं."

ते पुढे म्हणाले, "यावरूनच तुम्हाला कुष्ठरोग्यांच्या समस्येची जाणीव होईल. शरीरातील वेदना आणि संवेदना नष्ट होणं हा कुष्ठरोगाचा दुर्दैवी परिणाम होय." अतिशय सहजपणे त्यादिवशी डॉ. ब्रँडनी लोकांच्या मनातली दु:खाची भावना अन् कुष्ठरोग्यांची मुख्य समस्या या गोष्टींची सांगड घातली.

त्यादिवशी बोलत असताना त्यांना एक गोष्ट प्रकर्षानं जाणवली. समोर बसलेल्या श्रोत्यांमधल्या प्रेमाच्या, वात्सल्याच्या, एकात्मतेच्या भावनेला जणू उधाण आलं. प्रवचन संपल्यावर अनेक श्रोते त्यांच्याजवळ आले आणि त्यांनी कृतज्ञता व्यक्त केली. आत्तापर्यंतच्या त्यांच्या आयुष्यात श्रोत्यांनी त्यांच्या प्रवचनांना इतकी उत्स्फूर्त दाद कधीच दिली नव्हती.

अमेरिकेच्या दौऱ्यानंतर पुढे ते पश्चिमेच्या दिशेनंच गेले. ऑस्ट्रेलिया, न्यूगिनी, सारावाक, थायलंड या ठिकाणी त्यांनी कुष्ठरोग केंद्रांना भेटी दिल्या किंवा आपल्या कार्याची माहिती दिली. सिडनीतच त्यांनी रेडिओवर दहा व टीव्हीवर पाच मुलाखती दिल्या. मार्गरेटला लिहिलेल्या पत्रात ते म्हणाले, 'मी कुणीतरी प्रसिद्ध व्यक्ती आहे असं त्या लोकांना वाटतं.'

दक्षिण पूर्व आशियातील देशांना भेटी देताना त्यांना एका आनंदाचा प्रत्यय आला. त्यांच्या हाताखाली वेल्लोरला येऊन प्रशिक्षण घेतलेले अनेक डॉक्टर्स त्यांचा सेवेचा वसा तन्मयतेनं चालवत होते. थायलंडमधील 'मनोरम' हे गोड, अर्थवाही नाव असलेल्या केंद्रात मिशनरी डॉक्टर्स आणि परिचारिका बऱ्या झालेल्या कुष्ठरोग्यांबरोबर काम करत होते. ते पाहून डॉ. ब्रँडना आयुष्याचं सार्थक झाल्याची भावना जाणवली.

प्रशांत महासागरातील एक छोटं बेट – न्यूगिनी. दौऱ्यामधला जवळजवळ अखेरचा देश. या चिमुकल्या देशानं त्यांच्या मनाला अनेक धक्के दिले. ही संपूर्ण भेट अविस्मरणीय ठरली. कधी अंगावर भीतीनं काटा उभा राहिला कधी त्यांच्या संवेदनशील मनाला चरचरीत डाग दिल्यासारखा धक्का बसला, तर कधी ते केवळ अवाक झाले.

खडकाळ प्रदेशानं व्यापलेल्या या देशातले पर्वत सुळक्यासारखे जमिनीवरून वर आलेले होते. कुठेही व्यवस्थित बांधलेले रस्ते नव्हते. त्यामुळे सरकारनं त्यांना एक अगदी छोटं, एकच इंजीन असलेलं सेस्ना हे विमान प्रवासासाठी दिलं. वैमानिक, डॉ. ब्रँड, एक कुष्ठरोग अधिकारी व एक ऑस्ट्रेलियन शल्यविशारद एवढी चारच माणसं बसू शकतील, अशा त्या विमानाच्या उड्डाणानं त्यांना तरुणपणीच्या साहसी विमानोड्डाणांची आठवण झाली. अतिशय कुशल अशा त्या वैमानिकानं अनेक वेळा उंच सुळक्यासारख्या पर्वतमाथ्यावर विमान उतरवलं, त्यावेळी त्यांनी डोळे गप्पकन मिटून घेतले व 'हा शेवटचा प्रवास' हे शब्द मनाशी उच्चारले.

या विमान प्रवासांव्यतिरिक्तही अनेक धक्कादायक अनुभव त्यांना आले. अंगावर काटा उभा करणारे! किती कठीण परिस्थितीत माणसं जगू शकतात याचं त्यांनी 'याचि देही याचि डोळा' दर्शन घेतलं. काही आदिवासी आयुष्यभर त्यांच्या छोट्याशा वस्तीतच रहायचे. एका गावातली माणसं पाच मैलांहून अधिक अंतर कधी गेलीच नव्हती. रोगांचं प्रमाण भयानक होतं. जवळजवळ दहा टक्के किंवा त्याहून अधिक लोकांना कुष्ठरोगाची लागण झालेली होती. पण क्षयरोगी मात्र औषधालादेखील सापडला नाही. कुष्ठरोग्यांच्या पायांची स्थिती तर केवळ दयनीय होती. अनवाणीच चालायचं, तेदेखील खडकाळ प्रदेशात, पायांना संवेदना नाही. त्यामुळे अणुकुचीदार दगडांनी पायाला इतक्या जखमा व्हायच्या की, काहींच्या पायांची हाडं झिजली होती. तर काहींची पावलंच झिजून नाहीशी झाली होती. असे लोक पायांच्या खुंटांवरच चालत होते. अशा रुग्णांना 'पायात नेहमी बूट घाला', असं सांगता येणार नव्हतं. पण याचाच दुसरा अर्थ असा होता की, इथे काम करायला भरपूर वाव होता. लहान मुलांचे, तरुणांचे हातपाय वाचवायचं जबरदस्त मोठं आव्हानही होतं

दौरा संपत आला. वेल्लोरला परत जात असताना त्यांच्या मनात विचारमंथन सुरू झालं. पुढलं एक वर्ष काय करायचं ते ठरून गेलंय. सहा महिने वेल्लोर अन् सहा महिने इंग्लंड. शिवाय, जगभराचा प्रवास होताच. 'उर्वरित आयुष्य असंच काढणार आहोत का आपण?' त्यांनी स्वत:लाच विचारलं. 'हरकत नाही,' त्यांचं एक मन म्हणालं, 'पत्नीपासून, मुलांपासून दूर रहावं लागेल, त्याचं काय?' त्यांचं

दुसरं मन म्हणालं.

काम तर न संपणारं होतं. नवनवीन कुष्ठरोगकेंद्रं काढायची, त्यासाठी दौरे काढायचे हे कामच त्यांना जन्मभर पुरलं असतं. इतर अनेक शक्यताही होत्याच. शस्त्रक्रियेतली तंत्रं सुधारायला, नवी तंत्रं शोधून काढायला वाव होता. संशोधनकार्य तर केव्हाचं खुणावतच होतं – शरीरातली हरवलेली संवेदना कुष्ठरोग्यांना पुन्हा देता आली तर? प्रयत्न केला तर हेही अद्भुत घडवता येईल. जगात कित्येक नवे शोध लागत होते, वैज्ञानिक चमत्कार घडत होते. सदागोपनसारख्यांना त्यामुळे नवजीवनाचं वरदान मिळालं असतं...

याहूनही कठीण असं एक आव्हान त्यांना अनेक दिवसांपासून खुणवत होतं. आपले आध्यात्मिक विचार इतरांपर्यंत पोहोवायचं. आत्तापर्यंत देव, परमेश्वर या संकल्पनेच्या बाबतीत त्यांचे विचार पुष्कळ प्रगल्भ झाले होते.

परमेश्वराची सामान्य माणसाच्या मनातली प्रतिमा म्हणजे चेहऱ्यावर एक प्रेमळ, सात्विक भाव असलेला दयाळू वृद्ध पुरुष, शुभ्र दाढी आणि चेहऱ्याभोवती प्रकाशमान वलय. त्यांच्या मनात मात्र एक द्वंद्व होतं – परमेश्वराची ही प्रतिमा खरी की आजच्या वैज्ञानिक युगातली नवी प्रतिमा खरी? शास्त्रज्ञाची प्रतिमा; जो दिवसरात्र, रक्ताचं पाणी करून या विश्वाचं कोडं उलगडायचा प्रयत्न करतो, जो सर्व प्राणिमात्रांत एक ईश्वरी अंश, वेगळाच ईश्वरी अंश शोधतो. डीएनए (DNA) हा एक प्रकारे ईश्वराच्या मनाचा ठसाच नव्हे का? प्रत्येक सजीवात हा ईश्वरी प्रतिमेचा ठसा असतोच, हे तत्त्व जर आपण सगळ्यांना पटवून देऊ शकलो तर कदाचित धर्म आणि विज्ञानाची सांगड घालता येईल – दोन्हीमध्ये एक सेतू बांधल्यासारखं होईल.

अनेक आव्हानं त्यांना खुणवत होती. त्याक्षणी त्यांना वाईट वाटलं, आपल्याला ईश्वरानं एकच आयुष्य दिलंय, या गोष्टीचं. एकच आयुष्य. पायांची एकच जोडी, हातांची एकच जोडी – केवळ दहाच बोटं!

एकदा डॉ. ब्रँड एका संवेदनाहीन हातावर शस्त्रक्रिया करत होते. त्या दरम्यान ते रुग्णाच्या कोपरापासून मनगटापर्यंतच्या हातातील प्रत्येक स्नायू खेचून त्याची परीक्षा घेत होते. त्यातील ताण बरोबर आहे की नाही हे पहाण्यासाठी प्रत्येक वेळी एक स्नायू खेचला की एक बोट हलत असे. एका पेरापाशी वाकत असे किंवा सरळ होत असे. नेहमीच्या सवयीने ते साहाय्यकांशी बोलू लागले, ''आपण हातांमध्ये नवीन स्नायूंचं आरोपण करतो तेव्हा ते संपूर्ण हातांमध्ये चपखल बसले पाहिजेत. त्यांनी इतर स्नायूंपेक्षा ताठर किंवा सैल असता कामा नये.''

शस्त्रक्रिया संपवताना, शेवटचे टाके घालत असताना ते निरीक्षण करणाऱ्या विद्यार्थ्यांना म्हणाले, ''मी केलेली शस्त्रक्रिया तुम्ही पाहिलीत. पण लक्षात ठेवा,

ही फक्त सुरुवात आहे. माझ्या कामाला केवळ एकदोन तास लागतात. खरं महत्त्वाचं काम त्यानंतरच सुरू होतं. आपण ह्या स्नायूंना वळवून दुसरीकडे फिरवलंय, ही गोष्ट त्याच्या मेंदूला नवी आहे. त्याला आता अनेक गोष्टी नव्यानं शिकवायच्या आहेत. ती गोष्ट या मुलाला आता फिजिओथेपिस्ट, व्यवसायप्रशिक्षक शिकवणार आहेत. पण या सगळ्यांमध्येदेखील या रुग्णाचा सहभाग हवाच. मी तर म्हणेन, आपल्या सगळ्या टीममधली सगळ्यात महत्त्वाची व्यक्ती म्हणजे आपला हा रुग्ण आहे. तुम्ही आता पाहिलतंच की त्याच्या हातातले स्नायू मी खेचून पाहात होतो, तेव्हा त्याच्या बोटांच्या हालचाली किती सावकाश आणि गबळ्यासारख्या वाटत होत्या ना? आता मला सांगा, तुम्ही कधी पियानोवादकांच्या बोटांच्या हालचाली पाहिल्या आहेत का? मी जेव्हा त्यांची बोटं सरसरपणे पियानोच्या पट्ट्यांवर फिरत असताना पाहतो, तेव्हा प्रत्येक वेळी मी स्तिमित होतो. मेंदू आणि स्नायू यामधली ती विलक्षण एकवाक्यता मला भारून टाकते. खरं म्हणजे, हाताचं एक बोट पियानेची एक पट्टी दाबतं, त्यावेळी कमीतकमी दहा-बारा स्नायूंच्या हालचाली होतात; पण आपण जे संगीत ऐकतो ते प्रथम उमटलेलं असतं त्याच्या मनात आणि बोटांद्वारे आपल्या कानांपर्यंत पोहोचतं...'' त्यांनी मग फिजिओथेरपिस्टना सांगितलं, ''या दहा बोटांची या मुलाच्या मनाशी सांगड तुम्ही घालून द्यायची.''

शस्त्रक्रिया आटोपली. त्यांनी चेहऱ्यावरचा कापडाचा मुखवटा काढला, हातावरले मोजे काढले, हात धुतले, शस्त्रक्रियेनंतर थकवा दूर करण्यासाठी ते कॉफी पीत असत. त्यावेळी त्यांना वाटलं, 'शस्त्रक्रियेचं सगळं श्रेय शल्यविशारदाला मिळतं ते कितपत योग्य आहे? खरं तर कितीतरी लोक त्याला त्याच्या कामात मदत करत असतात. त्या सगळ्यांचा सहभाग तितकाच महत्त्वाचा असतो. तसं पाहिलं तर त्यांच्यासारख्या शल्यविशारदाचं यशसुद्धा मर्यादितच म्हणायला हवं... जगात अजून लाखो कुष्ठरोगी मदतीशिवाय जगताहेत अन् आपलं आयुष्य निम्म्याहून अधिक संपलेलं...'

या खिन्न विचारांचं प्रतिबिंब त्यांच्या बोटांमध्ये दिसलं. बोटांच्या अस्वस्थ हालचालींकडे पहात असताना ते स्वत:लाच म्हणाले, 'या दहा बोटांपैकी कुठल्या बोटानं शस्त्रक्रिया केली होती? तर्जनीनं? अंगठ्यानं? शस्त्रक्रियेचं ज्ञान तर त्यांच्या मनात, मेंदूत होतं. बोटं केवळ एक साधन होती – मनाचं साधन! मनाच्या आज्ञा पाळणारी दहा साधनं... जसे आपण, देवाच्या आज्ञा पाळणारे एक...'

त्याक्षणी 'मी कोण आहे?' या प्रश्नाचं उत्तर त्यांना सापडलं, मनातल्या शंका कापराप्रमाणे उडून गेल्या.

'मी एक बोट आहे – देवाच्या हाताचं. त्या कर्त्याकरवित्या परमेश्वराच्या,

जगन्नियंत्याच्या हाताचं, त्या सूत्रधाराच्या हाताचं. केवळ एक बोट, कदाचित अंगठाही असेल.....

त्यांच्या मनातली खिन्नता क्षणार्धात दूर झाली. खिन्न होण्याचं कारणच नव्हतं. 'आपण त्या सर्वशक्तिमान परमेश्वराच्या हातचं एक बोट आहोत, हा विचारच किती उदात्त आहे. आणखी काय हवंय मला?'

विनम्रतेचं याहून वेगळं, मोठं उदाहरण असू शकेल का?

उत्तररंग

'कृतार्थ मी' असं वाटावं, इतकं समाधान वेल्लोरमधल्या वास्तव्यानं, तिथं केलेल्या कामानं डॉ. ब्रँडना मिळालेलं होतं. अजूनही इथे काम करायला पुष्कळ वाव आहे, हा विचार मनात असला तरी काही नवी आव्हानं, नव्या जबाबदाऱ्या त्यांना खुणावत होत्याच.

इंग्लंडमधील ब्रिटिश कुष्ठरोगसमितीनं त्यांना अधिकारपद देऊ केलं होतं. त्यांच्यासाठी एक घरही विकत घेतलं होतं. त्यावेळी देखील, शस्त्रक्रियेची तंत्रं शिकवणं व पुनर्वसनाच्या कामानिमित्तानं द. अमेरिकेतील व्हेनेझुएलामधल्या कॅराकास, इथियोपितील आदिस अबाबा अन् भारतातील वेल्लोर याठिकाणी ते वर्षातला काही काळ राहात होतेच. तात्पर्य, त्रिखंडात त्यांचं वास्तव्य असणार होतं.

इंग्लंडमध्ये घर करायचं अशी इच्छा असली तरी त्यांच्या काही अटी असणार होत्या. त्यातली महत्त्वाची अट म्हणजे त्यांना कुष्ठरोगविषयक काम व त्यासाठी दौरे करायला पुरेसा वेळ मिळायला हवा. मनासारखी नोकरी मिळणं त्यांना अजिबात अवघड नव्हतं. कारण एफ.आर.सी.एस. सारखी उच्च पदवी अन् भरपूर अनुभव त्यांच्या गाठीशी होताच. दोन नोकऱ्या चालूनही आल्या होत्या. पण त्या काहीशा बंधनकारक ठरल्या असत्या. फक्त अस्थिशल्यक्रिया आणि कुष्ठरोगसमितीचं कामच करावं लागलं असतं. संशोधनासाठी वेळ मिळाला नसता.

दुसरी महत्त्वाची अडचण म्हणजे मार्गरेटला तिच्या क्षेत्रात – नेत्रचिकित्सा – नोकरी मिळाली नसती. कारण त्या विषयातली पदवी तिच्याजवळ नव्हती. केवळ वेल्लोरमधला प्रचंड अनुभवही उपयोगी पडला नसता. त्यामुळे तिच्यापुढे दोन पर्याय होते. पदव्युत्तर पदवी घेण्यासाठी निवासी डॉक्टर म्हणून हॉस्पिटलमध्ये

नोकरी करणं किंवा केवळ डोळे तपासणी व औषधोपचार यावर समाधान मानणं. दोन्हीही पर्याय तिला मान्य नव्हते.

'काय करावं' हा गहन प्रश्न डोळ्यांसमोर उभा राहिला की सश्रद्ध मनाचे डॉ. ब्रँड परमेश्वरावर हवाला ठेवत. यावेळीही त्यांनी तेच केलं अन् अनपेक्षितपणे नव्या संधीनं त्यांचं दार ठोठावलं. अमेरिकेतल्या लुइझियाना राज्यातील कारव्हिल या गावातील कुष्ठरोगीधामात ते शस्त्रक्रिया करण्यासाठी जात असत. उत्तर अमेरिकेतलं हे एकमेव कुष्ठरोग उपचारकेंद्र होतं. तिथे आपल्या भाषणांमध्ये ते वेल्लोर व कारीगिरीतील पुनर्वसन केंद्राचा उल्लेख करत. एका भाषणानंतर तिथले केन्द्रसंचालक, डॉ. एडगर जॉनविक, त्यांना म्हणाले, "तुम्ही भारतासारख्या देशात एवढी प्रगती केलीय, हे ऐकून मला आश्चर्य वाटतं. इथे अमेरिकेतदेखील तशी व्यवस्था नाही. आपल्या रुग्णांनापण ही संधी द्यायला हवी!"

तिथून निघण्यापूर्वी पुनर्वसन (विभागाचे) प्रमुख, डॉ. रॉय फॅल्सग्राफ्टनी त्यांना नोकरीची संधी दिली. तो प्रस्ताव ऐकून डॉ. ब्रँड चाटच पडले. 'म्हणजे मायभूमी सोडून इथे यायचं?' हा प्रश्न मनात येताच ते स्वतःला म्हणाले, 'माझी मायभूमी? कोणती मायभूमी? जिथे जन्मलो, बालपण घालवलं, जिथे अठरा-वीस वर्षं नोकरी केली तो भारत देश, की जिथे शिकलो तो इंग्लंड? अन् आता इथे अमेरिकेत उर्वरित आयुष्य घालवायचं?'

'पण काय हरकत आहे? नाहीतरी आता आपण जगभराच्या प्रवासामुळे विश्वनागरिक झालोच आहोत.' त्यांचं दुसरं मन म्हणालं.

त्यांनी मग अनेक प्रश्न विचारले, "आणखी काही परीक्षा द्याव्या लागणार नाहीत ना? रुग्णतपासणी व शस्त्रक्रिया करता येईल ना? मार्गरेटला महत्त्वाचं पद मिळेल ना? दौऱ्यांसाठी वेळ मिळेल ना?"

डॉ. जॉनविकनी लगेच थेट राजधानी वॉशिंग्टनला फोन लावला. संध्याकाळपर्यंत सगळ्या प्रश्नांची समाधानकारक उत्तरं मिळाली. हॉस्पिटलच्या इतर सहकाऱ्यांनी देखील डॉ. ब्रँडचं मनापासून स्वागत केलं. त्यांना तो स्वतःचाच गौरव वाटला.

मग त्यांनी मार्गरेटशी चर्चा करायचं ठरवलं. अर्धा तास त्यांनी स्वतःचे विचार, कारव्हिलविषयी माहिती टेपवर नोंदवली. मुलांना हवं असेल तर इंग्लंडमध्ये रहाता येईल. इथल्या पगारात ते परवडेल, असंही सांगितलं

'दोनेक महिन्यांत निर्णय कळवतो,' असं सांगून ते दौऱ्यावर निघून गेले.

मार्गरेट व मुलांनी टेपवरील संभाषण ऐकलं. मुलांच्या प्रतिक्रिया संमिश्र स्वरूपाच्या होत्या. ख्रिस्तोफरनं अमेरिकेला जायचं ठरवलं, तर जीन निराश झाली. मधल्या पाच-सहा वर्षांच्या विरहानंतर आता पुन्हा सगळ्यांनी इंग्लंडमध्ये आनंदात

राहायचं या तिच्या स्वप्नाला तडा गेला. तिला इंग्लंडमध्येच राहून परिचारिकेचा अभ्यासक्रम करायचा होता. सेंट थॉमस हॉस्पिटलमध्ये तिनं प्रवेशही मिळवला होता. हे महाविद्यालय फ्लॉरेन्स नाइटिंगेलनं सुरू केलेलं होतं. मेरीला पण तेच करायचं होतं. धाकट्या दोघी मुलींना अमेरिकेला जायचं आकर्षण वाटलं. सगळ्यांनी आई-वडिलांना मिळणाऱ्या सुवर्णसंधीला झुकतं माप दिलं अन् निर्णय झाला.

'लगेचच या,' डॉ. जॉनविकनी गळ घातली; पण नेहमीप्रमाणे डॉ. ब्रँडनी नियमांना अनुसरायचं ठरवलं. त्याहूनही महत्त्वाची गोष्ट होती, सदसद्विवेकबुद्धीचा कौल. अलीकडेच, त्यांना अशा प्रकारच्या एका सत्वपरीक्षेला सामोरं जावं लागलं होतं. भारतात असतानाच कुष्ठरोग मिशनचं काम स्वीकारण्यापूर्वी एक वर्ष आधी, एका सुवर्णसंधीनं त्यांचं दार ठोठावलं होतं. लंडनमध्ये ते ज्या कॉलेजात शिकले होते, त्याच कॉलेजनं त्यांना अस्थिशल्याविभागाचे प्राध्यापक व अध्यक्ष हे पद देऊ केलं होतं, लंडनमधल्या आपल्याच कॉलेजमध्ये इतकं मानाचं पद मिळणं ही साधीसुधी संधी नव्हती. तेथील प्राध्यापकांनीही त्यांना आग्रहाचं आमंत्रण दिलं होतं; परंतु ती संधी मिळण्यासाठी त्यांना वेल्लोरला ताबडतोब निरोप द्यावा लागला असता. अजून त्यांचं तिथलं कार्य पुरं झालेलं नसल्यामुळे एक प्रकारची जबाबदारी टाळण्यासारखंच कृत्य झालं असतं ते! त्यांच्या सदसद्विवेकबुद्धीला ही गोष्ट पटली नाही म्हणून त्यांनी आपली असमर्थता पत्रानं कळवली. मात्र असंही लिहिलं, 'पुढील वर्षीही हे पद उपलब्ध असेल तर मी अवश्य येईन.' एकदा हुकलेली संधी पुन्हा मिळाली नाही तरी त्यांना वाईट वाटलं नाही. कारण त्यांनी योग्य तोच निर्णय घेतला होता. सुदैवानं इतर अधिक चांगल्या संधीही त्यांच्यापुढे चालून आल्या होत्या. आताही, कुष्ठरोगसमितीला दुसऱ्या कुणाची नेमणूक करण्यासाठी पुरेसा अवधी देणं आवश्यक होतं. 'एक जानेवारी १९६६ पासून येतो.' त्यांनी कळवलं.

एका दुर्दैवी घटनेनं या सुवर्णसंधीला गालबोट लागलं. १९६५ च्या उत्तरार्धात हृदयविकाराच्या झटक्यानं डॉ. एडगर जॉनविकना मृत्यू आला. त्यानंतरच्या नव्या कार्यकारी संचालकांनी वेगळी रचना केली. त्यानुसार शल्यक्रिया व पुनर्वसन हे दोन वेगळे विभाग झाले. आता दोन्ही विभागांऐवजी डॉ. ब्रँडना फक्त पुनर्वसन विभागप्रमुख म्हणून नेमण्यात आलं. त्यामुळे शस्त्रक्रियांमध्ये त्यांचा सहभाग सल्लागारापुरताच रहाणार होता. मोठ्या मनानं त्यांनी हा बदल स्वीकारला.

एका वेगळ्या प्रकारे हा स्वागतार्ह ठरला. कारण त्यामुळे त्यांना हात व पायांच्या रचनांचा सखोल अभ्यास करण्यासाठी, पुस्तकं वाचण्यासाठी, अधिक वेळ मिळणार होता. ही त्या विधात्याचीच योजना असावी!

मार्गरेटच्या दृष्टीनं कारव्हिलला येणं हा एक फारच आनंददायी अनुभव ठरला. आत्तापर्यंत तिथे एकही पूर्णवेळ नेत्ररोगतज्ज्ञ नव्हता. न्यू ऑर्लिन्स येथून एक

प्राध्यापक, डॉ. जिमी ॲलन आठवड्यातून फक्त एकदाच येत असत. तिला स्वतःला आवश्यक ती शैक्षणिक पात्रता नसल्यामुळे त्यांच्याशी सल्लामसलत करणं फायद्याचं ठरलं. भारतातल्यासारखे इथेही कुष्ठरोग्यांना नेत्रविकार होत असत व त्यावर परिणामकारक उपाय अजूनही सापडलेले नव्हते. हॉस्पिटलमधल्या कित्येक रुग्णांची दृष्टी गेलेली होती. काहींच्या फक्त एकाच डोळ्यात थोडी दृष्टी शिल्लक होती. अशा सर्व रुग्णांवर ती अतिशय शांतपणे उपाय करत असे. त्यांच्याशी जमेल तितका संवाद, जवळीक साधत असे. काही वर्षांनंतर जगातली एक नामांकित नेत्ररोगतज्ज्ञ अशी तिची ओळख झाली. देशोदेशीचे विद्यार्थी कारव्हिलला प्रशिक्षणासाठी येऊ लागले. त्यापैकी बहुतेक जण मिशनरी काम करणारे होते. इथल्या अनुभवांवर आधारित अनेक प्रबंध तिनं जागतिक परिषदांमध्ये वाचले. व्यावसायिक साफल्याबरोबरच अपूर्व मानसिक समाधानही तिला लाभलं.

दोघा पतीपत्नींना कारव्हिलमध्ये आपल्या ज्ञानाच्या कक्षा रुंदावत आहेत, अनुभवाची क्षितिजं विस्तारत आहेत आणि संवेदनशीलतेतही वाढ होत आहे असा अनुभव आला व दोघांनी त्याबद्दल परमेश्वराचे आभार मानले.

काही रुग्णांच्या समस्या पाहून तिच्या मनाला आत्यंतिक वेदना होत. ज्यूलियन नावाचा एक वृद्ध कुष्ठरोगी होता. त्याचं स्पर्शज्ञान तर कुष्ठरोगामुळे नष्ट झालेलंच होतं; पण त्याचा एक पायही कापून टाकण्यात आला होता. एक डोळ्यातली दृष्टी पूर्ण गेलेली होती अन् दुसराही त्याच मार्गानं चालला होता. ऐकू कमी येत असल्यामुळे त्याला श्रवणेंद्रिय लावायला लागायचं. एकदा या यंत्राची बॅटरी क्षीण होऊ लागली तेव्हा त्याला धड ऐकू येईना. सगळी ज्ञानेंद्रियं काम करेनाशी झाल्यामुळे त्याचं जिणंच निरर्थक झालं. रिकाम्या मनाला मग भास होऊ लागले. आपल्यावर कुणीतरी हल्ला करतंय, अशी भीती वाटू लागली. त्याच्या डोळ्यावर मार्गरिटनं शस्त्रक्रिया केली तेव्हा त्याचा डोळा बांधून ठेवावा लागला. तो सतत ओरडत रहायचा. "बिचारा ज्यूलियन, बॅटरी मरायला लागलीय, बिच्चारा ज्यूलियन,"

त्याला धीर देताना मार्गरिटला वाटलं, 'किती असहाय वाटत असेल याला! आपलं मनोबल या ज्ञानेंद्रियांवरच अवलंबून असतं नव्हे, आत्मिक बळावर – बॅटरीवर – अवलंबून असतं. दुसऱ्यांची दुःख, त्यांच्या गरजा समजण्यासाठी आपणसुद्धा आपल्या आत्म्याची बॅटरी सतत चार्ज करायला हवी.'

ज्यूलियनपेक्षाही दयनीय स्थितीतला एक कुष्ठरोगी प्युअर्टो रिको या ठिकाणाहून आला. स्पर्शज्ञान, दृष्टी, घ्राणेंद्रिय, श्रवणेंद्रियं ही सर्व ज्ञानेंद्रियं गमावून बसलेल्या या माणसाला अन्नाची चव कळत होती हेच नशीब. दिवसभर बिचारा गर्भावस्थेतल्या जिवासारखा शरीराचं मुटकुळं करून अंथरुणावर पडलेला असे. खरं म्हणजे त्याचा मेंदू काम करत होता; पण त्याच्याशी संवाद साधणं अशक्य होतं.

औषधामुळे त्याच्या रोगावर नियंत्रण येऊ लागलं, तेव्हा त्याच्या डोळ्यांवर शस्त्रक्रिया करून त्याला दृष्टी देणं शक्य होतं; पण कायद्यानुसार शस्त्रक्रियेपूर्वी त्याची संमती घेणं आवश्यक होतं; पण ती कशी मिळवायची? शेवटी मार्गारेटनं व दुसऱ्या एका डॉक्टरनं एक विचार केला – प्युअर्टो रिकोच्या पोलिसांकरवी त्याच्या नातेवाइकांकडून संमती मिळवून त्याच्यावर शस्त्रक्रिया करावी.

शस्त्रक्रियेनंतर त्याला दृष्टीच मिळाली नाही, तर त्याच्या जीवनालाही अर्थ मिळाला. आता तो प्रार्थनागृहात येऊन प्रार्थनेत सहभाग घेऊ लागला. इतरांना प्रार्थना म्हणताना बघू शकला.

या घटनेचा विचार करताना मार्गारेटला वाटलं, 'आपणा सगळ्यांची गोष्ट काही फार वेगळी नाही. परमेश्वरालाही ठाऊक असतं आपल्या गरजा काय आहेत. तोच आपल्या गरजा भागवतोही. आपण फक्त आपल्याला त्याच्या स्वाधीन करायचं असतं पण आपण त्याची शक्ती जाणत नसल्यामुळे त्याला आपली संमती देत नाही. 'परमेश्वरा, तूच कर्ता आणि करविता आहेस, मी शरण तुला भगवंता,' असं आपण म्हटलं तर तो निश्चितपणे आपली काळजी घेईलच.

पॉलची सहधर्मचारिणी असलेल्या मार्गारेटमध्येही हे बदल किती सहजपणे घडले होते! अगदी त्याच्यासारखेच तिलाही प्रत्येक लहानसहान घटनेत विधात्याचे हात दिसत. तेच हात आपल्या हातांना धरून आपल्याला चालवत आहेत, अशी नितांत श्रद्धा असल्यामुळे अडचणींचे डोंगरही हे पतीपत्नी शांतपणे पार करत. गोरगरिबांची सेवा करताना दोघांनाही आत्मिक उन्नतीचा परिसस्पर्श झाला होता.

कारव्हिलमध्ये स्थिरस्थावर झाल्यावर लगेचच डॉ. ब्रँडनी परदेश दौऱ्यांना सुरुवात केली, तेव्हा त्यांच्या मनावर संकोचाचं दडपण आलं नाही. कारण नेमणूक करताना अमेरिकन सरकारनंच त्यांना तशी मुभा दिलेली होती. किंबहुना अमेरिकन सरकारच्या आरोग्यखात्याची अशी इच्छा होती की, त्यांच्या सरकारच्या प्रयत्नांना जगभर मान्यता मिळावी. आफ्रिका आणि आशियातील कुष्ठनिर्मूलनाच्या कार्यानं अनायासे प्रसिद्धी मिळाली असती.

आफ्रिकेतील अनुभव आशियातल्या अनुभवांहून खूप वेगळे होते. इथियोपियातलं वातावरण, तिथली संस्कृती वेगळी होती. त्या लोकांना अजूनही कुष्ठरोग हा एक फार मोठा कलंक वाटायचा. सोयीसुविधांची कमतरता भयानक होती. वाहनं कमी, दुरूनदुरून अनवाणी पायांनी चालत कुष्ठरोगी हॉस्पिटलमध्ये येत, ते पायांवर ओल्या जखमा घेऊनच! जखमा बऱ्या होईपर्यंत शस्त्रक्रिया करणं अशक्य, हॉस्पिटलमध्ये त्यांना प्रवेश नाही, शेवटचा पर्याय म्हणून रुग्णवाहिकांमधून डॉक्टरांनाच रुग्णांच्या वस्तीवर जाऊन औषधोपचार करावे लागत. इतका खडकाळ प्रदेश डॉ. ब्रँडनी आयुष्यात प्रथमच पाहिला. एक नवी सजगता त्यांच्या मनात मूळ धरू लागली.

आत्तापर्यंत त्यांनी कुष्ठरोग्यांना आरोग्याचे, स्वच्छतेचे धडे दिले होते. अपंगांना सामर्थ्य देण्यासाठी मनोबल दिलं होतं; पण इथियोपियात त्यांना प्रथमच अतिशय तीव्रतेनं जाणवलं की सर्व प्रकारच्या रोगांचं मूळ कारण अतोनात दारिद्र्य हेच आहे. दारिद्र्य, त्यामुळे होणारं कुपोषण हेच सगळ्याच्या मुळाशी आहे.

इथियोपियातले काही प्रदेश अतिशय दुर्गम होते. डोंगरांच्या रांगा, मध्ये पसरलेल्या खोल दऱ्या, वाहत्या नद्यांमुळे तयार झालेल्या घळी अन् तिथे वस्ती करून राहिलेले आदिवासी. नद्यांवर पूल नसायचे, त्यामुळे जिथे नदीचं पात्र अरुंद असेल तिथे नदी पार करून पलीकडे जावं लागे. कधीकधी नदीपल्याडचे माणसांचे घोळके दिसायचे; पण त्यांच्यापर्यंत पोहोचायलाच दोन तास लागायचे.

निसर्गराजाप्रमाणेच मानव राजाही लूटच करायचा. राजा, त्याचे मंत्री व अधिकारी गरीब जनतेला सतत लुटतच असायचे. कसण्यायोग्य अशी सगळी जमीन ते केव्हाच स्वत:च्या घशात घालत. ते संकट टाळण्यासाठी गरीब शेतकरी आपली जमीन मुद्दामच वाईट अवस्थेत ठेवत. एका शेतकऱ्याच्या शेतात जागोजागी मोठे दगड पडलेले पाहून डॉ. ब्रँडनी बरोबरच्या दुभाष्याला विचारलं, ''हे दगड बाजूला हटवले तर शेती नीट नाही का करता येणार?'' 'इतकी साधी गोष्टीदेखील तुम्हाला सुचत नाही का?' असा प्रश्न त्यांच्या शब्दातून स्पष्ट जाणवत होता. दुभाष्या म्हणाला, ''त्या शेतकऱ्यालाच विचारा.''

''काय सांगू साहेब तुम्हाला,'' शेतकऱ्यानं बोलायला सुरुवात केली. ''माझं शेत अशा वाईट स्थितीत आहे म्हणूनच सरकारचा डोळा त्यावर गेलेला नाही. आज मी या दगडगोट्यांनी भरलेल्या शेतात जी थोडी रिकामी जागा आहे, त्यामध्ये धान्य पिकवतो अन् माझ्या बायकापोरांचं पोट भरतो. हे साफ केलं तर सगळं शेतच माझ्या हातून जाईल. आदिस अबाबामधले अम्हरा जमातीचे लोक येतील, बरोबर वकिलांनी तयार केलेली कागदपत्रं आणतील अन् म्हणतील, 'ही जमीन मुळात आमचीच आहे.' मग मला हाकलून लावण्यासाठी धाकदपटशा करतील. नंतर म्हणतील, 'ठीक आहे तुला शेती करायचीच ना, तर मग उत्पन्नातला निम्मा वाटा आमचा. तयार असलास तर घे जमीन नाहीतर चालता हो.' ''

हे सगळं ऐकून डॉ. ब्रँड थक्क झाले. त्यांनी दुभाष्याकडे पाहिलं. तो स्वत: अम्हरा जमातीचाच होता; पण त्यानंदेखील ही पिळवणूक मान्य केली.

आणखी एक नैसर्गिक आपत्तीही त्यांच्या ध्यानी आली. तिकडे कुणीच विशेष लक्ष दिलं नसावं. त्या डोंगराळ प्रदेशात पावसामुळे जमिनीची फार मोठी धूप होत होती. सुशिक्षित पुढाऱ्यांनी केलेल्या बेसुमार जंगलतोडीचा तो परिणाम होता. दर पावसात डोंगरउतारांवरून माती वाहून घळीतल्या नदीत पडत असे.

डॉ. ब्रँडनी, बड प्रिन्स (Bud Prince) या अमेरिकन मदत अधिकाऱ्याची भेट

घेतली व या गोष्टींकडे लक्ष वेधलं. त्यानंही हेच सांगितलं, "इथे राजा काय, राजकीय पुढारी काय किंवा चर्च काय, सगळे उच्चवर्णीय अम्हरा आहेत. सगळे कायदे तेच करणार. गरीब लोकांनी अडाणी राहाण्यातच या सर्वांचा फायदा असतो."

"अरे पण, त्यामुळे सगळ्या देशाची वाट लागतेय. जमीनच धुपली तर या शेतकऱ्यांना भविष्य काय?"

बडनं खिन्नपणे मान हलवली. "सगळे प्रयत्न करून थकलोय आम्ही. फोर्ड फौंडेशन, रॉकफेलर फौंडेशनचे लोक आले, त्यांनी सगळ्या परिस्थितीचा अभ्यास केला, मोठमोठे उपाय सुचवले, आर्थिक मदत देऊ केली. आमची अट एकच होती. जमीनसुधारणेपासून सुरुवात केली पाहिजे. त्याशिवाय शेतकऱ्याला शेती करावीशी वाटणार नाही."

"मग?"

एक दीर्घ उसासा टाकून बड म्हणाला, "खरं सांगू, मला वाटतं, इथल्या राजाला आमचं म्हणणं पटलं, त्यानं संमती दिलीही असती. पण मंत्रिमंडळ आणि चर्चनंदेखील विरोध केला, कारण त्यांच्याकडे प्रचंड जमीन आहे. त्यांचा स्वार्थ आड आला मग या प्रकल्पांनी आपला गाशा गुंडाळला अन् गेले परत."

'हे काम आपलं नव्हे. आपण कुष्ठरोगासंबंधात काम करायला आलोय' हे माहीत असूनही डॉ. ब्रँडना स्वस्थ बसवेना. राजकारणात कुठल्याच परकीयांचा हस्तक्षेप खपवून घेतला जाणार नाही, हेही त्यांना कळत होतं. तरीदेखील या प्रश्नानं त्यांची झोप उडवली. आपण काहीतरी केलंच पाहिजे, या विचारानं त्यांना झपाटलं.

सुदैवानं काही मोठ्या असामींना ते ओळखत होते. त्यामध्ये शेतकीमंत्री होते. खुद्द सम्राट हेले सेलासींनाही (Haile Selassie) त्यांनीच कुष्ठरोगप्रकल्प स्थापन करायला मदत केली होती. त्याहून महत्त्वाचं म्हणजे डॉ. ब्रँडच्या मुली इंग्लंडमधल्या ज्या शाळेत शिकत होत्या, तिथेच खुद्द सम्राटाची नातवंडं शिकत होती, अन् पहिल्याच भेटीत त्यांनी या गोष्टीचा उल्लेखही केलेला होता. राजेसाहेब ख्रिश्चन होते, आणि इथियोपियन चर्चचे प्रमुख होते ही बाबही डॉ. ब्रँडच्या दृष्टीने महत्त्वाची होती.

डॉ. ब्रँडनी या गोष्टींचा उपयोग करून घ्यायचं ठरवलं. त्यासाठी त्यांनी (ALERT) या प्रकल्पाच्या (The All-Africa Leprasy & Rehabilitation Training Centre) या प्रकल्पाच्या कार्यकारी संचालकांची भेट घेतली. ते स्वीडनहून आलेले होते; पण त्यांचं बरंचसं आयुष्य इथेच गेलेलं होतं. स्वत: उत्तम खेळाडू असलेल्या ऑन्नी निसकानेननी (Onni Niscannen) प्रशिक्षण देऊन इथियोपियन खेळाडूंना

ऑलिम्पिकमध्ये सुवर्णपदकं मिळवून दिली होती. त्यांनी राजांची भेट घेण्याचं कबूल केलं; पण ते म्हणाले, "आपण घिसाडघाई धरून चालणार नाही. शांतपणे प्रयत्न करू. एक स्वीडिश मिशन आहे, ते लोक कुष्ठरोग्यांबरोबर काम करतात. त्यांनी एका स्वीडिश शेतकऱ्याला हाताशी धरून एक प्रकल्प चालवलाय. पत्नी व मुलांसह ते हे काम करतात. आदिस अबाबाच्या गरीब भिकाऱ्यांना त्यांनी काम मिळवून दिलंय. स्वत: राजेसाहेबांनी त्यांना शेकडो एकर जमीन दिलीय. प्रत्येक प्रशिक्षित कामगाराला शेतीचा एक तुकडा मिळतो.''

त्यांनी एका छोट्या विमानातून पाहणीदौऱ्याला सुरुवात केली. डोंगरांवरून भरारी मारत वैमानिकानं एका खडकाळ विभागात विमान उतरवलं.

त्यांचं काम पाहूनच डॉ. ब्रँडचं नैराश्य पळालं. एके काळी भिकारी म्हणून दीनवाणेपणानं जगणाऱ्या कुष्ठरोग्यांना हाताशी धरून या जोडप्यानं खूप मोठं कार्य केलं होतं. हातात खुरपं धरून, गाणी गात हे कुष्ठरोगी शेतातलं पीक कापत होते. तिथे लावलेली झाडं, झुडपं, शेतांची रचना शास्त्रोक्त पद्धतीनं केलेली होती. त्या झाडांमुळेच शेतांमधले बंधारे टिकून होते व सोसाट्याच्या वाऱ्यालाही खीळ बसत होती. डोंगराळ भागात शेती कशी करावी, ह्याचं ते उत्तम उदाहरण होतं.

कुष्ठरोगतज्ज्ञ या नात्यानं त्यांनी त्या कामगारांचे हात न्याहाळले. चुकीच्या हाताळणीमुळे त्यांचे हात दांड्यावरून घसरून पात्यावर पडत असत व बधिर हातांना जखमा होत. दांडा व पातं यामध्ये एक जाड चकती बसवण्याचा साधा व सोपा उपाय त्यांनी सुचवला. त्यांना एका गोष्टीचं नवल वाटलं, 'ज्या साध्या गोष्टी आपल्या सहज लक्षात येतात, त्या इतरांना का जाणवू नयेत?' मग त्यांचं मन म्हणालं, 'इथल्या जमिनीची धूप होते. त्या समस्येबद्दल तुला कुठे काही माहीत होतं? आत्ताच जाणीव झालीय ना? तसंच हे!'

ह्या स्वीडिश शेतकऱ्याशी झालेल्या बोलण्यातून त्यांना एक गोष्ट जाणवली – राजकीय खेळी खेळून, डावपेच वापरून हा प्रश्न सुटणार नाही. त्यापेक्षा असे आदर्श शेतीप्रकल्प निर्माण केले तरच सुधारणा होतील.

सुधारणेचा प्रवाह नेहमी वरून खालच्या दिशेनं वाहतो, या उक्तीचा कुष्ठरोग्यांबरोबर काम करताना, डॉ. ब्रँडना प्रत्यय आला. अलर्ट प्रकल्पानं उभारलेल्या नवीन सुसज्ज अद्ययावत हॉस्पिटलमुळे इथियोपियाच्या वयस्क राजकुमारी खूप प्रभावित झाल्या. एकदा त्यांच्या नातीच्या हाताला अपघात झाला तेव्हा त्यांनी तिला या हॉस्पिटलमध्ये न्यायचं ठरवलं. ते ऐकून मुलीची आई किंचाळलीच, "तिथे कुष्ठरोगीही जातात!''

"ते काहीही असो, तिथे निष्णात शल्यविशारद आहेत. तेव्हा आपण तिथेच जायचं,'' त्यांनी शांतपणे उत्तर दिलं.

डॉ. ब्रँडनी लहानग्या राजकन्येच्या हातावर शस्त्रक्रिया केली, हात व्यवस्थित बरा झाला अन् बातमी सगळीकडे पसरली – 'राजघराण्यातली मुलंदेखील त्या हॉस्पिटलमध्ये जातात.' मग मंत्र्यांची, उद्योगपतींची मुलंही तिथेच जाऊ लागली. कुणाच्या हातात व्यंग होतं तर कुणाला अपघातामुळे दुखापत झालेली होती.

डॉ. ब्रँडना फार बरं वाटलं. हळूहळू समाजमन स्वच्छ होईल अन् सर्वसामान्य लोकही कुष्ठरोगाविषयीच्या गैरसमजांवर मात करतील. केवढा मोठा बदल होईल!

खेदाची गोष्ट अशी होती की समाजसुधारणेच्या इतर अंगांना – वृक्षारोपण, शेतीसुधारणा – हात घालण्यापूर्वीच त्यांची मुदत संपली व त्यांना कारव्हिलला परतावं लागलं.

संशोधनासाठी पैशाची कमतरता त्यांना कारव्हिलमध्येही जाणवली. अमेरिकेसारख्या समृद्ध देशातही नवीन प्रकल्पांना सहजासहजी आर्थिक मदत मिळत नसे. या गोष्टींची डॉ. ब्रँडना खंत वाटायची; पण अकल्पितपणे त्यांचा हा प्रश्न सुटला. असाच एकदा मेरी श्वाइट्झर यांचा त्यांना फोन आला. अल्बर्ट लास्कर पुरस्काराच्या निमित्ताने दोघांचा परिचय झालेला होता. त्यांनी उत्साहाच्या सुरात बोलायला सुरुवात केली. "तुम्ही अमेरिकेत आलायत असं कळलं. आता तुमच्या भारतातल्या सगळ्या योजना तुम्ही इथे राबवायला हव्यात. आमची काय मदत हवी तेवढं सांगा!"

बरोबर सल्लागारांचा ताफा घेऊनच त्या कारव्हिलला आल्या. कार्यालयीन हुशारीबरोबरच एक तरल संवेदनक्षमताही त्यांच्यामध्ये होती. या भेटीनंतर डॉ. ब्रँडचं मन त्यांना म्हणालं, 'काहीतरी उत्तम, भरीव या भेटीतून निघणार आहे, हे निश्चित!'

कारव्हिलची संस्था पाहिल्यावर मेरी श्वाईट्झरनी ताशेरे ओढले, "कसली पुराणकाळातली संस्था चालवताय तुम्ही! अजूनही आपण कुष्ठरोगाकडे पाहताना जुनाट पद्धतीनंच पहातो, संशोधनाबद्दल विचारही करत नाही. याबाबतीत भारतापेक्षाही आपण मागे आहोत!'

विलक्षण नेतृत्वगुण असलेल्या या स्त्रीनं तिच्या आरोग्य व कल्याण क्षेत्रात इतकी मोलाची कामगिरी केली की अमेरिकन सरकारचं आरोग्यखातं ज्या इमारतीत आहे, त्या संपूर्ण इमारतीला आता तिचंच नाव देण्यात आलंय. व्यावसायिक प्रशिक्षण ह्या तिच्या कामगिरीचा सुवर्णबिंदू होता, अपंगांना आत्मनिर्भर करण्यासाठी प्रशिक्षण देणं. त्यावर खर्च करणं ही फार महत्त्वाची आर्थिक गुंतवणूक ठरू शकते, असं तिचं आग्रही मत होतं. यासाठीच तिनं आता कुष्ठरोग्यांच्या पुनर्वसनाचा धडक कार्यक्रम आखला.

"तुम्ही पैशाची काळजीच करू नका, बेधडक काम सुरू करा. लागेल तो पैसा

थेट वॉशिंग्टनहून येईल.'' त्यांनी आश्वासन दिलं.

डॉ. ब्रँड व त्यांचे सहकारी उत्साहानं कामाला लागले. त्यांनी आता एका संशोधन प्रकल्पाची आखणी केली. त्यामध्ये कुष्ठरोग्यांच्या हातापायावरील संशोधनांतर्गत त्यानी इतर उपविषयांचाही समावेश केला. त्यातला एक होता ज्या वेदनेच्या अभावी कुष्ठरोग्यांना जखमा, अपघात होतात त्यासाठी एखादी पर्यायी पद्धत वापरायची, जिच्यामुळे कुष्ठरोग्याला धोक्याची सूचना मिळेल.

त्या संशोधकांच्या तुकडीत एक फिजिओथेरपिस्ट होता आणि काही बूट तयार करणारे तज्ज्ञ होते. लुइझियाना विद्यापीठाच्या इलेक्ट्रिकल इंजिनिअरिंग विभागाला छोट्या आकाराची दाब-मापकं शोधून काढण्यासाठी कंत्राट देण्यात आलं. ही साधनं हातापायांना जोडल्यानंतर अतिदाब निर्माण झाला तर काही विशिष्ट आवाज निर्माण करायची. ज्याप्रमाणे धोक्याची घंटा वाजल्यावर माणूस जागरूक होतो त्याप्रमाणेच, त्यामुळे कुष्ठरोगी दाब कमी करायचे.

याच संशोधकांनी एक नवीन प्रकारचा मोजाही तयार केला. त्यांनी निळ्या रंगाचा द्रव भरलेल्या छोट्या कुप्या त्यामध्ये बसवल्या. बूट योग्य नसेल, एखाद्या जागी तळव्यावर जास्त भार पडत असेल, तर कुपी फुटून द्रव बाहेर येत असे व धोका लक्षात येत असे. हे मोजे नंतर कुष्ठरोगीच बनवू लागले. अर्थार्जनाचं एक नवीन साधन त्यांना मिळालं. दाबमापकाच्या तुलनेत ते स्वस्त होतं आणि जास्ती खात्रीलायक होते. याउलट, दाबमापकाची किंमत होती पंचेचाळीस डॉलर्स! पुढे ध्वनीऐवजी इलेक्ट्रिक शॉक पद्धत वापरली, तेव्हा एका विचित्र प्रसंगामुळे दाबमापकाचा तोटा लक्षात आला. एकदा एक कुष्ठरोगी एक मोटरसायकल दुरुस्त करत होता. एक स्क्रू काही केल्या निघत नव्हता. जोर लावणं गरजेचं होतं. तेव्हा त्या युवकानं काखेतली दाबमापक यंत्रणा बंद केली, स्क्रू काढला अन् पुन्हा ती चालू केली! डॉ. ब्रँड ते दृश्य पाहून चाटच पडले. इलेक्ट्रिकल इंजिनिअर्सनी खुलासा केला, ''हे पहा, शरीरातल्या नसा स्वयंचलित असतात, त्यांच्याबरोबर कृत्रिम साधनांची तुलना होऊच शकत नाही.''

डॉ. ब्रँडनी स्पष्ट शब्दात प्रामाणिक कबुली दिली, ''आपला हा प्रयोग फसलाय. शरीरात उठणारी वेदना, मनाला जाणवणारी वेदना आपण कृत्रिम साधनांनी निर्माण करू शकत नाही अन् लोकांना वेदना नकोच असेल तर दुसरा कोण काय मदत करू शकणार?''

(वेदनेच्या संदर्भात त्यांनी पुढे एका भाषणात म्हटलं, ''अलीकडे अमेरिकेसारख्या प्रगत देशात ऊठसूठ वेदनाशामकं घेतली जातात. वेदना दाबून टाकण्याऐवजी प्रथम आपण विचार केला पाहिजे की ही वेदना कशाचं दृश्य स्वरूप आहे? मूळ कारण काय असेल? कोणती धोक्याची सूचना माझं शरीर मला देऊ इच्छितंय?''

हात विधात्याचे । २४७

ह्या विषयावरचा गंभीर व उपयुक्त परिपाक म्हणजे त्यांचं पुस्तक – 'वेदना, एक अशी देणगी, जी कुणालाच नको असते!')

हे ज्ञान महत्त्वाचं होतं. कारण आता एक गोष्ट स्पष्ट झाली. कृत्रिम साधनं वेदनेची अनुभूती निर्माण करू शकत नाहीत. तेव्हा इतर उपायांनीच कुष्ठरोग्यांचे हातपाय वाचवले पाहिजेत. पुन्हापुन्हा रुग्णांना वेदनेचं महत्त्व पटवून द्यायचं, संवेदनाहीनतेमुळे होणाऱ्या संभाव्य अपघातांविषयी माहिती द्यायची. त्यादृष्टीनं त्यांना हातमोजे, पायमोजे वापरायला सांगायचे. दाब पडल्यास नवीन हातमोज्यांचा, पायमोज्यांचा रंग बदलत असे. मर्यादित स्वरूपात ते उपयोगी पडले.

पायांना संरक्षण मिळेल असे बूटही त्यांनी निर्माण केले. बुटांची संकल्पना तयार करणारे व प्रत्यक्ष बूट बनविणारे यामध्ये सुसंवाद निर्माण झाला. परिणामी इथे अधिक चांगले बूट तयार होऊ लागले.

संशोधनातल्या प्रगतीमुळे डॉ. ब्रँडना स्नायूंबद्दल अधिक ज्ञान मिळालं. पक्षाघात झालेल्या स्नायूंच्या ठिकाणी कोणता निरोगी स्नायू जोडला असता हाताची हालचाल पूर्ववत होईल, याविषयी पूर्वी ते बऱ्याच प्रमाणात अंदाजांवर अवलंबून रहात. आता नवीन ज्ञानाच्या आधारे ते अधिक चांगल्या प्रकारे शस्त्रक्रिया करू लागले. त्यामुळे रुग्णांच्या हाताची हालचाल पुष्कळच सहज होत असे.

याच सुमारास वीस वर्षांपूर्वीच्या एका जुन्या ओळखीला अनपेक्षितपणे उजाळा मिळाला. त्या योगायोगाचं त्यांना नवल वाटलं. नसांवर संशोधन करत असताना डॉ. ब्रँडना मेंदूतज्ज्ञाची गरज भासली. तेव्हा त्यांनी त्यासाठी एक जाहिरात दिली. ती नेमकी डॉ. डेरेक डेनी ब्राऊन या बॉस्टनमधील मेंदूतज्ज्ञांनी वाचली. आपल्या एका तरुण सहकाऱ्याला ते म्हणाले, "तुझ्यायोग्य संधी चालून आलीय. मी या डॉ. ब्रँडना गेली वीस वर्षं ओळखतोय."

अशाप्रकारे टॉम सॅबिन हा मेंदूतज्ज्ञ कारव्हिलला आला. दोघांनी केलेल्या संशोधनातून एक गोष्ट निर्विवादपणे सिद्ध झाली. कुष्ठरोगाचे जंतू शरीरातील नसांवर हल्ला करतात, त्यांना बधिर करतात. त्याचा संबंध शरीराच्या तापमानाशीच असतो. थंड अवयवांवर जितका जोरदार हल्ला होतो तितका उष्ण अवयवांवर होत नाही. उदा. हात, पाय, नाक हे अवयव थंड असल्याने ते बधिर होतात. याउलट काखेतील तापमान जास्त असल्यामुळे तिथे कधीही कुष्ठरोगाचे जंतू हल्ला करत नाहीत.

याच सुमारास एका रुग्णाने त्यांच्या निष्कर्षाला पुष्टी दिली. तीही एका विचित्र घटनेमुळे– काख सोडल्यास त्याच्या शरीरातील सर्व अवयव बधिर झालेले होते. अपवाद– तळहातावरील एक छोटी जागा. करंगळीच्या खालच्या बाजूस त्याला एके ठिकाणी संवेदना होती. तेवढाच भाग गरम आहे, हे चाचणीनंतर समजलं.

"तुम्हाला माझ्या जन्मखुणेबद्दल एवढं कुतूहल का?" त्यानं विचारलं
"जन्मखूण?" डॉ. ब्रँडनी आश्चर्यानं विचारलं.
"हो, मी जन्मलो तेव्हा तिथे एक जांभळा डाग होता. डॉक्टरांनी त्यावर कार्बनडायऑक्साइड स्नो लावला. तिथे मला अजूनही संवेदना जाणवते."
हा एक नवाच शोध होता – कुष्ठरोगजंतूंना थंड अवयव आवडतात.

कुष्ठरोग्यांवर शस्त्रक्रिया करणं चालूच होतं. आता डॉ. ब्रँडना रुग्णांच्या पायांमध्ये अधिक रस वाटू लागला. इतर प्रकारच्या पक्षाघातग्रस्त, मधुमेही किंवा मेंदूरोगामुळे अपंग झालेल्या रुग्णांनाही ते औषधोपचार देऊ लागले. खास करून मधुमेहींना ते नेहमी सांगत, "तुमच्या पायांची काळजी घ्या. या रोगामुळे पायातली संवेदना कमी होते. म्हणून योग्य प्रकारचे बूट वापरा. फार जोरात चालू नका, तसंच फार जास्त अंतरही चालू नका."

पाय! शरीराचा एक अत्यंत महत्त्वाचा पण तितकाच दुर्लक्षित भाग. कारव्हिलला आल्यानंतर डॉ. ब्रँडनी कुष्ठरोग्यांच्या पायांच्या समस्येवर लक्ष केंद्रित केलं. त्यावरले आपले विचार प्रकट करताना पुष्कळदा ते भावनावश होत असत. "आपण सर्वसामान्य माणसं पायांकडे दुर्लक्ष करतो. त्यांना गृहीत धरतो. कारण बऱ्याच वेळा ते बूटमोज्यांच्या आत दडलेले असतात. गंभीर आजार झाला तरच आपण त्यांचा विचार करतो. एक शल्यविशारद म्हणून मी मात्र वेगळा विचार करतो. मला पायांचं महत्त्व ठाऊक आहे. म्हणूनच मला त्यांच्याबद्दल खास प्रेम वाटतं. त्यासाठी मी एक टीशर्ट बनवून घेतलाय – छातीवर दोन पावलांचे ठसे आहेत अन् खाली ठळक अक्षरात छापलंय, 'पावलांनाही हवंय तुमचं प्रेम!' "

एखाद्या वयस्क व्यक्तीचे पाय तपासताना त्यांच्या मनातली प्रेमभावना जणू उचंबळून येत असे. वाकड्या झालेल्या, दुखणाऱ्या पायांना ते हळुवार हातानं मसाज करीत. कितीतरी वृद्ध स्त्रिया त्यांना माहीत होत्या, ज्या बिचाऱ्या चार भिंतींच्या आत अडगळीसारख्या पडून असायच्या. कधीकधी डॉ. ब्रँड अभिनव उपाय योजायचे. पॉलिएथिलिनचा नरम तुकडा ते किंचित गरम करायचे अन् रुग्णांच्या पावलाभोवती दाबून धरायचे. तीन मिनिटांत तो थंड होऊन पावलाचा आकार धारण करत असे. मग ते तो पायापासून अलग करायचे, त्याचा अनावश्यक भाग कापून टाकायचे अन् इनसोलच्या रूपात नेहमीच्या बुटात बसवायचे. ह्या इनसोलमुळे पायाच्या तळव्यांना सगळीकडे सारखा आधार मिळतो. त्यामुळे रुग्णाचे पाय न दुखता त्याला उभं रहाता येतं. त्या स्त्रीच्या चेहऱ्यावरला आनंद, समाधान, कृतज्ञता पाहूनच डॉ. ब्रँडना कृतार्थ वाटायचं. तिच्या आयुष्याला नवा अर्थ दिल्याचं समाधान वाटायचं.

ज्याच्या रोमारोमांत ख्रिश्चन धर्माची तत्वं भरलेली आहेत असा हा कर्मयोगी नेहमी बायबलमधील प्रसंगांचा उल्लेख करत असे. पावलांच्या संदर्भात ते एका प्रसंगाचा उल्लेख करत – एकदा येशू ख्रिस्तानं आपल्या शिष्यांचे पाय धुतले होते. तो प्रसंग डल्लास येथील ख्रिश्चन वैद्यकीय संस्थेच्या (Christian Medical Society) एका भाषणात डॉ. ब्रँडनी सांगितला, तेव्हा श्रोत्यांचे डोळे पाणावले. धर्मनिष्ठा व विज्ञाननिष्ठेची सुरेख सांगड ते नेहमीच घालत. या संस्थेनं त्यांना दिलेली भेटवस्तू अगदी जगावेगळी होती. एका लाकडी ठोकळ्यावर एक मातीचं

पसरट भांडं, त्यामध्ये पाय पुसण्यासाठी एक रुमाल, त्यावर त्यांचं नाव आणि खाली शब्द कोरलेले –

'या वर्षीचा सर्वोत्तम सेवक!'

तो बहुमान स्वीकारताना डॉ. ब्रँड भारावल्यासारखे झाले; पण अगदी सहजविनम्रतेनं ते म्हणाले, ''मला या सन्मानाचा आनंद वाटतो; पण खरं सांगतो, रुग्णांची चरणसेवा करत असताना मी फार मोठं काम करतोय, असं मला कधीच वाटत नाही. परमेश्वरानं मला हे काम करण्याची आज्ञा देऊन माझा गौरवच केलाय असं मला वाटतं. माझ्या दवाखान्यात रुग्णांच्या पावलांवर उपचार करताना मला मनापासून आनंद वाटतो.''

शरीरातील वेदनेचं महत्व डॉ. ब्रँड यांना फार उत्तम प्रकारे ठाऊक आहे. आता तर त्यांना असं वाटतं की, वेदना हे मानव वंशाला मिळालेलं एक फार मोठं वरदान आहे. ते आपल्या पुस्तकात लिहितात, ''अलीकडे माझ्या एक गोष्ट लक्षात आलीय. अमेरिकन लोकांना वेदना या शब्दाचंच जणू वावडं आहे. टेलिव्हिजनवर सतत दाखवल्या जाणाऱ्या वेदनाशामक औषधांच्या जाहिरातींचाही हा परिणाम असू शकेल. या जाहिराती असं दाखवतात की, शारीरिक वेदना काहीतरी भयानक गोष्ट आहे, आपला शत्रू आहे. कुणीच तसं म्हणत नाही की वेदना एक चांगली गोष्ट आहे. ती आपल्याला काय सांगते याकडे आपण लक्ष द्यायला हवं. उदा. डोकेदुखीवर ॲस्पिरिन किंवा पोटदुखीसाठी अल्का सेल्झर सारखं औषध घेण्याआधी आपण स्वतःलाच विचारायला हवं, 'कशामुळे माझं वारंवार डोकं दुखत असेल?' 'मी आज काय खाल्लं ज्यामुळे माझं पोट दुखत असेल?' या प्रश्नांची उत्तरं शोधून काढून ती कारणं दूर करण्यासाठी योग्य ते उपाय योजले पाहिजेत. आपल्याला कधी कधी खोकला येतो, त्यामागेही काही कारण असतं. आपल्या घशात काहीतरी त्रासदायक वस्तू आहे जी खोकल्यावाटे बाहेर टाकायचा प्रयत्न आपलं शरीर करतंय. तेव्हा खोकला दाबून टाकण्याऐवजी त्यामागचं कारण शोधा.'' आपल्या लिखाणातून आणि भाषणांतून ते ह्याच तत्वज्ञानाचं महत्त्व लोकांना पटवण्याचा प्रयत्न करतात.

संसार हा सुखाचा

ब्रँड पती-पत्नी आपल्या वैवाहिक जीवनातील वाटचालही यशस्वीपणे करू शकले, ह्याचं श्रेयदेखील ते परमेश्वराच्या त्यांच्यावरील कृपेलाच देतात. त्यांच्या सर्व मुलांनी आपापल्या आवडीच्या क्षेत्रात निष्ठापूर्वक काम केलं.

ख्रिस्तोफर : हे त्यांचं पहिलं अपत्य. एकटाच मुलगा. लुइझियाना राज्य विद्यापीठातून चांगल्या गुणांनी पदवी प्राप्त केल्यानंतर त्याला सागरी जीवविज्ञान (Marine Biology) या विषयात कारकीर्द करायची इच्छा होती; पण त्याच सुमारास व्हिएतनाम युद्धाला तोंड फुटलं. ब्रिटिश नागरीक असूनही, ख्रिस्तोफर अमेरिकेत शिकत असल्यामुळे त्याच्यावर अमेरिकन सैन्यात भरती होण्याचं बंधन होतं. त्यानं कोणतीही सबब न सांगता भरती व्हायचं ठरवलं. ऐच्छिकपणे भरती झाल्यामुळे त्याला काम निवडण्याचं स्वातंत्र्य मिळालं. प्रत्यक्ष लढाईत भाग घ्यावा लागला नाही. त्याला थायलंडमध्ये अन्नदर्जा नियमन (Food quality control) विभागात पाठवण्यात आलं आणि सागरी जीवविज्ञानात खास रस असल्यामुळे त्याची मत्स्यसंशोधन संस्थेत पर्यवेक्षक (Fisheries Inspector) म्हणून नेमणूक झाली.

ठरावीक काळ नोकरी केल्यानंतर तो परत लुइझियानाला आला. अन्नविज्ञान (Food Science) विषयातील पदव्युत्तर अभ्यासक्रमात त्यानं 'सागरी अन्न' ह्यावर भर दिला. शिक्षण संपल्यावर त्यानं टस्कनमधील पर्यावरण संशोधन प्रयोगशाळेत नोकरीसाठी प्रवेश घेतला. याठिकाणी सौरऊर्जेचा वापर, वाळवंटात आणि प्रतिकूल वातावरणात अन्न पिकवणं यावर संशोधन होत असे. त्यासाठी त्यानं मेक्सिकोच्या सोनोरा वाळवंटात काही काळ एकाकीपणे काढला. पुढे सागरजीवन संशोधन

केंद्रात नोकरी करत असताना त्याला सर्फिंगचा आनंदही लुटता आला. समान आवडी असणारी केली नावाची मैत्रीण भेटली व त्या मैत्रीचं कायमच्या नात्यात रूपांतरही झालं. एल्विन या नावाचं एक कन्यारत्न आणि हे पतीपत्नी, उष्ण कटिबंधातील समुद्रअन्न प्रकल्प जिथे आहेत, अशा ठिकाणी राहातात.

जीन : शालेय शिक्षणासाठी इंग्लंडला आलेली जीन कॉलेजशिक्षणाखातर तिथेच राहिली. परिचारिकेचं प्रशिक्षण पुरं केल्यानंतर तिला ख्रिश्चन धर्माचं कार्य करावं, अशी प्रबळ इच्छा झाली. तीन वर्षं बायबल कॉलेजमधून शिक्षण घेतल्यानंतर तिनं भारताकडे प्रयाण केलं. साहसी वृत्तीचं बाळकडू मिळालेल्या जीननं इतर तीन तरुणांसह इंग्लंड ते नेपाळ हा प्रवास भूमार्गानं, लँडरोव्हर गाडीतून केला. वाटेत इराणमध्ये गाडी अपघातात उलटी झाल्यामुळे मोठी दुरुस्ती करावी लागली. त्यासाठी दोन महिने तेहरानमध्ये मुक्काम ठोकावा लागला. भारतात आल्यावर तिनं मुंबईतील एका स्थानिक चर्चचा विकास घडवून आणण्यासाठी सहा वर्षं काम केलं. अत्यन्त साधेपणानं ती एकच खोली असलेल्या लहानशा घरात राहिली. चर्च आपल्या पायावर उभं आहे, हे लक्षात येताच ती इंग्लंडला परतली. तिथे तिनं गृहचर्च संस्थेत (Inspector Church community) काम करायला सुरवात केली. हेही चर्च मुंबईतील चर्चप्रमाणे लहान होतं. चरितार्थासाठी सुरवातीला तिनं परिचारिकेची नोकरी केली; पण तिथल्या वेळेचं बंधन जाचक वाटू लागलं, चर्चच्या कामात अडथळा ठरू लागलं. याच सुमारास तिला स्वत:मधल्या अंगभूत कलागुणांची जाणीव झाली. तिनं अंतर्गत सजावटीचं काम सुरू केलं. आता व्यवसाय आणि धर्मकार्य दोन्हीही तिला समाधानकारकपणे करता येतात.

"मला जीनचं कौतुक वाटतं," डॉ. ब्रँड म्हणतात, "ज्या संस्थेत सामान्यत: पुरुषांची मक्तेदारी दिसते, अशा चर्चसारख्या संस्थेत जीननं काहीसा संघर्ष करून स्वत:ची आध्यात्मिक भूमिका सिद्ध केली. तिच्याजवळ कॉलेजची पदवी आणि प्रशिक्षणही आहे. त्यामुळे धर्मगुरू (Ministor) होण्याची सगळी पात्रता आहे; पण चर्चच्या अधिकाऱ्यांना ते मान्य नाही. त्यांच्या मते स्त्रियाचं कार्यक्षेत्र वेगळं आहे. तिच्या चर्चनं आता तिला 'स्त्रियांची चर्चमधील भूमिका' या विषयावर पुस्तक लिहायला सांगितलंय. मी तिला जेव्हा भेटतो तेव्हा लोकांना तिच्याबद्दल वाटणारं प्रेम, कौतुक, हे पाहिलं की माझा ऊर अभिमानानं भरून येतो. त्यांना तिच्या आध्यात्मिक उंचीची जाण आहे, हेही नसे थोडके!" ट्रायँगल बुक्स या प्रकाशनसंस्थेनं तिचं 'स्त्रियांचे खास अधिकार' (Women's Privilages) हे पुस्तक प्रसिद्ध केलं आहे. थेट बायबलपासून सुरुवात करून तिनं सिद्ध केलंय की, या सगळ्या काळात स्त्रियांनी देवाच्या दरबारात पुरुषांपेक्षा भिन्न, तरीही अत्यन्त मोलाची सेवा रुजू केली

आहे. तिच्या मते नेतृत्वगुणांत पुरुष वरचढ असतात; पण स्त्रिया समाजात असं वातावरण निर्माण करतात की, ज्यायोगे स्त्री आणि पुरुष या दोन्ही समाजघटकांना उत्तम प्रकारे परमेश्वराचं कार्य करता येतं. या पुस्तकामुळे अनेक वेळा तिला भाषणांची आमंत्रणं येतात, समुपदेशनाचं कार्य करता येतं आणि बायबलचे पाठही देता येतात.

मेरी : सळसळत्या उत्साहाचा झरा म्हणजे मेरी. आईवडिलांबरोबर ती लुइझियानाला आली. न्यूऑर्लिन्समधील परिचारिका प्रशिक्षण विद्यालयातून तिनं शिक्षण पुरं केलं. त्याच सुमारास जिम जॉस्ट या शांत, सुस्वभावी तरुणाबरोबर तिची ओळख झाली. परस्परपूरक स्वभावाच्या मेरी व जिमनं विवाहबद्ध व्हायचं ठरवलं, तेव्हा तिनं सांगितलं, ''विवाहसमारंभ कारव्हिलच्या प्रार्थनालयात करायचा,'' ज्याठिकाणी ब्रँड पतीपत्नी कुष्ठरोग्यांचं जीवन सुधारण्यासाठी रात्रंदिवस झटत होते, त्या ठिकाणचे कुष्ठरोगी हा त्यांच्या कुटुंबाचाच एक भाग आहेत, तेव्हा त्यांनाही आपल्या आनंदात सहभागी करून घ्यायला हवं; या उदात्त विचारांमुळे शेकडो दुःखितांचे आशीर्वाद तिला मिळाले.

अमेरिकेतल्या 'थंड थंड' (डॉ. पॉल ब्रँडचे शब्द) उत्तर भागातील मिनिआपोलिस येथे व्यवसाय प्रशिक्षण व पदव्युत्तर अभ्यासक्रम तिनं पुरा केला. त्यानंतर दोघं मिनेसोटातील सेंट क्लाउड येथे स्थिरावले. त्यांचं घर म्हणजे ब्रँड कुटुंबीयांनी एकत्र येऊन चार दिवस मजेत घालवण्याचं ठिकाण.

मेरीनं तिची मुलं वाढवताना त्यांना धडपडण्याचं पूर्ण स्वातंत्र्य दिलं. १९७२ च्या नोव्हेंबर महिन्यात तिचा पहिला मुलगा, डॅनियल जन्माला आला. डॉ. ब्रँडचं हे पहिलं नातवंड. या सुमारास ते काहीशा निराश मनःस्थितीत होते. कारण शरीरातील वेदनेला पर्यायी व्यवस्था शोधण्यात ते अयशस्वी ठरले होते. कुष्ठरोगीही या प्रश्नाला विशेष महत्त्व देत नव्हते.

त्यांच्यातला व्यावसायिक अस्थिशल्यविशारद मात्र उत्साहात कमी नव्हता. आपल्या नातवाचे हातपाय, मज्जासंस्था धड काम करताहेत ना हे पाहिल्यावाचून त्यांना स्वस्थ बसवेना. जवळपास मेरी नाही ह्याची खात्री करून घेतल्यावर त्यांनी लहानग्या डॅनियलच्या हातापायांना टाचणीनं टोचून पाहिलं. वेदनेनं तो रडायला लागला, तेव्हा आजोबांच्या चेहऱ्यावर समाधानाचं स्मित उमटलं. ''पोरात काही दोष नाही, ही देवाची कृपा.'' असं स्वतःशीच म्हणत त्यांनी कृतज्ञतेनं देवाचे आभार मानले.

क्षणभरानं डॅनियलनं एकदा आजोबांकडे रागानं पाहिलं, मग त्या टाचणीकडे पाहिलं, अन् पुन्हा एकदा आजोबांकडे. ''व्वा! म्हणजे ह्याचा मेंदूपण व्यवस्थित

काम करतोय. पोर शिकतंय बेटं!'' ह्या छोट्याशा अनुभवानं सुद्धा डॉ. ब्रँड अंतर्मुख झाले. त्यांनी आत्तापर्यंत लाखो डॉलर्स तज्ज्ञ इंजिनियर्सच्या नेमणुकीसाठी, तसंच वेदनेला पर्यायी व्यवस्था – उपकरण – शोधण्यात खर्च केले होते. हेतू हा की प्रत्येक बोटामध्ये एक संवेदक असावा. त्यांचा हेतू सफल झाला नव्हता अन् निसर्गानं या चिमुकल्या जिवाच्या प्रत्येक बोटात हजारो संवेदक निर्माण केले होते! प्रत्येक संवेदकाची वेदनाक्षमता गरजेप्रमाणे कमीअधिक होती. त्या त्या ठिकाणच्या मांसपेशीसमूहाला (Tissue) संरक्षण देण्याइतपत योग्य होती. सगळे संवेदक आपापल्यापरीनं पूर्णपणे परिणामकारक होते. इतकंच नव्हे तर प्रत्येकामध्ये स्वत:ची ऊर्जा निर्माण करण्याची, स्वत:चं पोषण करायचीही पात्रताही होती आणि कमीत कमी ७०-८० वर्षं कुठल्याही प्रकारच्या सुस्थितीत राखण्याच्या व्यवस्थेची (maintenance) गरजही भासणार नव्हती. अन् विशेष गमतीचा भाग म्हणजे ह्या सगळ्या व्यवस्थेचा स्विच मात्र कुणाच्याही हाती नव्हता. निसर्गातील या चमत्कारापुढे डॉ. ब्रँड नतमस्तक झाले.

एक जैवतंत्रज्ञ म्हणून डॉ. ब्रँडना आपण स्वत: अपयशी आहोत, असं वाटत असे; पण नातवाला पुन्हा एकदा त्याच्या आईच्या हाती सोपवताना त्यांच्या मनात एक कौतुकाची भावना दाटून आली. जन्मत:च तो छोटा जीव परिपूर्ण यंत्रणेसहित आईच्या गर्भातून बाहेर आला होता. त्यांनी त्या सर्वशक्तिमान जगन्नियंत्याला मनोमन दंडवत घातला. निरोगी माणसांमध्ये कार्यरत असलेल्या वेदना-संवेदनेबाबत त्यांच्या मनात नेहमीच कृतज्ञतेची भावना असायची. लहानग्या डॅनियलकडे पाहाताना त्यांना ती अधिकच प्रकर्षानं जाणवली.

एस्टेल : मेरीच्या पाठची ही मुलगी मेरीपेक्षा स्वभावानं अगदी वेगळी. मेरी बोलघेवडी तर ही अबोल, मेरी उत्साहानं सळसळणारी तर ही शांत; पण अशा शांत व्यक्तींच्या वाट्यालाच जगावेगळे अनुभव येत असावेत. लुइझियाना विद्यापीठातून तिनं अध्यापन विषयात पदव्युत्तर शिक्षण घेतलं. घरी राहूनही शांत स्वभावाच्या एस्टेलनं बरेच मित्र जमवले. त्यापैकी काहींना मैत्रीपलीकडे एक पाऊल जायची इच्छा असणारच, पण एस्टेलनं विशेष प्रतिसाद दिला नाही. कारव्हिलच्या प्रार्थनालयातील गायकवृंदामध्ये अनेक वेळा कर्मचारी, तसंच रुग्णांचाही समावेश असतो. हवाई बेटाचा रहिवासी सिल्व्हेस्टर पॉलुआ हा त्यापैकी एक. त्याला बरीच वर्षं सौम्य अशा कुष्ठरोगानं ग्रासलेलं होतं. हातापायांमध्ये थोड्या प्रमाणात हल्ला चढवलेला होता; पण त्यामध्ये विरूपता आलेली नव्हती. चेहऱ्यावरही कुष्ठरोगानं हल्ला चढवलेला नव्हता. दणकट बांध्याच्या या सुदृढ तरुणाचा कुष्ठरोग आता संसर्गकारक राहिलेला नव्हता. एस्टेल व सिल्व्हेस्टर वाद्यवृंदात गात असत. त्यातून मैत्री जमली; पण मग सिल्व्हेस्टर मायदेशी, हवाईला गेला. दोघांमधला

पत्रव्यवहार चालू होता, एकमेकांसाठी ते प्रार्थनाही म्हणत असावेत. अशी दोन वर्षं गेली अन् एक दिवस शांतपणे एस्टेलनं आई-वडिलांना सांगितलं, "आम्ही दोघं लग्न करणार आहोत."

आईवडिलांनी संमती दिलीच, कारण त्यांना कुष्ठरोगाविषयीच्या धोक्यांचं पूर्ण ज्ञान होतं. एस्टेलला एकच भीती वाटत होती – मुलांना कुष्ठरोग होण्याची शक्यता होती. डॉ. ब्रँडनी तिला सांगितलं, "तशी शक्यता अगदी कमी आहे. पण पूर्णपणे नाकारताही येत नाही." त्या सगळ्यांनाच सिल्व्हेस्टर खूप आवडायचा. त्यामुळे विरोध असण्याचं कारण नव्हतं.

एस्टेलने होनोलुलू इथे शिक्षिकेची नोकरी धरली. हवाईमध्येच विवाहबद्ध व्हायचं दोघांनी ठरवलं. दोन्ही कुटुंबांनी सर्वांना सोयीची अशी छान योजना आखली. सिल्व्हेस्टरच्या वडिलांनी विवाह व स्वागत-समारंभाचा खर्च उचलायचा अन् डॉ. ब्रँडनी त्रिखंडात पसरलेल्या आपल्या मुलामुलींना हवाईला स्वखर्चानं न्यायचं. ख्रिस्तोफर मेक्सिकोत, मेरी उत्तर अमेरिकेत, जीन भारतात, तर पॅट्रिशिया अन् पॉलिन इंग्लंडमध्ये. डॉ. ब्रँडनी हिशोब मांडला अन् त्यांच्या लक्षात आलं. सगळे मिळून दीड लाख मैलांचा विमानप्रवास करून वऱ्हाड हवाईला पोहोचणार होतं. तेही फक्त सख्ख्या नातेवाइकांचं – मुलं, सुना, जावई अन् नातवंडं! चर्चमधल्या विवाहसोहळ्या-नंतरचा भोजनप्रसंग सगळ्यांनी आनंदानं अनुभवला अन् तुडुंब आनंदाचा ठेवा घेऊन आपापल्या घरी गेले.

एक वर्ष होनोलुलूत काढल्यानंतर एस्टेल अन् सिल्व्हेस्टर हवाईतल्या मुख्य बेटावर रहायला गेले. तिथे त्यानं अनेक वर्षांपूर्वी मोठी जमीन घेऊन ठेवली होती. वीज नाही, नळाचं पाणी नाही, आधुनिक प्रकारचे संडास नाहीत, अशा अगदी प्राथमिक अवस्थेतल्या संस्कृतीत त्यांनी जीवनाची नव्यानं सुरुवात केली. फळबागेची लागवड करण्यापूर्वी जमिनीवरची जंगली झाडंझुडपं काढावी लागली. त्यानंतर पेरूची अन् इतर झाडं लावून त्यांनी नव्या अध्यायाला सुरवात केली. स्थानिक चर्चमधील सभासदांच्या मदतीनं त्यांनी स्वत:चं घरही बांधलं.

काही वर्षांनंतर ब्रँड पतीपत्नींना एका मजेशीर प्रसंगाचा अनुभव आला. एके दिवशी सकाळी मेरीचा मिनिआपोलिसहून फोन आला. आनंदानं उसळत्या आवाजात ती म्हणाली, "आमच्या घरामागचा पोहण्याचा तलाव बांधून झाला. आज पहिल्यांदाच आम्ही तो वापरणार आहोत." थोड्या वेळानं दूरवरच्या हवाई बेटावरून एस्टेलनं फोन केला. ती म्हणाली, "अखेर आमच्या स्वयंपाकघरात हात धुण्यासाठी सिंक बसवलं. आज पहिल्यांदाच आम्ही ते वापरणार आहोत." तिचाही स्वर आनंदानं, अभिमानानं भिजलेला होता.

दोघांना या गोष्टीनं हसू आलं – एक मुलगी अमेरिकेत श्रीमंतीत, ऐषआरामात जगत होती, तर दुसरी तिकडे हवाई बेटावर अतिशय साधं, सरळ आयुष्य जगत होती. दोघी आपापल्या परीनं सुखात होत्या. मग सुखाची व्याख्या कशी करायची?

पुढे सिल्व्हेस्टरनं मोठं घर बांधलं. अर्थातच, हवाईतल्या इतर घरांप्रमाणे बांबूच्या आधारावर उभं असलेलं ते एक अधांतरी घर होतं. यावेळेस त्यानं एका व्यावसायिक सुताराची मदत घेतलेली होती अन् विजेचा उपयोगही केलेला होता.

त्यांच्या संसारात नव्या जिवाची भर पडली. मार्गरिटनं हवाईला जाऊन नातवंडाच्या जन्मसोहळ्याचा आनंद उपभोगला. मुलीला तिचंच नाव देण्यात आलं. तीन वर्षांनंतर स्टीफनचा जन्म झाला. सुदैवानं दोघंही मुलं निरोगी आहेत. एस्टेल चर्चमधल्या शाळेत शिकवते आणि सिल्व्हेस्टर व्यावसायिक आराखडे बनवण्याचं काम करतो.

पॅट्रिशिया : ब्रॅंड कुटुंब अमेरिकेला गेलं तेव्हा पॅट्रिशिया बारा वर्षांची होती. वेल्लोरमधल्या कडक शिस्तीच्या कन्या शाळेतून अमेरिकेतील मुक्त वातावरणात गेलेल्या या सुंदर मुलीला, मुलांनी घेरलं. सुरवातीला तिलाही या कौतुकसोहळ्याची मजा वाटली; पण वर्ष दोन वर्षांनंतर एक दिवस ती आईवडिलांना म्हणाली, ''इथे छान मौजमजा अनुभवायला मिळतेय; पण मला आयुष्यात काहीतरी करून दाखवायचंय. मी इंग्लंडच्या किंवा वेल्सच्या वसतिगृहात राहून शिकू का?''

तिच्या शब्दातील परिपक्वता जाणल्यानंतर आईवडिलांना आश्चर्य वाटलं. म्हटल्याप्रमाणे ती वेल्सला गेली. कालान्तरानं लंडनमधील विद्यापीठात वैद्यकीय महाविद्यालयातून (जिथे तिचे आईवडीलही शिकले होते!) ती डॉक्टर झाली. नंतर शरीरविज्ञान आणि मज्जासंस्थेची रचना या विषयात तिनं संशोधनाधारीत पदवी मिळवली आणि शेवटी उरलेलं वैद्यकीय शिक्षण, त्यानंतरची उमेदवारी तिनं लंडनमधून केली. त्यानंतर अमेरिकेतील हॉस्पिटलमध्ये निवासी डॉक्टरचं प्रशिक्षण घेताना तिनं 'शस्त्रक्रियान्तर्गत बधीरता' हा खास अभ्यासक्रम निवडला. अमेरिकेतील सिॲटल या गावी तिनं वेदना या विषयाशी संबंधित काही प्रशिक्षण घेतलं. कॅन्सरसारख्या दुर्धर आजारामुळे वेदनाग्रस्त जीवन जगणाऱ्या रुग्णांच्या काही विशिष्ट नसा, दीर्घकाळ परिणाम राहाणाऱ्या इंजेक्शनच्या साहाय्यानं बंद केल्या जातात. त्यामुळे रुग्णांना शरीराच्या कॅन्सरग्रस्त भागातली वेदना जाणवत नाही.

प्रदीर्घ अभ्यासक्रम यशस्वीपणे पूर्ण केल्यानंतर तिनं नोकरीसाठी प्युजेट साऊंड (Puget sound) हे पश्चिम किनाऱ्यावरील उत्तरेकडचं गाव निवडलं. डॉ. मायकेल पीटर्सनं तिचं मन काबीज केलं. लवकरच दोघं सिॲटलमध्ये विवाहबद्ध झाले अन्

तिथेच स्थिरावलेदेखील!

विवाहप्रसंगी धर्मगुरूंच्या शेजारी उभं राहून वधुवरांना विवाहाचं महत्त्व विशद करत असताना डॉ. ब्रँडचं लक्ष बाहेर गेलं. एकीकडे बाहेर दूर अंतरावर असलेल्या ऑलिम्पिक पर्वतरांगा होत्या अन् दुसरीकडे पसरलेला अथांग समुद्र. ते अचल पर्वत त्यांना ईश्वराच्या अविचल प्रेमाप्रमाणे भासले. त्यांच्या मनात विचार आला, सागर जीवविज्ञान, धर्मशास्त्र (Theology), परिचारिकेचं प्रशिक्षण, अध्यापनशास्त्र आणि वैद्यकशास्त्र! थोरल्या पाच मुलांनी किती विविध कार्यक्षेत्रं निवडली होती! शेंडेफळ म्हणून सगळ्यांची लाडकी असलेली बहुगुणी पॉलीन कोणतं कार्यक्षेत्र निवडणार होती?

पॉलीन : भारत सोडताना ती इतकी लहान होती की तिला त्या देशाविषयी फारशा आठवणीच नाहीत. कारण ती जेव्हा बाहुल्यांबरोबर खेळत होती, झाडांवर चढत-पडत होती, त्यावेळी वरची मोठी भावंडं शाळाकॉलेजात शिकत होती, आपापल्या क्षेत्रांत मग्न होती.

अमेरिकेतील शालेय शिक्षणानंतर पॅट्रिशियाप्रमाणे पॉलीनही इंग्लंडला गेली. क्लॅरेंडनमधील शाळेत ती इतक्या उत्तम गुणांनी पास झाली की की तिला अनेक कॉलेजांमधून पुढील शिक्षणासाठी आमंत्रणं आली. तिनंही वैद्यकीय अभ्यासक्रमाची निवड केली आणि न्यू कासलमधल्या कॉलेजात प्रवेश घेतला. डॉ. जॉन वेब तिथेच स्थायिक झाले होते. त्यांनी या मानसकन्येची जबाबदारी स्वीकारली. गमतीचा भाग असा की आपल्याला वैद्यकीय शिक्षणापेक्षा साहित्य, इतिहास आणि नाटक या विषयांत अधिक रुची आहे असं तिला जाणवलं. त्यामुळे ती परत अमेरिकेला गेली अन् व्हीटन कॉलेजमधून तिनं इंग्रजी साहित्य या विषयात पदवी व लिखाणांसंबंधीचा सन्मानही मिळवला.

पदवी परीक्षेनंतर ती परत इंग्लंडला आली. तिथे तिला लंडनच्या बी.बी.सी. या टेलिव्हिजन कंपनीत कार्यक्रमनिर्मिती क्षेत्रात चांगली नोकरी मिळाली. जीनप्रमाणे आसपासच्या चर्चमध्ये काम करून तिला आत्मिक समाधानही मिळायचं. योगायोगानं तिला व्हीटन कॉलेजमध्येच शिक्षण घेतलेला एक तरुण, मार्क नेल्सन भेटला. संशोधनकामासाठी तो एक वर्ष इंग्लंडमध्ये राहाणार होता. दोघांची मनं जुळली; पण वर्ष संपेपर्यंत पॉलीन विवाहाचा निर्णय घेऊन शकली नाही. शेवटी अगदी निरोपाच्या क्षणी तिनं त्याला होकार दिला. अमेरिकेतील व्हर्जिनिया राज्यातल्या फार्मव्हिलमध्ये त्यांचा विवाह झाला. मार्कनं प्राध्यापकाची तर पॉलीननं अनेक नोकऱ्या बदलल्यानंतर शेवटी स्वतंत्र पत्रकारितेचा निर्णय घेतला. एप्रिल १९८८ मध्ये त्यांच्या कन्येचा एलिनॉरचा जन्म झाला. ब्रँड दांपत्यांचं हे आठवं नातवंडं!

कारव्हिलमध्ये ब्रँड पती-पत्नींनी जवळजवळ वीस वर्षं काम केलं. निसर्गाच्या

कुशीत वसलेल्या या कुष्ठरोग हॉस्पिटलमध्ये अनेक सुधारणा करण्यात आल्या. भरघोस अर्थसाहाय्यामुळे ते एक अत्यंत सुस्थापित असं संशोधनकेंद्रही बनलं. त्याचं पुनर्नामकरण 'हॅन्सन्स रोगकेंद्र' करण्यात आलं. (हॅन्सननं प्रथम कुष्ठरोगसंबंधात संशोधन केलं. त्यांचं नाव केंद्राला दिल्यामुळेच कुष्ठरोग या शब्दाला असलेला कलंक जणू पुसून टाकण्यात आला.)

तसं पाहिलं तर वेल्लोरसारख्या लहान गावातही ब्रँड पती-पत्नी सुखासमाधानात राहिले, आनंदात राहिले. इथे कारव्हिलमध्येही त्यांनी स्वत:ला रुग्णसेवेला वाहून घेतलं. देशोदेशीहून येणाऱ्या तरुण डॉक्टरांना केवळ शस्त्रक्रियेचंच ज्ञान नव्हे, तर सेवाव्रताचा वसाही दिला. काही जण एखादा छोटा अभ्यासक्रम करण्यासाठी येत तर काही सहा महिनेदेखील रहात. त्यांच्या भाषा, संस्कृती वेगळ्या असूनही त्यांना शिकवण्यात मार्गरिटला कधी अडचण भासली नाही. वर्षातून एकदा दोघंही वेल्लोरला जात.

कारीगिरी व नवजीवनधामाची प्रगती पाहून त्यांना, आपल्या मुलांनी केलेल्या प्रगतीइतकाच आनंद वाटला.

इंग्लंडहून शल्यक्रियेतील उच्च पदवी एफ.आर.सी.एस. घेऊन आलेल्या डॉ. अर्नेस्ट फ्रिसची यांच्या अध्यक्षतेखाली ख्रिश्चन मेडिकल कॉलेज आणि हॉस्पिटल या संस्थेनं लक्षणीय प्रगती केली आहे, हे पाहून ब्रँड पती-पत्नी खूष होतातच; पण डॉ. फ्रिसचींनी एलिफंट हिल या खडकाळ रूक्ष टेकडीवर हजारो झाडं लावून ती हिरवीगार केली आहे, त्याचाही त्यांना अत्यंत आनंद होतो. कारीगिरी प्रकल्प हा एक पर्यावरण प्रकल्प आहे, अशी भारत सरकारच्या दरबारी त्यांनी नोंद करून घेतली व त्या अंतर्गत शेकडो, हजारो झाडं लावून या भागाचा कायाकल्प केला. डॉ. ब्रँडप्रमाणेच डॉ. फ्रिसचीदेखील एक तळमळीचे पर्यावरण कार्यकर्ते आहेत.

या संदर्भात डॉ. ब्रँड म्हणतात, "आपल्या सभोवतालचा निसर्ग आणि इतर प्राणीमात्र, मानववंशासाठीच ईश्वरानं निर्माण केले आहेत, असा समज आहे तो चुकीचा आहे. हे सर्व विश्व – त्यातील सर्व सचेतन व अचेतन घटक – परस्परांवर अवलंबून आहेत आणि ते आपण मान्य करायला हवं. पृथ्वीवरील घटकांची, इथल्या मातीची, पाण्याची, वनस्पतींची आणि प्राणिमात्रांची काळजी घेतली नाही, तर आपण पर्यावरणाला फार मोठा धोका निर्माण करू. आज आपण हेच कृष्णकृत्य करत आहोत. आफ्रिका आणि अमेरिका येथे प्रचंड मोठी वाळवंटं आपण निर्माण करत आहोत. मी राहतो त्या लुइझियाना राज्यातील सुपीक जमीन आयोवा, कॅन्सास आणि इतर राज्यातून आलेली आहे; पण आज शेती व्यवसायाचं एकमेव उद्दिष्ट नफा आणि अधिक नफा हेच आहे. प्रचंड प्रमाणावर वृक्षतोड केली जात आहे. हेतू हा की राक्षसकाय शेतकीयंत्रं वापरून मोठ्या प्रमाणावर शेती करता यावी. वृक्षतोडीमुळे, पाऊस व वाऱ्यामुळे जमिनीची धूप होते. आपण सगळेजण प्रचंड प्रमाणावर पाण्याचाही

अपव्यय करतो आहोत. त्यामुळे भविष्यात पाणी टंचाईला तोंड द्यावं लागणार आहे. नद्यांमध्ये रासायनिक कचरा टाकून आपण त्यांनाही प्रदूषित करत आहोत.''

अशाच एका भारतभेटीत त्यांना आपल्या उर्वरित आयुष्यासाठीचं ध्येय गवसलं. त्याविषयीचे विचार त्यांच्या मनात अनेक वर्षं घोळत होते. योगायोगानं त्याची सुरुवात त्यांचे एक मित्र डॉ. जॉन वेब, यांच्या विनंतीनं झाली. डॉ. वेब त्या वेळी वेल्लोरमधील संस्थेचे प्रमुख होते.

''तुम्ही इथल्या विद्यार्थ्यांना आणि कर्मचाऱ्यांना तुमच्या आवडत्या विषयावर – 'वैद्यकशास्त्र आणि धर्म' – आठ ते दहा व्याख्यानं द्याल का? हवं तर विज्ञान आणि श्रद्धा हा विषय निवडा.''

डॉ. ब्रँडच्या दृष्टीनं हे एक आव्हानच होतं. त्यासाठी त्यांनी विषयाची निवडही जाणीवपूर्वक केली. त्यावर व्याख्यानं द्यायची त्यांना पूर्वीपासूनच सवय होती. कारण वैद्यकीय विद्यार्थ्यांना अभ्यासक्रमाच्या अखेरच्या वर्षात तो एक ऐच्छिक विषय होता. त्यावरील भाषण-प्रवचनांना त्यांनी एक समर्पक नावही दिलेलं होतं, 'डॉक्टरांचा परमेश्वर.' या विषयामध्ये वैद्यकीय नीतिमत्तेवर भर दिला जात असे आणि प्रामुख्याने मानवी शरीर व येशू ख्रिस्ताचं शरीर यामध्ये तुलना केली जात असे. प्रत्येक ख्रिश्चन व्यक्ती ही येशू ख्रिस्ताच्या शरीराचा – अस्थि, त्वचा, रक्त, हात, पाय, नसा आणि स्नायू – अवयव आहे असं सांगून, मग त्या व्यक्तीचं कार्य काय हे विशद केलं जात असे. या विषयातलं पहिलं व्याख्यान 'ख्रिस्ताचे हात' हे होतं. त्याची रूपरेषा स्वतः डॉ. ब्रँडनीच तयार केलेली होती आणि ती त्यांनी एका नाताळप्रसंगी कुष्ठरोग्यांना व्याख्यानाद्वारे समजावलेली होती.

डॉ. ब्रँडनी त्या वर्षीची व्याख्यानं, नव्यानं बांधण्यात आलेल्या सभागृहात दिली. हे सभागृह संस्थापिका डॉ. आयडा स्कडर यांच्या स्मृतिप्रीत्यर्थ बांधण्यात आलं होतं. सर्व भाषणांची ध्वनिफीतही बनवण्यात आली. ती ऐकल्यावर डॉ. ब्रँडना सर्वांनी उत्साहानं सांगितलं, ''ह्याचं एक सुरेख पुस्तक होऊ शकेल.'' काहीशा अनपेक्षितपणे नवे पडघम वाजू लागले!

डॉ. ब्रँडनी ह्या सर्व ध्वनीफिती कारव्हिलला आणल्या व एका प्रकाशकाकडे पाठवल्या. प्रकाशकांनी निर्णय दिला, ''पुस्तक म्हणून प्रकाशित करण्यासाठी हे साहित्य पुरेसं नाही.''

लवकरच फिलीप यॅन्सी या तरुण लेखकाची ('कॅम्पस लाइफ' या मासिकाचे संपादक) व त्यांची गाठ पडली. श्री. यॅन्सी एक पुस्तक लिहीत होते. त्याचं शीर्षक होतं – 'जेव्हा गरज लागते तेव्हा देव कुठे असतो?' (Where is God When It Hurts)

या पुस्तकासाठी ते दुःखितांच्या, विशेषतः अपघातग्रस्त, आजारग्रस्त व्यक्तींच्या

मुलाखती घेत संपूर्ण अमेरिका पालथी घालत होते. दयाळू, प्रेमळ, परमेश्वरावर श्रद्धा असणाऱ्या व्यक्ती वेदनेला कशा प्रकारे तोंड देतात, ते फिलिप यॅन्सींना जाणून घ्यायचं होतं. डॉ. ब्रँडनी लिहिलेला एक लेख, 'वेदनेपासून मुक्ती' त्यांनी वाचला, तेव्हा ते डॉ. ब्रँडना भेटण्यासाठी कारव्हिलला आले. दोघांची मतं जुळली, मनं जुळली तेव्हा डॉक्टरांनी त्यांना आपली व्याख्यानं दाखवली आणि त्यांचं मत विचारलं.

एका नव्या अध्यायाला आरंभ झाला!

डॉ. ब्रँडच्या व्याख्यानांवर त्यांनी संपादकीय संस्कार केले व त्यांच्या पहिल्या पुस्तकाचा – (Fearfully and Wonderully Made) – जन्म झाला. या पुस्तकाला पुरस्कार तर मिळालाच; पण त्याचा प्रचंड खपही झाला.

त्यानंतरचं पुस्तक (In His Image) ही प्रसिद्ध झालं. काही दिवसांनी एका संचाच्या रूपात ही दोन्ही पुस्तकं तयार करण्यात आली. कारण डॉ. ब्रँडच्या मनातील मूळ उद्देश हाच होता.

या नव्या उपक्रमाचा डॉ. ब्रँडना खूप उपयोग झाला. आपलं वैद्यकीय ज्ञान व धार्मिक तत्त्वचिंतन या दोन्हीची व्यवस्थित सांगड घालून ती सुस्पष्टपणे कशी मांडावी, ह्याचं कौशल्य त्यांनी आत्मसात केलं. वाचकांच्या प्रतिसादामुळे त्यांचा आत्मविश्वास वाढला. कारण बहुतेक वाचकांनी अनेक प्रकारचं दु:ख भोगलेलं होतं ते शारीरिक व्यंगांमुळे किंवा दौर्बल्यामुळे. त्यांना दिलासा व मन:शांती देण्याचं बहुमोल कार्य डॉ. ब्रँडच्या पुस्तकांनी केलं.

डॉ. ब्रँडना आठवतं की वैद्यकीय शिक्षण घेत असताना ते स्वत: व मार्गरेट ख्रिश्चन युनियनच्या कार्यानं प्रभावित झाले होते. शैक्षणिक ताणतणाव सोसत असताना त्यांच्या धार्मिक तत्त्वांनीच त्यांना आधार दिला होता. वेल्लोरमध्ये त्यांनीही भारतीय विद्यार्थ्यांना आपल्या प्रवचनांद्वारे असाच आधार दिलेला होता.

स्वत:ची विद्यार्थिदशा ओलांडून पन्नास वर्षं झाल्यानंतर, पुन्हा एकदा डॉ. ब्रँड या कार्याकडे ओढले गेले. याच कालावधीत अनेक देशांमध्ये ख्रिश्चन वैद्यकीय संस्थांची स्थापना झालेली होती. त्यांचे एक जुने मित्र, डॉ. स्टॅनले ब्राऊन आंतरराष्ट्रीय दंतवैद्यक संस्थेचे अध्यक्ष होते.

कॅनकुन (Cancun) या ठिकाणी एक आंतरराष्ट्रीय सभा (Congress) भरणार होती. तिला हजर राहायचं असं डॉ. ब्रँड पतीपत्नींनी ठरवलं. त्याआधी काही आठवडे त्यांना एक पत्र मिळालं. त्यामध्ये डॉ. स्टॅनले ब्राऊन यांच्या अकस्मिक निधनाचं वृत्त होतं, तसंच एक विनंतीही केलेली होती – डॉ. ब्राऊन यांचं रिक्त पद भरण्यासाठी जी निवडणूक घेतली जाणार होती, ती डॉ. ब्रँडनी लढवावी. इतकंच नव्हे, तर जे उद्घाटनाचं भाषण डॉ. ब्राऊन देणार होते, ते स्वत: डॉ. ब्रँडनी द्यावं.

या नव्या जबाबदारीमुळे डॉ. ब्रँड यांचं व्यवस्थापकीय काम वाढणार नव्हतं,

परंतु त्यांच्यावर ख्रिश्चन डॉक्टरांच्या आध्यात्मिक नेतृत्वाची जबाबदारी मात्र येऊन पडली. वैद्यक आणि शल्यविद्या या दोन्ही शाखांमध्ये अनेक नवी दालनं उघडत होती, असो तो काळ होता. अवयवारोपण, जनुक अभियांत्रिकी (Genetic Engineering), मानवी बीजांडाचं प्रयोग शाळेतील नलिकेत संवर्धन, यासारखे अकल्पनीय असे शोध तर लागलेच होते; परंतु हॉस्पिटलमध्ये आता अशा सोयीसुविधा, यंत्रणा उपलब्ध होत्या की ज्यामुळे मेंदूमृत रुग्णाला दीर्घकाळपर्यंत जिवंत ठेवणं शक्य झालं. या प्रकारचे शोध काही नैतिक मूल्याधारित प्रश्न उपस्थित करत होते. ज्यामुळे बरेच डॉक्टर्स संभ्रमात पडले होते. अशा परिस्थितीत ख्रिश्चन डॉक्टरांनी काय भूमिका घ्यावी, धार्मिक शिकवण आणि विज्ञान यांच्यापैकी कोणता मार्ग अनुसरावा, वगैरे संबंधी मार्गदर्शन करणाऱ्या व्यक्तींची गरज होती, तीदेखील बायबलमधील दृष्टिकोनावर आधारित. हे कार्य करण्यासाठीची नवी वैचारिक पार्श्वभूमी धर्मगुरूंजवळ नव्हती. अशा वेळी डॉ. ब्रँडसारख्या व्यक्तींची मार्गदर्शक म्हणून निकडीची गरज होती, हे अनेकांना जाणवलं.

जगभरातले ख्रिश्चन डॉक्टर्स त्यांना यासंबंधात विचारणा करू लागले. त्यांचा सल्ला घेऊ लागले. त्यानिमित्तानं त्यांचा कधी जपान तर कधी न्यूझीलंड या देशांचा प्रवास घडू लागला. तेव्हा त्यांच्या लक्षात आलं की, दैनंदिन वैद्यकीय संशोधनास ते पुरेसा वेळ देऊ शकत नाहीत. त्यांनी मग एक महत्त्वाचा निर्णय घेतला – यापुढे लेखन आणि विद्यादान या विषयांवर लक्ष केंद्रित करायचं. म्हणजेच, वैद्यकीय क्षेत्राचा निरोप घ्यायचा!

मार्गरेटच्या दृष्टीनं हा निर्णय अत्यंत कठीण होता. कारण आत्तापर्यंत कार्व्हिल कुष्ठरोगकेंद्रात त्यांनी आत्मीयतेनं काम करून तेथील रुग्णांबरोबर जिव्हाळ्याचे संबंध जोपासले होते. ते प्रेमाचे बंध तोडून नव्या जागी बस्तान बसवायचं ही अत्यंत कठीण गोष्ट होती; परंतु कठोर निश्चयानं त्यांनी तेही केलं. कार्व्हिलचा साश्रू नयनांनी निरोप घेतला आणि उत्तर अमेरिकेतील सिॲटल या गावी स्थायिक व्हायचं ठरलं. याच ठिकाणी त्यांची कन्या पॅट्रिशिया व जावई माइक राहात होते.

डॉ. ब्रँड त्यासंबंधी एकदा म्हणाले, "मला वाटतं, आयुष्याच्या उत्तरार्धात पन्नाशीत, साठीत अगदी सत्तरीतदेखील माणसं नेतृत्वगुण दाखवू शकतात. किंबहुना या वयातच संतुलित नेतृत्व करणं, त्यांना तरुणांपेक्षा अधिक चांगल्या प्रकारे शक्य होतं. कारण ते अनुभवसंपन्न असतात."

आता त्यांनी आपला वेळ भाषणांसाठी, प्रवचनांसाठी आणि लेखनासाठी द्यायचं ठरवलं. आपल्या उतारवयातील प्रगाढ ज्ञानाचा – ज्ञानसाधनेचा समाजाला उपयोग व्हावा, या हेतूनं. अर्थातच त्यांनी आपल्या शल्यकौशल्याला पूर्णविराम दिला नाही. मात्र आता ते केवळ साहाय्यकाची भूमिका घेऊ लागले.

मनुष्यमात्राची सर्वांत पहिली वाढ शारीरिक असते. त्यानंतर मानसिक व सर्वांत शेवटी होते ती आत्मिक उन्नती, असं डॉ. ब्रँडना वाटतं. आयुष्य तेव्हा फळाला आल्यासारखं होतं. शरीराच्या वाढीमध्ये, आरोग्यामध्ये चढउतार होत राहतात; पण आत्मोन्नतीचा मार्ग नेहमी एकाच दिशेनं – वरच्या – असतो. आयुष्याच्या अखेरीला इतर सर्व परिमाणं हळूहळू गळून पडतात. शेवटी राहातं ते आत्मिक परिमाण. जीवात्म्याचं परमात्म्याशी होणारं मिलन, हाच तो अंतिम टप्पा!

आपल्या आयुष्यात परमेश्वराचं स्थान अढळ आहे, असं त्यांना नेहमी वाटत असे.

"आयुष्यातल्या प्रत्येक क्षणी त्या सूत्रधारानं आपल्याला मार्ग दाखवला आहे, त्यानं सगळे महत्त्वाचे निर्णय घेतले आहेत. कधी आपण चालतोय तो मार्ग चुकीचा आहे, असं वाटलं तेव्हा आपण मार्ग बदलला, नव्या वाटेवरून चालू लागलो; परंतु पुन्हा आपलं बोट धरून त्या जगन्नियंत्यानंच आपल्याला योग्य दिशा दाखवली!"

तोच खरा कल्याणमार्ग होता!

वैद्यकीय कौशल्य आणि वैज्ञानिक ज्ञान, या दोन्हीइतकाच महत्वाचा तिसरा गुण डॉ. ब्रँडमध्ये आढळतो; तो म्हणजे त्यांच्यातील श्रोत्यांबरोबर संवाद साधण्याची कला.

ते म्हणतात, "धर्म म्हणजे दुसरं तिसरं काही नसून एक प्रकारचा संवादच असतो. शतकानुशतकं परमात्मा आपल्याशी संवाद साधण्याचा प्रयत्न करत असतो. ही क्रिया तो एका व्यक्तीमार्फत दुसऱ्या व्यक्तीपर्यंत, या पद्धतीनं करतो आणि आपलं या विश्वातलं अस्तित्वच तिच्याद्वारे सिद्ध करत असतो."

आता, ज्ञानदान आणि प्रवचन या दोन आवडीच्या छंदांमध्ये डॉ. ब्रँड आनंदात आयुष्य कंठतात. इतरांना खूष करण्याची त्यांना गरज भासत नाही. आत्तापर्यंत जे नाव त्यांनी कमावलेलं आहे, त्यावर ते समाधान मानतात. यापुढे त्यांना एकच कार्य करायचं आहे, ईशचिंतनाद्वारे त्या विधात्याला आदरांजली वाहणं आणि त्यातूनच आनंद मिळवणं!

अलीकडेच ते व्हीटन कॉलेजमधील नवीन बिली ग्रॅहॅम सभागृहात बायबलच्या अभ्यासावर प्रवचन देत होते. एक दिवस त्यांच्या भाषणाचा विषय होता, 'फलसंधारण' (Fruit Bearing). आपल्या भाषणात त्यांनी अनेक विषयांचा परामर्श घेतला. त्यामध्ये दोन प्रमुख मुद्दे होते, वैद्यकीय सेवाव्रतींच्या (Medical Missienaries) कामाचा मुख्य उद्देश धर्मप्रसार हा असावा की त्यांनी केवळ वैद्यकीय सेवेवरच लक्ष केंद्रित करावं. भाषणाच्या ऐन भरात त्यांनी एक अनपेक्षित गोष्ट केली – त्यांनी जवळच्या टेबलाखालच्या (Podium) फळीवरून जांभळ्या रंगाच्या द्राक्षांचा घड काढला आणि तो वर उंचावून श्रोत्यांना विचारलं, "ही द्राक्षं पाहून तुम्हाला काय

वाटतं? मला स्वत:ला ती मटकावून टाकावीशी वाटतात.'' असं म्हणून त्यांनी एक एक करत द्राक्षं तोंडात टाकली व मोठा आवाज करत चावून चावून खाल्ली. श्रोतेगण बघतच राहिले. तेव्हा त्याहून आश्चर्यकारक घटना घडली. डॉ. ब्रँडनी तोंडातून द्राक्षांच्या बिया काढल्या व ते त्या सबंध सभागृहात इकडे तिकडे भिरकावत फेकू लागले. आश्चर्यानं व गमतीनं श्रोते खदाखदा हसू लागले. कारण ही एकूण घटनाच त्यांना मजेशीर वाटली, तर काही श्रोत्यांना डॉ. ब्रँडचं वागणं मुळीच आवडलं नसावं. कारण स्वच्छ अशा सभागृहात बिया टाकून डॉ. ब्रँडनी तो गलिच्छ केला होता आणि त्यांचं कृत्यही प्रसंगाला साजेसं नव्हतं.

एकाएकी गंभीर होत डॉ. ब्रँड श्रोत्यांना म्हणाले, ''तुम्ही जर माझ्या आत्ताच्या वागण्याचा अर्थ लावायचा प्रयत्न केलात, तर तुम्हाला विश्वाच्या संदर्भात काही अर्थ लागेल का? मी सांगतो तुम्हाला. मी या सभागृहात द्राक्षांचे मळे फुलवण्यासाठी बीजारोपण केलंय. दुर्दैवाची गोष्ट अशी की त्या बिया इथे रुजणार नाहीत. कारण उद्या इथले स्वच्छता कामगार हे सभागृह झाडून स्वच्छ करतील. कदाचित एखाददुसरी बी एखाद्या फटीत अडकून राहिली तर ती अंकुरेलही. ते काही असो, पुढच्या वर्षी मी इथे परत येईन तेव्हा कचराकुंडीत एखादं तरी अंकुरलेलं बीज शोधायचा प्रयत्न मी नक्कीच करेन. आता मी दुसरा अर्थ सांगतो. मी ही द्राक्षं खाल्ली कारण ती रसाळ होती; पण या द्राक्षांचा खरा जैविक हेतू बिया पसरवणं हा असतो. आपण ख्रिश्चन डॉक्टरांनी या द्राक्षांप्रमाणे रसाळ असलं पाहिजे. आपलं आयुष्य, आपलं जीवनकार्य अशा प्रकारचं असलं पाहिजे की, ज्यायोगे लोक आपल्याकडे आकृष्ट होतील. त्यांना आपल्याकडून वैद्यकीय ज्ञानाची अपेक्षा असेल आणि आपण ते त्यांना द्यायचंही आहे. ते करत असतानाच आपण ख्रिस्ताच्या तत्वज्ञानाचं बीजही त्यांच्यापर्यंत पोहोचवायचं आहे. तो आपला खरा जीवनहेतू असायला हवा.''

अशा प्रकारे, जीवनातील सर्वसामान्य वस्तूंची उदाहरणं देऊन, त्यांची प्रवचनविषयांशी सांगड घालून डॉ. ब्रँड मूळ गहन विषय सोपा करत असत व श्रोत्यांवर आपली छाप मारत असत. त्यांच्या प्रवचनांना विनोदाची झालरही असे. त्यामुळे श्रोत्यांच्या मनात तो विचार पक्का रुजत असे.

तर असं हे कृतार्थ जीवन : प्रत्येक यश ईश्वरचरणी अर्पण करण्याची मानसिकता असल्यामुळे डॉ. पॉल ब्रँड नेहमीच सुखी, समाधानी आयुष्य जगू शकतात. संसारातली तसंच, सेवाव्रतातली त्यांची सहचारिणी मार्गारेटही त्यांच्याइतकीच समाधानी आहे.

www.ingramcontent.com/pod-product-compliance
Lightning Source LLC
LaVergne TN
LVHW032008070526
838202LV00059B/6341
* 9 7 8 8 1 8 4 9 8 2 4 7 3 *